HOÀNG CƠ ĐỊNH
REDACTEUR GENERAL
Chủ Biên

APERÇU DE L'HISTOIRE DU VIỆT NAM
Việt Sử Đại Cương

TOME I
Tập 1

DEPUIS LA FONDATION DU PAYS
PAR L'ANCETRE NATIONAL HÙNG VƯƠNG
JUSQU'A L'UNIFICATION DU VIỆT NAM
PAR LE ROI GIA LONG

Từ Quốc Tổ Hùng Vương Dựng Nước
Đến Vua Gia Long Thống Nhất Việt Nam

2018

REDACTEUR GENERAL
Chủ Biên
HOÀNG CƠ ĐỊNH

Comité de rédaction
Nhóm Biên Soạn

Hoàng Cơ Định	Nguyễn Vũ Bình
Đào Việt Sơn	Ngô Minh Trực
Nguyễn Văn Sâm	Phiên Ngung
Hoàng Trương	Bửu Uy
Hồ Thanh Thái	Lê Huy Vũ
Phạm Huy Cường	Vivian Thạch

et collaborateurs
và các cộng sự

EDITORIALISTE
Biên Tập
Hoàng Trương

PRESENTATION
Trình Bày
Ngô Minh Trực

Xuất bản lần thứ nhất	Edité la première fois
tại Hoa Kỳ, 2018	aux USA, 2018

ISBN: 978-1717254597
Copyright © 2018 Hoang Co Dinh.
Tous droits réservés
Giữ mọi bản quyền

CONTACT
Thư từ liên lạc xin gửi về
Xuân Trâm
2482 S.King Rd. # 438, San Jose, CA 95122
email : donghydonghung@gmail.com

MỤC LỤC

Lời Nói Đầu 1

Giai đoạn lập quốc của người Việt Nam 5
    Địa lý nước Văn Lang 7
    Tổ chức quốc gia và xã hội của nước Văn Lang 10
    Nguồn gốc các sắc dân tại nước Văn Lang 13
    Thục Phán chấm dứt triều đại Hùng Vương, thành lập nước Âu Lạc 14
    Xã hội Việt Nam dưới triều đại An Dương Vương 15

Diễn trình ngoại thuộc của nước Việt Nam 19
    Triệu Đà khởi nghiệp và xâm lăng Âu Lạc 19
    Chính sách cai trị của Triệu Đà 21
    Nước Nam Việt bị nhà Hán xâm chiếm, Âu Lạc hoàn toàn nội thuộc phương Bắc 22

Bắc thuộc lần thứ nhất và cuộc khởi nghĩa của hai Bà Trưng .. 25

    Những năm đầu tiên của thời kỳ Bắc thuộc thứ nhất 25
    Chính sách cai trị của nhà Đông Hán và cuộc khởi nghĩa của hai Bà Trưng 29
    Cuộc chinh phạt của nhà Hán và thân thế Mã Viện 33
    Chính sách của nhà Hán sau cuộc nổi dậy của hai Bà Trưng ... 35

Bắc thuộc lần thứ hai và các cuộc khởi nghĩa của Bà Triệu, Lý Trường Nhân và Lý Thúc Hiển 37
    Sự thay đổi liên tiếp của các triều đại thống trị từ phương Bắc .. 38

        Chính sách Nhu Viễn 38
        Việc chia cắt Giao Chỉ Bộ thành hai phần 40
        Sự xuất hiện của nước Lâm Ấp ở phía nam Âu Lạc 40
    Các cuộc nổi dậy của dân Âu Lạc sau khi chấm dứt chính sách nhu viễn 41
    Cuộc nổi dậy của Bà Triệu 42
    Cuộc nổi dậy của Lý Trường Nhân và Lý Thúc Hiển 44
    Sự định hình của xã hội và dân tộc Lạc Việt 46

TABLE DES MATIERES

Préface	1
Etapes de la fondation de la nation vietnamienne	5
Géographie du pays Văn Lang	7
Organisation étatique et sociale du pays Văn Lang	10
Origines des ethnies vivant au pays Văn Lang	13
Mise fin à la dynastie de Hùng Vương par Thục Phán, fondation du pays Âu Lạc	14
Société vietnamienne sous le règne de An Dương Vương	15
Evolution de la domination étrangère sur le Việt Nam	19
Début de l'œuvre de Triệu Đà et invasion du Âu Lạc	19
Politique administrative de Triệu Đà	21
Invasion du Nam Việt par les Hàn, Âu Lạc complètement sous la domination du Nord	22
Première domination chinoise et soulèvement des deux Dames Trưng	25
Premières années sous la première domination chinoise	25
Politique administrative des Hàn orientaux et soulèvement des deux Dames Trưng	29
Expédition punitive de la dynastie des Hàn et biographie de Mã Yuán	33
Politique des Hàn après le soulèvement des deux Dames Trưng	35
Deuxième domination chinoise et soulèvements de la Dame Triệu, de Lý Trường Nhân et de Lý Thúc Hiển	37
Changements successifs des différentes dynasties dominatrices du Nord	38
Politique de souplesse	38
Scission de Giao Chỉ Bộ en 2 parties	40
Apparition du pays Linyi au Sud du Âu Lạc	40
Soulèvements du peuple Âu Lạc après la fin de la politique de souplesse	41
Insurrection de la Dame Triệu	42
Insurrections de Lý Trường Nhân et Lý Thúc Hiển	44
Formation de la sociéte et du peuple Lạc Việt	46

Lý Bí chấm dứt Bắc thuộc lần thứ hai, thành lập nhà Tiền Lý và nước Vạn Xuân 49
   Cuộc khởi nghĩa của Lý Bí, Tinh Thiều và Triệu Túc vào năm 542 49
   Quốc hiệu Vạn Xuân 51
   Cuộc xâm lăng nước Vạn Xuân của nhà Lương 52

Sự sụp đổ của nhà Tiền Lý và thời kỳ Bắc thuộc lần thứ ba ... 57
   Cuộc khởi nghĩa trong thế kỷ thứ 7 của Lý Tự Tiên và Định Kiên 59
   Các cuộc khởi nghĩa trong thế kỷ thứ 8 của Mai Thúc Loan và Phùng Hưng 60
      Cuộc khởi nghĩa của Mai Thúc Loan 60
      Cuộc khởi nghĩa của Phùng Hưng 62
   Tình hình nước ta ở thế kỷ thứ 9 63
      Cuộc nổi dậy của Dương Thanh 63
      Cao Biền với cuộc chiến chống quân Nam Chiếu 65
      An Nam đô hộ phủ sau cuộc xâm lược của Nam Chiếu và Tiết Độ Sứ Tăng Cổn 65

Họ Khúc và Ngô Quyền xoá bỏ thời kỳ Bắc thuộc, giành lại tự chủ cho đất nước 67
   Họ Khúc dấy nghiệp 67
   Dương Diên Nghệ và Kiều Công Tiễn 71
   Ngô Quyền đại phá quân Nam Hán 71
   Nhà Ngô và thời kỳ tự chủ 74

Những năm đầu giành lại quyền tự chủ của nước Âu Lạc. các triều đại Ngô, Đinh và Tiền Lê 79
   Nhà Ngô (939-965) 79
      Tiền Ngô Vương (939-945) 79
      Hậu Ngô Vương (950-965) 80
      Thập nhị sứ quân 80
   Nhà Đinh (968-980) 81
      Đinh Tiên Hoàng (968-979) 81
      Phật giáo dưới triều đại nhà Đinh 83
      Giao thiệp với nhà Tống bên Tàu 83
      Nhà Đinh suy vong 84
   Nhà Tiền Lê (980-1009) 85
      Lê Đại Hành chống quân nhà Tống 85
      Vua Lê Đại Hành đánh Chiêm Thành, dẹp loạn và sửa sang đất nước 88

Abolition de la deuxième domination chinoise par Lý Bí, fondation de la dynastie des Lý antérieurs et du pays Vạn Xuân .. 49
   Soulèvement de Lý Bí, Tinh Thiều et Triệu Túc en 542 49

   Nom officiel du pays Vạn Xuân 51
   Invasion du pays Vạn Xuân par la dynastie des Liáng 52

Effondrement de la dynastie des Lý antérieurs et troisième domination chinoise 57
   Soulèvement de Lý Tự Tiên et Định Kiến au 7è siècle 59

   Soulèvements de Mai Thúc Loan et Phùng Hưng au 8è siècle .. 60

     Soulèvement de Mai Thúc Loan 60
     Soulèvement de Phùng Hưng 62
   Situation de notre pays au 9è siècle 63
     Soulèvement de Dương Thanh 63
     Gāo Pián et la guerre contre l'armée Nán Zhào 65
     Région Administrative Frontalière d'An Nam après l'envahissement de Nán Zhào et le Gouverneur Provincial Céng Gǔn 65

Abolition de la domination chinoise par les Khúc et Ngô Quyền, rétablissement de l'autonomie pour la patrie 67
   Soulèvement des Khúc pour édifier un nouveau régime 67
   Dương Diên Nghệ et Kiều Công Tiễn 71
   Débâcle des Hàn méridionaux par Ngô Quyền 71
   Dysnastie des Ngô et ère de l'autonomie 74

Premières années du pays Âu Lạc autonome - dynasties des Ngô, Đinh et Lê antérieurs 79
   Dynastie des Ngô (939-965) 79
     Ngô antérieurs (939-945) 79
     Ngô postérieurs (950-965) 80
     Les 12 seigneurs féodaux 80
   Dynastie des Đinh (968-980) 81
     Đinh Tiên Hoàng (968-979) 81
     Le Bouddhisme sous la dynastie des Đinh 83
     Relations avec la dynastie chinoise des Sòng 83
     Déclin de la dynastie des Đinh 84
   Dynastie des Lê antérieurs (980-1009) 85
     Lutte de Lê Đại Hành contre l'armée de la dynastie des Sòng . 85
     Guerre avec le Champa, répression des rébellions et consolidation du pays par le Roi Lê Đại Hành 88

Nhà Lý - Công cuộc bình Chiêm, phá Tống 91
   Lý Công Uẩn và việc định đô Thăng Long 92
   Định hình chế độ phong kiến ở Việt Nam 93
      Tổ chức chính quyền, quân đội thời Lý 93
      Chính sách của nhà Lý với các sắc tộc thiểu số và cuộc nổi
      loạn của Nùng Trí Cao 96
   Công cuộc bình Chiêm phá Tống 100
      Công cuộc bình Chiêm 100
      Cuộc kháng chiến chống quân Tống xâm lược 102

Việt Nam dưới triều nhà Lý 107
   Sự phát triển của Nho học 107
   Hoàn thiện tổ chức chính quyền phong kiến 109
   Quân chế thời Lý 111
   Tình hình kinh tế xã hội dưới triều nhà Lý 112
      Chính sách nông nghiệp 112
      Tình hình công thương nghiệp 113
      Tình hình xã hội dưới triều Lý 115

Nhà Trần và cuộc kháng chiến chống quân Nguyên-Mông 117

   Họ Trần khởi nghiệp 117
   Nhà Trần xây dựng và củng cố chính quyền 119
      Bộ máy cai trị của triều nhà Trần 121
      Tổ chức quân đội 122
   Cuộc kháng chiến chống quân Nguyên-Mông 123
      Sơ lược về đế quốc Mông Cổ 124
      Cuộc kháng chiến chống quân Nguyên-Mông lần thứ nhất
      năm 1257-1258 125
      Cuộc kháng chiến chống quân Nguyên-Mông lần thứ hai
      năm 1284-1285 127
      Cuộc kháng chiến chống quân Nguyên-Mông lần thứ ba năm
      1287-1288 130

Tình hình kinh tế - xã hội thời Trần và quá trình suy vong 135

   Tình hình kinh tế thời Trần 135
      Các hình thức sở hữu ruộng đất 135
      Tình hình sản xuất nông nghiệp và các ngành nghề khác ... 137

   Tình hình xã hội thời Trần 140
   Quá trình suy vong của nhà Trần 143

Dynastie des Lý - Pacification du Champa, victoire sur les Sòng . 91
   Lý Công Uẩn et établissement de la capitale Thăng Long 92
   Stabilisation du premier régime féodal au Việt Nam 93
      Organisation du pouvoir politique, de l'armée sous la dynastie des Lý.. 93
      Politique de la dynastie des Lý vis-à-vis des ethnies minoritaires et soulèvement de Nóng Zhìgāo 96
   Pacification du Champa - Victoire sur les Sòng 100
      Pacification du Champa 100
      Résistance contre les envahisseurs Sòng 102

Việt Nam sous la dynastie des Lý 107
   Développement du Confucianisme 107
   Parachèvement de l'organisation du pouvoir féodal 109
   Système militaire à l'époque des Lý 111
   Situation économique et sociale sous la dynastie des Lý 112
      Politique agricole 112
      Situation de l'industrie artisanale et du commerce 113
      Situation sociale sous la dynastie des Lý 115

Dynastie des Trần et guerres de résistance contre les Yuán-Mongols 117
   Edification du nouveau régime par les Trần 117
   Instauration et renforcement du pouvoir des Trần   119   119
      Appareil gouvernemental sous la dynastie des Trần 121
      Organisation militaire 122
   Guerres de résistance contre les Yuán-Mongols 123
      Résumé relatif à l'empire mongol 124
      Première guerre de résistance contre les Yuán-Mongols (1257-1258) 125
      Deuxième guerre de résistance contre les Yuan-Mongols (1284-1285) 127
      Troisième guerre de résistance contre les Yuán-Mongols (1287-1288) 130

Situation socio-économique à l'époque des Trần et processus de leur déclin 135
   Situation économique à l'époque des Trần 135
      Différentes formes de propriété terrienne 135
      Situation des productions issues de l'agriculture et d'autres métiers 137
   Situation sociale à l'époque des Trần 140
   Processus du déclin de la dynastie des Trần 143

Thời đại Hồ Quý Ly và cuộc xâm lăng của nhà Minh 147
Hồ Quý Ly cướp ngôi nhà Trần.................................... 147
Những cải tổ của Hồ Quý Ly...................................... 148
   Chính sách hạn điền.. 148
   Phát hành tiền giấy thay cho tiền đồng................... 149

   Việc giáo dục... 149
Chiến tranh với Chiêm Thành dưới triều Hồ Quý Ly 150
   Cuộc xâm lược Chiêm Thành lần thứ nhất............... 150
   Cuộc xâm lược Chiêm Thành lần thứ hai................. 151
Nhà Hồ trước cuộc xâm lăng của nhà Minh.................. 151
Các giai đoạn xâm lăng của nhà Minh........................... 153
   Đưa Trần Thiêm Bình về nước ngụy danh để tái lập nhà Trần.. 153
   Cuộc xâm lược do Trương Phụ cầm đầu................. 154

Chế độ cai trị của nhà Minh và các cuộc khởi nghĩa đầu tiên .. 159
Guồng máy hành chánh của nhà Minh tại Đại Việt........... 160
   Giao Chỉ dưới thời nội thuộc nhà Minh................... 161
Chính sách đồng hóa của nhà Minh tại Đại Việt............. 162
Chính sách lao dịch của Minh triều đối với dân Đại Việt 164

Chính sách vơ vét tài nguyên của nhà Minh.................. 166
Giản Định Đế và cuộc khởi nghĩa đầu tiên chống lại nhà Minh . 167

Mười năm kháng chiến của Lê Lợi đánh đuổi quân Minh giành lại độc lập 175
Dựng cờ khởi nghĩa và xây dựng lực lượng................. 176

Chiến dịch phản công.. 179
Tiến quân ra Bắc.. 182
   Ba cánh quân của Bình Định Vương tiến ra Bắc........... 183

Chế độ quân chủ thời Lê 193
Những vị vua đầu tiên và việc xây dựng chế độ quân chủ 194
   Hủy bỏ chế độ nô lệ... 195
   Cải cách ruộng đất... 196
   Xây dựng guồng máy chính quyền quân chủ............ 197
Tình hình kinh tế - xã hội thời Lê sơ.............................. 199
   Khuyến khích phát triển nông nghiệp và tiểu thủ công nghiệp . 199

Ere de Hồ Quý Ly et invasion par les Míng 147
   Usurpation du trône des Trần par Hồ Quý Ly 147
   Réformes de Hồ Quý Ly 148
      Politique de restriction des terres 148
      Emission du papier-monnaie en remplacement de la monnaie en cuivre. 149
      Education 149
   Guerres avec le Champa sous le règne de Hồ Quý Ly 150
      Première invasion du Champa 150
      Deuxième invasion du Champa 151
   Dynastie des Hồ face à l'invasion par les Míng 151
   Phases de l'invasion par les Míng 153
      Rapatriement de Trần Thiêm Bình sous le faux prétexte de restauration de la dynastie des Trần 153
      Invasion commandée par Zhāng Fǔ 154

Régime administratif des Míng et les premiers soulèvements . . 159
   Appareil administratif des Míng au Đại Việt 160
      Giao Chỉ sous le domination de la dynastie des Míng 161
   Politique d'assimilation des Míng au Đại Việt 162
   Politique de la corvée appliquée par les Míng à la population du Đại Việt. 164
   Politique de pillage des ressources par les Míng 166
   Giản Định Đế et le premier soulèvement contre les Míng 167

Dix ans de résistance de Lê Lợi pour chasser les Míng et recouvrer l'indépendance. 175
   Levée de l'étendard de l'insurrection et constitution des forces armées. 176
   Campagne de contre-attaque. 179
   Progression militaire vers le Nord 182
      Avancée vers le Nord des trois corps d'armée de Bình Định Vương. 183

Monarchie à l'époque des Lê 193
   Premiers rois et fondation du régime monarchique 194
      Abolition de l'esclavage 195
      Réforme agraire 196
      Edification de l'appareil gouvernemental de la monarchie . . . 197
   Situation socio-économique au début de la dynastie des Lê 199
      Encouragement du développement de l'agriculture et de l'artisanat. 199

    Phát triển thương nghiệp nội địa, hạn chế và siết chặt ngoại thương 202
    Xây dựng bộ luật Hồng Đức 203
  Sự phát triển của văn học và sử học 204
  Chính sách ngoại giao và việc mở nước về phía Nam 208

Sự suy vong của nhà Lê đầu thế kỷ 16 211
  Sự suy thoái của nhà Lê và các cuộc nội chiến 211
    Sự suy thoái của nhà Lê dưới triều Uy Mục, Tương Dực và các cuộc nổi dậy 211
    Mạc Đăng Dung và việc hưng khởi của nhà Mạc 214
  Tình hình chính trị xã hội Đại Việt dưới thời Lê-Mạc 216
    Tình hình chính trị xã hội tại Bắc triều 217
    Tình hình chính trị xã hội tại Nam triều 219
    Nhà Minh và cuộc nội chiến Lê-Trịnh và Mạc 220

  Cuộc chiến tranh Trịnh-Mạc 222
    Giai đoạn Mạc suy Trịnh hưng (1545-1569) 222
    Giai đoạn Mạc hưng Trịnh suy (1570-1583) 223
    Giai đoạn Trịnh hưng và nhà Mạc suy vong (1584-1592) 224

Cuộc chiến tranh Trịnh-Nguyễn 225
  Họ Nguyễn lập nghiệp tại phương Nam 225
  Cương vực Trịnh-Nguyễn sau năm 1600 229
  Các cuộc giao tranh Trịnh-Nguyễn 230
    Cuộc chiến Trịnh-Nguyễn lần thứ nhất (1627-1628) 231
    Cuộc chiến Trịnh-Nguyễn lần thứ hai (1633) 232
    Cuộc chiến Trịnh-Nguyễn lần thứ ba (1642-1643) 233
    Cuộc chiến Trịnh-Nguyễn lần thứ tư (1648) 234
    Cuộc chiến Trịnh-Nguyễn lần thứ năm (1655-1660) 235

Chính sách của họ Trịnh tại Đàng Ngoài 237
  Thời kỳ loạn lạc 238
  Thời kỳ bình trị và suy thoái 239
    Chính sách quân sự 239
    Chính sách hành chánh 241
    Về hình luật 243
    Các thứ thuế 244
  Chính sách ngoại giao của họ Trịnh 245
    Quan hệ với nước Tàu 245
    Quan hệ với Ai Lao 247

Développement du commerce intérieur, limitation et étouffement du commerce extérieur 202
  Elaboration du Code Hồng Đức 203
  Développement de la littérature et de l'historiographie 204
  Politique étrangère et expansion du pays vers le Sud 208

Dépérissement de la dynastie des Lê au début du 16è siècle 211
  Déclin de la dynastie des Lê et guerres civiles 211
    Déclin de la dynastie des Lê sous les règnes de Uy Mục, de Tương Dực et soulèvements 211
    Mạc Đăng Dung et ascension de la dynastie des Mạc 214
  Situation politique et sociale au Đại Việt à l'époque des Lê-Mạc . 216
    Situation politique et sociale à la Cour du Nord 217
    Situation politique et sociale à la Cour du Sud 219
    Dynastie des Míng et guerre intestine entre les Lê-Trịnh et les Mạc 220
  Guerre entre les Trịnh et les Mạc 222
    Déclin des Mạc, prospérité des Trịnh (1545-1569) 222
    Prospérité des Mạc, déclin des Trịnh (1570-1583) 223
    Prospérité des Trịnh et disparition des Mạc (1584-1592) 224

Guerre entre les Trịnh et les Nguyễn 225
  Etablissement des Nguyễn au Sud 225
  Limites territoriales des Trịnh et des Nguyễn après 1600 229
  Batailles entre les Trịnh et les Nguyễn 230
    Première bataille entre les Trịnh et les Nguyễn (1627-1628) . 231
    Deuxième bataille entre les Trịnh et les Nguyễn (1633) 232
    Troisième bataille entre les Trịnh et les Nguyễn (1642-1643) . 233
    Quatrième bataille entre les Trịnh et les Nguyễn (1648) 234
    Cinquième bataille entre les Trịnh et les Nguyễn (1655-1660) 235

Politique des Trịnh au Đàng Ngoài 237
  Période de troubles 238
  Période de paix et de déclin 239
    Politique militaire 239
    Politique administrative 241
    Droit pénal 243
    Impôts 244
  Politique étrangère des Trịnh 245
    Relations avec la Chine 245
    Relation avec le Laos 247

Chính sách của họ Nguyễn tại Đàng Trong 249
- Tổ chức chính trị tại Đàng Trong 250
  - Tổ chức hành chánh 250
  - Tổ chức quân đội 253
- Các Chúa Nguyễn mở nước về phương Nam 255
  - Chúa Nguyễn chiếm Chiêm Thành 255
  - Chúa Nguyễn chiếm Chân Lạp 257
  - Chúa Nguyễn thâu nạp Hà Tiên 260

Người phương Tây đến Việt Nam và sự suy vong của các triều đại Trịnh - Nguyễn 263
- Người phương Tây đến Việt Nam 263
- Sự xuất hiện của Thiên Chúa giáo ở Việt Nam 265
- Chữ quốc ngữ 269
- Sự suy thoái của họ Nguyễn ở Đàng Trong 271
- Sự suy thoái của họ Trịnh ở Đàng Ngoài 274

Triều đại Tây Sơn 281
- Tây Sơn khởi nghĩa 281
- Quân Trịnh tham chiến 283
- Tây Sơn tiến đánh Gia Định 285
- Tây sơn đánh bại quân Xiêm 287
- Tây Sơn lật đổ Chúa Trịnh, tiến chiếm Bắc Hà 289

- Quang Trung đại phá quân Thanh 291
  - Sự bành trướng của triều đại Tây Sơn 291
- Ba triều đình Tây Sơn 292
  - Đông Định Vương Nguyễn Lữ 293
  - Trung Ương Hoàng Đế Nguyễn Nhạc 293
  - Bắc Bình Vương Nguyễn Huệ 294
- Nhà Tây Sơn dưới triều Vua Quang Trung 295
  - Về hành chánh và quân sự 295
  - Về văn hóa và giáo dục 296
  - Về ngoại giao và kinh tế 296

Nguyễn Ánh dựng nên triều Nguyễn, thống nhất đất nước 299

- Các cuộc kháng cự đầu tiên của Nguyễn Ánh 299
  - Trận chiến giữa Tây Sơn và Nguyễn Ánh vào năm 1785 301
- Nguyễn Ánh cầu cứu nước Pháp 301
- Giai đoạn phản công và thắng lợi 303

Politique des Nguyễn au Đàng Trong 249
  Organisation de la politique au Đàng Trong 250
    Organisation de l'administration 250
    Organisation de l'armée.............................. 253
  Extension du pays vers le Sud par les Seigneurs Nguyễn 255
    Occupation du Champa par les Seigneurs Nguyễn 255
    Occupation du Chenla par les Seigneurs Nguyễn 257
    Prise de Hà Tiên par le Seigneur Nguyễn 260

Arrivée des Occidentaux au Việt Nam et déclin du règne des Trịnh et des Nguyễn 263
  Arrivée des Occidentaux au Việt Nam 263
  Apparition de la religion catholique au Việt Nam 265
  Ecriture de la langue nationale 269
  Déclin des Nguyễn au Đàng Trong 271
  Déclin des Trịnh au Đàng Ngoài 274

Dynastie des Tây Sơn 281
  Soulèvement des Tây Sơn 281
  Entrée en guerre de l'armée des Trịnh 283
  Attaque de Gia Định par les Tây Sơn 285
  Défaite de l'armée siamoise par Tây Sơn 287
  Renversement des Seigneurs Trịnh par les Tây Sơn, progression et prise de Bắc Hà.............................. 289
  Mise en déroute de l'armée des Qīng par Quang Trung 291
    Expansion de la dynastie des Tây Sơn 291
  Trois Cours des Tây Sơn.............................. 292
    Đông Định Vương Nguyễn Lữ........................ 293
    Trung Ương Hoàng Đế Nguyễn Nhạc 293
    Bắc Bình Vương Nguyễn Huệ 294
  Dynastie des Tây Sơn sous le règne du Roi Quang Trung 295
    Affaires administratives et militaires 295
    Culture et éducation 296
    Politique étrangère et économie 296

Fondation de la dynastie des Nguyễn et réunification du pays par Nguyễn Ánh 299
  Premières campagnes de résistance de Nguyễn Ánh 299
    Bataille entre les Tây Sơn et Nguyễn Ánh en 1785 301
  Appel au secours adressé à la France par Nguyễn Ánh 301
  Période de contre-offensive et victoire 303

    Nguyễn Ánh sửa sang chính sách cai quản Gia Định 305
    Nguyễn Ánh tiến đánh ra Bắc 307
        Nguyễn Ánh đánh Qui Nhơn lần thứ nhất 307
        Nguyễn Ánh đánh Qui Nhơn lần thứ hai, lần thứ ba và chinh phục Phú Xuân 309
    Nguyễn Ánh đánh ra Bắc thống nhất Đại Việt 311

Tình trạng văn hóa xã hội của Việt Nam vào cuối thế kỷ 18 ... 313
    Bối cảnh lịch sử 313
    Xã hội Việt Nam vào cuối thế kỷ 18 313
        Sự suy vong của Nho giáo 315
        Sự phục hồi của Phật giáo và Lão giáo 316
    Văn học Việt Nam trong thế kỷ 18 317
        Văn chương bác học, văn học chữ Hán 318
        Văn học chữ Nôm 320
        Văn chương nghiên cứu 321
        Văn chương dân gian 322
        Gạch nối giữa hai dòng văn chương bác học và văn chương dân gian 323

Tạm kết 325

Các thời điểm quan trọng trong Việt sử 327
    Các biến cố quan trọng trên thế giới gần với thời điểm này về lịch sử, văn hóa, khoa học, kỹ thuật 327

Sách và tài liệu tham khảo 339
    Sách 339
    Tài liệu 340

Réformes de la politique administrative de Gia Định par Nguyễn Ánh 305
Progression de Nguyễn Ánh vers le Nord 307
    Première attaque de Qui Nhơn par Nguyễn Ánh 307
    Deuxième et troisième attaques de Qui Nhơn et conquête de Phú Xuân par Nguyễn Ánh 309
Progression de Nguyễn Ánh vers le Nord et réunification du Đại Việt 311

Situation socio-économique du Việt Nam à la fin du 18è siècle . 313
    Contexte historique 313
    Société vietnamienne à la fin du 18è siècle 313
        Déclin du Confucianisme 315
        Renaissance du Bouddhisme et du Taoïsme 316
    Littérature vietnamienne au 18è siècle 317
        Littérature des érudits, en caractères chinois 318
        Littérature en "chữ Nôm" (écriture démotique) 320
        Littérature documentaire 321
        Littérature du peuple 322
        Trait d'union entre la littérature des érudits et celle du peuple . 323

Fin provisoire 325

Repères importants dans l'histoire du Việt Nam 327
    Evénements importants dans le monde, proches de ces repères sur les plans historique, culturel, scientifique et technologique . 327

Livres et documents de référence 339
    Livres 339
    Documents 340

PREFACE
Lời Nói Đầu

Người Việt Nam cần phải biết lịch sử nước Việt. Có hiểu được những khó khăn dựng nước và giữ nước của biết bao thế hệ trước, người Việt mới có niềm tự tin và ý thức được bổn phận phải gìn giữ non sông do cha ông để lại. Tuy nhiên, vì không phải ai cũng có đủ thời giờ, công sức để tìm đọc các sách in hay tài liệu chi tiết về Việt sử, nên chúng ta cần một cuốn sử giản lược, gồm những sự kiện căn bản dễ đọc, dễ nhớ cho mọi người.

Cuốn Việt Sử Đại Cương độc giả đang có trong tay, ghi lại sự việc từ thời lập quốc, tới những năm đầu của thế kỷ 21, nhằm mục tiêu nêu trên và hướng đến hai đối tượng chính:

Les Vietnamiens doivent connaître l'histoire du Việt Nam. Ce n'est qu'après avoir compris les difficultés de la fondation et de la préservation du pays par de nombreuses générations qui les ont précédés que les Vietnamiens auront confiance en eux et prendront conscience de leur devoir de préserver la patrie héritée de leurs ancêtres. Cependant, comme tout le monde n'a pas suffisamment le temps ou n'est pas disposé à fournir des efforts pour lire des livres ou des documents détaillés sur l'histoire vietnamienne, nous avons besoin d'un livre simple, facile à lire, qui reprend les faits essentiels, facilement mémorisables par tous.

L'Aperçu de l'Histoire du Việt Nam, que le lecteur a en main, reprend les événements historiques depuis la fondation de la nation jusqu'aux premières années du 21è siècle. Il vise le but mentionné ci-dessus et s'adresse à deux catégories de personnes :

APERÇU DE L'HISTOIRE DU VIỆT NAM

- Những người Việt hiện sống xa quê hương, biết về Việt sử qua các chuyện kể của cha ông, hoặc những tài liệu viết với lối nhìn và chủ đích khác nhau của các tác giả ngoại quốc.

- Những người Việt sinh trưởng trên quê hương Việt Nam, nhưng phải hấp thụ một nền giáo dục trong đó Việt sử đã bị bóp méo, gò ép và nhào nặn theo nhãn quan nhằm phục vụ cho mục đích giữ quyền cai trị đất nước của đảng Cộng Sản Việt Nam.

Ngoài ra, vì lịch sử phải làm sao chỉ bao gồm những chuyện có thật trong quá khứ, tập Việt Sử Đại Cương sẽ không chép lại các giai thoại huyền sử, cũng như những truyền thuyết huyền hoặc được truyền tụng trong dân gian vì nhiều phần đó chỉ là những điều trong trí tưởng tượng của con người. Chưa kể, những điều huyễn hoặc này còn có thể là những chuyện hư cấu với dụng tâm phục vụ cho những triều đại cầm quyền trong quá khứ. Đặc biệt là trong thời gian nước ta bị đô hộ bởi nước Tàu trong hơn 1.000 năm Bắc thuộc.

Vì tính chất phổ thông, sách này chỉ ghi lại những sự kiện chính yếu và các bước ngoặt của lịch sử mà không đi sâu vào chi tiết, giải thích từng sự

- Les Vietnamiens qui vivent actuellement loin de leur pays d'origine et qui ne connaissent l'histoire vietnamienne que par des récits de leurs parents ou des documents écrits par des auteurs étrangers, avec des points de vue et des objectifs divers.

- Les Vietnamiens qui sont nés et grandissent au Việt Nam mais ont dû subir un enseignement dans lequel l'histoire du Việt Nam a été déformée, contrainte et modelée dans le but de maintenir le parti communiste vietnamien au pouvoir.

Par ailleurs, parce que l'Histoire ne doit comprendre que des faits réels du passé, l'Aperçu de l'Histoire du Việt Nam ne reprend pas les légendes historiques ainsi que les légendes populaires fantaisistes. La plupart d'entre elles ne proviennent probablement que de l'imagination humaine, sans compter que ces supercheries peuvent encore être des inventions dans le but de servir les desseins des détenteurs du pouvoir dans le passé, spécialement durant la période de plus de 1.000 ans de domination chinoise.

En raison de son caractère général, le document ne reprend que les faits essentiels et les tournants importants de l'histoire sans approfondir les détails, l'explication

kiện. Do đó, đây không phải là tài liệu tham khảo để biết rộng hơn về Việt sử, hay dùng để đánh giá các tài liệu lịch sử khác. Nhưng là tài liệu giúp bất cứ ai đọc sẽ có được cái nhìn khái quát, cơ bản và quan trọng hơn cả là: Nhớ được lịch sử Việt Nam.

Cuốn Việt Sử Đại Cương được thực hiện với sự góp sức của nhiều thân hữu, mà tiêu chuẩn chung là cùng thiết tha với cội nguồn và tương lai của dân tộc. Trong nhóm thực hiện, tôi xin gửi lời cám ơn đặc biệt tới bà Hồ Thanh Thái và ông Hoàng Trương, nếu không có những nỗ lực bền bỉ của quý bạn, cuốn sách sẽ không hoàn tất được như ước muốn.

Sau cùng, xin gửi tới sử gia Lê Mạnh Hùng lòng biết ơn sâu xa của nhóm biên soạn. Bộ sử phong phú "Nhìn lại SỬ VIỆT" của ông đã là tài liệu tham khảo quan trọng cho chúng tôi thực hiện cuốn sách giản lược Việt Sử Đại Cương này.

Hoàng Cơ Định
Tháng 4/2018

concernant chaque événement. Par conséquent, ce livre n'est pas un document servant à une compréhension plus large de l'histoire vietnamienne ou à l'évaluation d'autres documents historiques. Mais il est une aide pour tout lecteur afin de lui permettre d'avoir une vue globale, basique, et le plus important : se souvenir de l'histoire du Việt Nam.

L'Aperçu de l'Histoire du Việt Nam a été réalisé avec la contribution de nombreux amis, dont la caractéristique commune est l'attachement aux racines et à l'avenir de la nation. Je voudrais exprimer mes remerciements spéciaux à Madame Hồ Thanh Thái et Monsieur Hoàng Trương du comité de rédaction, sans les efforts persévérants desquels le livre n'aurait pas été finalisé comme souhaité.

Enfin, nous nous permettons d'adresser à l'historien Lê Mạnh Hùng la profonde reconnaissance de l'équipe de rédaction. Le riche document historique "Nhìn lại SỬ VIỆT" (Rétrospective de l'Histoire Vietnamienne) a été une référence importante pour nous dans la réalisation de ce livre succinct Aperçu de l'Histoire du Việt Nam.

Hoàng Cơ Định
Avril 2018

ETAPES DE LA FONDATION DE LA NATION VIETNAMIENNE

Giai đoạn lập quốc của người Việt Nam

Nước Việt Nam thời lập quốc có tên là Văn Lang, nằm trong vùng đất giữa sông Hồng, sông Mã và sông Lam. Nước Văn Lang do các Vua Hùng dựng nên, bắt đầu vào khoảng thế kỷ thứ 7 trước Công nguyên (khoảng năm 682TCN) và chấm dứt vào năm 218TCN với 18 đời vua, kéo dài khoảng 400 năm. Sau đó Văn Lang được đổi tên thành Âu Lạc. Về nguồn gốc của Vua Hùng, các sách trước đây thường nêu lên huyền sử về họ Hồng Bàng trong đó Hùng Vương được cho là con Rồng cháu Tiên. Tên gọi của Vua Hùng và nước Văn Lang được ghi chép lại lần đầu tiên trong cuốn Đại Việt Sử Lược của Trần Phổ viết vào thế kỷ 14. Đây là cuốn sử xưa nhất còn lưu lại được của Việt Nam. Theo Đại Việt Sử Lược, vào khoảng đầu thế kỷ thứ 7 trước Công Nguyên, có một bậc dị nhân đã kết hợp

A sa fondation, le Việt Nam s'appelle Văn Lang, il se situe dans la région entre le fleuve Hồng (fleuve Rouge), le fleuve Mã et le fleuve Lam. Le Văn Lang est fondé par les Rois Hùng à partir du 7è siècle av. J.-C. (aux environs de l'an 682 av. J.-C.), dont la dynastie se termine en 218 av. J.-C. avec 18 règnes s'étalant à peu près sur 400 ans. Plus tard le Văn Lang change de nom et s'appelle Âu Lạc. En ce qui concerne l'origine des Rois Hùng, la documentation cite souvent le patronyme légendaire de Hồng Bàng et mentionne que les Rois Hùng sont les descendants d'un Dragon et d'une Fée. Les Rois Hùng et le pays Văn Lang sont cités pour la première fois dans le Đại Việt Sử Lược ou ĐVSL (littéralement Exposé sur l'Histoire du Grand Việt) que Trần Phổ a rédigé au 14è siècle. Cet exposé est le plus vieux document historique qui subsiste encore. Selon le ĐVSL, vers le début du 7è siècle

được 15 bộ tộc tại thung lũng sông Hồng, lập nên nước Văn Lang, tự xưng là Hùng Vương, truyền ngôi được 18 đời, từ Hùng Vương Thứ Nhất tới Hùng Vương Thứ Mười Tám.

Khởi thủy, cư dân tại Văn Lang được gọi là Lạc dân, danh từ Lạc Việt chỉ xuất hiện vào thế kỷ thứ nhất sau khi Mã Viện, viên tướng nhà Hán sau khi đánh bại Hai Bà Trưng dùng để chỉ vùng đất mới chiếm lại được. Các cứ liệu khảo cổ học và cổ sử đều cho thấy nhóm cư dân Lạc Việt không có mối liên hệ cơ hữu nào với các nhóm Bách Việt, là những bộ tộc trước đây ở miền nam nước Tàu.

Mặt khác, sách Đại Việt Sử Lược cũng chép chuyện Việt Vương Câu Tiễn (496TCN) sau khi chiếm nước Ngô, có sai sứ sang dụ Hùng Vương thần phục nhưng bị Hùng Vương cự tuyệt. Điều này chứng tỏ dân Lạc, dầu sau này được gọi là Lạc Việt, không phải là một trong các bộ tộc Bách Việt bên Tàu thoát thai từ nước Việt của Câu Tiễn.

av. J.-C., un homme aux talents extraordinaires a su rallier 15 communautés de la vallée du fleuve Hồng pour fonder le pays Văn Lang, il prend le nom de Hùng Vương (Roi Hùng). Sa dynastie comporte 18 règnes, depuis Hùng Vương 1er jusqu'au 18è du nom.

A l'origine, les habitants du Văn Lang s'appellent Lạc Dân (le peuple Lạc). Le nom de Lạc Việt n'apparaît qu'au 1er siècle, il est donné à la région nouvellement conquise par Mă Yuán (Mã Viện en vietnamien), un général Hàn, après avoir vaincu les deux Dames Trưng. Les archives archéologiques et historiques démontrent que les habitants du Lạc Việt n'ont aucune relation organique avec les communautés Bách Việt (les cents Việt), qui vivaient dans le Sud de la Chine.

D'autre part, le ĐVSL rapporte aussi l'histoire selon laquelle le Roi Gōu Jiàn (Câu Tiễn en vietnamien) du pays Yuè (Việt en vietnamien - 496 av. J.-C.), après avoir conquis le pays Wú (Ngô en vietnamien), dépêche un messager pour rallier le Roi Hùng qui refuse catégoriquement la proposition. Ce fait démontre que le peuple Lạc, même s'il est appelé Lạc Việt ultérieurement, ne fait pas partie des communautés Bách Việt de Chine, issues du pays Yuè de Gōu Jiàn.

ĐỊA LÝ NƯỚC VĂN LANG

Nước Văn Lang bao gồm các vùng đất tại các đồng bằng sông Hồng, sông Mã, sông Lam và được chia thành 15 bộ tộc :

1) Văn Lang (Phú Thọ)
2) Châu Diên (Sơn Tây)
3) Phú Lộc (Sơn Tây)
4) Tân Hưng (Hưng Hoá - Tuyên Quang)
5) Vũ Định (Thái Nguyên, Cao Bằng)
6) Vũ Ninh (Bắc Ninh)
7) Lục Hải (Lạng Sơn)
8) Ninh Hải (Quảng Ninh)
9) Dương Tuyền (Hải Dương)
10) Giao Chỉ (Hà Nội, Hưng Yên, Nam Định, Ninh Bình)
11) Cửu Chân (Thanh Hoá)
12) Hoài Hoan (Nghệ An)
13) Cửu Đức (Hà Tĩnh)
14) Việt Thường (Quảng Bình, Quảng Trị)
15) Bình Văn (Bắc Kạn)

Các Vua Hùng đóng đô tại Văn Lang thuộc bộ tộc Văn Lang. Tên của kinh đô Văn Lang được các sử gia sau này đổi thành Phong Châu, ngày nay thuộc vùng Bạch Hạc, tỉnh Phú Thọ.

GEOGRAPHIE DU PAYS VĂN LANG

Le Văn Lang comprend les terres des plaines arrosées par les fleuves Hồng, Mã et Lam. Il est divisé en 15 communautés :

Les Rois Hùng fixent leur capitale à Văn Lang dans la communauté Văn Lang. Ultérieurement les historiens changent le nom de la capitale du Văn Lang en Phong Châu, maintenant situé dans la région de Bạch Hạc, province de Phú Thọ.

APERÇU DE L'HISTOIRE DU VIỆT NAM

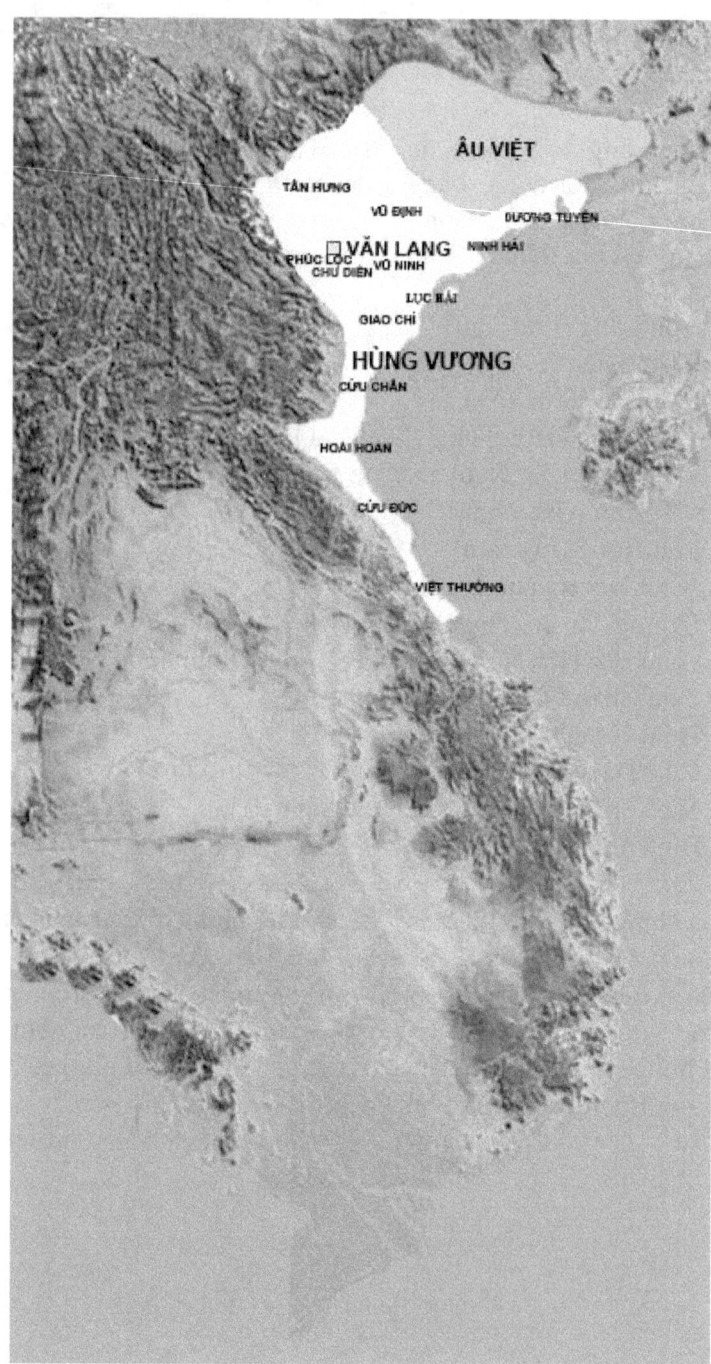

Carte du pays Văn Lang à l'époque de Hùng Vương
Bản đồ nước Văn Lang thời Hùng Vương

Temple des Rois Hùng à Phú Thọ
Lăng vua Hùng ở Phú Thọ

Theo Ngọc phả Hùng Vương chép thời Hồng Đức, nhà Lê (1460) các Vua Hùng đã được thờ cúng tại đền Hùng từ thời nhà Đinh (968). Việc thờ cúng được giao cho dân chúng địa phương trách nhiệm ngày giỗ các Vua Hùng, còn gọi là hội Đền Hùng, được tổ chức hàng năm vào ngày 10 tháng 3 âm lịch. Vào năm 1917, dưới triều Vua Khải Định, ngày này đã được ấn định là ngày Quốc lễ. Hàng năm, các quan phải theo lệnh vua mặc phẩm phục lên đền Hùng thay mặt triều đình Huế cúng tế.

Thời Việt Nam Cộng hòa chính quyền vẫn công nhận ngày 10 tháng 3 âm lịch là ngày lễ chính thức của quốc gia.

Selon la Généalogie des Rois Hùng, établie sous le règne de Hồng Đức, dynastie des Lê (1460), les Rois Hùng sont vénérés au temple des Rois Hùng depuis le dynastie des Đinh (968). Le culte est confié à la population locale, l'hommage aux Rois Hùng, encore appelé fête au temple Hùng, est organisé annuellement le 10 du 3è mois lunaire. En 1917, sous le règne du Roi Khải Định, cette journée est désignée Fête Nationale. Tous les ans, les mandarins, sur l'ordre du roi, se rendent au temple en costume de mandarin pour rendre hommage au nom de la Cour.

A l'époque de la République du Việt Nam, le gouvernement continue à reconnaître cette date comme une fête officielle de la nation.

Thời Cộng Hòa Xã Hội Chủ Nghĩa tới năm 2007 mới chính thức quy định ngày Giỗ tổ Hùng Vương là ngày nghỉ lễ.

La République Socialiste du Việt Nam décrète seulement en 2007 que cette date est un jour férié.

TỔ CHỨC QUỐC GIA VÀ XÃ HỘI CỦA NƯỚC VĂN LANG

ORGANISATION ETATIQUE ET SOCIALE DU PAYS VĂN LANG

Hùng Vương đóng đô ở Phong Châu, đặt quan văn gọi là Lạc Hầu, tướng võ gọi là Lạc Tướng, con trai vua gọi là Quan Lang, con gái vua gọi là Mị Nương, các quan nhỏ gọi là Bồ Chính. Quyền chính trị theo cha truyền con nối.

Les Rois Hùng fixent leur capitale à Phong Châu, ils appellent les mandarins civils Lạc Hầu, les responsables militaires Lạc Tướng, les fils du roi Quan Lang, les filles du roi Mị Nương, les chargés des fonctions de rang inférieur Bồ Chính. Le pouvoir politique se transmet de père en fils.

Dân chúng dưới thời Hùng Vương sống tập trung thành những làng nhỏ, phần đông mọi người có liên hệ gia tộc với nhau, dưới sự chỉ huy của một Lạc Tướng, gần giống như các bộ tộc tại miền thượng du Việt Nam ngày nay. Các bộ tộc hợp lại thành quốc gia đứng đầu là Hùng Vương. Hùng Vương có thể cũng chỉ là người đứng đầu một bộ tộc tại Phong Châu, đồng thời đại diện cho liên minh các bộ tộc khác trong sự giao thiệp với các sắc dân lân cận, nhưng không can thiệp vào nội bộ các bộ tộc do nhà vua đại diện.

La population à l'époque des Rois Hùng, dont la plupart ont des liens de parenté, vit concentrée dans de petits villages sous la direction d'un Lạc Tướng, à peu près comme les communautés des hauts plateaux du Việt Nam actuel. Les communautés s'allient pour former un Etat dirigé par le Roi Hùng. Le Roi Hùng est peut-être un chef de communauté à Phong Châu, en même temps il représente l'alliance des autres communautés dans les relations avec les peuples voisins, mais n'intervient pas dans les affaires intérieures des communautés dont le roi est le représentant.

Dưới các triều đại Hùng Vương, người dân đã biết trồng lúa nước, trước khi ngành này xuất hiện bên Tàu và chắc chắn việc trồng lúa không phải do viên quan cai trị người Tàu dạy cho dân Việt như sử Tàu, và sử Việt trước đây ghi chép lại.

Bên cạnh nghề trồng lúa, việc trồng các cây hoa trái khác cũng phát triển, đồng thời với việc chăn nuôi gia súc, bao gồm chó, heo, trâu, bò (không thấy có ngựa trong các xương gia súc khai quật được). Đặc biệt là giống gà có thể coi như được thuần giống đầu tiên tại Đông Nam Á. Dưới thời Hùng Vương thấy có những tượng gà bằng đất nung và bằng đồng. Ngoài canh nông, người dân Việt cổ xưa cũng còn sinh hoạt hái lượm săn bắt thú rừng và đánh cá. Nghề đánh cá cũng phát triển, qua việc tìm thấy nhiều lưỡi câu bằng đồng và tục lệ xăm mình có từ thời Hùng Vương của ngư dân, để tránh bị thủy quái hãm hại.

Các nghề thủ công cũng phát triển mạnh như nghề mộc, nghề sơn. Đặc biệt nghề sơn đã đạt trình độ cao, biết được qua việc phát hiện các di vật

A l'époque des Rois Hùng, la population sait déjà cultiver le riz humide, avant que cette connaissance n'apparaisse en Chine et sans aucun doute la culture du riz humide n'a pas été apprise par un mandarin chinois à la population vietnamienne comme cela est écrit dans quelques livres d'histoire chinois et vietnamiens.

A côté de la culture du riz, se développent aussi des cultures d'arbres fruitiers en même temps que l'élevage d'animaux domestiques comprenant chien, cochon, buffle, bœuf (on n'a pas découvert d'os de cheval dans les os d'animaux domestiques issus des excavations). En particulier, les gallinacés sont considérés comme une race spécifique de l'Asie du Sud-Est. Sous le règne des Rois Hùng on voit apparaître des statues de coqs et poules en terre cuite et en bronze. En dehors de l'agriculture, les anciens Vietnamiens pratiquent la cueillette, la chasse et la pêche. La présence des hameçons en bronze et le tatouage traditionnel pratiqué par les pêcheurs depuis l'époque des Rois Hùng pour éviter l'attaque des monstres marins témoignent du développement de la pêche.

L'artisanat tel que la menuiserie, la peinture s'est également fortement développé. Particulièrement, la peinture a atteint un haut niveau, on a découvert des objets en bois

bằng gỗ sơn màu nâu đỏ, chất sơn rất tốt. Người thời Hùng Vương đã biết làm đồ gốm bằng bàn xoay với hoa văn trang trí rất đẹp.

Quan trọng nhất trong các ngành thủ công nghiệp thời Hùng Vương là nghề luyện kim về các loại đồng. Người ta đã tìm thấy khá nhiều công cụ bằng đồng thau và cả những khuôn đúc. Trống đồng Đông Sơn là hiện vật nổi tiếng, đặc trưng cho nền văn hóa vào thời kỳ này. Những mẫu hình thuyền và chim biển trang trí trên trống đồng, chứng tỏ rằng nền văn minh Đông Sơn có quan hệ mật thiết với biển và có thể du nhập từ biển vào.

peints en brun rougeâtre avec une peinture de bonne qualité. Les Vietnamiens des Rois Hùng savent façonner au tour des objets en terre cuite avec des dessins décoratifs fort esthétiques.

La métallurgie du bronze est l'industrie artisanale la plus importante à l'époque des Rois Hùng. Un grand nombre d'outils en bronze et même des moules ont été découverts. Les tambours en bronze de Đông Sơn sont des artefacts célèbres typiques de la culture de cette époque. Les dessins de bateaux et d'oiseaux marins décorant ces tambours démontrent que la civilisation de Đông Sơn a un lien étroit avec la mer et qu'elle a peut-être été introduite par la voie maritime.

Photo d'un tambour en bronze découvert lors d'une fouille
Hình một loại trống đồng khai quật được

Vào cuối đời Hùng Vương nghề làm đồ sắt bắt đầu xuất hiện. Các hiện vật khai quật được cho thấy dấu hiệu những lò luyện và xưởng cán, chứng tỏ người Việt xưa đã làm nghề này chứ không phải dùng các sản phẩm từ phương bắc do người Tàu mang tới.

A la fin de la dynastie des Rois Hùng, la fabrication des objets en fer commence à faire son apparition. Les artefacts mis au jour montrent des signes de la présence de fonderies et de laminoirs, suggérant que les anciens Vietnamiens réalisent eux-mêmes ce travail, plutôt que d'utiliser des produits du Nord importés de Chine.

NGUỒN GỐC CÁC SẮC DÂN TẠI NƯỚC VĂN LANG

ORIGINES DES ETHNIES VIVANT AU PAYS VĂN LANG

Từ thời cổ đại, nhiều chục ngàn năm trước, cư dân đầu tiên tại nước Văn Lang thuộc sắc dân Australoid và Melanesian đến từ vùng Đông Nam Á, có nguồn gốc gần với những người thổ dân tại Úc châu.

Depuis l'antiquité, il y a des dizaines de milliers d'années, les premiers habitants du Văn Lang appartiennent aux ethnies australoïde et mélanésienne venant de l'Asie du Sud-Est ; ils ont une origine proche de celle des Aborigènes d'Australie.

Vào khoảng 4.000 năm trước Công nguyên xuất hiện một sắc dân mới gốc Nam Đảo (Austronesian). Một ngàn năm sau, xuất hiện một sắc dân thứ ba thuộc nhóm Nam Á (Austroasiatics), nhóm này vào thời gian đó đã xuất hiện tại toàn vùng Đông Nam Á. Tại nhiều nơi, sắc dân này đẩy các người gốc Nam Đảo ra các quần đảo ngoài khơi như Philippines, Indonesia. Còn tại Văn Lang cuộc du nhập diễn ra hòa bình

Vers 4.000 av. J.-C., apparaît une nouvelle ethnie d'origine austronésienne. Mille ans plus tard, émerge une troisième ethnie faisant partie du groupe austro-asiatique, qui se rencontre à l'époque dans toute l'Asie du Sud-Est. Dans de nombreux endroits, ce groupe ethnique pousse les Austronésiens vers des îles au large des côtes comme les Philippines, l'Indonésie. Au Văn Lang l'immigration se passe de façon pacifique, les deux groupes ethniques fusionnent

và hai sắc dân dần hoà hợp thành một sắc tộc hợp nhất, đó là sắc tộc Lạc, hay tiền Việt (proto Việt).

Về ngôn ngữ, tiếng Việt hiện tại được sắp vào nhóm các ngôn ngữ Nam Á (Austroasiatic), cùng chung với Môn Khmer và Mường, pha trộn thêm rất nhiều từ khác lấy từ các nhóm Nam Đảo, Thái và từ Hoa ngữ về sau này.

Về phong tục, người Việt xưa có những tập quán và tín ngưỡng giống như các dân tộc khác ở Đông Nam Á. Về tín ngưỡng có tục thờ vật tổ, về phong tục như nhuộm răng đen, ăn trầu, xăm mình và ngay cả những nghi thức về hôn nhân, tang tế cũng như những ngày lễ hội (hội nước). Điều này cho thấy dân tộc Việt Nam hình thành từ rất sớm, độc lập nhưng nằm chung trong một quần thể dân tộc Đông Nam Á.

THỤC PHÁN CHẤM DỨT TRIỀU ĐẠI HÙNG VƯƠNG, THÀNH LẬP NƯỚC ÂU LẠC

Vào năm 218 TCN, từ một bộ tộc láng giềng phía Bắc, lực

progressivement en une race unifiée, à savoir les Lạc, ou Proto-Vietnamiens.

En termes linguistiques, le vietnamien est maintenant groupé dans les langues austro-asiatiques, avec le môn-khmer et le muong (Mường en vietnamien), mélangé avec beaucoup d'autres mots pris des groupes austronésiens, thaïs, et plus tard du chinois.

En termes de coutumes, les anciens Vietnamiens ont les mêmes coutumes et croyances que les autres groupes ethniques en Asie du Sud-Est. Au sujet des croyances ils pratiquent le totémisme, au sujet des coutumes, la coloration des dents en noir, le mâchage du bétel, le tatouage et même les rituels liés au mariage, aux funérailles ainsi que les festivités (fête de l'eau). Cela montre que le peuple vietnamien s'est formé très tôt, indépendant au sein d'une population d'Asie du Sud-Est.

MISE FIN A LA DYNASTIE DE HÙNG VƯƠNG PAR THỤC PHÁN, FONDATION DU PAYS ÂU LẠC

En 218 av. J.-C., depuis une communauté voisine du Nord, les

lượng của Thục Phán đã tràn qua nước Văn Lang đánh bại quân của Hùng Vương. Sau khi thành công, Thục Phán xưng là An Dương Vương, đổi tên nước Văn Lang thành Âu Lạc. Tên nước là tập hợp tên hai khối dân, dân Lạc và dân Tây Âu.

Cuộc giao tranh giữa hai lực lượng Hùng Vương và Thục Phán cũng ở mức độ nhỏ, giới hạn trong địa hạt Phúc Yên-Vĩnh Phúc (địa bàn bộ tộc Văn Lang).

Ngoài việc đổi quốc hiệu, việc thay đổi từ Hùng Vương qua An Dương Vương mang tính chất tiếp nối của hai triều đại trong cùng một quốc gia. Vì vậy, trong Việt sử, An Dương Vương được coi là một vị vua của nước ta tiếp theo triều đại các Vua Hùng.

XÃ HỘI VIỆT NAM DƯỚI TRIỀU ĐẠI AN DƯƠNG VƯƠNG

Sau khi lên ngôi vua, An Dương Vương tiếp tục duy trì cơ cấu xã hội của nước Văn Lang. Vai trò của các Lạc Tướng vẫn như cũ. Điểm đặc thù của triều đại An Dương

forces de Thục Phán envahissent le Văn Lang et défont l'armée de Hùng Vương. Après son triomphe, Thục Phán se proclame An Dương Vương (littéralement Roi An Dương), renomme le Văn Lang en Âu Lạc. Le nom du pays provient de la fusion de deux peuples, les Lạc et les Tây Âu (Xī Ōu).

La guerre entre Hùng Vương et Thục Phán est de nature restreinte, elle se passe dans les limites de Phúc Yên - Vĩnh Phúc (territoire de la communauté Văn Lang).

Outre le changement de nom du pays, le passage du pouvoir de Hùng Vương à An Dương Vương a le caractère d'une succession entre deux dynasties au sein d'un pays. C'est pourquoi An Dương Vương a toujours été considéré comme roi de notre pays, en tant que successeur de la dynastie des Rois Hùng.

SOCIETE VIETNAMIENNE SOUS LE REGNE DE AN DƯƠNG VƯƠNG

Après être monté sur le trône, An Dương Vương continue à maintenir la structure sociale du Văn Lang. Le rôle des Lạc Tướng (responsables militaires) reste le même. Le point caractéristique du

Vương là việc xây dựng một chính quyền trung ương, với lực lượng binh lính nhà nghề, một thành lũy với kiến trúc đặc biệt. Sau này các sử gia gọi là Loa thành (hay thành Cổ Loa), đã được nhà vua dựng lên tại địa phận huyện Đông Anh, Hà Nội.

règne de An Dương Vương est l'instauration d'un pouvoir central avec des forces armées de métier et l'édification, à Đông Anh, Hà Nội, d'une citadelle avec une structure particulière que, plus tard, les historiens appelleront Loa thành (citadelle en spirale) ou Cổ Loa (Vieille Spirale).

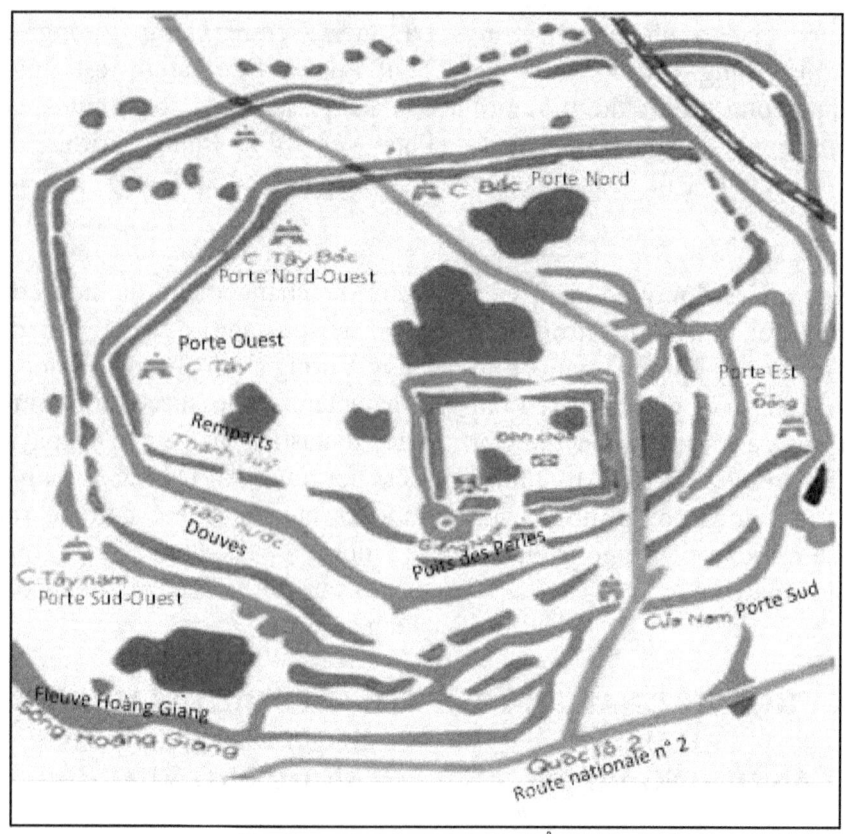

Schéma de la citadelle Cổ Loa
Sơ đồ thành Cổ Loa

Vào năm 1959 các nhà khảo cổ Việt Nam đã khai quật được một số lượng rất lớn các

En 1959, des archéologues vietnamiens ont mis au jour un très grand nombre de pointes de flèche

mũi tên bằng đồng trong địa phận di tích của Loa thành. Điều này chứng tỏ khi đó nước Âu Lạc đã có quân đội và khí giới.

en bronze sur les vestiges de Loa Thành, ce qui démontre que le pays Âu Lạc possède déjà une armée et des armes.

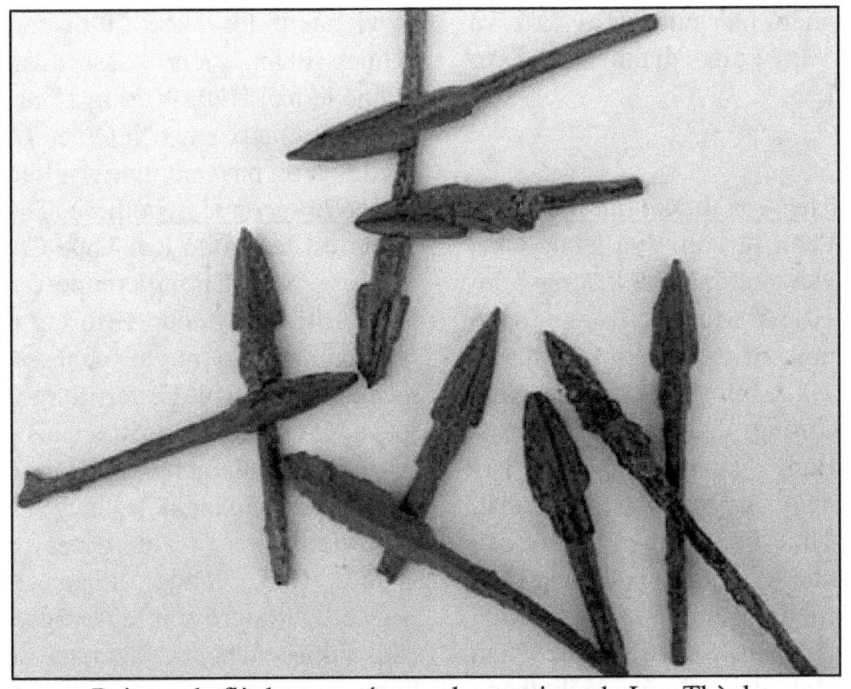

Pointes de flèche trouvées sur les vestiges de Loa Thành
Các mũi tên tìm thấy trong địa phận di tích của Loa thành

Về nguồn gốc của Thục Phán, có 2 giả thuyết.

- <u>Trong giả thuyết thứ nhất</u>, Thục Phán được coi là dòng dõi Vua Thục bên Tàu. Khi nước Thục (vùng Sichuan bây giờ) bị nước Tần chiếm cứ, con cháu Vua Thục phải chạy xuống phương Nam, tới địa phận nước Tây Âu (còn

Jusqu'à présent, il existe 2 hypothèses concernant l'origine de Thục Phán :

- <u>Selon la première hypothèse</u>, Thục Phán est considéré comme descendant du Roi Zhào (Thục en vietnamien) en Chine. Quand le pays Zhào (dans l'actuelle région de Sìchuān - Tứ Xuyên en vietnamien) est occupé par les Qín (Tần en vietnamien), les

gọi là Âu Việt) giáp với nước Văn Lang thì ngừng lại và trở thành thủ lãnh của Tây Âu. Sau này hậu duệ Thục Phán đem quân đánh thắng Vua Hùng Vương 18 rồi sát nhập hai nước Tây Âu và Văn Lang thành nước Âu Lạc.

- Theo giả thuyết thứ hai, Thục Phán là con Vua Thục Chế, vua nước Nam Cương gồm 10 xứ Mường, trong đó có một xứ trung tâm là nơi vua ở. Lãnh thổ nước Nam Cương thuộc về vùng Cao Bằng và nam Quảng Tây ngày nay. Thục Chế mất, Thục Phán lên ngôi, tuy còn nhỏ tuổi, nhưng đã dùng mưu trí quy phục 9 chúa Mường lân cận. Sau đó Thục Phán lãnh đạo bộ tộc đánh thắng Văn Lang hợp nhất lãnh thổ lập ra nước Âu Lạc

descendants du Roi Zhào doivent fuir vers le Sud, jusqu'au territoire du pays Xī Ōu (Tây Âu en vietnamien ou encore Âu Việt), limitrophe du pays Văn Lang ; ils s'y arrêtent et en deviennent les chefs. Plus tard, Thục Phán, leur descendant, vainc le Roi Hùng Vương 18 puis réunit les deux pays Xī Ōu et Văn Lang en un pays nommé Âu Lạc.

- Selon la seconde hypothèse, Thục Phán est le fils du Roi Thục Chế, du pays Nam Cương composé de 10 territoires Muong (Mường en vietnamien), dont le cœur est occupé par le roi. Le territoire du pays Nam Cương se situe dans ce qui est actuellement Cao Bằng et le Sud de Guăngxī (Quảng Tây en vietnamien). Au décès de Thục Chế, Thục Phán lui succède. Malgré son jeune âge, il sait utiliser d'habiles stratagèmes pour soumettre les 9 dirigeants Muong voisins. Plus tard, Thục Phán dirige sa communauté pour vaincre le pays Văn Lang et fusionne ce dernier avec le pays Nam Cương pour fonder le pays Âu Lạc.

EVOLUTION DE LA DOMINATION ETRANGERE SUR LE VIỆT NAM

Diễn trình ngoại thuộc của nước Việt Nam

TRIỆU ĐÀ KHỞI NGHIỆP VÀ XÂM LĂNG ÂU LẠC

Triệu Đà là một viên tướng của Tần Thủy Hoàng nhưng đồng thời cũng được coi như một trong số các vị vua đầu tiên của Việt Nam. Khi Tần Thủy Hoàng chết, loạn lạc xảy ra khắp nơi. Triệu Đà nhân cơ hội chiếm đóng Quế Lâm và Tượng Quận, thành lập ra nước Nam Việt, độc lập với triều đình nhà Tần và xưng là Nam Việt Vũ Vương, còn gọi là Triệu Vũ Vương.

Vào năm 202 TCN, nhà Tần bị nhà Hán thay thế. Lúc đầu Triệu Đà không thần phục nhà Hán, sau do Hán triều hăm dọa lăng tẩm tổ tiên nên đã phải bỏ

DEBUT DE L'ŒUVRE DE TRIỆU ĐÀ ET INVASION DU ÂU LẠC

Triệu Đà (Zhào Tuó en chinois) est un général de Qín Shǐhuáng (Tần Thủy Hoàng en vietnamien) mais en même temps il est considéré comme un des premiers rois du Việt Nam. Après la mort de Qín Shǐhuáng, des troubles surgissent de toutes parts, Triệu Đà profite de l'occasion pour occuper Guìlín (Quế Lâm en vietnamien) et Xiàngjùn (Tượng Quận en vietnamien). Il y fonde le pays Nányuè (Nam Việt en vietnamien) indépendant de la Cour des Qín, et se proclame Nam Việt Vũ Vương (Roi Wǔ de Nányuè), autrement dit Triệu Vũ Vương (Roi Triệu Vũ)

En 202 av. J.-C., la dynastie des Qín est remplacée par celle des Hàn (Hán en vietnamien). Dans un premier temps, Triệu Đà ne fait pas allégeance aux Hàn. Plus tard, sous

đế hiệu và xin thần phục, tuy nhiên vẫn giữ độc lập trong nội bộ Nam Việt. Giữ thế với nước lớn xong, Triệu Đà bắt đầu tìm cách bành trướng xuống phương Nam, tấn công nước Âu Lạc nhiều lần. Tuy nhiên lần nào cũng thất bại, vì quân của An Dương Vương rất thiện chiến và đặc biệt là có tài bắn cung nỏ.

Cuối cùng, Triệu Đà phải sử dụng kế nội gián bằng cách cho con trai là Trọng Thủy sang cầu hôn với Mỵ Châu, con gái của An Dương Vương, ở lại triều đình Âu Lạc khai thác nội tình. Cuộc xâm lăng tiếp sau đó của Triệu Đà đã thành công, An Dương Vương thua chạy rồi tự sát.

Sau khi chiến thắng, Triệu Đà đã chia nước Âu Lạc thành 2 quận là Giao Chỉ và Cửu Chân, sát nhập vào nước Nam Việt. Triều đại An Dương Vương chấm dứt vào năm 180 TCN.

la menace des Hàn de saccager les tombeaux de ses ancêtres, il abandonne son titre d'empereur et se soumet. Cependant, il garde l'indépendance pour ce qui est des affaires intérieures de Nányuè. Ayant assuré sa position par rapport au Grand Pays, Triệu Đà cherche à s'étendre vers le Sud ; il attaque de nombreuses fois le Âu Lạc. Mais il échoue chaque fois car l'armée de An Dương Vương est bien entrainée et ses hommes sont particulièrement bons tireurs à l'arbalète.

Enfin, Triệu Đà utilise un stratagème qui consiste en une infiltration : il envoie son fils Zhòng Shǐ (Trọng Thủy en vietnamien) demander la main de Mỵ Châu, fille de An Dương Vương, dans le but de rester à la Cour du Âu Lạc pour espionner celle-ci. Ainsi, Triệu Đà réussit son invasion lors de la campagne suivante, An Dương Vương est vaincu, prend la fuite puis se suicide.

Après sa victoire, Triệu Đà divise le Âu Lạc en deux provinces, Giao Chỉ et Cửu Chân, et les annexe à Nányuè. Le règne de An Dương Vương s'achève en 180 av. J.-C..

CHÍNH SÁCH CAI TRỊ CỦA TRIỆU ĐÀ

Kể từ năm 180 TCN nước Âu Lạc bị Nam Việt đô hộ, đánh dấu kỷ nguyên Âu Lạc bắt đầu bị ngoại thuộc. Tại hai quận Giao Chỉ và Cửu Chân nhà Triệu giao hai quan sứ cai quản. Công việc chính của hai quan sứ là bảo đảm tình hình chung được ổn định, trong khi đó các Lạc Tướng vẫn cai trị dân như xưa. Ngay cả con cháu của An Dương Vương cũng vẫn được giữ những vị trí lãnh đạo trong xã hội Âu Lạc.

Một điều đặc biệt xảy ra dưới triều đại của Triệu Đà là hiện tượng địa phương hóa diễn ra với Triệu Đà và Việt hóa với nhóm dân chúng Âu Lạc.

Triệu Đà sau nhiều năm cai trị dân Bách Việt, tự thấy mình trở thành người Bách Việt độc lập với người Hán ở phương Bắc.

Với khối dân Âu Lạc, xuất phát là những Lạc dân thời Vua Hùng, khi được gom cùng với khối dân Bách Việt tại Hoa Nam, trong nguyện vọng chung là đối kháng lại với sự lấn chiếm từ phương Bắc, họ đồng cảm và tự coi như

POLITIQUE ADMINISTRATIVE DE TRIỆU ĐÀ

A partir de 180 av. J.-C., le Âu Lạc est sous la domination du Nányuè, marquant le début de la domination étrangère sur le Âu Lạc. Aux deux provinces de Giao Chỉ et Cửu Chân, la dynastie des Triệu confie la charge d'assurer le fonctionnement du territoire à deux administrateurs. Leur principale tâche est de garantir la stabilité générale du pays pendant que les Lạc Tướng conservent leur droit d'administration comme avant. Même les descendants de An Dương Vương gardent leur position de dirigeants dans la société du Âu Lạc.

Un phénomène particulier sous la dynastie de Triệu Đà est l'intégration de Triệu Đà lui-même à la population locale du Âu Lạc.

Triệu Đà, après plusieurs années à gouverner les peuples Bách Việt, se sent Bách Việt lui-même, indépendant des Hàn du Nord.

La population du Âu Lạc, issue du peuple Lạc des Rois Hùng, une fois regroupée avec le bloc des Bách Việt dans le Sud de la Chine, dont l'aspiration commune est l'opposition à l'invasion venant du Nord, sympathise avec les Bách

một thành phần của Bách Việt, ý niệm Lạc Việt đã bắt nguồn từ đó. Nhiều thế kỷ sau, khi Việt Nam đã dành lại nền tự chủ đối với Tàu, Triệu Vũ Vương (Triệu Đà) vẫn được coi như một trong các vị vua đầu tiên của Việt Nam.

Việt et considère qu'elle fait partie intégrante de ceux-ci. Et la notion de peuple Lạc Việt prend naissance à ce moment. Plusieurs siècles plus tard, quand le Việt Nam recouvre son autonomie vis-à-vis de la Chine, Triệu Vũ Vương (Triệu Đà) est toujours considéré comme un des premiers rois du Việt Nam.

Temple de Triệu Vũ Đế à Kiến Xương, Thái Bình
Đền thờ Triệu Vũ Đế ở Kiến Xương, Thái Bình

NƯỚC NAM VIỆT BỊ NHÀ HÁN XÂM CHIẾM, ÂU LẠC HOÀN TOÀN NỘI THUỘC PHƯƠNG BẮC

INVASION DU NAM VIỆT PAR LES HÀN, ÂU LẠC COMPLETEMENT SOUS LA DOMINATION DU NORD

Triệu Đà làm vua nước Nam Việt từ năm 207 TCN, mất

Triệu Đà (Zhào Tuó) règne sur le Nam Việt (Nányuè) de 207 av. J.-C

năm 137 TCN, hưởng thọ trên 100 tuổi. Trong suốt thời gian tại ngôi, lúc mềm dẻo, lúc cứng rắn, ông duy trì một tư thế độc lập với triều đình nhà Hán. Với Hán triều, ông duy trì tước vị khiêm tốn là Nam Việt Vũ Vương, hàm ý chấp nhận vị trí chư hầu, nhưng trong nội bộ và tương quan với các quốc gia khác, ông là Nam Việt Vũ Đế, ngang hàng với vua nhà Hán bên Tàu.

Khi Triệu Đà mất, con cháu truyền ngôi được 4 đời. Đến năm 111TCN, triều đình nhà Hán đã áp dụng chính sách thôn tính và đồng hoá thành công nước Nam Việt. Một phụ nữ Hán tộc là Cù Thị được sắp xếp để trở thành Hoàng hậu nước Nam Việt, khi nhà vua mất, thái tử còn nhỏ tuổi, Cù Thị đã làm sớ xin với Hán đế cho đất Nam Việt được nội thuộc Hán triều và sát nhập thành một tỉnh của nhà Hán. Việc này bị quan Tể Tướng Lữ Gia phản đối kịch liệt. Vua nhà Hán phái một viên tướng mang 2,000 dũng sĩ qua Nam Việt để diệt Lữ Gia. Được tin, Lữ Gia cùng em đem binh giết Cù Thị, rồi điều quân đi dẹp tan 2,000 dũng sĩ do Vua Hán cử sang.

Triều đình Hán liền lập một đạo quân chinh phạt gồm

jusqu'à son décès en 137 av. J.-C. à l'âge de plus de 100 ans. Pendant tout son règne, parfois souple, parfois rigoureux, il maintient une position indépendante vis-à-vis de la Cour des Hàn. Avec celle-ci, il entretient des relations de vassal en acceptant le modeste titre de Nam Việt Vũ Vương, mais en interne et vis-à-vis d'autres Etats, il est Nam Việt Vũ Đế (Empereur Vũ du Nam Việt), sur un pied d'égalité avec le Roi Hàn de Chine.

Après la mort de Triệu Đà, ses descendants lui succèdent pendant quatre générations. En 111 av. J.-C., la Cour des Hàn réussit à appliquer au Nam Việt la politique d'annexion et d'assimilation. Un arrangement est pris pour que Jiū Shì (Cù Thị en vietnamien), une femme d'origine Hàn, devienne reine du Nam Việt. Au décès du roi, alors que le prince héritier est encore en bas âge, Jiū Shì envoie une requête à l'empereur des Hàn lui demandant d'annexer le Nam Việt et que ce dernier devienne une province Hàn. Le Premier Ministre Lữ Gia conteste violemment cette requête. Le Roi Hàn expédie immédiatement 2.000 valeureux soldats pour supprimer Lữ Gia. Informé, Lữ Gia et son jeune frère tuent Jiū Shì, puis ils mobilisent l'armée pour anéantir les 2.000 soldats envoyés par le Roi Hàn.

La Cour des Hàn dépêche immédiatement un corps d'armée

100,000 người do Lộ Bác Đức điều khiển, tiến đánh Phiên Ngung, kinh đô của Nam Việt. Tể Tướng Lữ Gia phải bỏ thành chạy, ra tới biển thì bị bắt. Toàn bộ đất Nam Việt bị quân Hán chiếm đóng. Các quận ở xa về phía Nam thuộc Âu Lạc trước đây là Giao Chỉ và Cửu Chân, tuy chưa bị chiếm nhưng đều quy hàng.

Triều đại nhà Triệu chấm dứt vào năm 111 TCN, Nam Việt (bao gồm cả lãnh thổ Âu Lạc), chính thức sát nhập vào nhà Hán, đánh dấu thời kỳ Bắc thuộc lần thứ nhất của lịch sử Việt Nam. Thời kỳ này kéo dài gần 150 năm, chỉ gián đoạn một thời gian ngắn, do cuộc khởi nghĩa của Hai Bà Trưng vào năm 40 sau Công nguyên.

fort de 100.000 hommes, commandé par le général Lù Bódé (Lộ Bác Đức en vietnamien) pour une expédition punitive. Lù Bódé attaque Phiên Ngung, la capitale du Nam Việt. Le Premier Ministre Lữ Gia doit abandonner la citadelle et s'enfuir, mais il est capturé quand il arrive à la mer. L'armée Hàn occupe tout le territoire du Nam Việt. Les provinces lointaines du Sud appartenant précédemment au Âu Lạc, à savoir Giao Chỉ et Cửu Chân, bien que pas encore occupées, se rendent.

La dynastie des Triệu s'achève en 111 av. J.-C.. Le Nam Việt (y compris le territoire du Âu Lạc) est officiellement rattaché à la Chine. C'est la première domination chinoise dans l'histoire du Việt Nam. Cette période dure presque 150 ans, interrompue brièvement par l'insurrection des deux Dames Trưng en 40 apr. J.-C.

PREMIERE DOMINATION CHINOISE ET SOULEVEMENT DES DEUX DAMES TRƯNG

Bắc thuộc lần thứ nhất và cuộc khởi nghĩa của hai Bà Trưng

Sau khi nước Âu Lạc trở thành lãnh thổ của nhà Triệu, và sau khi Triệu bị nhà Hán diệt vào năm 111 TCN, nước ta hoàn toàn nội thuộc triều Hán, đây là thời kỳ Bắc thuộc lần thứ nhất.

Après le rattachement du Âu Lạc au territoire de la dynastie des Triệu et la destruction de cette dernière par la dynastie des Hàn en 111 av. J.-C., notre pays est complètement sous domination de la dynastie des Hàn. Il s'agit de la première domination chinoise.

NHỮNG NĂM ĐẦU TIÊN CỦA THỜI KỲ BẮC THUỘC THỨ NHẤT

PREMIERES ANNEES SOUS LA PREMIERE DOMINATION CHINOISE

Trước tiên, nhà Hán đổi Nam Việt thành Giao Chỉ Bộ, đặt một quan Thứ Sử cai trị. Dưới là quận, đứng đầu là một Thái Thú. Theo pháp chế nhà Hán, Thứ Sử không trực tiếp can thiệp vào việc cai trị của các quận.

En premier lieu, la dynastie des Hàn change le pays Nam Việt en Région Administrative de Giao Chỉ (Giao Chỉ Bộ), mise sous l'administration d'un Gouverneur Général. Sous la Région Administrative il y a les provinces, gouvernées par des Gouverneurs Provinciaux. Selon la législation Hàn, le Gouverneur Général n'intervient pas directement dans l'administration des provinces.

Giao Chỉ Bộ được chia thành 9 quận:
- Nam Hải,

Giao Chỉ Bộ est divisé en 9 provinces :
- Nánhăi (Nam Hải en vietnamien),

- Hợp Phố,
- Thương Ngô, Uất Lâm (gồm hai tỉnh Guangdong và Guangxi),

- Châu Nhai, Đạm Nhĩ (thuộc đảo Hải Nam)

- Ba quận phía nam là Giao Chỉ, Cửu Chân và Nhật Nam (thuộc cương vực nước ta hiện nay).

- Hépǔ (Hợp Phố en vietnamien),
- Càngwú et Yùlín (Thương Ngô et Uất Lâm en vietnamien), comprenant les deux provinces actuelles de Guǎngdōng et Guǎngxī (Quảng Đông et Quảng Tây en vietnamien),
- Yázhōu et Dàněr (Châu Nhai et Đạm Nhĩ en vietnamien) (situés sur l'île de Hǎinán - Hải Nam en vietnamien),
- Les trois provinces du Sud : Giao Chỉ, Cửu Chân et Nhật Nam, qui font partie de notre territoire national actuel.

Carte du Nam Việt à l'époque des Hàn, avec les 9 provinces
Bản đồ Nam Việt thời nhà Hán với 9 quận

Dưới quận là huyện. Tại vùng Âu Lạc cũ, các Lạc Tướng vẫn giữ quyền cai trị như trước kia. Như thế, những bộ xưa của nước Văn Lang đã biến thành những huyện của Hán, và các Lạc Tướng trở thành Huyện lệnh, được triều Hán cấp ấn phong như những quan lại, nhưng không bị ràng buộc nhiều.

Thời nhà Hán có hai giai đoạn. Giai đoạn đầu là nhà Tây Hán. Tới năm 23 là nhà Đông Hán. Chính sách của nhà Tây Hán đối với những vùng đất mới được chinh phục là *"lấy tục của nó mà cai trị"*. Nhìn chung, chính sách cai trị của nhà Tây Hán đối với dân Lạc tương đối phóng khoáng. Dân Lạc không phải chịu các thứ thuế như ở chính quốc. Triều đình Tây Hán chỉ đòi cống nạp một ít thổ sản như quít, vải, nhãn, chuối và vài loại hàng quý hiếm ở bên Tàu như sừng tê giác, ngà voi, đồi mồi. Chính vì thế, trong những năm đầu của triều Tây Hán, hầu như không có cuộc nổi dậy nào của dân Lạc được lịch sử nhắc đến, ngoại trừ cuộc nổi dậy của Tây Vu Vương, một hậu duệ của An Dương Vương, bị dẹp nhanh chóng vào năm 106 TCN. Qua hơn 100 năm dưới sự cai trị của nhà Tây Hán, xã hội dân Lạc

Sous les provinces on trouve les districts. Dans l'ancien territoire du Âu Lạc, les Lạc Tướng (responsables militaires) conservent les mêmes pouvoirs qu'auparavant. Ainsi, les territoires des anciennes communautés du Văn Lang deviennent des districts pour les Hàn, et les Lạc Tướng des chefs de district. Ces derniers reçoivent des sceaux comme les mandarins mais ne sont pas soumis à beaucoup d'obligations.

A l'époque des Hàn on distingue deux périodes. La première correspond au règne des Hàn occidentaux. La seconde débute en 23 : les Hàn deviennent Hàn orientaux. La politique des Hàn occidentaux dans les territoires nouvellement conquis consiste à "*gouverner en fonction de leurs coutumes*". Dans l'ensemble, la politique appliquée à la population Lạc est relativement tolérante. Les citoyens Lạc ne sont pas soumis aux mêmes impôts que ceux de la métropole. La Cour des Hàn occidentaux ne demande que quelques tributs en produits locaux tels que mandarines, litchis, longanes, bananes et des denrées rares en Chine comme les cornes de rhinocéros, les défenses d'éléphant, les écailles de tortue. C'est pourquoi les documents d'histoire ne relatent pratiquement pas de soulèvements de la population Lạc durant les

không có một biến động nào quan trọng. Nhưng đến những năm đầu của Công nguyên, với sự thay đổi quyền lực và ngôi vị trong triều Hán, lịch sử xã hội dân Lạc bước vào một bước ngoặt lớn.

Vào năm 1 TCN, bên Tàu có loạn do việc Vương Mãng cướp ngôi nhà Hán, tạo cơ hội cho dân chúng, vốn bất mãn vì sưu cao thuế nặng và bị cường hào ác bá áp bức, cùng với các thế lực cát cứ nhiều nơi, đồng loạt nổi dậy. Trong thời gian bên Tàu rối loạn, nhiều người Hán xuống đất Giao Chỉ Bộ sinh cơ lập nghiệp. Đa số thuộc giới thượng lưu, sĩ phu và điền chủ. Họ kết hợp với các quan lại trên đất Giao Chỉ, giúp các vị này can thiệp nhiều hơn vào sinh hoạt xã hội địa phương. Vào năm 23, dòng dõi nhà Hán dẹp tan chính quyền Vương Mãng, chiếm lại ngôi vua, lập ra nhà Đông Hán, xiết chặt sự kiểm soát trên các lãnh thổ thuộc Hán.

premières années de la dynastie des Hàn occidentaux, exception faite du soulèvement de Tây Vu Vương, un descendant de An Dương Vương. Ce soulèvement est rapidement réprimé en 106 av. J.-C. Pendant plus de 100 ans de domination par les Hàn occidentaux, il n'y a aucun trouble important. Mais au début de l'ère chrétienne, la société Lạc vit un grand tournant à cause du changement du pouvoir et de l'ordre de préséance à la Cour Hàn.

En l'an 1 av. J.-C., Wáng Măng (Vương Mãng en vietnamien) se soulève et usurpe le trône des Hàn, créant ainsi des conditions favorisant la rébellion des paysans à de nombreux endroits. Ceux-ci s'associent aux puissants car ils sont mécontents des lourds impôts et de l'oppression par des notables tyranniques. Pendant que des troubles ont lieu en Chine, de nombreux Hàn viennent s'établir à Giao Chỉ. La plupart font partie de la haute société, de la classe des lettrés et des propriétaires terriens. Ils s'unissent aux mandarins de Giao Chỉ et les aident à intervenir davantage dans la vie sociale locale. En 23, les descendants des Hàn suppriment le gouvernement de Wáng Măng, reconquièrent le trône, fondent la dynastie des Hàn orientaux et renforcent le contrôle sur les territoires sous leur emprise.

CHÍNH SÁCH CAI TRỊ CỦA NHÀ ĐÔNG HÁN VÀ CUỘC KHỞI NGHĨA CỦA HAI BÀ TRƯNG

Nhìn chung, chính sách cai trị của nhà Tây Hán đối với dân Lạc tương đối phóng khoáng, trong khi nhà Đông Hán có chính sách cai trị hà khắc hơn. Đứng đầu Giao Chỉ Bộ là một viên Thứ Sử, với bảy viên Tòng Sự. Các Tòng Sự được các Giả Tá giúp việc. Giao Chỉ Bộ có nhiều quận, mỗi quận do một Thái Thú cai trị, với sự trợ lực của nhiều chức sắc. Một bộ máy hành chánh nặng nề, nhưng lại không ăn lương của trung ương mà sống bằng thuế thu được từ các quận. Do đó đã đe dọa trực tiếp vị thế và quyền lợi của các Lạc Tướng và người dân. Ngoài ra, còn có tình trạng dân Hán mới qua, dựa vào thế lực của quan quyền người Hán, đã chiếm đoạt đất đai của làng xã dân Lạc, gây nên nỗi thống khổ cùng cực cho dân Lạc Việt.

Dưới đây là bảng kê khai dân số các Quận thuộc Giao Chỉ Bộ, trong thời Bắc Thuộc lần thứ nhất.

POLITIQUE ADMINISTRATIVE DES HÀN ORIENTAUX ET SOULEVEMENT DES DEUX DAMES TRƯNG

D'une façon générale, l'administration des Hàn occidentaux est relativement tolérante vis-à-vis du peuple Lạc alors que les Hàn orientaux sont d'une excessive sévérité. A la tête de Giao Chỉ Bộ se trouve un Gouverneur Général secondé par sept Lieutenants-généraux aidés eux-mêmes par des auxiliaires. Giao Chỉ Bộ est divisé en plusieurs provinces, chacune gouvernée par un Gouverneur Provincial avec l'aide de nombreux dignitaires. Le fonctionnement de l'appareil administratif est lourd mais les dignitaires ne reçoivent pas de salaire du pouvoir central. Ils vivent grâce aux impôts perçus dans les provinces, ce qui représente une menace directe pour la position et les intérêts des Lạc Tướng ainsi que pour la population. En outre, les nouveaux immigrés Hàn posent problème. S'appuyant sur le pouvoir des dignitaires Hàn, ils accaparent les terrains communaux et ceux du peuple provoquant ainsi des souffrances extrêmes dans la population Lạc Việt.

Ci-après le tableau de recensement de la population des provinces de Giao Chỉ Bộ sous la première domination chinoise.

Province - Quận									
Nánhăi Nam Hải	Yùlín Uất Lâm	Cāngwú Thương Ngô	Hépǔ Hợp Phố	Giao Chỉ	Cửu Chân	Nhật Nam	Yázhōu Nhai Châu	Dàněr Đạm Nhĩ	Total Tổng Số
District - Huyện	7	11	11	5	12	5	5	?	?	56
Famille - Hộ	19.613	12.415	14.378	23.121	92.379	35.743	15.460	?	?	223.110
Population - Dân số	94.253	71.162	146.160	86.617	746.237	166.013	69.485	?	?	1.379.927

Tableau de recensement de la population des provinces de Giao Chỉ Bộ sous la première domination chinoise
Bảng kê khai dân số các Quận thuộc Giao Chỉ Bộ, trong thời Bắc Thuộc lần thứ nhất

Khi triều đình Hán cử viên Thái Thú Tô Định sang Giao Chỉ cai quản, những tình trạng trên càng trở nên trầm trọng. Bấy giờ ở huyện Mê Linh, còn có các tên khác là Phong Châu hay Văn Lang (thuộc huyện Mê Linh, thành phố Hà Nội bây giờ), có chị em bà Trưng Trắc và Trưng Nhị, là con nhà Lạc Tướng dòng dõi Vua Hùng, là những người có cá tính trung trực mạnh mẽ, không chịu ràng buộc theo pháp luật mà Tô Định áp đặt.

Trưng Trắc kết hôn cùng Đặng Thi Sách, là con trai Lạc Tướng Chu Diên, bấy giờ đang làm quan tại huyện này. Thi Sách là người phản đối chính sách đàn áp và bóc lột của Tô Định, ông đã viết bài "Cổ Kim Vi Chính Luận"; nói lên sự áp bức của chế độ và phê phán chính sách đương thời, (đây cũng là bài văn phê phán các quan chức đô hộ đầu tiên trong lịch sử dân tộc Việt Nam). Điều này đã khiến cho Tô Định tức

Lorsque la Cour Hàn envoie le Gouverneur Sū Dìng (Tô Định en vietnamien) pour gouverner le Giao Chỉ, la situation décrite ci-avant devient encore plus grave. A cette période, dans le district de Mê Linh, autrement appelé Phong Châu ou Văn Lang (district de Mê Linh ville de Hà Nội actuelle), vivent les deux sœurs Trưng Trắc et Trưng Nhị. Elles sont filles d'un Lạc Tướng descendant des Rois Hùng. De caractère loyal, franc et fort, elles ne supportent pas les règles imposées par Sū Dìng.

Trưng Trắc est mariée à Đặng Thi Sách, fils du Lạc Tướng de Chu Diên. Thi Sách est mandarin dans ce district. En contestation de la politique d'oppression et d'exploitation de Sū Dìng, il écrit le "Cổ Kim Vi Chính Luận" (littéralement Débat sur la politique d'aujourd'hui et d'autrefois) pour dénoncer l'oppression du régime et critiquer la politique du moment (c'est le premier texte de l'histoire vietnamienne critiquant les dignitaires de l'occupation). Ce qui met Sū Dìng en colère, et lui fait

giận giết ông vào năm 40. Căm thù kẻ cai trị ngoại bang bóc lột dân tình nay lại giết chồng mình, vào tháng 2 năm 40 Trưng Trắc cùng em là Trưng Nhị chính thức phát động khởi nghĩa chống lại nhà Đông Hán. Quân của Hai Bà tấn công Trị sở quận Giao Chỉ ở Mê Linh, khiến Thái Thú Tô Định phải bỏ chạy. Sau khi chiếm được nơi đây, Hai Bà Trưng tiến đánh huyện Tây Vu chiếm lấy thành Cổ Loa. Trên đà thắng lợi, từ Cổ Loa Hai Bà Trưng mang quân vượt sông Hoàng, sông Đuống tiến đánh thành Luy Lâu bên bờ sông Dâu (Bắc Ninh).

Quân hai bà khởi nghĩa như mãnh hổ tấn công quá nhanh, khiến các viên quan nhà Hán không kịp trở tay, không dám chống cự phải bỏ chạy về phương Bắc.

exécuter Thi Sách en 40. Poussée par la haine contre le gouverneur étranger qui exploite le peuple et qui tue maintenant son mari, en février 40, Trưng Trắc, avec sa sœur cadette Trưng Nhị, déclenche officiellement une insurrection contre la dynastie des Hàn orientaux. Les troupes des deux sœurs Trưng attaquent le Siège de Giao Chỉ à Mê Linh et font fuir Sū Dìng. Ensuite les deux Dames Trưng attaquent le district de Tây Vu et s'emparent de la citadelle de Cổ Loa. Sur leur lancée, elles traversent le fleuve Hoàng, puis le fleuve Đuống pour attaquer la citadelle de Luy Lâu, sur les berges du fleuve Dâu (Bắc Ninh).

Leur armée d'insurgés, puissante comme un tigre, avance tellement rapidement que les mandarins Hàn n'ont pas le temps de se retourner, ils n'osent pas faire face et doivent s'enfuir vers le Nord.

Image illustrant l'avancée de l'armée des deux dames Trưng
Hình minh họa cuộc tiến quân của Hai Bà Trưng

Cuộc khởi nghĩa Hai Bà Trưng được dân chúng khắp nơi hưởng ứng. Quân hai Bà đi đến đâu, như gió lướt đến đấy. Dưới trướng hai Bà, còn nhiều nữ tướng khác như Thánh Thiên Công Chúa, Bát Nàn Công Chúa, bà Lê Chân v.v…	De toutes parts, la population répond favorablement à l'insurrection des deux Dames Trưng. Leur armée avance vite comme le vent. Sous leur direction, plusieurs femmes occupent des postes de généraux comme la Princesse Thánh Thiên, la Princesse Bát Nàn, madame Lê Chân, etc…
Sau khi thành Luy Lâu bị hạ, các thành khác nhanh chóng tan vỡ và quy phục. Cuộc khởi nghĩa lan rộng vào Cửu Chân, Nhật Nam, sang Uất Lâm, Hợp Phố. Luy Lâu thất thủ đã kéo theo sự sụp đổ của toàn bộ chính quyền Đông Hán tại Giao Chỉ	Après la chute de Luy Lâu, d'autres citadelles sont détruites et se rendent. L'insurrection s'étend à Cửu Chân, Nhật Nam, puis à Yùlín, Hépǔ (respectivement Uất Lâm, Hợp en vietnamien). La chute de Luy Lâu entraine l'effondrement de l'entièreté de l'appareil gouvernemental des Hàn orientaux au Giao Chỉ.
Khởi nghĩa thành công, Hai Bà hạ được 65 thành ở Âu Lạc và Lĩnh Nam, được các Lạc Tướng tôn lên làm vua, xưng là Trưng Nữ Vương (hay Trưng Vương), đóng đô ở huyện Mê Linh thuộc quận Giao Chỉ.	L'insurrection des deux Dames Trưng est une réussite. Elles ont pris 65 citadelles au Âu Lạc et Lǐngnán (Lĩnh Nam en vietnamien). Trưng Trắc est couronnée reine par les Lạc Tướng, prend le nom de Trưng Nữ Vương ou Trưng Vương (littéralement Reine Trưng) et elle fixe la capitale au district de Mê Linh, province de Giao Chỉ.
Cuộc khởi nghĩa thành công của Hai Bà Trưng đã chính thức chấm dứt giai đoạn Bắc thuộc lần thứ nhất trong lịch sử Việt Nam.	L'insurrection réussie des deux dames Trưng met fin à la première domination chinoise dans l'histoire du Việt Nam.

CUỘC CHINH PHẠT CỦA NHÀ HÁN VÀ THÂN THẾ MÃ VIỆN

Mã Viện là một danh tướng của triều đình Nam Hán, đã từng chiến thắng trong nhiều cuộc chinh phạt khắp các miền biên cương, cầm quân chiếm lại lãnh thổ Nam Việt.

Tháng 4 năm 42, Mã Viện mang 10.000 binh lính từ các quận Trường Sa, Quế Dương (thuộc tỉnh Hunan) kéo xuống vùng Hợp Phố, kết hợp với thủy quân để tiến vào địa phận Giao Chỉ. Trên đường đi, đại quân của Mã Viện ghé qua Quận Thương Ngô thuộc Giao Chỉ Bộ lúc bấy giờ (nay là thành phố Wuzhou giáp ranh với Guangdong) tuyển thêm được 10.000 quân nữa. Năm 43 từ Hợp Phố, đoàn quân của Mã Viện men theo bờ biển, tiến vào Lãng Bạc (Bắc Ninh) giáp chiến với lực lượng của Trưng Nhị. Trận chiến giữa hai bên diễn ra khốc liệt trong nhiều ngày. Theo tự sự sau này của Mã Viện, có lúc ông tưởng sẽ bỏ mạng nơi đây! Sau cùng Mã Viện đã chiến thắng, quân hai Bà tan vỡ phải rút về Cấm Khê (Phú Thọ). Bị giặc truy kích cùng đường Hai Bà đã tự trầm tại Hát Giang, hôm đó là ngày 6 tháng 2 năm 43. (Hát

EXPEDITION PUNITIVE DE LA DYNASTIE DES HÀN ET BIOGRAPHIE DE MĂ YUÁN

Mă Yuán (Mã Viện en vietnamien) est un célèbre général de la Cour des Hàn ; il a été victorieux lors de nombreuses expéditions punitives dans toutes les régions frontalières. Il est envoyé pour reconquérir les territoires du Nam Việt.

En avril 42, Mă Yuán amène 10.000 hommes au départ des districts de Chángshā (Trường Sa en vietnamien) et Guìyáng (Quế Dương en vietnamien), situés dans la province de Húnán (Hồ Nam en vietnamien). Il descend dans la région de Hépǔ (Hợp Phố en vietnamien) et s'unit à l'armée fluviale pour progresser vers le territoire du Giao Chỉ. Sur le chemin, la grande armée de Mă Yuán s'arrête dans la province de Càngwú (Thương Ngô en vietnamien) dépendant alors de Giao Chỉ Bộ (actuelle ville de Wúzhōu - Ngô Châu en vietnamien - limitrophe de Guǎngdōng - Quảng Đông en vietnamien). Il y enrôle 10.000 hommes de plus. En 43, partant de Hépǔ, les troupes de Mă Yuán longent le littoral, avancent vers Lãng Bạc (Bắc Ninh) pour livrer bataille aux forces armées de Trưng Nhị. Les combats se déroulent de façon violente pendant plusieurs jours. Selon le journal de Mă Yuán, il croit y laisser la vie ! Enfin, la victoire

Giang là tên gọi của khúc sông Đáy, chảy song song với sông Hồng trong địa phận Hà Nội).

Sau khi bình định được quận Giao Chỉ, Mã Viện đem đại quân vào Cửu Chân tiêu diệt lực lượng của Hai Bà tại đây. Tướng của Trưng Vương là Đô Dương chống cự dũng mãnh, nhưng sau cùng bị thua. Sử Tàu chép trong trận này Mã Viện đã chém và bắt hơn năm ngàn người.

penche du côté de Mã Yuán, l'armée des deux Dames Trưng est brisée et doit se retirer à Cẩm Khê (Phú Thọ). Poursuivies par l'ennemi et en grand danger, les deux Dames Trưng se suicident par noyade à Hát Giang le 6 février 43 (Hát Giang est le nom donné à un tronçon du fleuve Đáy, coulant parallèlement au fleuve Hồng sur le territoire de Hà Nội).

Après avoir pacifié Giao Chỉ, Mã Yuán amène sa grande armée à Cửu Chân et y extermine les forces armées des deux dames Trưng. Le Général Đô Dương de la Reine Trưng se défend vaillamment mais est finalement vaincu. Les documents historiques chinois mentionnent que l'armée de Mã Yuán a tué et capturé plus de cinq mille hommes lors de cette bataille.

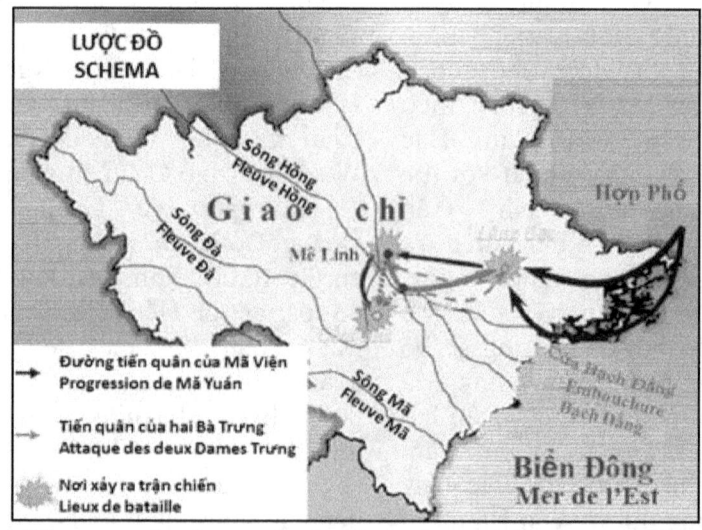

Batailles entre les insurgés des deux Dames Trưng et Mã Yuán
Các cuộc chiến giữa nghĩa quân của hai Bà Trưng và Mã Viện

CHÍNH SÁCH CỦA NHÀ HÁN SAU CUỘC NỔI DẬY CỦA HAI BÀ TRƯNG

Sau khi chiếm lại được toàn cõi Nam Việt, Mã Viện ở lại thêm một năm, để kiện toàn chế độ cai trị của nhà Đông Hán tại đây trước khi về nước. Chính sách nhà Hán thời này lấy trọng tâm là xóa bỏ vết tích của nước Văn Lang nguyên thủy, mang tính chất trả thù cuộc nổi dậy của Hai Bà Trưng. Ngoài việc giết hại nhiều Lạc Tướng và Lạc dân trong cuộc giao tranh, Mã Viện đã đày 300 người thuộc gia đình thế tộc lên miền Bắc, tại Linh Lăng (tỉnh Húnán), ở sâu trong lãnh thổ nhà Hán. Mã Viện cũng chia lại ranh giới các quận, huyện để ngăn cách hoặc phá bỏ các liên hệ gia tộc sẵn có.

Điều quan trọng nhất là Mã Viện đã triệt để phá bỏ các luật lệ, giao ước trong xã hội Văn Lang trước đây, và ép buộc người dân phải tuyệt đối tuân thủ luật của nhà Hán. Để việc Hán hóa được toàn vẹn, kể từ thời Mã Viện, cư dân các quận

POLITIQUE DES HÀN APRES LE SOULEVEMENT DES DEUX DAMES TRƯNG

Après avoir conquis tout le territoire du Nam Việt, Mă Yuán y reste encore un an pour parfaire le régime gouvernemental des Hàn orientaux avant de retourner dans son pays. La politique des Hàn à cette période consiste essentiellement à anéantir tous les vestiges du pays Văn Lang originel ; elle est animée par l'esprit de vengeance en retour de l'insurrection des deux Dames Trưng. Outre la tuerie de nombreux Lạc Tướng et de civils Lạc pendant la guerre, Mă Yuán condamne 300 personnes des familles de dignitaires à une mesure d'éloignement. Il les envoie au Nord, à Línglíng (Linh Lăng en vietnamien), dans la province de Húnán (Hồ Nam en vietnamien), loin dans le territoire chinois. Mă Yuán redéfinit les frontières entre les provinces et les districts pour entraver ou détruire les liens du passé qui existent entre les clans.

Le plus important est que Mă Yuán détruit systématiquement les anciennes règles et conventions de la société du Văn Lang, et oblige la population à adopter absolument le code chinois. Pour parfaire la sinisation, depuis l'époque de Mă Yuán, la population des provinces

Giao Chỉ, Cửu Chân và Nhật Nam bị coi như dân thuộc vùng Lĩnh Nam, tức là một trong các bộ tộc Việt trong nhóm Bách Việt. Danh từ Lạc dân không còn được sử dụng nữa, mà sắc dân gốc Văn Lang nay chính thức được gọi là dân Lạc Việt. Sau những năm dài Bắc thuộc, danh xưng Lạc Việt đã gắn liền với dân tộc Việt Nam nhưng ý chí tự chủ vẫn không thay đổi. Trong khi các nhóm Mân Việt, Âu Việt, Điền Việt, Sơn Việt thuộc miền Lĩnh Nam đều bị Hán hóa toàn bộ, đã trở thành người Tàu, duy có sắc dân Lạc Việt vẫn giữ vững bản ngã dân tộc để sau nhiều thế kỷ phấn đấu tiếp tục duy trì một quốc gia độc lập.

de Giao Chỉ, Cửu Chân et Nhật Nam est considérée comme peuple de la région de Lǐngnán, c'est-à-dire une des communautés du groupe ethnique Bǎi Yuè (Bách Việt en vietnamien). Le nom de Lạc Dân (littéralement peuple Lạc) n'est plus utilisé, la population d'origine Văn Lang est désormais officiellement nommée peuple Lạc Việt. Après de longues années de domination chinoise, le nom de Lạc Việt est étroitement lié au peuple vietnamien mais la volonté d'autonomie ne change pas. Pendant que les groupes Mǐnyuè, Ōuyuè, Diānyuè, Shānyuè (respectivement Mân Việt, Âu Việt, Điền Việt, Sơn Việt en vietnamien) de la région de Lǐngnán sont tous complètement sinisés, devenus de vrais Chinois, seule la communauté Lạc Việt continue à conserver sa propre personnalité pour poursuivre la lutte pendant des siècles et conserver un Etat indépendant.

DEUXIEME DOMINATION CHINOISE ET SOULEVEMENTS DE LA DAME TRIỆU, DE LÝ TRƯỜNG NHÂN ET DE LÝ THÚC HIỂN

Bắc thuộc lần thứ hai và các cuộc khởi nghĩa của Bà Triệu, Lý Trường Nhân và Lý Thúc Hiển

Cuộc khởi nghĩa của hai Bà Trưng bị nhà Hán dập tắt đã đưa nước ta vào thời kỳ Bắc thuộc lần thứ hai kéo dài 500 năm. Tuy thời gian dài như vậy nhưng dân tộc Lạc Việt vẫn không bị Hán hoá, vẫn duy trì được bản sắc để phấn đấu trở thành một nước độc lập. Trong một chuỗi giao tranh đẫm máu suốt thời gian này, nếu chỉ căn cứ vào năm tháng đã xảy ra các cuộc biến động, thì các thế hệ về sau sẽ khó mà hiểu được, chưa nói đến việc nhớ các chi tiết lịch sử liên hệ. Các cuộc biến động đó, cần được theo dõi trong khung cảnh chính trị thời bấy giờ. Sau đây là 3 sự kiện chính xảy ra trong 500 năm đó.

La répression de l'insurrection des deux Dames Trưng par la dynastie des Hán envoie de nouveau notre pays sous la domination chinoise. Celle-ci va durer 500 ans. Malgré cette longue durée, le peuple Lạc Việt n'est toujours pas sinisé mais continue à conserver ses caractéristiques et à lutter pour l'indépendance du pays. Les générations ultérieures auront des difficultés à comprendre les événements si elles ne se basent que sur les dates d'une longue série de batailles sanglantes qui ont lieu pendant cette période, sans compter la mémorisation des détails historiques inhérents. Les événements doivent être replacés dans leur contexte politique d'alors. Ci-après les 3 principaux événements qui se sont déroulés durant ces 500 ans.

SỰ THAY ĐỔI LIÊN TIẾP CỦA CÁC TRIỀU ĐẠI THỐNG TRỊ TỪ PHƯƠNG BẮC

Bắc triều thống trị Giao Chỉ Bộ (sau được đổi tên thành Giao Châu) vào năm 43 khởi đầu là nhà Đông Hán, sau đó là nhà Đông Ngô (196). Tới năm 280 Đông Ngô bị nhà Tấn thay thế. Năm 502, nắm giữ số phận Giao Chỉ Bộ là nhà Lương, nhà Trần rồi nhà Tùy là những kẻ thống trị sau cùng. Sự thay đổi liên tiếp do có sự suy yếu, tương tranh và chuyển tiếp giữa nhiều triều đại nên đã đưa tới 3 quyết định quan trọng sau đây:

Chính sách Nhu Viễn

Trong 150 năm đầu của thời kỳ Bắc thuộc lần 2, tại Giao Chỉ Bộ có ít nhất 4 cuộc nổi dậy quan trọng của người dân Việt. Cùng lúc nhà Hán cũng phải liên miên chống đỡ với sự vùng lên của dân Tàu, và các cuộc chiến chinh của các bộ tộc hiếu chiến lân cận

CHANGEMENTS SUCCESSIFS DES DIFFERENTES DYNASTIES DOMINATRICES DU NORD

La domination des dynasties du Nord à Giao Chỉ Bộ (renommé en Giao Châu plus tard) commence avec la dynastie des Hàn orientaux (Đông Hán en vietnamien) en 43 et se prolonge avec la dynastie des Wú orientaux (Đông Ngô en vietnamien) en 196. En 280, les Wú orientaux sont remplacés par la dynastie des Jìn (Tấn en vietnamien). A partir de 502 le sort de Giao Chỉ Bộ est entre les mains des Liáng (Lương en vietnamien), la dynastie des Chén (Trần en vietnamien) puis celle des Suí (Tùy en vietnamien) sont les dernières à avoir imposer leur domination sur le pays. Les changements successifs dus à l'affaiblissement des dynasties, aux affrontements entre elles et à leur succession induisent les trois faits importants suivants :

Politique de souplesse

Pendant les 150 premières années de la deuxième domination chinoise, au moins quatre insurrections importantes du peuple vietnamien se sont produites à Giao Chỉ Bộ. En même temps, la dynastie des Hàn doit continuellement faire face

nên buộc triều đình bên Tàu phải thi hành chính sách mềm mỏng đối với dân tại phần đất xa xôi này.

Thành công nhất của Hán triều là việc dùng Sĩ Nhiếp trong chức vụ Thái Thú quận Giao Chỉ (thuộc Giao Chỉ Bộ). Họ Sĩ người gốc Hán, đã nhiều đời sinh sống tại Giao Chỉ, được địa phương hóa và ngay như Hán Triều cũng coi ông như thổ dân Giao Chỉ.

Sĩ Nhiếp được lòng dân địa phương, tuy thần phục Hán triều nhưng đường lối cởi mở tiếp nhận các luồng văn hóa khác đến từ phương Nam, mở mang giao thương, biến Giao Chỉ thành một nơi bình yên và thịnh vượng. Về cung cách, họ Sĩ hành sử như một vị vua hùng cứ một phương.

Sau khi Sĩ Nhiếp chết, triều đình phương Bắc lúc đó đã chuyển sang nhà Ngô. Ngô triều quyết định nắm lại quyền cai trị trực tiếp tại Giao Chỉ, cử Lữ Đại đem

aux soulèvements du peuple chinois et aux guerres avec les communautés belliqueuses des régions limitrophes, par conséquent elle doit appliquer une politique de souplesse dans ces territoires lointains.

La plus grande réussite de la Cour des Hàn est la nomination de Sĩ Nhiếp (Shì Xiè en chinois) au poste de Gouverneur Provincial de Giao Chỉ (situé dans la Région Administrative de Giao Chỉ Bộ). La parentèle Sĩ, d'origine Hàn, vit depuis plusieurs générations à Giao Chỉ. Elle s'est bien intégrée à la population locale et la Cour des Hàn la considère même comme faisant partie de la population de Giao Chỉ.

Sĩ Nhiếp est aimé de la population. Bien qu'il prête allégeance à la dynastie des Hàn il est ouvert à d'autres cultures venant du Sud. Il développe le commerce et transforme ainsi Giao Chỉ en un lieu paisible et prospère. Dans ses agissements, il se comporte comme un souverain régnant sur un territoire à part.

Après sa mort, la Cour du Nord d'alors tombe entre les mains de la dynastie des Wú qui décide de gouverner directement Giao Chỉ. Les Wú envoient Lữ Dà (Lữ Đại

quân chiếm đóng, chấm dứt chính sách Nhu Viễn và tiến hành một cuộc đàn áp thô bạo tại đây.

Việc chia cắt Giao Chỉ Bộ thành hai phần

Năm 203, theo đề nghị của Thái Thú quận Giao chỉ Sĩ Nhiếp và Trương Tân, Thứ Sử Giao Chỉ Bộ, nhà Đông Hán đổi Giao Chỉ Bộ thành Giao Châu. Năm 226, Đông Ngô lại chia tách 5 quận Hải Nam, Thương Ngô, Uất Lâm, Châu Nhai và Đạm Nhĩ thành Quảng Châu và Giao Châu là phần đất còn lại bao gồm 3 quận Giao Chỉ, Cửu Chân và Nhật Nam (là lãnh thổ nước Âu Lạc trước đây) và quận Hợp Phố. Sự chia cắt đã có tác dụng giúp cho vùng đất Âu Lạc ít bị Hán hoá.

Sự xuất hiện của nước Lâm Ấp ở phía nam Âu Lạc

Nước Lâm Ấp hình thành từ những cuộc bạo loạn vào năm 190 tại huyện Tượng Lâm thuộc quận Nhật Nam. Khi đó, Bắc triều không chống đỡ nổi cuộc

en vietnamien) occuper Giao Chỉ avec son armée. La politique de souplesse s'achève et commence alors une période de tyrannie brutale.

Scission de Giao Chỉ Bộ en 2 parties

En 203, sur proposition de Sĩ Nhiếp, Gouverneur Provincial de Giao Chỉ, et de Trương Tân, Gouverneur Général de Giao Chỉ Bộ, la dynastie des Hàn orientaux renomme Giao Chỉ Bộ en Giao Châu. En 226, les Wú orientaux, à leur tour, détachent les 5 districts de Nánhǎi, Cāngwú, Yùlín, Yázhōu et Dàněr (respectivement Hải Nam, Thương Ngô, Uất Lâm, Châu Nhai et Đạm Nhĩ en vietnamien) pour former la région administrative de Guǎngzhōu (Quảng Châu en vietnamien), et Giao Châu est le territoire restant comprenant les 3 districts de Giao Chỉ, Cửu Chân et Nhật Nam (anciennement territoire de Âu Lạc) et le district de Hépǔ (Hợp Phố en vietnamien). L'effet de cette découpe est que la sinisation est faible sur les terres du Âu Lạc.

Apparition du pays Linyi au Sud du Âu Lạc

Les émeutes qui ont lieu en 190 dans le district de Tượng Lâm dans province de Nhật Nam sont à l'origine de la création du Linyi (Lâm Ấp en vietnamien). A cette

nổi dậy của người dân và cuộc tấn công từ phía Nam nên phải nhượng bộ để quận Nhật Nam chính thức trở thành nước Lâm Ấp vào năm 192. Sự ra đời của nước Lâm Ấp có tác dụng khuyến khích ý chí độc lập của người Việt đối với phương Bắc, nhưng nó cũng đẩy nước Việt sau đó luôn luôn phải đối đầu với hai chiến tuyến trong các cuộc chiến tranh với Tàu ở phía Bắc và Lâm Ấp (sau là Chiêm Thành) tại phương Nam.

période, la Cour du Nord n'arrive pas à affronter les émeutes populaires et les attaques venant du Sud, elle doit faire des concessions et accepter que la province de Nhật Nam devienne officiellement le pays Linyi en 192. La naissance du Linyi renforce la volonté d'indépendance des Vietnamiens vis-à-vis du Nord, mais elle met le Việt Nam dans l'obligation de faire face à deux fronts dans la guerre contre la Chine au Nord et contre le Linyi (devenu le Champa plus tard) au Sud.

CÁC CUỘC NỔI DẬY CỦA DÂN ÂU LẠC SAU KHI CHẤM DỨT CHÍNH SÁCH NHU VIỄN

SOULEVEMENTS DU PEUPLE ÂU LẠC APRES LA FIN DE LA POLITIQUE DE SOUPLESSE

Chính sách Nhu Viễn của Bắc triều chính thức chấm dứt vào năm 226 khi Tôn Quyền triệt hạ Sĩ Huy (con của Sĩ Nhiếp) và cử Lữ Đại đem quân chiếm đóng Giao Chỉ và Cửu Chân.

La politique de souplesse de la Cour du Nord s'achève officiellement en 226 quand Sūn Quán (Tôn Quyền en vietnamien) supprime Sĩ Huy (fils de Sĩ Nhiếp) et envoie Lữ Dà avec son armée occuper Giao Chỉ et Cửu Chân.

Vùng Nhật Nam lúc này đã là nước Lâm Ấp, một nước có giao hảo với nhà Ngô nên không còn được coi như quận huyện thuộc Bắc Triều.

La région de Nhật Nam, devenue pays Linyi à cette période, a des relations avec la dynastie des Wú et par conséquent elle n'est plus considérée comme un territoire dépendant de la Chine.

Lữ Đại thi hành chính sách đàn áp thô bạo dân Việt, sau đó đưa quan lại nhà Ngô sang cai trị, thi

Lữ Dà applique une politique d'oppression brutale à l'égard de la population vietnamienne, il

hành chính sách vơ vét tham tàn, dân tình vô cùng khốn đốn.

Cuộc nổi dậy của Bà Triệu

Năm 247 Lâm Ấp đem quân tấn công Cửu Chân và làm rúng động Giao Châu. Đồng thời với cuộc tấn công của Lâm Ấp là cuộc nổi dậy của Bà Triệu tại Cửu Chân.

Bà Triệu là người thuộc một bộ tộc miền núi dòng dõi Lạc Dân từ thời Hùng Vương, đã tạo được nhiều chiến thắng vẻ vang chống giặc Ngô.

Tuy thành quả của bà không được lớn rộng như dưới thời Trưng Vương, nhưng đã ghi dấu ấn quan trọng, ngay cả sử Tàu cũng phải thừa nhận. Cuộc nổi dậy của Bà Triệu, tức Triệu Trinh Nương, chỉ kéo dài được 3 năm nhưng đã được dân Việt ngưỡng mộ. Bà đã để lại câu nói bất hủ trong sử nước ta:

"Ta chỉ muốn cưỡi cơn gió mạnh, đạp luồng sóng dữ, chém cá tràng kình tại biển Đông, đánh đuổi quân Ngô, dựng lại giang sơn, cứu dân ra khỏi nơi đắm đuối, chứ không chịu khom lưng làm tỳ thiếp người ta".

fait venir des mandarins de la dynastie des Wú qui pratiquent le pillage avec cupidité. Ce qui rend la population extrêmement malheureuse.

Insurrection de la Dame Triệu

En 247, le Linyi attaque Cửu Chân et fait trembler Giao Châu. L'insurrection de la Dame Triệu a lieu à Cửu Chân en même temps que l'attaque du Linyi.

La Dame Triệu appartient à une communauté montagnarde du peuple Lạc de l'ère des Rois Hùng, elle a remporté plusieurs victoires glorieuses contre l'ennemi Wú.

Bien que ses succès ne soient pas aussi grandioses que ceux de la Reine Trưng, ils constituent néanmoins un fait marquant reconnu même par les documents historiques chinois. L'insurrection de la Dame Triệu, dit Triệu Trinh Nương, ne dure que 3 ans mais elle a forcé l'admiration du peuple vietnamien. Elle a laissé une phrase immortelle dans l'histoire de notre pays :

"Je ne veux que chevaucher le grand vent, marcher sur les grosses vagues, sabrer les baleines à la mer de l'Est, chasser l'armée Wú, rebâtir le pays, sauver la population de la misère sans issue, je ne peux me résigner à courber l'échine pour être une servante d'autrui".

Temple de la Dame Triệu à Thanh Hóa
Đền thờ Bà Triệu tại Thanh Hóa

Sau cuộc khởi nghĩa thất bại của Bà Triệu, trong 200 năm kế tiếp, tình hình Âu Lạc lúc thì ổn định, lúc biến loạn. Nhưng các cuộc biến loạn này không mang tính chất sự nổi dậy của dân Âu Lạc chống lại sự thống trị của Bắc phương mà có nhiều sắc thái là sự nối tiếp của những tranh chấp bên Tàu trong đó triều đại này đã thay thế cho triều đại khác mà Âu Lạc là một phần trong lãnh thổ tranh chấp.

Điều cần ghi nhớ là trong 200 năm này, đã có một thời kỳ dân Âu Lạc được hưởng một cuộc sống trong cảnh thái bình thịnh trị, đó là thời gian Đỗ Tuệ Độ, một người Giao Châu gốc Hán

Après l'échec de l'insurrection de la Dame Triệu, pendant les 200 années qui suivent, la situation du Âu Lạc est tantôt paisible tantôt troublée. Ces troubles ne proviennent pas des insurrections de la population du Âu Lạc contre la domination du Nord mais plutôt des conflits en Chine. Plusieurs dynasties s'y succèdent et le Âu Lạc fait partie du territoire où se déroulent les conflits.

Il faut garder en mémoire que pendant ces 200 ans, la population du Âu Lạc a connu une période de paix, il s'agit de l'époque durant laquelle Dù Huìdù (Đỗ Tuệ Độ en

được suy cử trong chức vụ Thứ Sử.

Cuộc nổi dậy của Lý Trường Nhân và Lý Thúc Hiển
Năm 468 khi Thứ Sử Giao Châu là Trương Mục chết. Lợi dụng cơ hội, Lý Trường Nhân là dân gốc Lạc Việt nổi lên cướp chính quyền, sát hại toàn bộ các di dân mới từ bên Tàu sang, tự phong mình là Thứ Sử Giao Châu.

Bắc triều lúc đó là nhà Tống cử Ngô Hỷ rồi Tông Phụng Bá sang đoạt lại chức nhưng không ai dám đi.

Sau đó nhà Tống phải cử Lưu Bột cầm quân qua chinh phạt. Khi Lưu Bột qua tới Giao Châu, Lý Trường Nhân dàn quân ra chống cự. Lưu Bột không sao thắng nổi. Tống triều miễn cưỡng phải chấp nhận để Lý Trường Nhân tiếp tục làm Thứ Sử Giao Châu.

vietnamien), un habitant de Giao Châu d'origine Hàn, est élevé à la fonction de Gouverneur Général.

Insurrections de Lý Trường Nhân et Lý Thúc Hiển
En 468, profitant de la mort de Zhāng Mù (Trương Mục en vietnamien), Gouverneur Général de Giao Châu, Lý Trường Nhân, d'origine Lạc Việt, s'empare du pouvoir, tue presque la totalité des immigrés chinois récemment arrivés et se proclame Gouverneur Général de Giao Châu.

La Cour du Nord d'alors, appartenant à la dynastie des Sòng, désigne Wú Xǐ (Ngô Hỷ en vietnamien) puis Cóng Fèngbà (Tông Phụng Bá en vietnamien) pour reprendre la place de gouverneur. Tous deux refusent cette désignation.

Ensuite, la dynastie des Sòng doit désigner Liú Bò (Lưu Bột en vietnamien) pour conduire une expédition punitive. A l'arrivée de Liú Bò à Giao Châu, Lý Trường Nhân dispose ses troupes pour le combattre. Liú Bò n'arrive pas à remporter la victoire. La Cour des Sòng, malgré elle, doit accepter que Lý Trường Nhân reste au poste de Gouverneur Général.

Được vài năm, Trường Nhân chết, người em họ là Lý Thúc Hiến lên thay thế nhưng Tống triều không chịu, cử Thẩm Hoán qua thay thế. Thẩm Hoán bị toán quân của Lý Thúc Hiến vốn được lòng dân địa phương đánh khiến phải quay về Uất Lâm rồi chết tại đây. Thế là Lý Thúc Hiến đương nhiên cai quản một vùng tự trị, tuy danh hiệu chưa được gọi là một nước.

Vào năm 479, nhà Tề thay thế nhà Tống, Lý Thúc Hiến tiếp tục không thần phục cầm cự được 6 năm. Đến năm 485 Nhà Tề cử quân qua đánh, Thúc Hiến thua và Âu Lạc lại rơi vào tay các quan lại phương Bắc.

Như vậy, kể từ cuộc khởi nghĩa của Hai Bà Trưng, cuộc nổi dậy của anh em Lý Trường Nhân và Lý Thúc Hiến với 17 năm tự trị là quan trọng hơn cả. Cuộc tàn sát các quan lại và di dân người Hán vào năm 468 bởi Lý Trường Nhân tuy mang tính cực đoan nhưng cũng phần nào thể hiện một tinh thần dân tộc độc lập trước thế lực phương Bắc.

Quelques années plus tard, Lý Trường Nhân décède. Son cousin, Lý Thúc Hiến, le remplace mais la Cour des Sòng ne veut pas de celui-ci. Elle désigne Shěn Huàn (Thẩm Hoán en vietnamien) pour le remplacer. Les troupes de Lý Thúc Hiến, qui ont la faveur de la population locale, attaquent Shěn Huàn. Ce dernier doit retourner à Yùlín et y décède. Ainsi, Lý Thúc Hiến, de facto, gouverne une région autonome, même si ce n'est pas encore un Etat.

En 479, la dynastie des Qí (Tề en vietnamien) remplace celle des Sòng. Lý Thúc Hiến, de nouveau, ne lui prête pas allégeance et lui résiste pendant 6 ans. En 485, la dynastie des Qí envoie une expédition punitive, Thúc Hiến est battu et le Âu Lạc retombe entre les mains des mandarins du Nord.

Ainsi, depuis l'insurrection des deux Dames Trưng, celle des deux cousins Lý Trường Nhân et Lý Thúc Hiến est la plus importante en apportant au pays 17 ans d'autonomie. Bien que le massacre des mandarins et des immigrés Hàn en 468 par Lý Trường Nhân ait un caractère extrémiste, il traduit néanmoins l'esprit indépendant du peuple face à la puissance du Nord.

SỰ ĐỊNH HÌNH CỦA XÃ HỘI VÀ DÂN TỘC LẠC VIỆT

Khởi đi từ xã hội Lạc dưới thời các Vua Hùng, vùng Văn Lang đã là cửa ngõ đón nhận các nền văn hóa Nam phương, hòa đồng với văn hóa Hán từ phương Bắc.

Trong thời Bắc thuộc, Âu Lạc là một trong hai cửa ngõ để đạo Phật từ Đông Nam Á hòa nhập vào nước Tàu. Thành Luy Lâu, trị sở của Giao Chỉ thời Sĩ Nhiếp là trung tâm Phật học lớn cho toàn vùng trong thời gian đó.

Song song với việc phổ biến Phật Giáo, trong thời gian bên Tàu loạn lạc, Âu Lạc cũng là nơi lưu ngụ cho nhiều học giả người Hán chạy xuống miền Nam lánh nạn, đó là lý do dưới thời Sĩ Nhiếp cả ba trào lưu Nho, Phật, Lão đều được thịnh hành và là nền tảng cho văn hóa Lạc Việt.

FORMATION DE LA SOCIETE ET DU PEUPLE LẠC VIỆT

A l'origine de la société des Lạc sous le règne des Rois Hùng, la région de Văn Lang est déjà la porte ouverte aux cultures du Sud qui se mélangent en parfaite harmonie avec la culture Hàn du Nord.

A l'époque de la domination chinoise, le Âu Lạc est un des deux points d'entrée du Bouddhisme en Chine via l'Asie de Sud-Est. A cette époque, la citadelle de Luy Lâu, chef-lieu de Giao Chỉ sous Sĩ Nhiếp, est un grand centre d'étude du Bouddhisme dans toute la région.

Parallèlement à la popularisation du Bouddhisme, pendant la période de troubles en Chine, le Âu Lạc est aussi le lieu de refuge pour de nombreux érudits Hàn qui émigrent au Sud. C'est pourquoi, sous la gouvernance de Sĩ Nhiếp, le Bouddhisme, le Confucianisme et le Taoïsme sont largement répandus. Ces trois courants philosophiques constituent la base de la culture Lạc Việt.

Pagode Dâu, vestige du Bouddhisme à Luy Lâu
Chùa Dâu, di tích Phật giáo tại Luy Lâu

Bên cạnh lĩnh vực văn hóa, về kinh tế, ngành trồng lúa nước hai mùa với nông cụ bằng sắt, làm ra lúa gạo sung túc cho cuộc sống cũng là đặc trưng của Âu Lạc.

Thêm vào đó còn các loài thảo mộc nhiệt đới khác đã giúp cho Âu Lạc không những phát triển được ngành trồng dâu nuôi tằm dệt lụa mà còn cả ngành trồng bông, dệt vải, làm giấy, các lâm sản và hương liệu khó kiếm, chưa kể tới khoáng sản cho ngành sản xuất vật dụng thủy tinh và mỹ nghệ.

A côté du domaine culturel, en matière économique, la culture de riz humide, avec deux récoltes annuelles et l'utilisation d'outils en fer, est une caractéristique du Âu Lạc qui rend florissante la vie de la population.

Par ailleurs, d'autres végétaux tropicaux aident le Âu Lạc non seulement à développer l'élevage des vers à soie, le tissage de la soie mais aussi la culture de fleurs, le tissage du tissu, la fabrication du papier, la récolte de produits forestiers et d'aromates rares, sans compter la fabrication d'objets en verre et la production d'objets d'art.

Lối sống của con người Lạc Việt cũng mang màu sắc riêng biệt khiến trong nhiều thế kỷ Bắc thuộc, người Việt đã không bị Hán hóa.

Họ là hậu duệ của Lạc dân từ thời Hùng Vương như Triệu Trinh Nương, Lý Trường Nhân, Lý Thúc Hiển hay các người gốc Hán đã được Việt hóa qua nhiều thế hệ sinh sống tại Âu Lạc như Sĩ Nhiếp, Đỗ Tuệ Độ.

Chính những con người trên và người dân Lạc Việt đã giúp cho Âu Lạc không pha trộn với Bắc triều trong mấy trăm năm dài bị cai trị.

Le mode de vie du peuple Lạc Việt revêt aussi un caractère particulier, ce qui fait qu'il n'est pas sinisé malgré de nombreux siècles de domination chinoise.

Il est constitué de descendants de la communauté Lạc des Rois Hùng comme Triệu Trinh Nương, Lý Trường Nhân, Lý Thúc Hiển ou de personnes d'origine Hàn qui sont intégrées à la société vietnamienne après avoir vécu depuis plusieurs générations au Âu Lạc comme Sĩ Nhiếp, Đỗ Tuệ Độ (Dù Huìdù en chinois).

Les dirigeants cités ci-dessus et le peuple Lạc Việt ont aidé le Âu Lạc à se distinguer des dynasties du Nord durant de nombreux siècles sous leur administration.

ABOLITION DE LA DEUXIEME DOMINATION CHINOISE PAR LÝ BÍ, FONDATION DE LA DYNASTIE DES LÝ ANTERIEURS ET DU PAYS VẠN XUÂN

Lý Bí chấm dứt Bắc thuộc lần thứ hai, thành lập nhà Tiền Lý và nước Vạn Xuân

Giai đoạn Bắc thuộc lần thứ hai bắt đầu năm 43 sau khi nhà Đông Hán sai Mã Viện đem quân qua đánh bại cuộc khởi nghĩa của Hai Bà Trưng. Giai đoạn này kéo dài 500 năm và chấm dứt vào năm 542 với cuộc khởi nghĩa của Lý Bí.

La deuxième domination chinoise commence en 43, après que la dynastie des Hàn orientaux envoie le Général Mã Yuán (Mã Viện en vietnamien) écraser le soulèvement des deux Dames Trưng. Cette période va durer 500 ans et se termine en 542 avec le soulèvement de Lý Bí.

CUỘC KHỞI NGHĨA CỦA LÝ BÍ, TINH THIỀU VÀ TRIỆU TÚC VÀO NĂM 542

SOULEVEMENT DE LÝ BÍ, TINH THIỀU ET TRIỆU TÚC EN 542

Lý Bí và Tinh Thiều dòng dõi từ phương Bắc, tổ tiên di cư xuống Giao Châu đã nhiều thế hệ, sanh trưởng trong những gia đình cự phách tại đây. Hai ông đều tinh thông Hán học, nổi tiếng tài cao học rộng nhưng không được trọng dụng.

Lý Bí et Tinh Thiều sont d'origine du Nord, ils font partie d'illustres familles à Giao Châu dont les ancêtres ont immigré depuis plusieurs générations. Tous les deux sont compétents en sinologie, ont la réputation d'être de talentueux érudits mais ne sont pas nommés à des postes importants.

Lý Bí kết thân với Triệu Túc, quê quán tại vùng đầm lầy thuộc Châu Diên, là người gốc Lạc Việt thuần túy. Vùng này đồng thời cũng là nơi tập hợp nhiều gia đình gốc Lạc Dân hồi trước, tụ hội về đây vì không muốn hội nhập vào xã hội Hán hóa tại Giao Châu.	Lý Bí fraternise avec Triệu Túc, de pure souche Lạc Việt, issu de la région marécageuse de Châu Diên. Cette région est aussi le lieu de regroupement de nombreuses familles d'origine du peuple Lạc (Lạc Dân) d'autrefois. Elles s'y regroupent parce qu'elles ne veulent pas s'intégrer à la société sinisée à Giao Châu.
Lúc bấy giờ bên Tàu nhà Lương đang cai trị. Với chủ trương đặt người tin cẩn trị nhậm các nơi quan trọng như quan Thứ Sử Giao Châu là Tiêu Tư, một tôn thất nhà Lương.	A cette époque, la dynastie des Liáng (Lương en vietnamien) règne sur la Chine. Elle applique la politique consistant à nommer les personnes de confiance aux postes importants. Ainsi, elle a placé Xiao Zi (Tiêu Tư en vietnamien), un membre de la famille royale Liáng, au poste de Gouverneur Général de Giao Châu.
Tiêu Tư là một viên quan nổi tiếng tham lam và tàn bạo khiến muôn dân cơ cực và bất bình. Vì thế vào đầu năm 542 khi Lý Bí nổi lên giành quyền tự chủ cho Âu Lạc, dân chúng theo rất đông.	Xiao Zi est un mandarin réputé pour sa cupidité et sa cruauté, ce qui rend la population misérable et mécontente. C'est pourquoi, au début de l'an 542, quand Lý Bí se soulève à la conquête de l'autonomie pour le Âu Lạc, nombreuse est la population qui le suit.
Trước thế mạnh của người dân nổi dậy khắp nơi, và nhất là vốn dĩ chỉ lo vơ vét làm giàu, Sử Tàu chép rằng Tiêu Tư thấy vậy vội cầu hoà với Lý Bí xin chạy về Quảng Châu để giữ mạng sống.	Les documents historiques chinois consignent que face à la puissance du soulèvement populaire de partout, Xiao Zi, de nature cupide, s'empresse de demander la cessation des hostilités et sa retraite à Guangzhou (Quảng Châu en vietnamien) pour se sauver la vie.

Ba tháng sau, vào giữa năm 542, nhà Lương bắt đầu phản công. Lý Bí không những đã chiến thắng dễ dàng quân Tàu mà còn chiếm được toàn vùng Âu Lạc trước đây. Vào cuối năm 542 Lương triều cử quân sang tấn công Lý Bí lần thứ nhì. Khi mới tới Hợp Phố thì đã bị quân sĩ của Lý Bí từ phía Nam tràn qua đánh bại trận nữa, tàn quân phải bỏ chạy về Quảng Châu.

Lợi dụng tình hình dân Âu Lạc nổi lên chống lại nhà Lương, quân Lâm Ấp tràn sang tấn công quận Đức Châu. Sau khi phá được quân nhà Lương, tới giữa năm 543, Lý Bí sai tướng Phạm Tu mang quân đánh Lâm Ấp giữ yên biên giới phía Nam từ đó.

QUỐC HIỆU VẠN XUÂN

Sau khi đã dẹp yên phương Bắc, bình định phương Nam, tháng 2 năm 544, Lý Bí chính thức lên ngôi Hoàng Đế, xưng là Nam Việt Đế (còn gọi là Lý Nam Đế), đặt quốc hiệu là Vạn Xuân, ý mong xã tắc được bền vững tốt đẹp muôn đời.

Trois mois plus tard, dans l'année 542, la dynastie des Liáng commence sa contre-offensive. Lý Bí non seulement remporte facilement la victoire mais s'empare aussi de l'entièreté de la région de l'ancien Âu Lạc. A la fin de l'an 542, la dynastie des Liáng envoie une armée pour combattre Lý Bí une deuxième fois. Lorsque cette armée arrive à Hépǔ (Hợp Phố en vietnamien), elle est vaincue par les troupes de Lý Bí venant du Sud et le reste de l'armée défaite doit s'enfuir vers Guangzhou (Quảng Châu en vietnamien).

Profitant du conflit armé entre la population du Âu Lạc et la dynastie des Liáng, l'armée du pays Linyi attaque le district de Đức Châu. Après avoir défait les Liáng, au milieu de l'an 543, Lý Bí envoie le Général Phạm Tu combattre le Linyi. Les frontières du Sud sont pacifiées depuis lors.

NOM OFFICIEL DU PAYS VẠN XUÂN

Après avoir pacifié le Nord et le Sud, en février 544, Lý Bí monte officiellement sur le trône d'empereur sous le nom de Nam Việt Đế (dit Lý Nam Đế) - Empereur des Vietnamiens du Sud -, et donne le nom de Vạn Xuân (dix mille printemps) à la nation, avec l'espoir que la patrie reste stable de façon satisfaisante éternellement.

Lý Nam Đế phong Triệu Túc làm Thái phó (chức vụ cao nhất triều đình), Tinh Thiều đứng đầu quan văn, Phạm Tu đứng đầu tướng võ, xây đài Vạn Xuân làm nơi triều hội. Lý Phục Man được phong chức tướng quân, coi một vùng từ Đỗ Động (Hà Đông) tới Đường Lâm (Sơn Tây) để phòng bị mặt tây và tây bắc.

Vai trò của Triệu Túc cho thấy nhà vua đặc biệt coi trọng vai trò của người bản địa, việc bố trí nhân sự này thể hiện sự hợp tác chặt chẽ giữa cư dân gốc Lạc dân thời Hùng Vương và cư dân gốc Hán, kết lại thành một thực thể độc lập với phương Bắc.

CUỘC XÂM LĂNG NƯỚC VẠN XUÂN CỦA NHÀ LƯƠNG

Vai trò lịch sử của nhà Lý hiện hữu từ năm 542, chính thức vào năm 544. Năm 545 nhà Lương cử tướng Trần Bá Tiên đem quân qua đánh chiếm. Tháng 6 năm 545, Lý Bí bị thua đạo quân nhà Lương ở Long Biên phải rút về cửa sông Tô Lịch. Bá Tiên truy

Lý Nam Đế nomme Triệu Túc au poste de Premier Dignitaire de la Cour (Thái phó en vietnamien). Il confie à Tinh Thiều la charge des affaires civiles, à Phạm Tu celle des affaires militaires. Il fait bâtir le monument Vạn Xuân où la Cour tient séance. Lý Phục Man est promu au titre de Général Commandant, chargé de l'administration de la région allant de Đỗ Động (Hà Đông) jusqu'à Đường Lâm (Sơn Tây), pour défendre les fronts Ouest et Nord-Ouest.

Les responsabilités confiées à Triệu Túc laissent penser que le roi prend particulièrement en considération le rôle des autochtones et cette disposition en matière de gestion des ressources humaines reflète l'étroite collaboration entre les Vietnamiens d'origine Lạc et les immigrés d'origine chinoise. Ces deux communautés constituent une entité indépendante du pays du Nord.

INVASION DU PAYS VẠN XUÂN PAR LA DYNASTIE DES LIÁNG

Depuis 542, la dynastie des Lý joue un rôle historique, qui devient officiel en 544. En 545, la dynastie des Liáng envoie Chén Bàxiān (Trần Bá Tiên en vietnamien) et son armée pour mener une guerre d'invasion. En juin 545, Lý Bí, défait par

đuổi khiến quân Lý Bí phải rút về giữ thành Gia Ninh.

Tại đây, Lý Bí cũng chỉ cầm cự được vài tháng đến đầu năm 546 phải chạy về động Khuất Liêu, để lại một cánh quân do tướng Triệu Quang Phục (con của quan thái phó Triệu Túc) chỉ huy, tiếp tục kháng cự quân Lương tại thung lũng sông Hồng. Sau khi rút về Khuất Liêu, Lý Nam Đế kết liên được với các bộ tộc người Lạo (sắc dân Thái hiện nay), thu phục được vài chục ngàn quân kéo ra kháng cự trở lại với Trần Bá Tiên.

Nhà vua đóng quân tại hồ Điền Triệt, thuyền bè đậu kín dưới hồ, khí thế thật hùng tráng khiến bên quân Trần Bá Tiên có phần nao núng. Không may vào một đêm, đột nhiên nước sông lên cao chảy ngược vào hồ, thủy quân của Bá Tiên tràn theo dòng nước tấn công, bên Lý Nam Đế trở tay không kịp, bị tan vỡ, nhà vua lại phải tháo lui về động Khuất Liên một lần nữa rồi hai năm sau bị bệnh chết.

l'armée Liáng, se retire à l'embouchure du fleuve Tô Lịch. Pourchassé par Bàxiān, il se replie dans la citadelle de Gia Ninh.

A cet endroit, il ne peut résister que quelques mois jusqu'au début de l'an 546 et doit partir dans les régions montagneuses de la communauté de Khuất Liêu. Il laisse une partie de son armée, sous le commandement du Général Triệu Quang Phục (fils du Premier Dignitaire Triệu Túc), continuer à résister aux Liáng dans la vallée du fleuve Hồng (fleuve Rouge). Après sa retraite à Khuất Liêu, Lý Nam Đế parvient à s'allier avec les communautés Lạo (actuelle ethnie Thaï) et attirer quelques dizaines de milliers de soldats pour s'opposer à Chén Bàxiān.

Le roi déplace sa base au lac Điền Triệt. Les navires occupent la totalité de la surface du lac, montrant ainsi un grand potentiel guerrier, ce qui fait fléchir les troupes de Chén Bàxiān. Malheureusement, une nuit, le niveau du fleuve s'élève soudainement et de l'eau s'écoule vers le lac. Les forces fluviales de Chén Bàxiān suivent le cours de l'eau et envahissent le lac. Lý Nam Đế n'ayant pas le temps de se retourner essuie une débâcle. Le roi doit revenir sur les régions montagneuses de la communauté de Khuất Liên et décède de maladie deux ans plus tard.

Cánh quân của Triệu Quang Phục trước thế giặc quá mạnh phải lui về giữ đầm Dạ Trạch (Hưng Yên ngày nay), dựa vào địa hình vùng lầy lội, có nhiều nơi nước sâu, rộng, kế bên những bãi lau sậy phủ kín, tiến binh rất khó. Phía Triệu Quang Phục dùng thuyền nhẹ, áp dụng lối đánh du kích trong nhiều năm, quân Lương không sao dẹp nổi.

Năm 548, hay tin Lý Nam Đế mất, Triệu Quang Phục xưng vương, hiệu là Triệu Việt Vương. Vào lúc này bên Tàu có loạn lớn, Trần Bá Tiên bị triệu hồi về nước nên trao quyền cho tùy tướng là Dương Sản thống lãnh sĩ tốt.

Lợi dụng cơ hội, Triệu Quang Phục tiến quân giết được Dương Sản, lấy lại được thành Long Biên, lên làm vua cho tới năm 571.

Khi Lý Nam Đế bị thua chạy về động Khuất Liêu, ngoài những binh sĩ của Triệu Quang Phục, còn một nhóm thứ ba do người anh họ của nhà vua là Lý Thiên Bảo cùng tùy tướng là Lý Phật Tử, chạy vào được Cửu Chân.

L'aile armée de Triệu Quang Phục, face à la puissance de l'ennemi, doit se retirer dans les marécages de Dạ Trạch (actuel Hưng Yên). Elle profite de la configuration marécageuse où les eaux sont profondes et étendues, à côté de vastes champs de roseaux, ce qui rend la progression militaire très difficile. Triệu Quang Phục utilise des embarcations légères pour tendre des embuscades pendant de nombreuses années. L'armée Liáng n'arrive pas à l'éliminer.

En 548, ayant appris la mort de Lý Nam Đế, Triệu Quang Phục se proclame roi, sous le nom de Triệu Việt Vương. A ce moment il y a des troubles importants en Chine. Chén Bàxiān, rappelé au pays, remet le commandement à son adjoint Yáng Chăn (Dương Sản en vietnamien).

Profitant de l'occasion, Triệu Quang Phục attaque Yáng Chăn, le tue, s'empare de la citadelle de Long Biên et monte sur le trône jusqu'en 571.

Quand Lý Nam Đế se retire sur les régions montagneuses de la communauté de Khuất Liêu après sa défaite, outre l'aile armée de Triệu Quang Phục, il reste un troisième groupe armé commandé par Lý Thiên Bảo, le

Tại đây họ bị quân Lương đánh tiếp phải chạy qua Lào, đến đóng ở động Dã Năng. Thiên Bảo lập một triều đình tại đây, xưng là Đào Lang Vương.

Năm 555 Lý Thiên Bảo mất, binh quyền về tay Lý Phật Tử. Năm 557 Lý Phật Tử đem quân về chống với Triệu Việt Vương. Hai bên không phân thắng bại nên giảng hòa chia phần cai quản. Lý Phật Tử đóng ở Ô Diên (nay thuộc Hà Đông), Triệu Việt Vương đóng ở Long Biên.

Năm 571 Lý Phật Tử đem quân đánh úp Triệu Việt Vương khiến Vương thua chạy tới Đại Nha (thuộc Nam Định) nhảy xuống sông tự vận.

Lý Phật Tử lấy được thành Long Biên rồi, xưng đế hiệu (Hậu Lý Nam Đế), đóng đô tại Phong Châu (nay thuộc Phú Thọ).

Trong thời gian kể từ khi Trần Bá Tiên thắng được Lý Nam Đế vào năm 546, nước Tàu đã đổi chủ hai lần, nhà Lương đã chuyển qua nhà Trần rồi nhà Tùy. Một phần do sự xáo trộn này nên nhà Lý đã duy trì được

Ainsi, ils sont obligés de s'enfuir au Laos pour installer leur base sur les régions montagneuses de la communauté de Dã Năng. Thiên Bảo y installe sa Cour en se proclamant Roi Đào Lang Vương.

En 555, Lý Thiên Bảo décède et le pouvoir revient à Lý Phật Tử. En 557, Lý Phật Tử amène des troupes pour lutter contre Triệu Việt Vương. Les deux partis, n'arrivant pas à se départager, se réconcilient et partagent leur zone d'occupation, Lý Phật Tử à Ô Diên (appartient actuellement à Hà Đông), Triệu Việt Vương à Long Biên.

En 571, Lý Phật Tử attaque par surprise Triệu Việt Vương qui, défait, se retire à Đại Nha (appartenant à Nam Định) puis se suicide en sautant dans le fleuve.

Lý Phật Tử prend la citadelle de Long Biên puis se proclame empereur (Hậu Lý Nam Đế ou Empereur Lý postérieur du Sud). Il installe sa capitale à Phong Châu (appartenant actuellement à Phú Thọ).

Pendant la période suivant la victoire de Chén Bàxiān sur Lý Nam Đế en 546, la Chine change de maître deux fois. La dynastie des Liáng est remplacée par celle des Chén puis celle des Suí. La dynastie des Lý a su maintenir

nền tự chủ một thời gian tương đối lâu dài mặc dầu nội trị vẫn còn yếu ớt.

Đầu năm 603, nhà Tùy cử Lưu Phương dẫn quân thuộc 27 doanh sang xâm lăng nước Vạn Xuân. Lưu Phương theo đường Vân Nam tiến xuống đánh tan quân của Lý Phật Tử rồi bắt Lý Phật Tử đem về Tàu, chấm dứt 61 năm tự chủ của nước Việt với ba triều đại Tiền Lý, Triệu và Hậu Lý. Nước Việt từ đây lại rơi vào vòng thống trị của Tàu thêm ba trăm năm nữa, đó là thời kỳ Bắc thuộc lần thứ ba.

son autonomie pendant un temps assez long grâce en partie à ces troubles, bien que la politique intérieure ne soit pas encore solidement mise en place.

Au début de l'an 603, la dynastie des Suí envoie Liú Fāng (Lưu Phương en vietnamien) avec une armée de 27 bataillons (doanh en vietnamien; selon le dictionnaire Thiều Chửu, 1 doanh = 500 hommes) pour envahir le pays Vạn Xuân. Liú Fāng traverse le Yúnnán (Vân Nam en vietnamien) pour progresser vers le Sud et mettre en pièces l'armée de Lý Phật Tử. Il capture ce dernier, l'envoie en Chine et met fin ainsi à l'autonomie du Việt Nam qui a perduré 61 ans sous les trois dynasties des Lý antérieurs, des Triệu et des Lý postérieurs. Le Việt Nam va désormais tomber sous le joug chinois durant trois cents ans de plus : c'est la troisième domination chinoise.

EFFONDREMENT DE LA DYNASTIE DES LÝ ANTERIEURS ET TROISIEME DOMINATION CHINOISE

Sự sụp đổ của nhà Tiền Lý và thời kỳ Bắc thuộc lần thứ ba

Nhà Tiền Lý chính thức cáo chung vào năm 603 sau khi Lý Phật Tử bị Bắc Triều lúc đó là nhà Tùy đánh bại. Nước ta sau đó trở lại thành Giao Châu, được chia thành các quận:

- Giao Chỉ, vùng Bắc Bộ hiện nay (30.000 hộ)
- Cửu Chân, vùng Thanh Hóa (16.100 hộ)
- Nhật Nam, vùng Nghệ An, Hà Tĩnh (9.900 hộ)

Ngoài ra, còn ba quận nhỏ thuộc vùng Bình Trị Thiên.

Vùng Nhật Nam trước đó bị Lâm Ấp chiếm đóng nhưng đã bị quân lính nhà Tùy đẩy lui về phía nam.

La dynastie des Lý antérieurs s'effondre officiellement en 603 après que la Cour du Nord, qui est à cette époque la dynastie des Suí (Tùy en vietnamien), a vaincu Lý Phật Tử. Ensuite, notre pays devient Région Administrative de Giao Châu et est divisé en provinces :

- Giao Chỉ, le Nord actuel (30.000 familles),
- Cửu Chân, région de Thanh Hóa (16.100 familles),
- Nhật Nam, région de Nghệ An, Hà Tĩnh (9.900 familles).

En outre, il y a trois petites provinces situées dans la région de Bình Trị Thiên.

Le Linyi (Lâm Ấp en vietnamien) occupe précédemment la région de Nhật Nam mais se fait repousser vers le Sud par l'armée des Suí.

Vào năm 618, nhà Tùy bị nhà Đường thay thế. Giao Châu được nhà Đường chia thành hai Phủ Tổng quản, Phủ Tổng quản thứ nhất gồm vùng đồng bằng sông Hồng và sông Mã. Phủ Tổng quản thứ hai kiểm soát vùng biên thùy với Lâm Ấp và các tộc miền núi.

Trong thời gian đầu, Giao Châu được đặt dưới quyền của Thứ Sử Khâu Hòa. Khâu Hòa là một viên quan thanh liêm và có tài cai trị. Trong thời gian Khâu Hòa trị nhậm dân tình yên ổn, giao thương phát triển. Trong khi các nước loạn lạc thì Giao Châu là một ốc đảo bình yên trong nhiều năm. Trong thời kỳ này, thành phần di dân thường chỉ là gia đình các thương gia và binh sĩ có ít người thân thuộc cho nên mặc dầu số hộ tăng nhiều, nhưng nhân số thuộc mỗi hộ thì giảm. Một điều đặc biệt khác là một bộ phận quan trọng của khối di dân gồm những quan chức nhà Đường thuộc thành phần chống đối bị lưu đày qua Giao Châu và nhiều nho sĩ danh tiếng. Điều này đã ảnh hưởng nhiều tới việc phát triển giáo dục tại Giao Châu thời gian sau.

En 618, la dynastie des Suí est remplacée par celle des Táng (Đường en vietnamien). Les Táng divisent Giao Châu en deux gouvernorats. Le premier comprend les plaines arrosées par les fleuves Hồng et Mã. Le second contrôle la région frontalière avec le Linyi et les communautés montagnardes.

Dans un premier temps, Giao Châu est mis sous l'autorité du Gouverneur Général Qiū Hé (Khâu Hòa en vietnamien). Celui-ci est un mandarin intègre et un bon administrateur. Sous son administration, la population vit en paix, le commerce connait un réel essor. Pendant que des troubles se répandent partout, Giao Châu reste un oasis de paix pendant de nombreuses années. A cette période, les immigrés sont composés de familles peu nombreuses de commerçants et de militaires. Par conséquent, bien que le nombre de familles augmente fortement, le nombre de membres de chaque famille diminue. Un autre point particulier est l'immigration de bon nombre de dignitaires de la dynastie des Táng exilés vers Giao Châu car opposants au régime, ainsi que d'illustres lettrés. Ce fait aura ultérieurement une grande influence sur le développement du système éducatif à Giao Châu.

Đến năm 679, Giao Châu được đổi thành An Nam đô hộ phủ. Danh từ An Nam để chỉ nước ta xuất hiện từ đó và sau hơn nửa thế kỷ yên bình dưới triều nhà Đường, tình hình Giao Châu bắt đầu thay đổi.

En 679, Giao Châu devient la Région Administrative Frontalière d'An Nam. Le substantif An Nam (le Sud pacifié) fait son apparition à cette époque pour désigner notre patrie et après plus d'un demi-siècle de paix sous la dynastie des Táng, la situation de Giao Châu commence à changer.

CUỘC KHỞI NGHĨA TRONG THẾ KỶ THỨ 7 CỦA LÝ TỰ TIÊN VÀ ĐỊNH KIẾN

SOULEVEMENT DE LÝ TỰ TIÊN ET ĐỊNH KIẾN AU 7è SIECLE

Sau khi đổi tên nước ta thành An Nam đô hộ phủ thì vào năm 684, nhà Đường cử Lưu Diên Hựu sang nắm quyền cai trị. Lưu Diên Hựu cho tăng thuế lên gấp đôi khiến dân chúng căm phẫn nổi dậy. Lưu Diên Hựu bắt giết người cầm đầu là Lý Tự Tiên khiến dân chúng càng căm hờn, cuộc khởi nghĩa lan rộng thêm ra. Lúc này, người chỉ huy các cuộc khởi nghĩa là Định Kiến, một trong những người tham gia vào cuộc nổi dậy của Lý Tự Tiên. Ông cho quân bao vây thành Tống Bình (tức Long Biên), nơi trị sở của An Nam đô hộ phủ. Nhà Đường sai Phùng Nguyên Thường mang quân sang giải cứu. Nguyên Thường mưu tranh quyền với Lưu Diên Hựu nên tìm cách hoãn bình và thương lượng với Định Kiến.

Après avoir changé le nom de notre patrie en Région Administrative Frontalière d'An Nam en 684, la dynastie des Táng y envoie Liú Yányòu (Lưu Diên Hựu en vietnamien) pour gouverner. Celui-ci double les impôts, la population en colère se soulève. Liú Yányòu arrête et exécute le leader Lý Tự Tiên, ce qui rend la population encore plus en colère ; le soulèvement se répand. A ce moment, le leader du soulèvement est Định Kiến, un des participants au soulèvement de Lý Tự Tiên. Il fait encercler la citadelle de Tống Bình (soit Long Biên), le siège de la Région Administrative Frontalière d'An Nam. La dynastie des Táng dépêche Féng Yuáncháng (Phùng Nguyên Thường en vietnamien) et son armée pour porter secours au pouvoir en place. Yuáncháng cherche à disputer le pouvoir à Liú Yányòu ; dès lors, il tente de retarder l'avance des troupes et de négocier avec Định Kiến.

Mùa hè năm năm 687, nghĩa quân tiến vào thành Tống Bình giết được Lưu Diên Hựu, Phùng Nguyên Thường sợ hãi bỏ chạy. Sau đó Đường triều phải phái một cánh quân khác qua bình định, giết được Đinh Kiến, cuộc nổi dậy mới bị tan vỡ.

Đây là một cuộc khởi nghĩa của dân chúng do chính người dân cầm đầu, Việc các tầng lớp hào tộc bản xứ không tham gia cuộc nổi dậy cho thấy chính sách Hán hóa của Bắc triều đã bắt đầu có tác dụng chia rẽ người Việt.

CÁC CUỘC KHỞI NGHĨA TRONG THẾ KỶ THỨ 8 CỦA MAI THÚC LOAN VÀ PHÙNG HƯNG

Cuộc khởi nghĩa của Mai Thúc Loan

Vào cuối thế kỷ thứ 7, đầu thế kỷ thứ 8, Bắc triều trải qua một giai đoạn suy thoái tạm kéo dài 15 năm. Trong suốt thời gian này, vùng biên duyên, trong đó có nước ta, được thả nổi cho các quan lại cầm quyền mặc sức tham nhũng, bóc lột và đàn áp người dân.

L'été de l'an 687, les insurgés entrent dans la citadelle de Tống Bình et tuent Liú Yányòu. Féng Yuáncháng, pris de panique, se sauve. Plus tard, la dynastie des Táng doit envoyer une autre armée pour réaliser la pacification. Định Kiến est tué et c'est alors la fin de l'insurrection.

Il s'agit d'une insurrection de la population dirigée par une personne issue du peuple. L'absence de participation de la classe des puissants locaux aux insurrections démontre que la politique de sinisation de la dynastie du Nord commence à susciter la division entre les Vietnamiens.

SOULEVEMENTS DE MAI THÚC LOAN ET PHÙNG HƯNG AU 8è SIECLE

Soulèvement de Mai Thúc Loan

A la fin du 7è siècle, début du 8è siècle, la dynastie du Nord traverse une période d'affaiblissement temporaire durant 15 ans. Pendant tout ce temps, les régions frontalières, y compris notre pays, sont abandonnées à la merci des mandarins cupides qui exploitent et répriment la population en toute liberté.

Năm 722, Mai Thúc Loan gốc người Diễn Châu (Nghệ An) chiêu mộ nghĩa sĩ nổi dậy tại Hoan Châu (Nghệ An) sau đó chiếm tiếp miền trung lưu sông Lam, xây thành đắp lũy trên núi Hùng Sơn (thuộc Nghệ An), tự xưng Hoàng Đế, tục gọi là Mai Hắc Đế.	En 722, Mai Thúc Loan, originaire de Diễn Châu (Nghệ An), recrute des hommes prêts à se sacrifier pour la bonne cause et se soulève à Hoan Châu (Nghệ An). Plus tard, il s'empare de la région située dans le cours moyen du fleuve Lam, érige des fortifications sur la montagne de Hùng Sơn (Nghệ An) et se proclame empereur, dénommé habituellement Mai Hắc Đế (littéralement Mai l'Empereur noir).
Khác với các biến động trước đây tại Giao Châu, thường gắn liền với các chính biến từ phương Bắc, cuộc nổi dậy của Mai Thúc Loan lại có nhiều liên hệ với tình hình từ các nước tại phương Nam.	A l'inverse des agitations précédentes à Giao Châu, souvent étroitement liées aux incidents politiques qui se passent au Nord, l'insurrection de Mai Thúc Loan a de nombreux liens avec la situation des pays du Sud.
Chuyển biến quan trọng trong thế kỷ thứ 7 là sự xuất hiện của đế quốc Chân Lạp, đế quốc này đã tiêu diệt đế quốc Phù Nam, mở rộng ảnh hưởng về phía Nam tới Sumatra và đã thôn tính một phần lãnh thổ của Lâm Ấp. Tình trạng ly loạn tại Lâm Ấp vì vậy đã đẩy một khối di dân lớn chạy lên phía nam của Âu Lạc. Chỉ trong nửa đầu của thế kỷ thứ 8 dân số trong vùng Hoan Châu đã tăng lên gấp 3 lần.	Un changement important au 7è siècle est l'apparition de l'empire de Chenla (Chân Lạp en vietnamien). Celui-ci extermine l'empire de Phnom (Phù Nam en vietnamien), étend son influence vers le Sud jusqu'à Sumatra et annexe une partie du territoire du Linyi. Les troubles au Linyi poussent un grand nombre d'émigrés vers le Sud du Âu Lạc. Rien que pendant la première moitié du 8è siècle, la population a triplé dans la région de Hoan Châu.

Đoàn quân của Mai Hắc Đế tiến ra bắc đánh chiếm thành Tống Bình (Hà Nội ngày nay) có tới 400.000 người, được sự hỗ trợ của 32 bộ tộc miền núi và có sự tham gia của cả những cánh quân Chân Lạp, Lâm Ấp và Sumatra. Thái Thú lúc bấy giờ là Quang Sở Khách phải bỏ thành chạy về nước. Vua Đường sai Dương Tư Húc sang tái chiếm Tống Bình. Lực lượng quân Đường lên tới 100.000 lính khiến quân của Mai Hắc Đế thua to. Cuộc khởi nghĩa tan vỡ, Mai Hắc Đế chết trong khi đi lánh nạn.

Cuộc khởi nghĩa của Phùng Hưng

Từ năm 749 Bắc triều bắt đầu rơi vào thời kỳ khủng hoảng. Các cuộc chiến tranh với các lân bang diễn ra liên tiếp. Tới năm 791, quan Thái Thú được cử cai trị An Nam đô hộ phủ là Cao Chính Bình. Bình vốn tham lam, đánh thuế rất nặng không chừa ai, nên dân từ giàu tới nghèo đều oán ghét. Phùng Hưng thuộc dòng dõi hào phú đất Đường Lâm, nhiều đời làm quan lang, nuôi chí cứu nước bèn cùng với em là Phùng Hải liên kết hào kiệt thành lực lượng nổi dậy. Quân sĩ của Phùng Hưng bao vây phủ thành đô hộ chống lại Cao Chính Bình

L'armée de Mai Hắc Đế, forte de 400.000 personnes, progresse vers le Nord, s'empare de la citadelle de Tống Bình (Hà Nội actuellement). Elle reçoit le soutien de 32 communautés montagnardes et même la participation des armées Chenla, Linyi et Sumatra. Guāng Chǔkè (Quang Sở Khách en vietnamien), le Gouverneur Provincial d'alors, doit abandonner la citadelle et s'enfuir vers son pays. Le Roi Táng ordonne à Yáng Sīxù (Dương Tư Húc en vietnamien) de récupérer Tống Bình. Les forces armées Táng s'élèvent à 100.000 soldats, ce qui entraine la débâcle de Mai Hắc Đế qui meurt pendant sa retraite.

Soulèvement de Phùng Hưng

Depuis l'an 749, la dynastie du Nord connaît une période de crises. Les guerres avec les pays voisins se succèdent. En 791, un Gouverneur Provincial est désigné pour administrer la Région Administrative Frontalière d'An Nam ; son nom est Gāo Zhèngpíng (Cao Chính Bình en vietnamien). De nature cupide, ce dernier fait payer de lourds impôts à tous, sans exception. Par conséquent la population, riche et pauvre, éprouve une grande rancœur contre lui. Phùng Hưng fait partie d'une famille riche à Đường

nhưng đánh mãi không thắng nổi. Sau nhờ kết hợp được với Đỗ Anh Hàn, dùng mưu kế của Đỗ Anh Hàn vây phủ khiến Cao Chính Bình phải chạy về thành Đại La cố thủ sau đó sinh bệnh mà chết. Phùng Hưng nhân đó chiếm thành, gánh vác chính sự. Ông cầm quyền được bảy năm thì mất. Đức độ của ông dân chúng coi như cha mẹ, nên tôn là Bố Cái Đại Vương. Khi con ông là Phùng An lên nối nghiệp, nhà Đường đưa binh lực hùng hậu sang tấn công. Phùng An yếu thế phải đầu hàng. Đất nước ta lại rơi vào ách đô hộ của Bắc phương.

Lâm, occupant une place dirigeante depuis plusieurs générations. Nourrissant l'ambition de sauver le pays, lui et son frère Phùng Hải rallient les preux en une force d'insurrection. L'armée de Phùng Hưng encercle le siège administratif de Gāo Zhèngpíng mais ne parvient pas à remporter la victoire. Plus tard, allié à Đỗ Anh Hàn et grâce au stratagème de ce dernier, Phùng Hưng encercle Gāo Zhèngpíng et pousse celui-ci à fuir jusqu'à la citadelle de Đại La qu'il défend farouchement puis meurt de maladie. Phùng Hưng s'empare de la citadelle, se charge de son administration. Il reste au pouvoir sept ans avant de disparaitre. La population le considère comme ses père et mère à cause de sa bonté et le proclame ainsi Bố Cái Đại Vương (littéralement Grand Roi Père et Mère). Quand son fils Phùng An lui succède, la dynastie des Táng envoie une forte armée pour l'attaquer. Phùng An, qui est dans une position de faiblesse, doit se rendre. Notre patrie est de nouveau tombée sous la domination chinoise.

TÌNH HÌNH NƯỚC TA Ở THẾ KỶ THỨ 9

Cuộc nổi dậy của Dương Thanh
Từ năm 820, triều Đường tiếp tục rơi vào một cuộc suy thoái lâu

SITUATION DE NOTRE PAYS AU 9è SIECLE

Soulèvement de Dương Thanh
Depuis l'an 820, la dynastie des Táng poursuit sa longue période

dài. Viên quan cai trị nước ta lúc đó là Lý Tượng Cổ, một con người khắc nghiệt, hung bạo, bị nhân dân oán ghét. Cùng lúc đó ở Hoan Châu có người hào trưởng tên là Dương Thanh có nhiều uy thế trong vùng. E ngại trước thanh thế của Dương Thanh, Tượng Cổ đưa Dương Thanh về làm nha môn tướng giữ La Thành nhằm dễ theo dõi. Dương Thanh bất mãn nhưng nén chịu chờ thời. Năm 819, khi người Man ở Hoàng Động nổi dậy, ông được sai đi đánh dẹp. Nhưng ông đã hợp nhất với người Man ở Hoàng Động đánh chiếm thủ phủ Tống Bình, giết Tượng Cổ, chiếm quyền cai trị. Nhà Đường muốn đánh lại Dương Thanh nhưng thế lúc đó đã suy yếu nên đành cử Quế Trọng Vũ sang làm Thái Thú, ra sắc phong cho Dương Thanh làm Thứ Sử Quỳnh Châu (thuộc đảo Hải Nam), Thanh không chịu và cho quân chặn Quế Trọng Vũ ở biên giới. Quế Trọng Vũ dùng kế mua chuộc các hào trưởng vùng này và tạo nội loạn trong hàng ngũ Dương Thanh. Kết quả, Quế Trọng Vũ đã diệt được Dương Thanh và chiếm lại được La Thành.

de régression. L'administrateur de notre pays de l'époque est Lǐ Jiànggǔ (Lý Tượng Cổ en vietnamien), une personne dure, violente, haïe de la population. A cette même période, un notable du nom de Dương Thanh est une personne jouissant d'une grande influence dans la région. Ayant peur de son prestige, Jiànggǔ envoie Dương Thanh à La Thành comme officier chargé de la défense du lieu pour mieux le surveiller. Dương Thanh, bien qu'insatisfait, attend son heure. En 819, quand les Man de Hoàng Động se soulèvent, il est mandaté pour les réprimer. Mais il s'allie à ceux-ci, accapare le siège administratif de Tống Bình, tue Jiànggǔ et s'empare du pouvoir. La dynastie des Táng, qui veut vaincre Dương Thanh, mais étant dans une position de faiblesse, se résigne à envoyer Guì Zhòngwǔ (Quế Trọng Vũ en vietnamien) comme Gouverneur Provincial et nomme Dương Thanh Gouverneur de Quỳnh Châu (situé sur l'île Hǎinán - Hải Nam en vietnamien). Thanh refuse et dépêche son armée vers la frontière pour livrer bataille à Guì Zhòngwǔ. Ce dernier ruse en soudoyant des notables dans ces régions, lesquels créent des troubles à l'intérieur des rangs de Dương Thanh. Le résultat est que Zhòngwǔ parvient à anéantir Dương Thanh et prend possession de La Thành.

Cao Biền với cuộc chiến chống quân Nam Chiếu

Tại miền tây tỉnh Vân Nam vào thời đó có 6 bộ tộc người Thái sinh sống. Mỗi bộ tộc là một tiểu quốc, vua của tiểu quốc gọi là Chiếu. Đầu thế kỷ thứ tám, Nam Chiếu thống nhất được các bộ tộc khác, trở nên hùng mạnh, nên bắt đầu đi xâm lược các vùng chung quanh. Từ năm 846, Nam Chiếu kéo xuống cướp phá Giao Châu nhiều lần. Dữ dội nhất là năm 863, giặc Nam Chiếu hai lần tràn xuống đánh phủ thành Giao Châu, giết dân, cướp của. Năm 865, Cao Biền một tướng nhà Đường được phái sang đánh dẹp. Năm 866, ông đánh tan quân Nam Chiếu và được phong làm Tiết Độ Sứ cai quản Giao Châu (lúc đó được gọi là Tĩnh Hải). Sử cũ lưu truyền về Cao Biền là người có công. Năm 868, ông được chuyển đi làm Tiết Độ Sứ Tứ Xuyên, rồi chết ở đó.

An Nam đô hộ phủ sau cuộc xâm lược của Nam Chiếu và Tiết Độ Sứ Tăng Cổn

Từ khi được bổ làm Tiết Độ Sứ Tĩnh Hải cho đến khi được

Gāo Pián et la guerre contre l'armée Nán Zhào

A cette époque, 6 communautés Thaï vivent à l'Ouest de la province de Yúnnán (Vân Nam en vietnamien). Chaque communauté est un petit Etat, son roi est appelé Chiếu. Au début du 8è siècle, le Nán Zhào (Nam Chiếu en vietnamien) unifie les autres communautés, devient puissant et commence à envahir les régions avoisinantes. A partir de 846, le Nán Zhào vient saccager Giao Châu à plusieurs reprises. En 863 se déroule l'attaque la plus violente : l'agresseur Nán Zhào attaque Giao Châu deux fois et s'adonne aux tueries et au pillage. En 865, le Général Gāo Pián (Cao Biền en vietnamien) des Táng est envoyé sur place pour réprimer le Nán Zhào. Il taille en pièces l'armée Nán Zhào en 866 et est promu Gouverneur Provincial gouvernant Giao Châu (appelé Tĩnh Hải à cette époque). Les anciens documents historiques rapportent qu'il est une personne qui a du mérite. En 868, il est muté comme Gouverneur de la province de Sichuan (Tứ Xuyên en vietnamien) puis y décède.

Région Administrative Frontalière d'An Nam après l'envahissement du Nán Zhào et le Gouverneur Provincial Céng Gǔn

Entre sa nomination au poste de Gouverneur Provincial de Tĩnh

thuyên chuyển về Thiên Bình bên Tàu, Cao Biền đã thực hiện được những công việc biến An Nam thành một vùng trù phú và yên ổn trong một thời gian khá dài.

Sau thời kỳ cai quản của Cao Biền, kế vị là Cao Tầm (cháu của Cao Biền) và Tăng Cồn, vùng đất An Nam vẫn yên ổn và phát triển do chính sách ổn định. Tăng Cồn làm Tiết Độ Sứ Tĩnh Hải được 14 năm, ông đã xây dựng một xã hội yên bình và để lại cho nước ta nhiều sáng tác văn chương giá trị. Nhưng món quà đáng quý nhất là hai câu thơ nói lên cảm quan của một vị quan Bắc triều về mảnh đất mà phương Bắc đã chinh phục và nỗ lực đồng hóa trong gần 1.000 năm, hai câu thơ đó như sau:

"Giang sơn đất Việt có tự nghìn xưa
Đường triều nhân sĩ chỉ là những người mới."

Hải jusqu'à sa mutation à Thiên Bình, Gāo Pián transforme l'An Nam en une zone prospère et paisible pour une longue période.

Après la période d'administration de Gāo Pián, lui succèdent Gāo Xún (Cao Tầm en vietnamien, son neveu) et Céng Gǔn (Tăng Cồn en vietnamien). La terre d'An Nam est toujours stable et se développe grâce à une politique de stabilisation. Céng Gǔn reste Gouverneur Provincial pendant 14 ans. Il construit une société paisible et laisse à notre patrie bon nombre d'œuvres littéraires de valeur. Cependant, son cadeau le plus précieux consiste en deux vers exprimant les sentiments d'un mandarin de l'empire du Nord au sujet du territoire que le Nord a conquis et cherché à assimiler pendant près de 1.000 ans. Voici ces deux vers :

"Le territoire vietnamien existe depuis toujours
Les personnalités de la dynastie des Táng ne sont que des nouveaux venus."

ABOLITION DE LA DOMINATION CHINOISE PAR LES KHÚC ET NGÔ QUYỀN, RETABLISSEMENT DE L'AUTONOMIE POUR LA PATRIE

Họ Khúc và Ngô Quyền xoá bỏ thời kỳ Bắc thuộc, giành lại tự chủ cho đất nước

Những năm đầu thế kỷ thứ 10, tình trạng nước Tàu cực kỳ rối ren, nhà Đường không còn đủ quyền lực để kiểm soát các vùng lãnh thổ ngoại biên. Tăng Cồn là viên quan Tiết Độ Sứ sau cùng của Đường triều tại nước ta được cổ sử ghi lại. Sau đó không thấy ghi chép lại rõ ràng các viên quan cai quản khác. Như thế có thể thấy vào đầu thế kỷ thứ mười tại nước ta có một khoảng trống quyền lực Bắc phương kéo dài và đó là cơ hội cho dân tộc Việt Nam giành lại độc lập.

Dans les premières années du 10è siècle, une confusion extrême règne en Chine, la dynastie des Táng n'est plus assez puissante pour contrôler les territoires hors de ses frontières. Céng Gǔn (Tăng Cồn en vietnamien) est le dernier Gouverneur Provincial Táng de notre pays à apparaître dans les anciens documents historiques. Plus tard, aucun autre mandarin gouvernant n'est clairement mentionné. Ainsi, on peut voir qu'au début du 10è siècle il existe un vide prolongé du pouvoir du Nord dans notre pays et c'est l'occasion pour le peuple vietnamien de reprendre son indépendance.

HỌ KHÚC DẤY NGHIỆP

SOULEVEMENT DES KHÚC POUR EDIFIER UN NOUVEAU REGIME

Trong bối cảnh quyền lực của nước Tàu bị suy yếu, Khúc

Devant la faiblesse de la Chine, Khúc Thừa Dụ, un notable

Thừa Dụ, một hào phú quê ở Hồng Châu (Hải Dương) đã đứng lên xưng làm Tiết Độ Sứ cai quản Giao Châu.

Theo sách Tư Trị Thông Giám: "*Họ Khúc là một họ lớn lâu đời ở Hồng Châu, Thừa Dụ tính khoan hòa, hay thương người, được dân chúng suy tôn. Gặp thời buổi loạn lạc, nhân danh là hào trưởng một xứ, Thừa Dụ tự xưng là Tiết Độ Sứ và xin mệnh lệnh của nhà Đường*".

Năm 906, vua Chiêu Tuyên nhà Đường buộc phải công nhận Khúc Thừa Dụ có toàn quyền chính trị trong vùng, phong ông làm Tĩnh Hải Quân Tiết Độ Sứ và Đồng Bình Chương Sự.

Năm 907, nhà Đường sụp đổ bị thay thế bởi nhà Hậu Lương. Khúc Thừa Dụ cũng mất, giao quyền lại cho con trai là Khúc Hạo. Nhà Hậu Lương cũng công nhận Khúc Hạo là Tiết Độ Sứ nhưng mưu ngầm chiếm lại Giao Châu nên năm 908 đã phong cho Lưu Yểm kiêm nhiệm chức Tĩnh Hải Quân

originaire de Hồng Châu (Hải Dương) se proclame Gouverneur Provincial pour administrer Giao Châu.

Selon l'ouvrage Tư Trị Thông Giám (littéralement Miroir Pour l'Aide au Gouvernement, c'est-à-dire "regarder le passé pour bien voir aujourd'hui"), "*Khúc est un illustre patronyme qui existe depuis longtemps à Hồng Châu. Thừa Dụ a un caractère généreux, doux et charitable, il est honoré par la population. En période d'agitation, en tant que notable d'une région, il se proclame Gouverneur Provincial et demande l'approbation des Táng*".

En 906, le Roi Táng, Zhāoxuān (Chiêu Tuyên en vietnamien), devant reconnaitre le pouvoir politique absolu de Khúc Thừa Dụ dans la région, le nomme Gouverneur de la garnison de Tĩnh Hải, avec le titre honorifique de Đồng Bình Chương sự (équivalent au titre de Premier Ministre).

En 907, la dynastie des Táng s'écroule et est remplacée par la dynastie des Liáng postérieurs (Hậu Lương en vietnamien). En cette année, Khúc Thừa Dụ décède et son fils Khúc Hạo lui succède. La dynastie des Liáng postérieurs reconnait également Khúc Hạo comme Gouverneur tout en cherchant secrètement à

Tiết Độ An Nam. Mầm mống xung đột giữa họ Khúc và nhà Hậu Lương bắt đầu từ đó.

Khúc Hạo nắm giữ vai trò Tiết Độ Sứ, cho lập ra lộ, phủ, châu, xã ở các nơi, đặt quan lại, sửa sang thuế má, sưu dịch, cải cách hành chính nhằm xây dựng một lãnh thổ thống nhất, độc lập tách khỏi ảnh hưởng của chính quyền phương Bắc.

Khúc Hạo cầm quyền được mười năm từ 907 đến 917 thì mất, giao quyền lại cho con là Khúc Thừa Mỹ. Trong giai đoạn này, Lưu Yểm ở Phiên Ngung, Quảng Châu tự xưng đế, quốc hiệu Đại Việt (sau đổi thành Nam Hán).

Khúc Thừa Mỹ nhận chức Tiết Độ Sứ của nhà Lương và không thần phục nhà Nam Hán. Khúc Thừa Mỹ liên minh với Vương Thẩm Trí, người chiếm giữ đất Phúc Kiến lúc

reconquérir Giao Châu. Ainsi, en 908, Liú Yǎn (Lưu Yểm en vietnamien), un dignitaire chinois, est appelé à assumer également la fonction de Gouverneur de la garnison de Tĩnh Hải. Commence alors le conflit entre la famille Khúc et la dynastie des Liáng postérieurs.

Khúc Hạo, en tant que Gouverneur, fait établir partout des départements, préfectures, villes et villages, instaure le mandarinat, réorganise le système fiscal et celui du travail collectif, réforme l'administration dans le but de bâtir un territoire unifié, indépendant, hors de toute influence du pouvoir du Nord.

Khúc Hạo décède après 10 ans au pouvoir, de 907 à 917, et le pouvoir est transmis à son fils Khúc Thừa Mỹ. Pendant cette période, Liú Yǎn (Lưu Yểm en vietnamien) à Fányú, Guangzhou (Phiên Ngung, Quảng Châu en vietnamien) s'autoproclame empereur, nomme son empire Dàyuè (Đại Việt en vietnamien) dans un premier temps, puis plus tard Hàn méridional (Nam Hán en vietnamien).

Khúc Thừa Mỹ, ayant reçu le titre de Gouverneur des Liáng, ne se soumet pas à la dynastie des Hàn méridionaux. Il s'allie avec Wáng Shěnzhī (Vương Thẩm Trí en vietnamien), qui occupe alors le

đó, và dựa vào nhà Lương để chống sự bành trướng của nhà Nam Hán. Năm 923, nhà Hậu Lương sụp đổ. Vài năm sau Vương Thẩm Trí chết, đất nước bị tan rã vì nội chiến khiến Khúc Thừa Mỹ không còn thế lực liên kết. Nhân cơ hội đó năm 930, Vua Nam Hán đem quân tiến đánh và bắt được Khúc Thừa Mỹ. Nhà Nam Hán sai Lý Tiến sang làm Thứ Sử cùng với Lý Khắc Chính giữ Giao Châu.

territoire de Fújiàn (Phúc Kiến en vietnamien) et s'appuie sur les Liáng pour contrer l'expansion des Hàn méridionaux. En 923, la dynastie des Liáng postérieurs s'effondre. Wáng Shěnzhì décède quelques années plus tard. Le pays se disloque à cause des guerres intestines, ce qui prive Khúc Thừa Mỹ d'alliés puissants. Profitant de cette occasion, en 930, le Roi Hàn méridionaux attaque avec son armée et capture Khúc Thừa Mỹ. Il envoie Lǐ Jìn (Lý Tiến en vietnamien) comme Gouverneur pour défendre Giao Châu avec Lǐ Kèzhèng (Lý Khắc Chính en vietnamien).

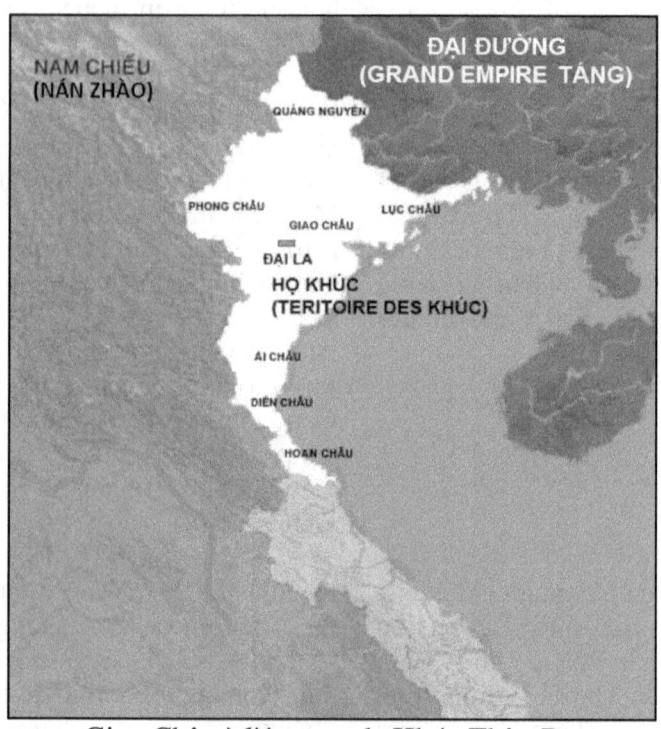

Giao Châu à l'époque de Khúc Thừa Dụ
Giao Châu thời Khúc Thừa Dụ

DƯƠNG DIÊN NGHỆ VÀ KIỀU CÔNG TIỄN

Năm 931, tướng của Khúc Hạo ngày trước là Dương Diên Nghệ vùng Ái Châu dấy binh, mộ quân đánh đuổi Lý Tiến và Lý Khắc Chính, tự xưng là Tiết Độ Sứ giành quyền cai quản nước ta. Ngô Quyền được Dương Diên Nghệ cử giữ Ái Châu (Thanh Hóa) và gả con gái cho.

Dương Diên Nghệ nắm giữ quyền bính được sáu năm thì bị nha tướng là Kiều Công Tiễn giết chết vào tháng 3 năm 937 nhằm chiếm đoạt binh quyền. Dương Diên Nghệ cai trị chỉ vỏn vẹn sáu năm, nhưng đóng một vai trò rất quan trọng trong xã hội nước ta thời đó về vấn đề quyền độc lập dân tộc.

NGÔ QUYỀN ĐẠI PHÁ QUÂN NAM HÁN

Nghe tin Dương Diên Nghệ bị giết chết, Ngô Quyền liền đem quân từ Ái Châu ra đánh Kiều Công Tiễn để báo thù cho chủ tướng và cũng là cha vợ. Ngô Quyền xuất thân ở Phong Châu (Phú Thọ) - vùng đất tổ của dân tộc Việt. Bị Ngô Quyền tiến đánh, Kiều Công Tiễn cầu cứu nhà Nam Hán. Hán chủ nhân cơ hội phái thái tử Hoằng

DƯƠNG DIÊN NGHỆ ET KIỀU CÔNG TIỄN

En 931, un ancien général de Khúc Hạo, Dương Diên Nghệ, se soulève à Ái Châu, recrute des soldats, chasse Lǐ Jìn et Lǐ Kèzhèng. Puis il s'autoproclame Gouverneur et s'empare du droit d'administrer notre pays. Il charge Ngô Quyền de la défense de Ái Châu (Thanh Hóa) et donne à ce dernier la main de sa fille.

Dương Diên Nghệ reste au pouvoir pendant six ans puis est assassiné par un de ses officiers, Kiều Công Tiễn, qui usurpe le pouvoir en mars 937. L'administration de Dương Diên Nghệ, bien que n'ayant duré que six ans, a joué un rôle important dans la société notre pays à cette époque, sur le plan du droit à l'indépendance du peuple.

DEBACLE DES HÀN MERIDIONAUX PAR NGÔ QUYỀN

Ayant appris l'assassinat de Dương Diên Nghệ, Ngô Quyền conduit son armée depuis Ái Châu pour combattre Kiều Công Tiễn afin de venger son chef et beau-père. Ngô Quyền est originaire de Phong Châu (Phú Thọ) - territoire d'origine du peuple Âu Lạc. Attaqué par Ngô Quyền, Kiều Công Tiễn appelle les Hàn méridionaux à la rescousse. Le Roi

Tháo (Lưu Hồng Thao) dẫn quân xuống giúp Kiều Công Tiễn nhưng thực chất là để xâm chiếm nước ta. Vì vậy, bản thân Hán chủ Lưu Yểm cũng dẫn quân đi tiếp ứng theo sau con trai.	Hàn, sautant sur l'occasion, envoie le Prince héritier Hóngcāo (Hoằng Tháo en vietnamien) ou Liú Hóngcāo (Lưu Hồng Thao en vietnamien) mener son armée au secours de Kiều Công Tiễn mais aussi, en réalité, pour envahir notre pays. C'est pourquoi, le Roi Hàn, Liú Yǎn suit lui-même son fils avec sa propre armée en renfort.
Khi Hoằng Tháo tiến vào gần sông Bạch Đằng, thì Ngô Quyền đã giết chết Kiều Công Tiễn (938), làm chủ toàn bộ lãnh thổ nước ta và đang chuẩn bị binh lực chống nhà Nam Hán. Chiến lược của Hoằng Tháo là dùng thủy quân tiến vào sông Bạch Đằng rồi đi ngược lên vùng Tiên Du, nơi quân Nam Hán hi vọng có nhiều thành phần ủng hộ mình, sau đó sẽ đổ quân xuống băng qua sông Đuống tiến về thành Đại La.	Quand Hóngcāo arrive près du fleuve Bạch Đằng, Ngô Quyền a déjà tué Kiều Công Tiễn (938), maîtrise l'entièreté du territoire national et est en train de préparer son armée à la lutte contre les Hàn méridionaux. La stratégie de Hóngcāo est d'utiliser la flotte fluviale pour remonter le fleuve Bạch Đằng jusqu'à la région de Tiên Du, où il espère avoir beaucoup de soutiens, pour ensuite traverser le fleuve Đuống et progresser vers la citadelle de Đại La.
Đoán biết được chiến lược này, Ngô Quyền đem quân chặn ngay cửa sông Bạch Đằng và bố trí nhiều cọc gỗ lớn cắm xuống lòng sông để bẫy giặc. Khi thủy triều lên cao, đầu cọc chìm dưới nước không trông thấy, khi thủy triều hạ xuống thì cọc mới nhô lên.	Pressentant cette stratégie, Ngô Quyền dispose ses troupes à l'embouchure du fleuve Bạch Đằng et enfonce de grands pieux en bois dans le lit du fleuve pour piéger l'ennemi. A marée haute, les pieux sont invisibles sous l'eau, mais émergent à marée basse.
Cuộc chiến diễn ra vào mùa thu năm 938, Ngô Quyền đợi lúc thủy triều lên thì cho	La bataille se déroule à l'automne 938. Ngô Quyền attend la marée haute pour provoquer l'ennemi avec

thuyền nhỏ ra đánh khiêu khích, dẫn dụ thủy quân địch vào trận địa vượt qua bẫy cọc chông. Sau đó, khi thủy triều bắt đầu rút thì tập trung lực lượng đánh bật trở lại, đẩy thuyền địch mắc kẹt vào trận địa cọc chông khiến cho phần bị vỡ, phần không di chuyển được. Chiến thuyền quân Nam Hán bị đánh đắm rất nhiều, quân địch chết đuối quá nửa. Hoằng Tháo cũng bị giết chết. Chúa Nam Hán Lưu Yểm nhận tin bại trận phải rút quân về Phiên Ngung, không dám sang quấy nhiễu nữa.

Chiến thắng Bạch Đằng được xem là cột mốc quan trọng trong tiến trình tự chủ và độc lập của dân tộc. Với chiến thắng này, dân tộc Việt Nam đã chứng tỏ được năng lực tự chủ của mình sau hơn một ngàn năm bị đô hộ bởi nhiều triều đại phương Bắc. Thời kỳ Bắc thuộc lần thứ ba chính thức kết thúc.

Ngô Quyền trong giết được nghịch thần Kiều Công Tiễn, ngoài đánh tan ngoại bang xâm lược, tấm lòng trung nghĩa lưu truyền thiên cổ và mở đường cho các triều đại Đinh, Lê, Lý, Trần nắm giữ quyền tự chủ đất nước ta từ đó.

de petites embarcations et entraine les forces fluviales ennemies au-delà des pièges de pieux. Plus tard, lorsque la marée commence à descendre, il concentre ses forces pour donner la contre-offensive, repousse les navires ennemis vers le champ de pieux et provoque ainsi la destruction d'une partie d'entre eux, les autres restant bloqués, incapables de manœuvrer. La plupart des navires des Hàn méridionaux s'échouent. Plus de la moitié des ennemis sont noyés et Hóngcāo est tué. Ayant été averti de la défaite, le Roi Hàn méridionaux, Liú Yǎn, ordonne la retraite vers Fányú et n'ose plus venir semer des troubles.

La victoire de Bạch Đằng est considérée comme une étape importante dans la progression vers l'autonomie et l'indépendance du peuple. Avec cette victoire, le peuple vietnamien a prouvé sa capacité d'autonomie après plus de mille ans de domination par de nombreuses dynasties du Nord. La troisième domination chinoise se termine officiellement.

Ngô Quyền, en interne, tue le sujet rebelle Kiều Công Tiễn, et à l'extérieur, défait les envahisseurs étrangers. Il transmet ainsi à la postérité son sens de la fidélité, de la loyauté et ouvre dès lors la voie vers l'autonomie du pays aux dynasties des Đinh, Lê, Lý, Trần.

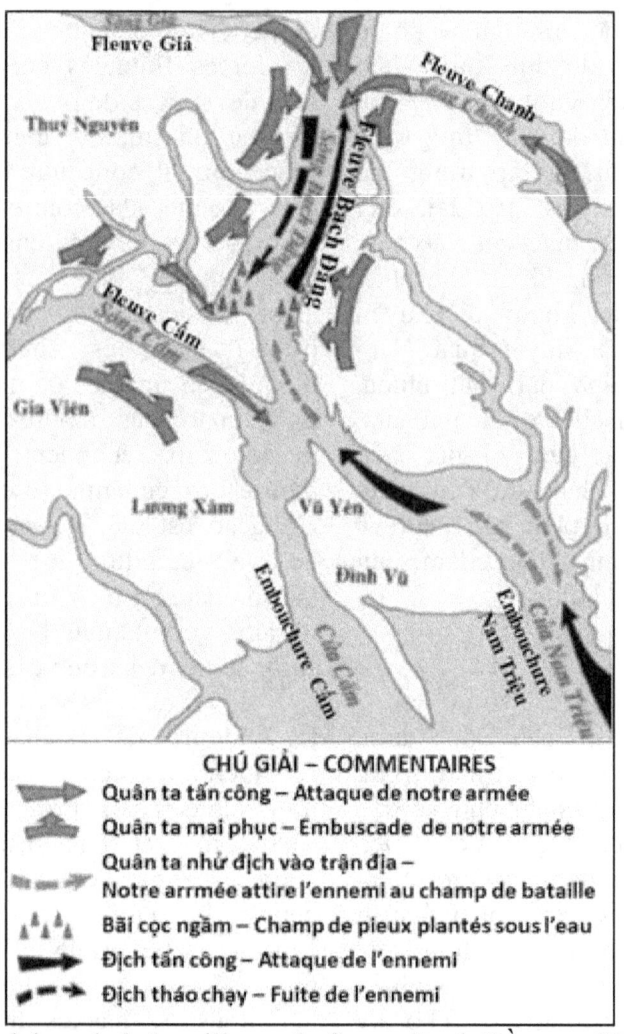

Schéma de la bataille sur le fleuve Bạch Đằng en 938
Lược đồ trận chiến trên sông Bạch Đằng năm 938

NHÀ NGÔ VÀ THỜI KỲ TỰ CHỦ

DYSNASTIE DES NGÔ ET ERE DE L'AUTONOMIE

Năm 939, Ngô Quyền xưng Vương, đóng đô ở Cổ Loa (Hà Nội), đặt quan chức, chế triều nghi, định sắc phục và chỉnh đốn chuyện triều chính, chí

En 939, Ngô Quyền se proclame roi, installe sa capitale à Cổ Loa (Hà Nội), nomme les fonctionnaires, crée le protocole de la Cour, fixe la tenue des

hướng dựng nghiệp lâu dài. Ngô Quyền lập Dương thị làm vương hậu. Tuy nhiên, Ngô Vương chỉ làm vua được sáu năm thì mất, thọ 47 tuổi.

Năm 945 Ngô Quyền mất, Dương Tam Kha là em trai của Dương hậu tiếm quyền cháu ruột Ngô Xương Ngập tự xưng là Bình vương. Ngô Xương Ngập sợ hãi phải chạy trốn sang Nam Sách (thuộc Hải Dương), Dương Tam Kha bắt em trai Ngô Xương Ngập là Ngô Xương Văn, nhận làm con nuôi làm bình phong cho việc nắm giữ binh quyền.

Năm 950, Dương Tam Kha sai Ngô Xương Văn cùng Dương Cát Lợi và Đỗ Cảnh Thạc đem quân đi dẹp loạn ở thôn Thái Bình (thuộc Sơn Tây). Ngô Xương Văn dẫn quân đi rồi lập mưu với hai tướng, quay lại bắt Dương Tam Kha. Nể tình cậu cháu, Ngô Xương Văn không giết Dương Tam Kha, chỉ giáng chức xuống làm Trương Dương Công. Sau đó, Ngô Xương Văn xưng là Nam Tấn Vương, cho đón anh là Ngô Xương Ngập về, cùng nhau cai quản việc nước. Ngô Xương Ngập xưng là Thiên Sách

mandarins pour différencier les grades et met de l'ordre dans les affaires de la Cour, avec l'aspiration à bâtir une œuvre qui dure longtemps. Ngô Quyền attribue à sa femme Dương le titre de reine. Cependant, il ne reste sur le trône que six ans en décédant à l'âge de 47 ans.

En 945, au décès de Ngô Quyền, Dương Tam Kha, frère cadet de la reine Dương, usurpe le pouvoir de son propre neveu Ngô Xương Ngập et s'autoproclame roi sous le nom de Bình Vương. Epouvanté, Ngô Xương Ngập s'enfuit à Nam Sách (Hải Dương) et Dương Tam Kha oblige le frère cadet de Ngô Xương Ngập, Ngô Xương Văn, à devenir son fils adoptif, ce qui lui sert de prétexte pour garder le pouvoir.

En 950, Dương Tam Kha envoie Ngô Xương Văn avec Dương Cát Lợi et Đỗ Cảnh Thạc au hameau de Thái Bình (Sơn Tây) pour réprimer une rébellion. Ngô Xương Văn part avec son armée, puis élabore un stratagème avec ses deux généraux et revient sur ses pas pour capturer Dương Tam Kha. Par égard pour leur lien de parenté, il ne tue pas Dương Tam Kha, et le rétrograde seulement au titre de Trương Dương công (Công : premier des cinq ordres de la noblesse asiatique ancienne. Souvent, le nom des seigneurs se termine par "công", mot qui peut être équivalent à duc.

Vương. Thời kỳ hai vua này được các nhà sử học gọi là Hậu Ngô vương.

Được ít lâu, Ngô Xương Ngập mất (954), quyền hành hoàn toàn trong tay Ngô Xương Văn nhưng thế lực nhà Ngô ngày một sa sút, giặc giã nổi lên khắp nơi. Từ khi Dương Tam Kha tiếm quyền, các sứ quân nổi lên nhất quyết không quy phục, Ngô Xương Văn phải đích thân dẫn quân đánh dẹp mãi không yên rồi bị tên bắn chết ở thôn Thái Bình, làm vua được mười lăm năm (965).

Sau khi Nam Tấn Vương mất, con trai của Ngô Xương Ngập là Ngô Xương Xí lên nối nghiệp thế lực nhà Ngô càng lụn bại. Các sứ quân loạn nổi lên cát cứ mỗi kẻ một vùng. Ngô Xương Xí cũng rút về năm giữ đất Bình Kiều, nước ta rơi vào cảnh nội loạn kéo dài

Ainsi, Trương Dương Công peut être compris Duc Trương Dương). Plus tard, Ngô Xương Văn se proclame roi sous le nom de Nam Tấn Vương et fait revenir son frère aîné Ngô Xương Ngập pour gouverner ensemble le pays. Ngô Xương Ngập se proclame roi sous le nom de Thiên Sách Vương. Les historiens dénomment "dynastie des Ngô postérieurs" le règne des deux rois.

Peu de temps après, Ngô Xương Ngập décède (954). Le pouvoir est entièrement aux mains de Ngô Xương Văn, mais la puissance de la dynastie des Ngô décline progressivement et la rébellion émerge partout. Depuis l'usurpation du pouvoir par Dương Tam Kha, des seigneurs féodaux se sont soulevés, résolus à ne pas se soumettre. Ngô Xương Văn doit diriger lui-même l'armée mais n'arrive pas à pacifier le pays. Il finit par être tué par une flèche au hameau de Thái Bình (955) après être resté sur le trône pendant quinze ans.

Après la mort de Nam Tấn Vương, son successeur est le fils de Ngô Xương Ngập, Ngô Xương Xí. La puissance de la famille Ngô s'affaiblit de plus en plus. Les seigneurs féodaux poursuivent leur soulèvement et s'arrogent chacun une portion du territoire. Ngô Xương Xí effectue une retraite

đến hơn 20 năm với 12 sứ quân. Sau đây là tên và vùng cát cứ của 12 sứ quân:

1. Ngô Xương Xí giữ Bình Kiều (nay là làng Bình Kiều, Hưng Yên),
2. Đỗ Cảnh Thạc giữ Đỗ Động Giang (thuộc huyện Thanh Oai, Hà Nội),
3. Trần Lãm, xưng là Trần Minh Công giữ Bố Hải Khẩu (tỉnh Thái Bình),
4. Kiều Công Hãn, xưng là Kiều Tam Chế giữ Phong Châu (huyện Bạch Hạc, tỉnh Phú Thọ),
5. Nguyễn Khoan, xưng là Nguyễn Thái Bình giữ Tam Đái (huyện Yên Lạc, tỉnh Vĩnh Phúc),
6. Ngô Nhật Khánh, xưng là Ngô Lãm Công giữ Đường Lâm (Sơn Tây, Hà Nội),
7. Lý Khuê, xưng là Lý Lăng Công giữ Siêu Loại (huyện Thuận Thành, tỉnh Bắc Ninh),
8. Nguyễn Thủ Tiệp, xưng là Nguyễn Lịnh Công giữ Tiên Du (Bắc Ninh),
9. Lữ Đường, xưng là Lữ Tá Công giữ Tế Giang (Văn Giang, Hưng Yên),
10. Nguyễn Siêu, xưng là Nguyễn Hữu Công giữ Tây Phù Liệt (Thanh Trì, Hà Đông),

pour garder les terres de Bình Kiều. Notre pays bascule dans une guerre intestine entre les 12 seigneurs féodaux durant plus de 20 ans. Ces 12 seigneurs féodaux et les régions qu'ils occupent sont :

1. Ngô Xương Xí à Bình Kiều (village de Bình Kiều actuellement, Hưng Yên).
2. Đỗ Cảnh Thạc à Đỗ Động Giang (faisant partie du district Thanh Oai, Hà Nội).
3. Trần Lãm, alias Trần Minh Công à Bố Hải Khẩu (province de Thái Bình).
4. Kiều Công Hãn, alias Kiều Tam Chế à Phong Châu (district de Bạch Hạc, province de Phú Thọ).
5. Nguyễn Khoan, alias Nguyễn Thái Bình à Tam Đái (district de Yên Lạc, province de Vĩnh Phúc).
6. Ngô Nhật Khánh, alias Ngô Lãm Công giữ Đường Lâm (Sơn Tây, Hà Nội).
7. Lý Khuê, alias Lý Lang Công à Siêu Loại (district de Thuận Thành, province de Bắc Ninh).
8. Nguyễn Thủ Tiệp, alias Nguyễn Lịnh Công à Tiên Du (Bắc Ninh).
9. Lữ Đường, alias Lữ Tá Công à Tế Giang (Văn Giang, Hưng Yên)
10. Nguyễn Siêu, alias Nguyễn Hữu Công à Tây Phù Liệt (Thanh Trì, Hà Đông).

11. Kiều Thuận, xưng là Kiều Lịnh Công giữ Hồi Hồ (Cẩm Khê, Phú Thọ),	11. Kiều Thuận, alias Kiều Lịnh Công à Hồi Hồ (Cẩm Khê, Phú Thọ).
12. Phạm Bạch Hổ, xưng là Phạm Phòng Át giữ Đằng Châu (Hưng Yên).	12. Phạm Bạch Hổ, alias Phạm Phòng à Đằng Châu (Hưng Yên).

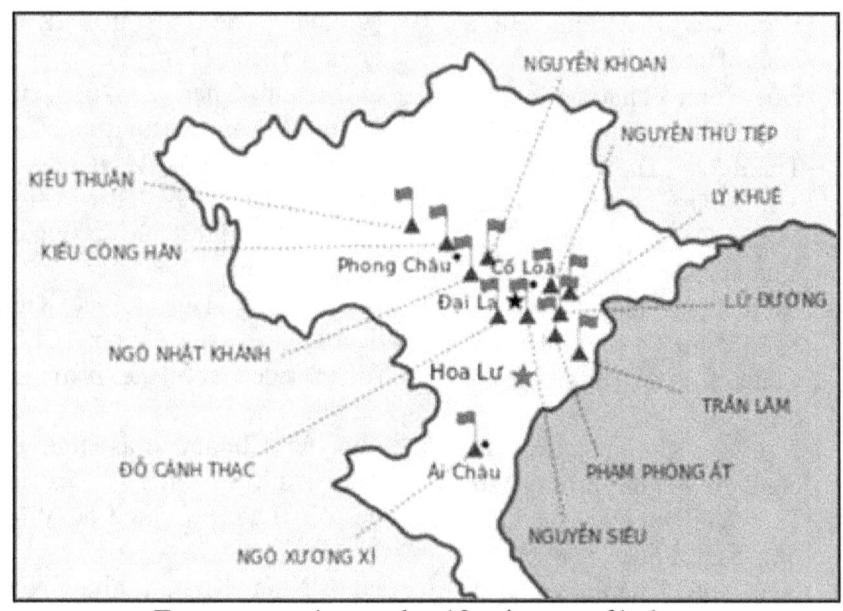

Zones occupées par les 12 seigneurs féodaux
Vùng cát cứ của 12 sứ quân

Suốt 20 năm ròng các sứ quân liên tục đánh chiếm lẫn nhau làm cho người dân đói khổ triền miên. Loạn 12 sứ quân chỉ chấm dứt khi Đinh Bộ Lĩnh ở Hoa Lư dẹp tan, thu gom giang sơn về một mối lập nên triều nhà Đinh.	Pendant les 20 longues années durant lesquelles les seigneurs guerroient entre eux, la population vit dans une misère ininterrompue. La rébellion des 12 seigneurs ne cesse que lorsque Đinh Bộ Lĩnh, issu de Hoa Lư, les soumet pour unifier le pays et fonder la dynastie des Đinh.

PREMIERES ANNEES DU PAYS ÂU LẠC AUTONOME - DYNASTIES DES NGÔ, ĐINH ET LÊ ANTERIEURS

Những năm đầu giành lại quyền tự chủ của nước Âu Lạc, các triều đại Ngô, Đinh và Tiền Lê

Kể từ khi Ngô Quyền chiến thắng quân Nam Hán, đem lại nền tự chủ cho đất Việt Nam, đã có 3 triều đại ngắn trị vì trong khoảng thời gian 70 năm, đó là các nhà Ngô, nhà Đinh và nhà Tiền Lê. Tuy thời gian tại vị ngắn ngủi nhưng mỗi triều đại đã có những đóng góp quan trọng cho nền tự chủ của dân tộc.

Depuis la victoire de Ngô Quyền sur l'armée des Hàn méridionaux (Nam Hán en vietnamien), offrant l'autonomie au Việt Nam, 3 dynasties se succèdent pour gouverner pendant de courtes périodes durant 70 ans. Ce sont les dynasties des Ngô, Đinh et Lê antérieurs. Bien que leur règne soit court, chaque dynastie a contribué de façon importante à l'autonomie du peuple.

NHÀ NGÔ
(939-965)

DYNASTIE DES NGÔ
(939-965)

Có hai giai đoạn
Tiền Ngô Vương (939-945)
Năm 939 Ngô Quyền xưng Vương đóng đô ở Cổ Loa, kinh đô cũ của An Dương Vương, dấu ấn của thời kỳ độc lập của dân tộc Lạc Việt. Nhà vua đã xây dựng một triều đình độc lập với

Deux étapes se distinguent
Ngô antérieurs (939-945)
En 939, Ngô Quyền se proclame roi et installe sa capitale à Cổ Loa, ancienne capitale de An Dương Vương, vestige de la période d'indépendance du peuple Lạc Việt. Le roi édifie

Bắc phương nhưng rập khuôn theo hình thức phương Bắc, từ các lễ nghi tôn giáo cho đến các chức vụ và phẩm phục của triều đình nhà Hán. Sau 6 năm cầm quyền, Ngô Quyền mất, truyền ngôi cho con là Ngô Xương Ngập. Ngô Xương Ngập bị cậu ruột cướp ngôi chấm dứt giai đoạn Tiền Ngô.

Hậu Ngô Vương (950 - 965)
Năm 950, Ngô Xương Văn là em trai Ngô Xương Ngập đã giành lại ngôi từ tay cậu ruột. Ngô Xương Văn cho người đón anh về cùng trị vì thiên hạ. Thời gian hai anh em Xương Ngập và Xương Văn cùng trị vì sách sử gọi là Hậu Ngô.

Dưới thời Hậu Ngô giặc giã nổi lên khắp nơi, đất nước lâm vào cảnh đại loạn, giao tranh giữa 12 Sứ quân.

Thập nhị sứ quân
Nguyên nhân của sự kiện lịch sử đau thương này là do có sự tranh giành ngôi báu giữa Dương Tam Kha và các cháu ruột họ Ngô của mình. Thời kỳ loạn lạc đó kéo dài trên 20 năm khoảng từ 944 đến 968.

une Cour qui, bien qu'indépendante du Nord, colle exactement au modèle de celle-ci, depuis les rites religieux jusqu'aux mandarinat et tenues des mandarins. Après 6 ans au pouvoir, Ngô Quyền décède et laisse le trône à son fils Ngô Xương Ngập. Mais le pouvoir de Ngô Xương Ngập est usurpé par son propre oncle maternel, ce qui met fin à l'étape Ngô antérieurs.

Ngô postérieurs (950-965)
En 950, Ngô Xương Văn, frère cadet de Ngô Xương Ngập, reprend le pouvoir des mains de son oncle maternel. Ngô Xương Văn fait revenir son frère pour gouverner avec lui. Les documents historiques appellent "ère des Ngô postérieurs" le règne commun des deux frères Xương Ngập et Xương Văn.

Sous les Ngô postérieurs, l'agitation se répand partout, le pays est confronté à des troubles importants : la guerre entre les 12 seigneurs féodaux.

Les 12 seigneurs féodaux
Ce fait historique douloureux a pour origine la dispute du trône entre Dương Tam Kha et ses propres neveux de la famille des Ngô. Cette période de troubles s'étend sur plus de 20 ans, aux environs des années allant de 944 à 968.

NHÀ ĐINH
(968-980)

Đinh Tiên Hoàng (968-979)

Đinh Bộ Lĩnh người ở Hoa Lư, con ông Đinh Công Trứ làm Thứ Sử Hoan Châu thời Dương Diên Nghệ và Ngô Vương Quyền. Sau khi cha mất, Đinh Bộ Lĩnh theo mẹ về quê sống, nên tuy con quan nhưng tuổi thơ chơi với trẻ chăn trâu, lấy bông lau làm cờ, bày đánh trận. Thiếu niên họ Đinh được bọn trẻ tôn xưng làm anh. Thời loạn 12 sứ quân, Đinh Bộ Lĩnh cùng con trai là Đinh Liễn kết thân với sứ quân Trần Minh Công ở Bố Hải Khẩu. Khi Trần Minh Công mất, Đinh Bộ Lĩnh đem quân về Hoa Lư, chiêu mộ anh hùng hào kiệt, trấn giữ một phương.

Năm 951 đời Hậu Ngô Vương, Ngô Xương Ngập và Ngô Xương Văn đã đem quân vào đánh mà không được. Đến khi nhà Ngô mất rồi, Đinh Bộ Lĩnh được sứ quân Phạm Bạch Hổ hàng phục, phá được sứ quân Đỗ Cảnh Thạc. Thế từ đó mạnh lên đánh đâu

DYNASTIE DES ĐINH
(968-980)

Đinh Tiên Hoàng (968-979)

Đinh Bộ Lĩnh, originaire de Hoa Lư, est le fils de Đinh Công Trứ, gouverneur de Hoan Châu sous Dương Diên Nghệ et le Roi Ngô Quyền. Après le décès de son père, Đinh Bộ Lĩnh suit sa mère et va vivre à la campagne ; par conséquent, bien qu'étant fils de mandarin, il fréquente les gardiens de buffles, utilise les hampes de fleurs de roseau pour faire des drapeaux et simuler des batailles. L'adolescent Đinh est considéré par les autres jeunes comme leur supérieur. A la période des 12 seigneurs féodaux, Đinh Bộ Lĩnh et son fils, Đinh Liễn, s'allient au Seigneur Trần Minh Công à Bố Hải Khẩu. Au décès de Trần Minh Công, Đinh Bộ Lĩnh ramène son armée à Hoa Lư et recrute des hommes valeureux pour défendre la région.

En 951, sous la dynastie des Ngô postérieurs, Ngô Xương Ngập et Ngô Xương Văn viennent lui livrer bataille mais ne réussissent pas à le vaincre. A la disparition de la dynastie des Ngô, le Seigneur Phạm Bạch Hổ prête allégeance à Đinh Bộ Lĩnh qui défait le Seigneur Đỗ Cảnh Thạc.

thắng đấy, dân chúng tôn là Vạn Thắng Vương.

Năm 968 Vạn Thắng Vương lên ngôi Hoàng Đế, xưng Tiên Hoàng Đế, đặt quốc hiệu là Đại Cồ Việt, đóng đô ở Hoa Lư. Vua Đinh Tiên Hoàng phong Nguyễn Bặc làm Định quốc công, Lê Hoàn làm Thập đạo tướng quân và phong con Đinh Liễn là Nam Việt Vương.

Năm 970 Vua Đinh Tiên Hoàng đặt năm ngôi hoàng hậu. Trong năm hoàng hậu, một vị họ Dương gốc Thanh Hóa là nơi khởi nghiệp của Tiên Hoàng, một vị khác họ Ngô thuộc gia tộc của Ngô Vương Quyền (là mẹ của sứ quân Ngô Nhật Khánh), ba vị còn lại đều thuộc các dòng họ cự phách tại nước Việt lúc bấy giờ.

Depuis lors son autorité ne cesse de grandir, il remporte toutes les batailles, et le peuple le proclame Vạn Thắng Vương (le roi aux 10.000 victoires).

En 968, Vạn Thắng Vương monte sur le trône d'empereur sous le nom de Tiên Hoàng Đế (Premier Empereur), donne le nom de Đại Cồ Việt au pays, et installe sa capitale à Hoa Lư. Le Roi Đinh Tiên Hoàng confère à Nguyễn Bặc le titre de Định Quốc Công (le duc qui stabilise le pays), à Lê Hoàn le titre de Thập Đạo Tướng Quân (Général Commandant des dix Divisions Administratives) et à son fils Đinh Liễn le titre de Nam Việt Vương (Prince de Nam Việt).

En 970, le Roi Đinh Tiên Hoàng met en place cinq reines. L'une d'entre elles porte le patronyme de Dương et est originaire de Thanh Hóa, lieu où Tiên Hoàng a débuté son entreprise. Une autre dont le patronyme est Ngô, appartient à la famille du Roi Ngô Quyền (elle est la mère du Seigneur Ngô Nhật Khánh). Les 3 autres reines appartiennent toutes à d'illustres familles vietnamiennes d'alors.

Phật giáo dưới triều đại nhà Đinh

Phật giáo đóng vai trò quan trọng dưới triều đại của Đinh Tiên Hoàng. Sau Phật giáo là đạo Lão rồi mới đến đạo Nho. Vua Đinh phong cho Ngô Chân Lưu, một vị sư dòng dõi Ngô Vương làm Tăng Thống và ban quốc hiệu Khuông Việt Đại Sư. Ngô Chân Lưu được tham dự triều chính như một vị Tể Tướng.

Giao thiệp với nhà Tống bên Tàu

Năm 970 Vua Thái tổ nhà Tống là Triệu Khuôn Dẫn sai tướng là Phan Mỹ đem quân xâm chiếm Nam Hán tiếp giáp với nước ta. Đinh Tiên Hoàng nhìn thấy nguy cơ cận kề nên một mặt chủ trương hòa hiếu, mặt khác lo tổ chức một quân đội hùng mạnh để sẵn sàng ứng chiến. Vua Tiên Hoàng chia lãnh thổ Đại Cồ Việt thành 10 đạo, mỗi đạo có một lực lượng dân quân khoảng 100.000 người.

Le Bouddhisme sous la dynastie des Đinh

Le Bouddhisme joue un rôle important sous le règne de Đinh Tiên Hoàng. Après le Bouddhisme viennent le Taoïsme puis le Confucianisme. Le Roi Đinh nomme Ngô Chân Lưu, un bonze de la lignée du Roi Ngô, Sangharaja (Patriarche suprême du Sangha) et lui donne le titre national de Khuông Việt Đại Sư (Grand Maître Khuông Việt). Ngô Chân Lưu est autorisé à participer aux affaires de la Cour comme le ferait un Premier Ministre.

Relations avec la dynastie chinoise des Sòng

En 970, le Roi Tàizǔ (Thái Tổ en vietnamien) des Sòng (Tống en vietnamien), dont le nom est Zhào Kuāngyìn (Triệu Khuôn Dẫn en vietnamien), ordonne à Pān Měi (Phan Mỹ en vietnamien) d'envahir avec son armée les territoires des Hàn méridionaux adjacents à notre pays. Đinh Tiên Hoàng se rend compte du danger imminent ; c'est pourquoi, d'une part il opte pour une position conciliante et d'autre part il prend soin de préparer une armée puissante prête à entrer en guerre. Le Roi Tiên Hoàng divise le territoire du Đại Cồ Việt en 10 Divisions Administratives, chacune d'elles disposant de milices populaires de 100.000 personnes.

Năm 973 thấy nhà Tống bình định được Nam Hán, Tiên Hoàng bèn cử sứ sang Bắc triều xin giao kết nhằm giữ thế. Vua nhà Tống phong cho Đinh Liễn (con trai Đinh Tiên Hoàng) làm Kiểm Hiệu Thái Sư Tĩnh Hải quân Tiết Độ Sứ An Nam, Đinh Tiên Hoàng được phong làm Giao Chỉ Quận Vương. Đây là một sự nhượng bộ của Tống triều, vì nhà Tống lúc đó chưa sẵn sàng xâm chiếm nước ta, trong khi Vua Đinh biết thế mình nên đã có bước ngoại giao hợp thời tránh xung đột.

Nhà Đinh suy vong

Năm 979 Vua Đinh Tiên Hoàng và Nam Việt Vương Đinh Liễn bị quân hầu Đỗ Thích ám sát. Triều đình hành tội Đỗ Thích và tôn Vệ vương Đinh Toàn lên làm vua. Đinh Toàn mới 6 tuổi, nên Hoàng thái hậu Dương Vân Nga nhiếp chính việc triều đình. Trải qua những cuộc binh biến trong nội triều và sự can thiệp của quân Chiêm Thành, Lê Hoàn Thập Đạo Tướng Quân từ thời Đinh Tiên Hoàng vẫn giữ được quyền lực lớn nhất, có ảnh hưởng nhiều trong triều chính.

En 973, voyant que les Sòng ont pacifié les Hàn méridionaux, Tiên Hoàng envoie des messagers à la cour du Nord pour nouer des relations diplomatiques afin de préserver sa position. Le Roi Sòng confère à Đinh Liễn (fils de Đinh Tiên Hoàng) le titre de Kiểm Hiệu Thái Sư (Haut Conseiller Royal Kiểm Hiệu), Gouverneur de la garnison de Tĩnh Hải. Quant à Đinh Tiên Hoàng, il est nommé roi de Giao Chỉ. Il s'agit là de concessions de la part de la dynastie des Sòng parce qu'elle n'est pas encore prête à envahir notre pays. Quant au Roi Đinh, connaissant sa position, il a fait un premier pas diplomatique approprié pour éviter des conflits.

Déclin de la dynastie des Đinh

En 979 le Roi Đinh Tiên Hoàng et le Prince Nam Việt Vương Đinh Liễn sont assassinés par l'ordonnance Đỗ Thích. La Cour exécute Đỗ Thích et met le Prince Vệ Vương Đinh Toàn sur le trône. Đinh Toàn n'a que 6 ans, c'est pourquoi le Reine-mère Dương Vân Nga assure la régence. Malgré les putschs militaires en interne et les immixtions de l'armée Champa, Lê Hoàn, le Général Commandant des dix Divisions Administratives de l'époque de Đinh Tiên Hoàng, reste toujours le plus puissant avec beaucoup d'influence à la Cour.

Tháng 7 năm 980, nhà Tống phương Bắc rục rịch mang quân đánh Việt Nam. Trong tình thế đó Thái hậu Dương Vân Nga đã cởi long bào trao ngôi báu nhà Đinh cho Lê Hoàn. Ngôi vị nhà Đinh chấm dứt.

NHÀ TIỀN LÊ
(980-1009)

Lê Hoàn lên ngôi, xưng là Đại Hành Hoàng Đế, đó là năm 980. Triều đại của Lê Đại Hành được sử nước ta gọi là nhà Tiền Lê để phân biệt với một triều đại họ Lê thứ nhì của Lê Lợi, vị vua trị vì năm thế kỷ sau đó.

Lê Đại Hành chống quân nhà Tống
Tháng 8 năm 980, Vua Tống sai sứ mang chiếu thư sang dụ Lê Đại Hành đầu hàng, lời lẽ ban phát: *"Giao Châu của ngươi ở xa cuối trời, thực là ngoài năm cõi. Nhưng phần thừa của tứ chi, ví như ngón chân ngón tay, tuy một ngón bị đau, bậc thánh nhân lại không nghĩ đến hay sao? Cho nên phải mở lòng u tối của ngươi để thanh giáo của ta trùm tỏa, người có theo chăng?"*

Tiếp theo đoạn phủ dụ đầu hàng này là lời đe dọa sẽ *"làm cỏ nước*

En juillet 980, les Sòng du Nord sont sur le point d'attaquer le Việt Nam. Face à cette situation, la Reine-mère Dương Vân Nga enlève son manteau royal et remet le trône des Đinh à Lê Hoàn. Le règne des Đinh s'achève.

DYNASTIE DES LÊ
ANTERIEURS (980-1009)

Lê Hoàn monte sur le trône et se proclame Empereur Đại Hành en 980. Sa dynastie est appelée dynastie des Lê antérieurs par nos historiens pour la distinguer de la seconde dynastie des Lê de Lê Lợi, le roi régnant cinq siècles plus tard.

Lutte de Lê Đại Hành contre l'armée de la dynastie des Sòng
En août 980, le Roi Sòng envoie des messagers portant une ordonnance royale demandant à Lê Đại Hành de se soumettre : *"Ton Giao Châu est au bout de l'horizon, vraiment en dehors du monde. Cependant, le sage peut-il ne pas penser à la douleur de la partie même superflue des membres telle que les orteils ou les doigts ? Par conséquent, tu dois ouvrir ton esprit obscur pour recevoir mes sages enseignements. Me suis-tu ?"*

Faisant suite à cette demande de reddition arrive la menace

Nam" nếu vua Nam không chịu theo giáo hóa của Bắc triều.

Lê Đại Hành hồi đáp với lời lẽ nhún nhường, nhân danh Đinh Toàn xin được nối ngôi Cha, nhưng phía nhà Tống lờ đi và đem quân tiến đánh.

Quân Tống do Tôn Toàn Hưng cầm đầu tiến vào nước Nam theo 2 ngả thủy bộ. Trên bộ, tiền quân do Hầu Nhân Bảo chỉ huy đã tiến sâu vào nội địa dọn đường cho đại quân chủ lực đi sau đợi thủy binh. Thủy binh do Lưu Trừng chỉ huy, ngược sông Bạch Đằng tiến vào nước Nam. Tại đây Lê Đại Hành sai quân đóng cọc dưới lòng sông, chặn không cho vào nên Lưu Trừng phải rút lui. Nhóm quân Hầu Nhân Bảo bị cô lập, đợi lâu không nhận được tiếp viện nên phải rút về phía Lạng Sơn, dọc đường bị quân của Lê Đại Hành phục kích giết chết nhiều.

"d'exterminer le pays du Sud" si le roi du Sud ne se soumet pas à la dynastie du Nord.

Lê Đại Hành répond avec humilité, au nom de Đinh Toàn et il demande que ce dernier puisse succéder à son père. Mais les Sòng font la sourde oreille et attaquent militairement.

L'armée Sòng, commandée par Sūn Huánxīng (Tôn Toàn Hưng en vietnamien), se dirige vers le Sud par les 2 voies terrestre et fluviale. Sur terre, l'avant-garde commandée par Hóu Rénbǎo (Hầu Nhân Bảo en vietnamien) s'enfonce dans l'intérieur du territoire pour préparer la voie au gros de la troupe en attendant l'armée fluviale. Celle-ci, commandée par Liú Chéng (Lưu Trừng en vietnamien), entre dans le pays du Sud en remontant le fleuve Bạch Đằng. Lê Đại Hành fait planter des pieux dans le lit du fleuve. Liú Chéng ne pouvant pénétrer dans le fleuve décide de se retirer. L'avant-garde de Hóu Rénbǎo est isolée, et après une longue période d'attente sans recevoir de renfort, elle se retire vers Lạng Sơn. Sur le chemin de la retraite, de nombreux soldats de cette avant-garde sont tués par l'armée de Lê Đại Hành en embuscade.

Giữa mùa hè, quân Tống phần bị cảm mạo, lại bị quân Lê Đại Hành tấn công dữ dội khiến tan vỡ phải bỏ chạy về nước. Tướng nhà Tống là Trọng Tuyên vội cấp báo với triều đình xin rút quân về, một mặt chia quân phòng thủ các châu quận bên Tàu để đề phòng quân Nam tiến qua. Vua Tống cực chẳng đã, phải chấp thuận lời tâu của Trọng Tuyên, đổ lỗi thất trận cho các tướng cầm quân. Tôn Toàn Hưng bị gọi về triều, hạ ngục rồi bị giết chết. Lưu Trừng sợ quá ốm chết.	Au cœur de l'été, l'armée Sòng, d'une part atteinte de maladie, d'autre part attaquée violemment par l'armée de Lê Đại Hành, effectue dans la débâcle une retraite vers son pays. Le général Sòng, Trọng Tuyên, se dépêche d'en informer la Cour pour demander l'autorisation de se retirer et, d'autre part, dispose ses troupes pour défendre le territoire chinois contre d'éventuelles progressions de l'armée du Sud. Le Roi Sòng, malgré lui, accepte la demande de Trọng Tuyên mais impute la responsabilité de la défaite aux généraux. Sūn Huánxīng est rappelé à la Cour, emprisonné puis exécuté. Liú Chéng prend peur et décède de maladie.
Quân ta tuy thắng trận nhưng Lê Đại Hành vẫn nhún nhường sai sứ sang cầu hoà, triều cống. Vua nhà Tống đành thuận phong cho Vua Đại Hành là Tiết Độ Sứ, năm 993 phong làm Giao Chỉ Quận Vương rồi tới năm 997 phong làm Nam Bình Vương. Sau trận giao tranh năm 981, nhà Tiền Lê và nhà Tống phương Bắc luôn giữ được thế giao hảo hòa hiếu. Ngay cả sau khi Vua Lê Đại Hành mất thế này vẫn được duy trì.	Bien que notre armée remporte la victoire, Lê Đại Hành humblement envoie des messagers pour demander la cessation des hostilités et paie des tributs. Le Roi Sòng se résigne à nommer le Roi Đại Hành Gouverneur Provincial. En 993, il nomme ce dernier Giao Chỉ Quận Vương (roi de Giao Chỉ) puis en 997 Nam Bình Vương (Roi Pacificateur du Sud). Après la bataille de 981, la dynastie des Lê antérieurs et la dynastie Sòng continuent à garder des relations diplomatiques pacifiques et amicales. Cette situation perdure même après la mort de Lê Đại Hành.

Vua Lê Đại Hành đánh Chiêm Thành, dẹp loạn và sửa sang đất nước

Từ năm 972, trị vì nước Chiêm Thành là Vua Parvaravarman (Bồ Mi Thuế). Đây là thời kỳ Chiêm Thành thường xuyên đánh phá nước Việt tại phía nam. Năm 979 Vua Chiêm đã cùng Ngô Nhật Khánh đem chiến thuyền tấn công Hoa Lư song gặp bão lớn nên thất bại. Sau khi lên ngôi, Vua Đại Hành đã cử hai sứ giả sang thông hiếu nhưng cả hai đều bị Vua Chiêm bắt giữ.

Trước tình thế đó, sau khi phá tan cuộc xâm lăng của nhà Tống tại phương bắc, năm 982 Lê Đại Hành đã mang quân chinh phạt Chiêm Thành. Quân Chiêm đại bại, Vua Chiêm Thành bị chết tại trận. Quân Lê tiến vào kinh đô Chiêm Thành tịch thu của cải, phá bỏ thành trì rồi rút về. Nước Chiêm Thành sau đó phải dời đô về sâu phía Nam. Đây là cuộc chiến tranh đầu tiên với Chiêm Thành của các triều đại độc lập Việt Nam.

Guerre avec le Champa, répression des rébellions et consolidation du pays par le Roi Lê Đại Hành

Depuis 972, le Roi Parvaravarman (Bồ Mi Thuế en vietnamien) règne sur le Champa. C'est la période où le Champa effectue régulièrement des incursions dans le Sud du Việt Nam. En 979, le roi de Champa s'allie à Ngô Nhật Khánh et attaque Hoa Lư avec des navires mais il rencontre une grosse tempête et échoue. Après être monté sur le trône, le Roi Đại Hành envoie deux messagers pour envisager l'instauration de relations diplomatiques, mais tous deux sont arrêtés et emprisonnés par le roi de Champa.

Face à cette situation, après avoir contré l'invasion des Sòng du Nord, en 982 Lê Đại Hành mène une expédition punitive contre le Champa. L'armée Champa essuie une sévère débâcle et son roi meurt sur le champ de bataille. L'armée des Lê entre dans la capitale du Champa, confisque les biens, détruit les fortifications puis se retire. Le Champa doit déplacer sa capitale loin vers le Sud. Cette guerre est la première que les dynasties indépendantes vietnamiennes livrent au Champa.

Sau khi đánh bại cuộc xâm lăng từ phương Bắc và bình định được đối thủ tại phương Nam, Vua Lê Đại Hành tổ chức lại triều chính vẫn rập theo khuôn mẫu của đời Đường bên Tàu. Lê Đại Hành cũng lập nhiều hoàng hậu thuộc các cự tộc trong nước giống như Đinh Tiên Hoàng trước đó. Điều đáng lưu ý là Vua Lê đã dùng một vị thái sư người Tàu là Hồng Hiến và tiếp tục trọng dụng các vị sư Phật giáo trong guồng máy triều đình như dưới triều đại nhà Đinh. Thiền sư Ngô Chân Lưu, là người từng được Vua Đinh Tiên Hoàng trước đây tín cẩn nay tiếp tục được Vua Lê trọng dụng. Ngoài ra một vị sư danh tiếng khác là Sư Vạn Hạnh cũng được nhà vua thỉnh ý trong các quyết định quan trọng như phá Tống, bình Chiêm.

Thời Vua Lê Đại Hành, mặc dầu đạt được nhiều chiến công chống ngoại xâm nhưng tình hình trong nước không yên, có nhiều cuộc nội loạn khiến nhà vua phải thân chinh đi đánh dẹp. Vua cũng giao cho các hoàng tử binh quyền để trấn giữ các nơi hiểm yếu, nhưng chính điều này đã tạo nên tình trạng các hoàng tử có sẵn quân

Après avoir défait les envahisseurs du Nord et pacifié l'ennemi du Sud, le Roi Lê Đại Hành réorganise sa Cour exactement selon le modèle de celle des Táng de la Chine. Lê Đại Hành met aussi en place plusieurs reines issues d'illustres familles du pays, comme Đinh Tiên Hoàng l'avait fait avant lui. Il est à remarquer que le Roi Lê a recours aux services d'un Chinois du nom de Hóngxiàn (Hồng Hiến en vietnamien) en tant que Premier Dignitaire de la Cour et continue à nommer des bonzes bouddhistes à des postes importants à la Cour comme sous la dynastie des Đinh. Le bonze Ngô Chân Lưu, précédemment personne de confiance du Roi Đinh Tiên Hoàng, est toujours bien considéré. En outre, le roi prend aussi conseil auprès d'un autre bonze célèbre, Vạn Hạnh, pour ses décisions importantes telles que celles relatives aux guerres contre les Sòng et le Champa.

Sous Lê Đại Hành, malgré de nombreuses victoires sur les ennemis extérieurs, le pays ne connaît pas la paix à l'intérieur. Plusieurs rébellions éclatent obligeant le roi à diriger l'armée en personne pour les réprimer. Le roi confie aussi le pouvoir militaire aux princes pour défendre les endroits stratégiques

trong tay đã đánh giết lẫn nhau để giành ngôi khi nhà vua băng vào năm 1005.

Cuộc huynh đệ tương tàn kéo dài một năm, kết thúc khi Lê Long Đĩnh đoạt được quyền lực. Lê Long Đĩnh là người tàn ác nhất trong số bốn hoàng tử của Vua Lê Đại Hành. Sau khi đoạt được ngôi báu, Long Đĩnh hành động bạo ngược lấy việc giết người làm thú vui, say đắm sắc dục, biến việc triều chính thành trò tiêu khiển. Nhà vua dần mắc bệnh trĩ, phải nằm mà coi chầu, nên người ta còn gọi là Lê Ngọa Triều. Lê Long Đĩnh chỉ làm vua được 4 năm thì chết khi mới 24 tuổi.

Nhà Tiền Lê trị vì tổng cộng được 29 năm và chấm dứt sự nghiệp chính trị trong sự tự lụn bại

et difficilement accessibles, mais ce fait a pour conséquence que les princes, disposant chacun d'une armée, s'entretuent pour prendre possession du trône à la mort du roi en 1005.

La guerre fratricide dure un an et se termine quand Lê Long Đĩnh parvient à ravir le pouvoir. Lê Long Đĩnh est le plus cruel des quatre princes du Roi Lê Đại Hành. Après s'être emparé du trône, il agit de façon brutale, s'amuse à commettre des tueries, s'adonne à la luxure et transforme la Cour en lieu de distraction. Le roi a des hémorroïdes et doit tenir audience couché, c'est pourquoi on l'appelle Lê Ngọa Triều (littéralement Lê qui tient audience couché). Il reste sur le trône 4 ans seulement et décède à l'âge de 24 ans.

La dynastie des Lê antérieurs a régné pendant 29 ans et termine son œuvre politique dans la décadence.

DYNASTIE DES LÝ - PACIFICATION DU CHAMPA, VICTOIRE SUR LES SÒNG

Nhà Lý - Công cuộc bình Chiêm, phá Tống

Cuối năm 1009, Vua Lê Long Đĩnh chết, con còn nhỏ. Lúc bấy giờ, triều thần cũng như dân chúng và tăng đạo đều chán ghét Lê Long Đĩnh do thói càn ngông, ăn chơi sa đoạ. Vì vậy, sư Vạn Hạnh và các tướng lãnh trong triều, đứng đầu là Đào Cam Mộc bèn tôn Điện Tiền Chỉ Huy Sứ Lý Công Uẩn lên làm vua. Lý Công Uẩn lên ngôi lấy hiệu là Thuận Thiên sau được tôn miếu hiệu Lý Thái Tổ, mở đầu cho triều nhà Lý.

A la fin de l'an 1009, le Roi Lê Long Đĩnh décède, laissant un enfant en bas âge. A cette époque, la Cour comme la population et le clergé bouddhique sont tous dégoûtés par Lê Long Đĩnh à cause de son caractère excentrique, de son goût de la luxure. Par conséquent, le bonze Vạn Hạnh et les dignitaires de la Cour, menés par Đào Cam Mộc, mettent le Général Commandant du Commandement du Palais (Điện Tiền Chỉ Huy Sứ en vietnamien) Lý Công Uẩn sur le trône avec le nom de règne de Thuận Thiên, fondant ainsi la dynastie des Lý. Lý Công Uẩn reçoit plus tard le titre posthume de Lý Thái Tổ (littéralement Lý le Grand Fondateur).

LÝ CÔNG UẨN VÀ VIỆC ĐỊNH ĐÔ THĂNG LONG

Lý Công Uẩn lên ngôi, lập sáu hoàng hậu, lập con trưởng Phật Mã làm thái tử, các con khác đều phong tước hầu. 13 người con gái đều phong công chúa. Ông gả con gái trưởng là An Quốc công chúa cho Đào Cam Mộc và phong cho Đào Cam Mộc làm Nghĩa Tín hầu. Đặc biệt triều Lý là triều đầu tiên mang tục đặt tên thụy cho vua như Thái Tổ, Thái Tông... sau khi vua băng hà dựa theo các hành động và đức độ của nhà vua lúc sinh thời. Đó là một tập tục phổ biến bên Tàu nhưng chưa được áp dụng tại đất Đại Việt dưới thời Đinh và Lê.

Lý Công Uẩn lên ngôi Hoàng Đế năm 1010. Một trong những điều đầu tiên nhà vua làm là dời đô từ Hoa Lư ra Đại La. Theo truyền thuyết khi thuyền của nhà vua tạm đỗ dưới thành, có một con rồng vàng hiện lên che phủ lấy thuyền. Nhân thế bèn đổi tên thành Đại La thành Thăng Long. Việc dời đô từ Hoa Lư (vùng Trường Yên, Ninh Bình) bấy giờ về Thăng Long đánh dấu một bước ngoặt lớn trong lịch sử đất nước.

LÝ CÔNG UẨN ET ETABLISSEMENT DE LA CAPITALE THĂNG LONG

Lý Công Uẩn monte sur le trône, met en place six reines, nomme son fils aîné, Phật Mã, prince héritier, ses autres fils marquis, ses 13 filles princesses. Il donne la main de sa fille aînée, la Princesse An Quốc, à Đào Cam Mộc et nomme celui-ci marquis Nghĩa Tín. Il est à noter particulièrement que la dynastie des Lý est la première à adopter la coutume de donner des titres posthumes aux rois comme Thái Tổ, Thái Tông...en référence à leurs agissements et à leur grandeur d'âme de leur vivant. Il s'agit d'une coutume largement connue en Chine mais pas encore d'application au Đại Việt sous les dynasties des Đinh et des Lê.

Lý Công Uẩn devient empereur en 1010. Un de ses premiers actes est le déplacement de la capitale de Hoa Lư vers Đại La. Selon la légende populaire, quand l'embarcation du roi s'arrête à la citadelle, un dragon doré apparaît et recouvre l'embarcation. C'est pourquoi Đại La est renommé Thăng Long (littéralement le dragon qui s'élève dans le ciel). Le déplacement de la capitale de Hoa Lư (région de Trường Yên, Ninh Bình) à Thăng Long est un tournant historique important pour le pays.

Hoa Lư là một địa điểm có rừng, núi, sông hiểm trở bao quanh, tốt để tổ chức phòng ngự khi đất nước có binh biến, nhưng không phải là nơi thích hợp cho việc định đô lâu dài trong thời bình.

Lý Công Uẩn dời đô về Thăng Long với tầm nhìn xa trông rộng về một kinh đô hiện đại của một quốc gia đủ sức đương đầu với các nước khác. Cái nhìn đó phù hợp với quá trình vận động phát triển của dân tộc Đại Việt sau ba lần Bắc thuộc đã dành được độc lập với các triều đại Ngô, Đinh và Lê trước đó.

Hoa Lư est une région accidentée entourée de forêts, de montagnes et de fleuves, appropriée à la défense en cas de guerre. Mais elle n'est pas appropriée à l'installation prolongée d'une capitale en temps de paix.

Lý Công Uẩn, avec une vision large et à long terme de l'avenir du pays déplace la capitale à Thăng Long pour développer une capitale moderne, capable de tenir tête à d'autres pays. Cette vision concorde avec la campagne de développement du peuple Đại Việt qui a reconquis son indépendance durant les dynasties précédentes des Ngô, Đinh et Lê, après avoir été trois fois sous domination chinoise.

ĐỊNH HÌNH CHẾ ĐỘ PHONG KIẾN Ở VIỆT NAM

STABILISATION DU PREMIER REGIME FEODAL AU VIỆT NAM

Tổ chức chính quyền, quân đội thời Lý

Thời Tiền Lê, các con của vua đều được phong vương và chia ra trấn giữ các miền trong nước. Lý Thái Tổ cũng theo gương Lê Đại Hành phong tất cả các con tước vương trấn giữ thái ấp những nơi hiểm yếu. Bên cạnh đó các đại thần cũng được phong thái ấp, có gia nô và quân lính riêng. Như thế việc Vua Lý Thái Tổ lập các thái ấp riêng biệt khắp nước đã

Organisation du pouvoir politique, de l'armée sous la dynastie des Lý

A l'époque des Lê antérieurs les fils de Lê Đại Hành ont tous le titre de prince et se partagent la défense des régions du pays. Lý Thái Tổ suivant cet exemple nomme tous ses fils princes pour garder les fiefs importants et difficilement accessibles. Parallèlement, les grands dignitaires de la Cour reçoivent aussi des fiefs, avec des

biến nó trở thành như những tiểu quốc bên trong một đại quốc. Các vị vương hoặc đại thần này trở thành những lãnh chúa có quyền lực. Tuy nhiên, các lãnh chúa Việt Nam lệ thuộc nhiều vào vua chứ không rộng quyền như các lãnh chúa châu Âu, hoặc Nhật Bản bởi vì đất đai của các thái ấp chỉ chiếm một phần nhỏ tổng số đất đai toàn quốc. Phần lớn các làng xã ngoài thái ấp nộp thuế trực tiếp cho triều đình.

Về tổ chức triều đình, quan chế đời Lý đại lược là, phẩm trật các quan đều có 9 bậc. Trong triều, đứng đầu văn võ có Tể Tướng và Á Tướng. Tể Tướng giữ chức Phụ Quốc Thái Phó với danh hiệu "Bình Chương Quân Quốc Trọng Sự". Các Á Tướng thì giữ chức Tả Hữu Tham Tri Chính Sự. Dưới Tể Tướng và Á Tướng là các Hành Khiển. Các Tể Tướng, Á Tướng và Hành khiển nằm trong cơ quan gọi là Mật Viện. Dưới bộ phận trung khu (mật viện) là 6 Bộ, các Sảnh, các Viện.

domestiques et ils peuvent disposer de leur propre armée. Ainsi, le fait que Lý Thái Tổ divise le pays en fiefs sur tout le pays transforme ces derniers en des petits pays dans un grand pays. Les princes et les grands dignitaires deviennent des seigneurs puissants. Cependant, les seigneurs vietnamiens dépendent grandement du roi, ils n'ont pas un pouvoir aussi important que les seigneurs européens ou japonais parce leurs fiefs n'occupent qu'une petite partie du territoire national. La majorité des hameaux, villages situés à l'extérieur des fiefs paient leur impôt directement à la Cour.

Au sujet de l'organisation de la Cour, en résumé, la hiérarchie mandarinale est divisée en 9 niveaux. A la Cour, viennent au premier rang le Premier ministre (Tể tướng en vietnamien = Premier ministre féodal) et les Vices Premiers Ministres (Á tướng en vietnamien = Vice Premier Ministre féodal). Le Premier Ministre joue le rôle de Phụ Quốc Thái Phó (littéralement Grand Dignitaire adjoint au roi) avec le titre de Bình Chương Quân Quốc Trọng Sự (littéralement Chargé des affaires importantes). Les vices Premiers Ministres ont le titre de Tả Hữu Tham Tri Chính Sự (littéralement Conseillers "de

gauche" et "de droite" en affaires politiques). Sous le Premier Ministre et les Vices Premiers Ministres on trouve les Ministres (Hành khiển en vietnamien = ministre féodal). Le Premier Ministre, les vices Premiers Ministres et les Ministres font partie d'un organisme appelé Conseil Secret du Roi (Mật Viện en vietnamien). En dessous de l'organisme central (Mật Viện), l'organisation se compose de 6 ministères (Bộ), d'offices mandarinaux (Sảnh) et d'institutions (Viện)

Năm 1010, Lý Thái Tổ chia các khu vực hành chính, đổi mười đạo thời Đinh - Lê thành các lộ và phủ. Đến đầu đời Lý Nhân Tông, trên địa bàn cả nước có 24 phủ-lộ. Dưới phủ là huyện và dưới huyện là hương, giáp, thôn. Về cơ bản, quan chế đời nhà Lý khá giống với nhà Tống bên Tàu. Đây là công cuộc tổ chức hành chính quy mô lớn, xây dựng bộ máy chính trị-hành chính cai trị cả nước.

En 1010, Lý Thái Tổ change les dix divisions administratives installées sous les dynasties des Đinh et des Lê : il les divise en départements (Lộ en vietnamien) et provinces (Phủ en vietnamien). Jusqu'au début du règne du Roi Lý Nhân Tông, tout le territoire est divisé en 24 départements et préfectures. En dessous des provinces on trouve les districts (huyện en vietnamien), et sous les districts il y a les "hương, giáp, thôn" qui sont des divisions administratives citées ici par ordre d'importance décroissante. Fondamentalement, le mandarinat sous les Lý est fort similaire à celui des Sòng (Tống en vietnamien) en Chine. Il s'agit d'une organisation administrative de grande envergure qui construit l'appareil politico-administratif pour tout le pays.

Quân đội thời Lý có quân triều đình, thường gọi là cấm quân và quân các địa phương gọi là lộ quân hoặc sương quân (quân ở phủ, châu). Ngoài ra còn có lực lượng dân binh gồm hương binh ở vùng đồng bằng và thổ binh ở miền núi. Lực lượng dân chúng vũ trang này được động viên trong thời chiến.

L'armée à l'époque des Lý se compose de l'armée de la Cour dite "cấm quân" (garde royale) et des milices locales appelées "lộ quân" ou "sương quân" (milices des provinces, préfectures). En outre, il existe des milices populaires composées de "hương binh" dans les plaines et de "thổ binh" dans les régions montagneuses. Ces forces armées populaires sont mobilisables en cas de guerre.

Chính sách của nhà Lý với các sắc tộc thiểu số và cuộc nổi loạn của Nùng Trí Cao

Politique de la dynastie des Lý vis-à-vis des ethnies minoritaires et soulèvement de Nóng Zhìgāo

Triều Lý tuy rằng đã củng cố được chính quyền trung ương vững mạnh hơn các triều Đinh và Lê, nhưng tại những nơi xa xôi, nhất là ở những vùng miền núi, thế lực của chính quyền trung ương vẫn còn yếu. Chính quyền thực sự tại các vùng này nằm trong tay các tầng lớp thế tộc địa phương như các tù trưởng ở các sách, các động. Quan hệ của những thế tộc này với triều đình ở miền xuôi khá lỏng lẻo. Trên thực tế các vùng này vẫn tự trị. Các châu mục chỉ có nhiệm vụ cống nạp lâm thổ sản hoặc khoáng sản của vùng họ cho chính quyền trung ương mà thôi.

Bien que le pouvoir central de la dynastie des Lý soit consolidé, plus fermement stable que celui des Đinh et des Lê, son influence reste cependant faible dans les régions lointaines, surtout dans les régions montagneuses. Le réel pouvoir dans ces régions est aux mains des classes des puissants locaux comme les chefs de tribu des régions montagneuses. Les relations entre ces classes et la Cour de la basse région sont peu étroites. En réalité, ces régions restent autonomes. Le devoir des régions montagneuses ne consiste qu'à payer des tributs au pouvoir central avec leurs produits forestiers, agricoles ou minéraux régionaux.

Tại nhiều nơi thuộc vùng biên giới với nước Tàu, tùy theo tình hình, các thế tộc này lúc thì thần phục triều Tống, lúc lại theo nhà Lý. Chính vì vậy mà các vua nhà Lý đặc biệt quan tâm đến việc tạo ra quyền lực cai trị ở vùng này. Các phương pháp được triều Lý sử dụng bao gồm vừa mua chuộc tầng lớp thế tộc miền núi qua các quan hệ về hôn nhân, vừa dùng vũ lực để trấn áp những thành phần nào không chịu thần phục. Ngay từ khi mới lên ngôi, Lý Thái Tổ đã gả con gái cho cho tù trưởng động Giáp ở Lạng Châu là Giáp Thừa Quý, Thừa Quý đổi họ sang họ Thân và được phong làm châu mục Lạng Sơn. Dòng họ Thân làm châu mục Lạng Sơn liên tục được kết thông gia với các vua nhà Lý vì tầm quan trọng của vùng yếu địa cửa ngõ đất nước. Ngoài họ Thân tại Lạng Sơn, các vua triều Lý còn gả con gái cho nhiều tù trưởng khác nữa.

Chính sách hôn nhân đã ràng buộc được một số tù trưởng quan trọng đi theo triều đình. Nhưng nó đã không ràng buộc được tất cả các sắc tộc thiểu số vào với

Dans de nombreuses régions frontalières avec la Chine, selon la situation, ces classes de puissants s'inféodent tantôt à la dynastie des Sòng, tantôt à la dynastie des Lý. C'est pourquoi les Rois Lý s'attachent particulièrement à mettre en place leur pouvoir administratif dans ces régions. Le procédé utilisé par la dynastie des Lý est d'une part de soudoyer la classe des puissants montagnards par des alliances matrimoniales et d'autre part d'utiliser la force pour réprimer ceux qui ne se soumettent pas. Juste après être monté sur le trône, Lý Thái Tổ a marié une de ses filles avec le chef de tribu Giáp Thừa Quý de la tribu Giáp à Lạng Châu. Thừa Quý change son patronyme en Thân et est nommé chef de district de Lạng Sơn. La famille Thân, ayant des alliances matrimoniales répétées avec les Rois Lý, occupe de façon continue la fonction de chef de district parce que leur terre, porte d'entrée du pays, a une position stratégique. A côté de la famille Thân à Lạng Sơn, les Rois Lý marient également leurs filles avec d'autres chefs de tribu.

La politique d'alliance matrimoniale oblige un certain nombre de chefs de tribu importants à suivre la Cour. Mais elle n'a pas d'effet sur toutes les

triều Lý và nhiều cuộc nổi dậy đã xảy ra buộc nhà Lý phải dùng vũ lực đàn áp. Trong các cuộc nổi dậy này, có cuộc nổi dậy của Nùng Trí Cao là to lớn nhất và có tầm quan trọng vì ảnh hưởng đến cả hai nước, Tống và Đại Việt.

Họ Nùng vốn là giòng họ đầu mục có thế lực từ nhiều thế kỷ tại châu Quảng Nguyên. Vùng Quảng Nguyên thuộc địa phận tỉnh Cao Bằng bây giờ là vùng đất nổi tiếng nhiều khoáng sản, nhất là vàng. Triều Lý và triều Tống đều rất quan tâm tới vùng này. Đầu thời Lý, vùng này nằm trong tầm kiểm soát của Đại Việt. Lúc bấy giờ, Nùng Tồn Phúc làm thủ lĩnh châu Thảng Do nổi loạn bị Lý Thái Tông dẹp tan. Nhà Lý cho Nùng Trí Cao là con của Nùng Tồn Phúc làm quan với chức châu mục châu Quảng Nguyên. Năm 1048, Nùng Trí Cao tụ tập lực lượng nổi dậy. Vua Lý sai thái úy Quách Thịnh Dật lên đánh nhưng không thắng nổi. Trí Cao đem quân chiếm châu An Đức (thuộc huyện Tĩnh Tây, tỉnh Quảng Tây hiện nay) làm căn cứ địa, đặt quốc hiệu là Nam Thiên, lấy niên hiệu là Cảnh Thụy, mở cuộc chiến tranh lấn sang cương vực nhà Tống. Binh lực Tống bấy giờ yếu ớt, quân tinh nhuệ đều ở phía bắc đối phó với Bắc Liêu và Tây

ethnies minoritaires à l'époque des Lý, ainsi plusieurs soulèvements ont eu lieu obligeant la dynastie des Lý à utiliser la force pour les réprimer. Parmi les soulèvements, celui de Nóng Zhìgāo (Nùng Trí Cao en vietnamien) est le plus intense et il a une influence importante sur les deux pays Sòng et Đại Việt.

Les Nóng sont à l'origine des chefs de bande ayant beaucoup d'influence depuis plusieurs siècles dans le district montagneux de Quảng Nguyên, situé dans la province de Cao Bằng actuelle, une région réputée posséder beaucoup de minerais, surtout de l'or. La Cour des Lý ainsi que celle des Sòng accordent une importance à cette région. Au début de la dynastie des Lý, cette région est sous contrôle du Đại Việt. A ce moment, Nóng Quánfú (Nùng Tồn Phúc en vietnaimien), chef du district de Thắng Do se soulève et est réprimé par Lý Thái Tông. La dynastie des Lý nomme Nóng Zhìgāo, fils de Nóng Quánfú, au titre de chef du district de Quảng Nguyên. En 1048, Nóng Zhìgāo rassemble ses troupes et se soulève. Le Roi Lý envoie l'officier supérieur Quách Thịnh Dật pour le combattre, mais ce dernier n'arrive pas à le vaincre. Zhìgāo s'empare du district de An Đức (situé au district de Tĩnh Tây,

Hạ, cho nên quân Tống bị Trí Cao đánh thua một cách dễ dàng. Trí Cao đã tấn công vào sâu đất Tống, đến dưới thành Quảng Châu, xong không hạ nổi thành phải trở lại Quảng Tây.

Năm 1053, Vua Tống cử Địch Thanh làm tuyên phủ sứ đi đánh Trí Cao. Gặp phải tướng giỏi và quân tinh nhuệ của nhà Tống, Trí Cao liên tục thua trận, sau cùng bị người Đại Lý giết và cuộc khởi loạn đã bị nhà Tống dẹp tan. Trong cuộc chiến của Nùng Trí Cao với nhà Tống, nhà Lý lựa chọn cách đối xử tùy theo tình hình, tình thế các bên. Nhà Lý có lúc ngả sang ủng hộ nhà Tống, lúc lại ngả sang ủng hộ Nùng Trí Cao.

province de Quảng Tây actuelle), y établit sa base et fonde un pays du nom de Nam Thiên, avec Cảnh Thụy comme nom de règne. Il engage la guerre et empiète sur le territoire des Sòng. La puissance militaire Sòng d'alors est faible, les troupes d'élite sont au Nord pour faire face aux Liáo septentrional (Bắc Liêu en vietnamien) et aux Xià de l'Ouest (Tây Hạ en vietnamien). C'est pourquoi Zhìgāo vainc facilement les Sòng et s'enfonce loin dans leurs terres jusqu'à la citadelle de Guǎngzhōu (Quảng Châu en vietnamien). Cependant, il n'arrive pas à entrer dans Guǎngzhōu et doit retourner à Guǎngxī (Quảng Tây en vietnamien).

En 1053, le Roi Sòng envoie le Chef de Département Di Qing (Địch Thanh en vietnamien) combattre Zhìgāo. Face à un bon général et aux troupes bien entrainées des Sòng, Zhìgāo perd plusieurs batailles successives. A la fin il est tué par les troupes du royaume Dàlǐ (Đại Lý en vietnamien) et son soulèvement est réprimé par la dynastie des Sòng. Pendant la guerre entre Nóng Zhìgāo et les Sòng, la dynastie des Lý change son attitude en fonction de la situation et de la position de chaque partie. Tantôt elle apporte son soutien à la dynastie des Sòng, tantôt à Nóng Zhìgāo.

Cuộc nổi loạn của Nùng Trí Cao khiến cho tình hình tại biên giới Việt-Tống thời bấy giờ vô cùng phức tạp. Tuy nhiên, đối với nhà Lý, kẻ thù nguy hiểm nhất vẫn là triều Tống. Vì vậy nhà Lý rất chú trọng đến vùng biên giới giữa Đại Việt và Tống triều. Dưới thời nhà Lý, một đường biên giới xác định giữa hai nước đã dần dần được hình thành. Đường biên giới này về căn bản đã không thay đổi trong suốt một nghìn năm sau đó.

CÔNG CUỘC BÌNH CHIÊM PHÁ TỐNG

Công cuộc bình Chiêm

Chiêm Thành ngay từ thời nước ta còn bị Bắc thuộc vẫn thường đem quân xâm lấn đất đai và cướp bóc dân chúng.

Năm 1020, Lý Thái Tổ đã sai con là Khai Thiên Vương và tướng Đào Thục Phụ đánh vào Bố Chính. Năm 1044, Lý Thái Tông (vị vua thứ nhì triều Lý) đem quân tiến vào kinh đô Chiêm Thành, giết Vua Chiêm Thành là Sạ Đẩu, tàn sát và bắt vô số tù nhân. Bị thất bại nặng nề, Chiêm Thành bề ngoài thần phục, cống nạp nhà Lý, nhưng bên trong rất muốn báo thù. Vào

Le soulèvement de Nóng Zhìgāo complique fortement la situation à la frontière entre le Việt Nam et les Sòng. Cependant, pour la dynastie des Lý, l'ennemi le plus dangereux est toujours la dynastie des Sòng. C'est pourquoi elle accorde une importance particulière à la zone frontalière entre le Đại Việt et la dynastie des Sòng. Sous la dynastie des Lý, la ligne de démarcation entre les deux pays prend progressivement forme. Cette frontière ne changera pas fondamentalement durant les mille ans qui vont suivre.

PACIFICATION DU CHAMPA - VICTOIRE SUR LES SÒNG

Pacification du Champa

Même à l'époque où notre pays est encore sous domination chinoise, l'armée du Champa empiète régulièrement sur notre territoire et dépouille la population de ses biens.

En 1002, Lý Thái Tổ envoie son fils Khai Thiên Vương et le Général Đào Thục Phụ attaquer Bố Chính. En 1044, Thái Tông (2è roi de la dynastie des Lý) entre dans la capitale du Champa avec son armée, tue le Roi Jaya Sinhavarman II (Sạ Đẩu en vietnamien) de Champa, massacre et capture d'innombrables ennemis. Suite à cette lourde défaite,

những năm 50 thế kỷ 11, Vua Chiêm Thành là Chế Củ thường khiêu khích Đại Việt và âm thầm chuẩn bị quân lực để chờ thời cơ đánh Đại Việt.

Năm 1065, được nhà Tống ủng hộ, Chế Củ cắt đứt hẳn quan hệ với Đại Việt, thường xuyên đem quân quấy nhiễu vùng biên giới. Trước tình hình đó, Lý Thánh Tông (vị vua thứ ba triều Lý) quyết đem quân đi đánh Chiêm Thành. Ngày 24 tháng 2 năm 1069 Lý Thánh Tông hạ chiếu thân chinh đi đánh phạt Chiêm Thành. Lý Thường Kiệt được phong làm đại tướng quân kiêm chức nguyên soái, dẫn năm vạn quân tiên phong. Quân Chiêm Thành ban đầu còn chống đỡ được một thời gian, sau thua chạy tan tác. Chế Củ bị bắt cùng với năm vạn quân đầu hàng. Chế Củ xin tha mạng sống với lời cam kết cắt ba châu Bố Chính, Địa Lý, Ma Linh (Quảng Bình và bắc Quảng Trị) cho nhà Lý cai quản.

extérieurement le Champa semble se soumettre, paie des tributs à la dynastie des Lý, mais intérieurement il nourrit un ardent désir de vengeance. Dans les années 50 du 11è siècle, le Roi Rudravarmadeva (Chế Củ en vietnamien) de Champa provoque régulièrement le Đại Việt et prépare secrètement son armée dans l'attente d'une opportunité d'attaquer le Đại Việt.

En 1065, appuyé par la dynastie des Sòng, Rudravarmadeva (Chế Củ en vietnamien) coupe les relations avec le Đại Việt, envoie régulièrement son armée troubler la région frontalière. Face à cette situation, Lý Thánh Tông (3è roi de la dynastie des Lý) décide d'attaquer le Champa. Le 24 février 1069, Lý Thánh Tông décrète qu'il conduit en personne l'armée pour punir le Champa. Il nomme Lý Thường Kiệt maréchal, général en chef de l'armée, et l'envoie en avant-garde avec 50.000 hommes. Au début, l'armée Champa arrive encore à résister pendant un moment, mais plus tard elle se disperse en plein désarroi. Rudravarmadeva est capturé avec 50.000 prisonniers. Il demande à avoir la vie sauve en échange de la cession des 3 régions de Bố Chính, Địa Lý, Ma Linh (Quảng Bình et Nord Quảng Trị) à la dynastie des Lý.

Cuộc kháng chiến chống quân Tống xâm lược Năm 981, Lê Đại Hành đã đánh tan hai đạo quân xâm lược của nhà Tống, bảo vệ vững chắc nền độc lập của Đại Cồ Việt, buộc nhà Tống phải tạm giữ hòa khí trong một thời gian dài, nhưng trong thâm tâm các Vua Tống vẫn chưa từ bỏ ý đồ thôn tính nước ta. Bước qua thời nhà Lý, triều Tống phương Bắc ráo riết chuẩn bị chu đáo cho một cuộc chiến xuống phía nam với ý định mở mang bờ cõi đồng thời phô trương thanh thế với các nước phía bắc đang quấy nhiễu mình. Vương triều Lý đoán định được điều đó nên cũng ra sức chuẩn bị phòng chiến. Năm 1075, triều đình Lý quyết định tấn công để phá tan âm mưu và thăm dò tiềm lực quân sự của nhà Tống. Lý Thường Kiệt nói: *"ngồi im đợi giặc không bằng đem quân ra trước để chặn thế mạnh của giặc"*. Ông tổ chức một cuộc tập kích chiến lược vào các cơ sở quân sự và hậu cần của nhà Tống tại Ung Châu. Ngày 30 tháng 12 năm 1075, quân nhà Lý tiến đánh Khâm Châu, ngày 2 tháng 1 năm 1076, quân ta đánh Liêm Châu dễ dàng. Quân Tống không cản nổi bước tiến của quân nhà Lý. Để tạo thuận lợi	**Résistance contre les envahisseurs Sòng** En 981, Lê Đại Hành défait les deux corps d'armée envahisseurs de la dynastie des Sòng pour défendre fermement l'indépendance du Đại Cồ Việt, obligeant ainsi les Sòng à respecter la paix pendant une longue période. Mais intérieurement les Rois Sòng ne renoncent pas à l'idée d'annexer notre pays. A l'époque des Lý, la dynastie des Sòng se prépare soigneusement et fiévreusement à une progression vers le Sud avec l'idée d'élargir ses frontières et en même temps d'exhiber sa puissance aux pays du Nord qui l'importunent. Pressentant cette idée, la dynastie des Lý s'efforce de préparer sa défense. En 1075, la Cour des Lý décide d'attaquer pour briser le complot des Sòng et sonder leur potentiel militaire. Lý Thường Kiệt dit : *"rester assis tranquillement à attendre l'agresseur ne vaut pas l'envoi des troupes pour stopper sa puissance"*. Il organise des attaques stratégiques par surprise contre les bases militaires et logistiques des Sòng à Yōngzhōu (Ung Châu en vietnamien, nom actuel : Nánníng, Nam Ninh en vietnamien). Le 30 décembre 1075, l'armée des Lý attaque Qīnzhōu (Khâm Châu en

cho cuộc tấn công, sáng tỏ mục đích của cuộc tập kích, Lý Thường Kiệt đã cho niêm yết cáo thị "phạt Tống lộ bố văn", nói lý do tại sao mang quân sang đánh, trong các nguyên nhân được đưa ra có việc đòi trừng trị những đám dân chúng chống lại Đại Việt lẩn trốn trên đất Tống. Ngày 18 tháng Một, các cánh quân thủy bộ của Đại Việt đã kéo đến thành Ung Châu. Thành Ung Châu được tướng Tô Giám lão luyện, nhiều mưu kế giữ thành. Nhưng chênh lệch quân số quá lớn, lại bị giam hãm nhiều ngày, dù gây nhiều tổn thất cho quân Lý nên cuối cùng thành Ung Châu vẫn bị hạ sau 42 ngày đêm. Cuộc tập kích đã giành thắng lợi, phá hủy được căn cứ quân sự, hậu cần của quân Tống.

Căm giận vì thua, nhà Tống huy động 10 vạn quân bộ binh, một vạn kỵ binh chia ba đường đánh sang Đại Việt. Hai toán quân đánh vào châu Quảng Nguyên (Cao Bằng) và châu Vĩnh An

vietnamien), le 2 janvier 1076, elle entre facilement dans Liánzhōu (Liêm Châu en vietnamien). L'armée des Sòng n'arrive pas à empêcher la progression de celle des Lý. Pour créer des conditions favorables à l'attaque et justifier clairement son objectif, Lý Thường Kiệt fait afficher la "Déclaration de guerre aux Sòng" (Phạt Tống Lộ Bố Văn en vietnamien), énonçant clairement les raisons de la guerre. Parmi les causes mentionnées figure la raison visant à punir des insurgés vietnamiens se réfugiant sur les terres Sòng. Le 18 janvier, les forces d'infanterie et fluviale combinées du Đại Việt arrivent à la citadelle de Yōngzhōu, défendue par le Général Sū Jiān (Tô Giám en vietnamien), expert dans la défense. Mais la différence des effectifs est trop grande, la citadelle Yōngzhōu, par ailleurs encerclée pendant une longue période, est vaincue après 42 jours, même si sa prise cause de nombreuses pertes à l'armée des Lý. L'attaque débouche sur une victoire et détruit la base arrière militaire de l'armée Sòng.

Rendue furieuse par la défaite, la dynastie des Sòng mobilise 100.000 fantassins et 10.000 cavaliers pour attaquer le Đại Việt par trois voies différentes. Deux ailes armées attaquent le

(Móng Cái). Toán quân chính dự định đánh vào Lạng Châu, đi dọc theo sông Thương tiến đến sông Cầu rồi vượt sông Lô tiến vào Thăng Long. Ngoài ra nhà Tống còn chuẩn bị thủy quân nhằm phối hợp với bộ binh và dùng để chở quân bộ vượt qua các con sông của Đại Việt.

Lý Thường Kiệt cho chuẩn bị ba phòng tuyến nhằm ngăn quân xâm lược. Phòng tuyến đầu là ải Quyết Lý ở phía bắc châu Quang Lang. Phòng tuyến thứ hai là ải Giáp Khẩu (Chi Lăng) phía nam châu Quang Lang. Hai phòng tuyến này đều được đặt trên một con đường hầu như độc đạo từ Nam Ninh tới Thăng Long (qua ải Nam Quan hiện nay). Phòng tuyến thứ ba, quan trọng cuối cùng là phòng tuyến nam ngạn sông Như Nguyệt (sông Cầu hiện nay), qua được con sông này đến phủ Thiên Đức là tới kinh đô Thăng Long. Tướng Lý Kế Nguyên được giao nhiệm vụ chỉ huy phòng tuyến quan trọng này.

district de Quảng Nguyên (Cao Bằng) et celui de Vĩnh An (Móng Cái). Le corps armé principal tente d'attaquer Lạng Châu, en suivant le fleuve Thương jusqu'au fleuve Cầu, puis traverse le fleuve Lô pour progresser vers Thăng Long. Par ailleurs, les Sòng préparent aussi l'armée fluviale pour des opérations combinées avec les fantassins et pour faire traverser à ces derniers les fleuves du Đại Việt.

Lý Thường Kiệt fait préparer trois fronts pour empêcher l'invasion. La première ligne de défense se situe au défilé de Quyết Lý au Nord de Quang Lang, la deuxième est au défilé de Giáp Khẩu (Chi Lăng) au Sud du district de Quang Lang. Ces deux lignes de défense sont installées sur des voies presque uniques allant de Nánníng (Nam Ninh en vietnamien) à Thăng Long (via le défilé de Nam Quan actuel). La troisième ligne de défense, importante, se trouve sur la rive méridionale du fleuve Như Nguyệt (fleuve Cầu actuel), la traversée de ce fleuve permettant d'aller jusqu'à la province de Thiên Đức et d'atteindre la capitale Thăng Long. Le Général Lý Kế Nguyên est chargé du commandement de cette ligne de défense importante.

Mùa thu năm 1076, quân Tống bắt đầu xâm lược nước ta. Vào giữa tháng 8 năm 1076, chúng đánh chiếm được trại Ngọc Sơn ở biên giới châu Vĩnh An (Móng Cái) sau đó tiến vào Đông Kinh định đi tiếp vào Bạch Đằng. Lý Kế Nguyên lập tức cho quân ra chặn đánh tan thủy quân Tống. Đây là chiến thắng có ý nghĩa chiến lược vì cắt đứt sự phối hợp quân thủy, bộ của quân Tống. Các cánh quân bộ của Tống, dù gặp phải sự chống trả mạnh mẽ của quân Đại Việt, vẫn vượt qua được hai phòng tuyến Quyết Lý và Giáp Khẩu của quân nhà Lý. Ngày 18 tháng Một năm 1077, đại quân của Quách Quỳ đã tiến đến bờ bắc đoạn sông Như Nguyệt, từ đó với đường cái lớn hướng về Thăng Long.

Đại quân Tống giao tranh dữ dội với tuyến phòng thủ của tướng Lý Thường Kiệt, nhưng không sao vượt sang bờ nam của sông Như Nguyệt được. Gần hai tháng trôi qua, quân Tống đã bị tiêu hao nhiều về lực lượng, lương thảo cũng không còn, tinh thần binh sĩ hoang mang, nao núng.

A l'automne de l'an 1076, l'armée Sòng commence à envahir notre pays. Dans le courant du mois d'août 1076, elle s'empare du camp Ngọc Sơn à la frontière du district de Vĩnh An (Móng Cái), puis avance vers Đông Kinh avec l'intention de gagner Bạch Đằng. Lý Kế Nguyên engage immédiatement le combat et met les forces fluviales Sòng en pièces. Il s'agit d'une victoire stratégique car elle réduit à néant la coordination entre les forces fluviales et les fantassins Sòng. Les fantassins Sòng, malgré la riposte vigoureuse de l'armée Đại Việt, arrive quand même à passer les lignes de défense de Quyết Lý et de Giáp Khẩu tenue par l'armée des Lý. Le 18 janvier 1077, la grande armée de Guō Kuí (Quách Quỳ en vietnamien) atteint la rive Nord du fleuve Như Nguyệt, ce qui lui offre la perspective d'arriver à Thăng Long par une grand-route pour autant qu'elle parvienne à traverser le fleuve.

La grande armée Sòng livre de violentes batailles à la ligne de défense du Général Lý Thường Kiệt mais ne parvient pas à joindre la rive Sud du fleuve Như Nguyệt. Après presque deux mois, l'armée Sòng a subi beaucoup de pertes, les ravitaillements commencent à manquer, les troupes, déconcertées, perdent le moral.

Trước tình trạng hai bên cầm cự nhau không phân thắng bại như vậy, Lý Thường Kiệt liền chủ động đưa đề nghị giảng hòa. Đó là chủ trương kết thúc chiến tranh mềm dẻo của Lý Thường Kiệt: *"dùng biện sĩ bàn hòa, không nhọc tướng tá, khỏi tốn xương máu mà bảo toàn được tôn miếu"*. Quân Tống chấp thuận rút quân về nước vào đầu tháng Ba năm 1077. Đây là cuộc xâm lăng lần chót của nhà Tống với nước Đại Việt và được đánh dấu bằng một thất bại nặng nề. Từ đó về sau, cho đến khi nhà Tống bị quân Mông Cổ tiêu diệt, quan hệ hai nước luôn giữ được trong tình trạng hoà bình.

Face à la situation où les deux parties résistent sans parvenir à se départager, Lý Thường Kiệt prend l'initiative de proposer la paix. C'est son option de mettre fin à la guerre en douceur : *"utiliser des négociateurs pour la paix, éviter la fatigue aux troupes, épargner des vies et sauvegarder le temple des ancêtres du roi"*. L'armée Sòng accepte de se retirer au début du mois de mars 1077. C'est la dernière fois que les Sòng envahissent le Đại Việt et il est à remarquer que cette invasion se solde par une lourde défaite. Depuis lors et jusqu'au moment où la dynastie des Sòng est exterminée par les Mongols, la relation entre les deux pays reste paisible.

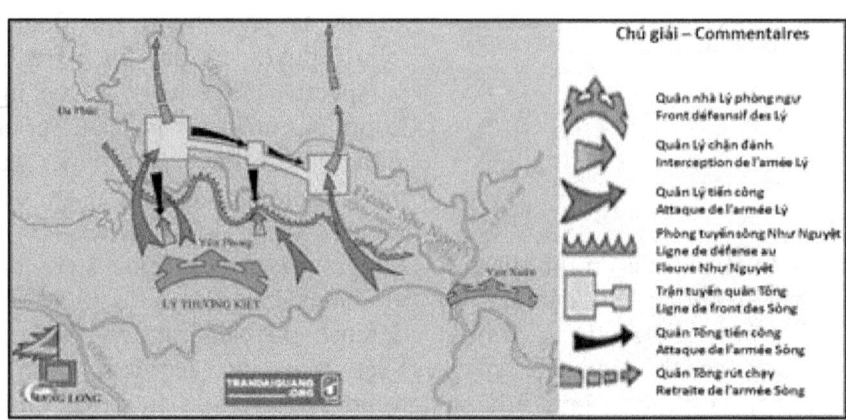

Bataille de Như Nguyệt
Trận Như Nguyệt

VIỆT NAM SOUS LA DYNASTIE DES LÝ

Việt nam dưới triều nhà Lý

Nhà Lý là triều đại có nhiều cải cách trong chính sách cai trị. Điều này đã làm nên sự thay đổi lớn tới xã hội Việt Nam thời đó. Nổi bật nhất là triết lý Nho giáo được đề cao, Khổng Tử và các môn đệ của ông được tôn sùng.

La dynastie des Lý est celle qui réalise beaucoup de réformes au sujet de la politique gouvernementale. Ce qui apporte un grand changement dans la vie sociale d'alors. Le fait que le Confucianisme occupe une position importante est un élément marquant. Confucius (Khổng Tử en vietnamien) et ses disciples sont considérés avec respect.

SỰ PHÁT TRIỂN CỦA NHO HỌC

DEVELOPPEMENT DU CONFUCIANISME

Trong thời kỳ Bắc thuộc lần thứ nhất, tầng lớp cai trị gồm các quan do nhà Hán cử sang và những Lạc dân được theo Hán học, việc truyền bá tư tưởng Nho giáo có mục đích gắn bó thuộc quốc với Bắc triều và duy trì ổn định xã hội. Tuy nhiên, cuộc nổi dậy của Hai Bà Trưng cho thấy ảnh hưởng của Nho giáo trong quần chúng còn rất giới hạn.

Durant la première domination chinoise, la classe gouvernante se compose de mandarins envoyés par les Hàn et de dignitaires locaux sinisés. La propagation de la pensée confucianiste a pour but de lier étroitement le pays colonisé à la dynastie du Nord et de maintenir une société stable. Cependant, le soulèvement des deux Dames Trưng démontre que l'influence du Confucianisme est très limitée dans

Trong các thời kỳ Bắc thuộc sau đó, Nho giáo được sử dụng trở lại như phương tiện tạo sự thần phục Bắc triều. Qua tới các triều đại tự chủ của nhà Đinh, nhà Tiền Lê và nhất là dưới thời nhà Lý, ý thức tự chủ đã trở nên mạnh mẽ, triết lý Nho giáo không còn là phương tiện duy trì sự thần phục Bắc triều nữa, mà đã trở thành một phần văn hoá Đại Việt giúp duy trì ổn định xã hội nội tại mà thôi.

Năm 1070, Lý Thánh Tông (vị vua thứ ba triều Lý), đổi quốc hiệu là Đại Việt, cho lập Văn Miếu, đắp tượng Khổng Tử và các môn đệ thờ tại ngoại ô Thăng Long. Nhà vua còn lập trường dạy về Nho học và mở các kỳ thi tuyển chọn nhân tài cho guồng máy chính quyền. Có thể nói, Nho giáo được triều đình Đại Việt chính thức dùng làm tư tưởng chủ đạo trong việc trị quốc từ đó.

la classe populaire. Pendant les périodes ultérieures de la domination chinoise, le Confucianisme est de nouveau utilisé comme moyen d'inféodation à la dynastie du Nord. Sous le règne des dynasties autonomes des Đinh, des Lê antérieurs et surtout sous la dynastie des Lý, une forte prise de conscience au sujet de l'autonomie s'est développée. La pensée confucianiste, même si elle n'est plus un moyen de soumission à la dynastie du Nord, fait partie intégrante de la société Đại Việt, servant uniquement à maintenir la stabilité de la société.

En 1070, Lý Thánh Tông (troisième roi de la dynastie des Lý) change le nom du pays en Đại Việt ; il fait édifier le Temple de la Littérature, ériger des statues de Confucius et de ses disciples dans la banlieue de Thăng Long pour les vénérer. Le roi crée également une école enseignant le Confucianisme et instaure des concours pour la sélection des hommes de valeur au service de l'appareil gouvernemental. On peut dire que, dès lors, le Confucianisme est officiellement utilisé par la Cour du Đại Việt comme pensée dominante influençant l'administration du pays.

HOÀN THIỆN TỔ CHỨC CHÍNH QUYỀN PHONG KIẾN

Sự cai trị dưới triều đại nhà Lý được tổ chức theo thể chế quân chủ tập quyền dựa trên nền tảng Nho giáo.

Mô hình quân chủ tập quyền dồn mọi quyền lực quốc gia vào tay hoàng đế. Dưới vua có một bộ máy quan lại giúp việc phân cấp thành Khu Mật Viện và các Bộ là cơ quan đầu não của triều đình. Ngoài ra còn có các Sảnh và Hàn lâm viện. Dưới đó là các Viện, Ty, Cuộc. Các cấp địa phương từ cao tới thấp được chia ra từ phủ, lộ, châu, trại, huyện, hương, giáp, phường, sách, động.

Các vương hầu và đại thần được cấp thái ấp, gia nô và quân lính riêng, nhưng khi hữu sự thường được giao trách nhiệm bình định tại các nơi ngoài vùng sở hữu của mình để tránh tệ trạng hùng cứ tại địa phương.

PARACHEVEMENT DE L'ORGANISATION DU POUVOIR FEODAL

L'administration sous la dynastie des Lý est organisée selon le régime de monarchie centralisée, en prenant la culture confucianiste comme base.

Le modèle de la monarchie centralisée concentre tout le pouvoir de l'Etat dans la main de l'empereur. Le roi est aidé par un organisme mandarinal divisé en Conseil Secret du Roi (Khu Mật Viện en vietnamien) et en Ministères qui sont des organes centraux de direction de la Cour. En outre, il existe des Offices mandarinaux et l'Académie. En dessous de ces institutions, on trouve des Instituts, des Services Provinciaux et des Offices (respectivement Viện, Ty, Cuộc en vietnamien). Au niveau local, par ordre d'importance décroissant, l'administration est divisée en phủ, lộ, châu, trại, huyện, hương, giáp, phường, sách, động (préfecture, département, région,...).

La noblesse et les grands dignitaires ont leurs propres fiefs, domestiques et armées, mais, en cas de problèmes, ils sont chargés de pacifier les régions qui ne leur appartiennent pas afin qu'ils ne puissent imposer leur souveraineté au niveau local.

Các quan trong triều và ngoài các lộ đều không có lương bổng mà được hưởng thuế ruộng đất đầm ao của dân trong vùng thái ấp cai trị. Khi được đổi tới địa phương khác thì sẽ được hưởng lộc tại địa phương mới. Tới năm 1067, để tránh tình trạng những lạm, các quan được trợ cấp thêm lúa, muối, cá và một khoản tiền nhỏ đủ sống, gọi là "tiền dưỡng liêm".

Về luật pháp, dưới triều nhà Lý, lần đầu tiên nước ta có hệ thống luật lệ được ghi chép thành văn bản. Năm 1042 Lý Thái Tông (vua thứ nhì triều Lý) cho soạn các sách ghi điều luật. Hình thư là bộ sách luật gồm 3 quyển quy định các hình phạt nếu một người phạm vào một tội đã có ghi trong Luật.

Điều đặc biệt là trong triều đại nhà Lý, các công chúa và phi tần được tham dự vào các sinh hoạt triều chính. "*Mùa hạ tháng 4 năm 1064, Vua Lý Thánh Tông ngự tại điện Thiên Khánh xử kiện. Sử chép có công chúa Động Thiên đứng hầu cạnh. Như vậy hẳn là việc các công chúa tham gia công việc triều chính là chuyện thường xảy ra*" (theo Đại Việt Sử Ký Toàn Thư).

Les mandarins, qu'ils soient de la Cour ou pas, n'ont pas de salaire, mais ils perçoivent les impôts fonciers payés par la population de la région qu'ils administrent. Quand ils sont mutés dans une autre localité ils reçoivent les avantages liés à celle-ci. En 1067, pour éviter la corruption, les mandarins reçoivent en plus du riz, du sel, des poissons et une petite somme d'argent suffisante pour subvenir à leurs besoins, appelée "argent pro-intégrité ou anti-corruption" (tiền dưỡng liêm en vietnamien).

Sous la dynastie des Lý, sur le plan légal, pour la première fois la loi est formalisée dans un texte écrit. En 1042, Lý Thái Tông (deuxième roi de la dynastie des Lý) fait établir des textes de loi. Le code pénal se compose d'un ensemble de 3 tomes définissant les sanctions pour toute personne ayant commis une infraction reprise dans la Loi.

Il est à remarquer que sous la dynastie des Lý, les princesses et les femmes du roi sont autorisées à participer aux activités de la Cour. "*A l'été de l'an 1064, en avril, le Roi Lê Thánh Tông juge une affaire au palais de Thiên Khánh. Les documents historiques rapportent que la princesse Động Thiên est debout à ses côtés. Ainsi, il est évident que les princesses participent régulièrement aux affaires de la Cour*" (selon Đại Việt Sử Ký Toàn Thư, littéralement Annales d'Histoire de Đại Việt).

QUÂN CHẾ THỜI LÝ

Quân chế thời Lý được tổ chức rất hoàn chỉnh. Cấm Vệ Quân lên tới hơn ba ngàn tướng sĩ, để bảo vệ hoàng đế và triều đình tại kinh đô. Năm 1059, đời Lý Thánh Tông, cấm quân còn xăm trên trán 3 chữ "Thiên tử quân". Ngoài ra còn có các đạo quân "tấn công" và "trấn thủ" rất thiện chiến, đây là chủ lực quân dưới thời nhà Lý.

Dân đinh không thuộc các thái ấp đến tuổi 18 đều phải xung vào quân đội, được cấp lúa gạo hàng tháng, được thưởng thêm vải lụa và thực phẩm mỗi năm. Hàng tháng binh lính thay phiên nhau về nhà làm ruộng để đảm bảo việc canh nông. Chính sách luân phiên quân lính về nhà làm ruộng đã giúp bảo đảm quân số cần thiết khi có chiến tranh và ổn định sản xuất phát triển kinh tế.

Dưới thời Lý đã có những đội quân được huấn luyện chiến đấu rất giỏi, kỷ luật rất nghiêm, người nào cũng có một kim bài

SYSTEME MILITAIRE A L'EPOQUE DES LÝ

Le système militaire de la dynastie des Lý est organisé de façon parfaite en son genre. La Garde Royale compte plus de 3.000 hommes, elle est chargée de défendre le roi et la Cour à la capitale. En 1059, sous Lý Thánh Tông, les hommes de la Garde Royale se font tatouer sur le front les 3 caractères 天子軍 (Thiên Tử quân en vietnamien, littéralement "soldat du Fils du Ciel"). En outre, des corps d'armée "d'attaque" et "de défense" bien entrainés forment les principales forces armées sous la dynastie des Lý.

La population ne faisant pas partie des fiefs de princes et de dignitaires doit servir dans l'armée à partir de l'âge de 18 ans. Les engagés reçoivent mensuellement du riz, et annuellement du tissu et des denrées alimentaires. Chaque mois, les soldats, à tour de rôle, retournent chez eux pour assurer le travail agricole. Le système de roulement, laissant aux soldats la possibilité d'assurer le travail agricole, permet de disposer de l'effectif nécessaire en cas de guerre et de stabiliser la production et le développement de l'économie.

Sous la dynastie des Lý, les troupes armées sont très bien entrainées et la discipline est rigoureuse, chaque homme a une plaque métallique

để làm hiệu riêng. Trong trận chiến, đã có lúc thuyền của đội quân này bị đắm, người nào cũng nắm vững kim bài chết theo thuyền. Bởi vậy, quân lực dưới thời nhà Lý rất hùng mạnh. Đã có lần tướng Lý Thường Kiệt đem quân đánh sang Tàu, tạo nên những chiến công thật hiển hách.

TÌNH HÌNH KINH TẾ XÃ HỘI DƯỚI TRIỀU NHÀ LÝ

Chính sách nông nghiệp

Ruộng đất nông nghiệp được quản lý dưới các hình thức sau:
- <u>Ruộng đất do triều đình quản lý trực tiếp</u>. Gồm các doanh trại, đồn điền chiếm đoạt lại từ các quan lại của Tàu trước đây và những đất đai chung quanh các lăng tẩm của nhà vua ở vùng Thiên Đức thuộc Bắc Ninh, quê hương của vua nhà Lý.
- <u>Ruộng công của các hương ấp</u>. Đây là phần lớn đất đai canh tác thời bấy giờ, nông dân khai thác hưởng lợi chung và đóng thuế cho công quỹ. Quỹ này là lợi tức chính yếu của chính quyền phong kiến thời nhà Lý.
- <u>Ruộng đất của tư nhân</u>. Loại ruộng đất này chủ điền khai thác, đóng thuế, có quyền sang nhượng vì không thuộc triều đình.

reprenant son signe distinctif. A la guerre, il arrive que lorsque des navires font naufrage, tout le monde tient fermement sa plaque et meurt avec le navire. C'est pourquoi, la force militaire de la dynastie des Lý est très puissante. Le Général Lý Thường Kiệt a, à plusieurs reprises, attaqué la Chine et remporté d'éclatantes victoires.

SITUATION ECONOMIQUE ET SOCIALE SOUS LA DYNASTIE DES LÝ

Politique agricole

Les terres agricoles sont gérées de différentes façons :
- <u>Terres gérées directement par la Cour</u>. Elles se composent de camps militaires, de plantations confisquées aux mandarins chinois des temps passés et de terres situées aux alentours des tombeaux royaux dans la région de Thiên Đức, appartenant à Bắc Ninh, pays natal des Rois Lý.
- <u>Rizières publiques des villages</u>. Elles constituent la majorité des terres cultivées d'alors. Les paysans les exploitent, en tirent profit ensemble et paient des impôts à un fonds public. Ce fonds est la principale source de revenu du pouvoir féodal à l'époque des Lý.
- <u>Terres de particuliers</u>. Ces terres sont exploitées par des propriétaires terriens. Ils paient les impôts et ont le droit de les céder à autrui car ces terres n'appartiennent pas à la Cour

- Ruộng đất do vua lập thành <u>thái ấp</u>, được giao cho các vương hầu hay cho các nhà chùa, đây là loại đặc quyền ưu đãi của nhà Lý đối với quan lại và hệ thống Phật giáo. Các chùa chiền này đa số là do nhà vua hay các vương hầu, quí tộc tạo dựng, quy tụ đông đảo tăng ni tu trì.

Tình hình công thương nghiệp

Về công nghệ trong thời đại nhà Lý, thịnh hành nhất là những ngành nghề liên quan tới sự phát triển của Phật giáo. Trong thời kỳ này, nhiều chùa, tháp được xây dựng, do đó ngành kiến trúc rất phát triển cùng với những nghề như đúc chuông, tạc tượng và nghề kim hoàn cũng phổ biến không kém. Triều đình nhà Lý đã có nhiều lần cung cấp hàng nghìn cân đồng cho các công trình đúc chuông, đúc tượng Phật khắp nơi.

Song song với công nghiệp tư nhân, triều đình nhà Lý có các cơ xưởng để đúc tiền, chế tạo binh khí, làm các đồ dùng cho hoàng gia và quan lại. Các vật dụng làm cho hoàng cung và quan chức không được phép lưu hành trong dân gian. Ngược lại triều đình lại mua nhiều phẩm vật từ các nguồn do dân chúng cung cấp.

- <u>Terres transformées en fiefs par le roi</u>, octroyées à la noblesse ou encore au clergé bouddhiste. Il s'agit d'un privilège que le roi accorde aux mandarins et au clergé bouddhiste. Ces bonzeries dont la majorité sont bâties par le roi ou la noblesse, réunissent de nombreux bonzes et bonzesses

Situation de l'industrie artisanale et du commerce

En ce qui concerne l'industrie artisanale, les métiers liés au développement du Bouddhisme sont les plus en vogue. A cette période, sont bâties de nombreuses pagodes, tours, c'est pourquoi l'architecture se développe en même temps que les métiers de fondeur de cloches, de sculpteur de statues, et l'orfèvrerie n'est pas moins répandue. La Cour des Lý a fourni à maintes reprises des milliers de cattys (cân en vietnamien = 600g) de cuivre pour les travaux de fonderie de cloches, de statues de Bouddha partout dans le pays.

Parallèlement aux technologies utilisées par des particuliers, la Cour des Lý a des ateliers pour battre la monnaie, fabriquer des armes et manufacturer le matériel pour la famille royale et les mandarins. Le matériel destiné à la famille royale et aux mandarins ne peut circuler dans la population. A l'inverse, la Cour achète beaucoup de produits de valeur fournis par le peuple.

Thời Vua Lý Thái Tông, nhà vua còn cho truyền dạy các cung nữ dệt gấm vóc và thiết lập các trại trồng dâu nuôi tằm ngay trong hoàng cung. Các phẩm phục của nhà vua không còn phải dùng tới hàng hóa của nhà Tống bên Tàu nữa.

Ngành khai thác khoáng sản cũng được triều đình đặc biệt chú ý. Năm 1062 mỏ vàng tại Vũ Kiến và mỏ bạc tại Hạ Liên được khai thác. Năm 1198 tìm thấy mỏ thiếc tại Lạng Châu.

Nghề làm đồ gốm dưới triều nhà Lý đạt độ tinh xảo ngang với Tàu. Nội thương và ngoại thương dưới triều đại các vua nhà Lý đều phát triển mạnh. Kinh thành Thăng Long trở thành một trung tâm thương mại quan trọng. Hoạt động giao thương giữa miền xuôi và miền ngược đã hình thành. Dân ở các đồng bằng thường chở muối, các đồ dùng bằng sắt lên miền núi đổi lấy lâm sản và vàng bạc. Tiền kim loại đã được dùng để trao đổi, buôn bán. Sự phồn thịnh về thương mại đã kéo theo việc phát triển về giao thông.

A l'époque du Roi Lý Thái Tông, le roi ordonne l'apprentissage du tissage des soieries de grande valeur aux femmes du palais et fait construire des fermes pour la plantation des mûriers et l'élevage des vers à soie à l'intérieur du palais même. Il n'est plus nécessaire d'importer des marchandises de la dynastie des Sòng de Chine pour fabriquer les costumes du roi.

La Cour accorde aussi une importance particulière à l'exploitation des minerais. En 1062, la mine d'or de Vũ Kiến et la mine d'argent de Hạ Liên sont mises en exploitation. En 1198, un gisement d'étain est découvert à Lạng Châu.

Sous la dynastie des Lý, la poterie atteint un niveau de perfectionnement égal à celui de la Chine. Le commerce, tant intérieur qu'extérieur, se développe fortement sous le règne des Rois Lý. La capitale Thăng Long devient un centre de négoce important. Les activités commerciales entre les plaines et les régions montagneuses prennent forme. La population des plaines apportent souvent du sel, des objets en fer aux régions montagneuses pour les échanger contre des produits forestiers et des métaux précieux. La monnaie métallique est utilisée pour les échanges commerciaux. Le commerce florissant induit le développement des voies de communication.

Việc buôn bán với nước ngoài được mở mang. Hầu hết hàng hóa được trao đổi với Tàu. Thương nhân Việt, Hoa buôn bán với nhau bằng đường bộ xuyên qua biên giới và bằng cả thương thuyền. Ngoài ra, các thương nhân Việt còn trao đổi hàng hóa với Chiêm Thành, tuy chưa nhiều. Quan hệ ngoại thương thời Lý cũng đã bắt đầu vươn tới các nước ở xa hơn như đảo quốc Qua Oa (Java ngày nay), Xiêm La, Tam Phật Tề (phía nam Xiêm La). Vân Đồn (Quảng Ninh ngày nay) đã trở thành trung tâm giao dịch quốc tế thời đó.

Tình hình xã hội dưới triều Lý

Giai tầng xã hội dưới thời nhà Lý đã được phân biệt một cách rõ rệt. Cao nhất là các dòng tộc quyền quí và thấp nhất là giai cấp nô lệ. Giai cấp quyền thế phong kiến nắm hầu hết quyền lực xã hội. Trong việc thi cử ra làm quan, chỉ có con cái của giai cấp này được dự thi.

Một giai cấp đặc biệt trong thời nhà Lý là giai cấp tăng lữ. Họ là những người được hưởng đặc quyền về cả kinh tế lẫn chính trị. Về giai cấp nô lệ,

Le commerce avec les pays étrangers se développe. La plupart des échanges commerciaux se font avec la Chine. Les échanges entre commerçants vietnamiens et chinois se font par voie terrestre traversant les frontières et même par voie maritime. Par ailleurs, les commerçants vietnamiens font aussi des échanges de marchandises, bien qu'occasionnels, avec le Champa. Les relations commerciales sous les Lý commencent à s'étendre aux pays plus lointains comme le pays insulaire Qua Oa (Java actuel), le Siam, le Srivijaya (Tam Phật Tề en vietnamien, au Sud du Siam). Vân Đồn (Quảng Ninh actuel) devient le centre commercial international d'alors.

Situation sociale sous la dynastie des Lý

Les classes sociales sous les Lý se distinguent clairement. Au plus haut niveau se situent les nobles et les puissants et au plus bas niveau les esclaves. La classe influente féodale détient presque tous les pouvoirs dans la société. En ce qui concerne la sélection des mandarins, seuls les enfants de cette classe peuvent participer aux concours de sélection.

Le clergé bouddhiste constitue une classe particulière sous la dynastie des Lý. Il bénéficie de privilèges sur le plan tant économique que politique. Les esclaves sont

họ là những tù binh trong các cuộc chiến, những người có tội bị trừng phạt buộc phải làm nô lệ, hoặc dân thường nghèo khổ phải bán mình và con cái làm nô lệ. Họ thường là các gia bộc, nô tỳ của tầng lớp giàu có, vương giả. Họ bị chủ nhân mua đi bán lại không thương tiếc.

Số đông trong xã hội là thành phần dân thường, họ là những nông dân, thợ thuyền, doanh nhân v.v... Giai cấp này là nguồn chủ lực của xã hội. Họ có bổn phận phải đóng thuế và đi lính. Luật lệ nhà Lý cấm dân chúng không được bán con trai dưới 18 tuổi làm nô lệ cho các tư gia với mục đích bảo vệ nguồn nhân lực, tài lực của quốc gia.

Nói tóm lại, xã hội Việt Nam dưới triều nhà Lý đã có nhiều thay đổi và phát triển mạnh về mọi mặt. Sự thay đổi và phát triển này là những đóng góp quan trọng của nhà Lý cho dòng lịch sử dân tộc Việt Nam.

composés soit de prisonniers capturés à la guerre, soit de coupables condamnées à être esclaves, soit de simples citoyens qui se vendent eux-mêmes ou d'enfants qui sont vendus par leurs parents à cause de leur pauvreté. Ils sont domestiques, servants de la classe nantie ou de la noblesse. Ils sont achetés et revendus sans pitié par leurs propriétaires.

La majorité de la population est constituée de simples citoyens. Ils sont paysans, ouvriers, commerçants, etc… Cette classe constitue la force principale de la société. Elle a le devoir de payer les impôts et de servir dans l'armée. La loi des Lý interdit la vente des garçons de moins de 18 ans comme esclaves aux particuliers dans le but de préserver les ressources humaines et le potentiel de l'Etat.

En résumé, socialement parlant, il y a beaucoup de changements et d'importants développements à tous points de vue. Ces changements et développements constituent une importante contribution des Lý dans le courant de l'évolution de l'histoire du Việt Nam.

DYNASTIE DES TRẦN ET GUERRES DE RESISTANCE CONTRE LES YUÁN-MONGOLS

Nhà Trần và cuộc kháng chiến chống quân Nguyên-Mông

Nhà Lý suy yếu, quyền lực rơi vào tay Trần Thủ Độ. Trần Thủ Độ ép Lý Chiêu Hoàng (8 tuổi) nhường ngôi cho chồng là Trần Cảnh (cũng 8 tuổi). Ngôi vị nhà Lý chuyển sang nhà Trần một cách ôn hòa. Trong khoảng 175 năm trị vì, nhà Trần đã lãnh đạo dân Đại Việt ba lần kháng chiến chống quân Nguyên thành công lập nên trang sử sáng chói cho dân tộc.

La dynastie des Lý s'affaiblissant, le pouvoir tombe entre les mains de Trần Thủ Độ. Celui-ci contraint Lý Chiêu Hoàng (âgée de 8 ans) à abdiquer en faveur de son mari Trần Cảnh (âgé de 8 ans aussi). La succession entre la dynastie des Lý et celle des Trần se passe pacifiquement. Pendant la période des 175 ans de son règne, la dynastie des Trần a, par trois fois, conduit le peuple Đại Việt à la victoire dans la résistance contre l'armée des Yuán (Nguyên en vietnamien), écrivant une page d'histoire éblouissante pour le peuple.

HỌ TRẦN KHỞI NGHIỆP

EDIFICATION DU NOUVEAU REGIME PAR LES TRẦN

Lý Cao Tông, vua thứ bảy của nhà Lý, là người ham mê săn bắn, chính sự pháp luật không rõ ràng, vơ vét của dân xây nhiều cung điện, bắt trăm họ

Lý Cao Tông, 7è roi de la dynastie des Lý, est une personne qui se passionne pour la chasse, avec des agissements peu clairs sur le plan légal et politique. Il rafle les biens

xây cất phục dịch nên trộm cướp nổi lên khắp nơi. Vào năm 1209, Vua Lý Cao Tông nghe lời tặc thần Phạm Du bức hại công thần là Phạm Bỉnh Di. Tướng của Bỉnh Di là Quách Bốc đem quân phá cửa thành vào cứu Bỉnh Di. Lý Cao Tông phải chạy lên châu Qui Hóa. Con của Cao Tông là hoàng tử Sảm phải về nương náu tại Hải Ấp, Thái Bình, là căn cứ địa của dòng họ Trần.

Trần Lý (Trần Nguyên Tổ) người làng Tức Mạc (thuộc tỉnh Nam Định) làm nghề đánh cá, nhà giàu có được nhiều người tùng phục. Trần Lý gả con gái cho Thái Tử Sảm. Thực chất, đây là phương thức để họ Trần tìm cách bước vào vòng quyền lực. Với danh nghĩa phò nhà Lý, họ Trần mộ quân về kinh dẹp loạn, rồi lên Qui Hóa rước Vua Lý Cao Tông về lại kinh đô. Một năm sau thì Vua Lý Cao Tông mất ngôi báu truyền cho Thái tử Sảm tức Lý Huệ Tông.

Vua Lý Huệ Tông nhờ ơn họ Trần nên giao mọi chức vị quan trọng cho người họ Trần

du peuple pour faire construire de nombreux palais, oblige la population à la corvée de construction, ainsi voleurs et brigands surgissent de toutes parts. En 1209, le Roi Lý Cao Tông, écoutant le vilain mandarin Phạm Du, cherche à attenter à la vie de Phạm Bỉnh Di, un mandarin méritant. Quách Bốc, un officier de Bỉnh Di, conduit son armée à forcer les portes de la citadelle pour sauver Bỉnh Di. Lý Cao Tông doit s'enfuir vers le district montagneux de Qui Hóa. Le Prince Sâm, fils de Cao Tông, doit se réfugier à Hải Ấp, Thái Bình, base de la famille Trần.

Trần Lý (Trần Nguyên Tổ), originaire du village de Tức Mạc (dans la province de Nam Định), est un riche pêcheur auquel de nombreuses personnes prêtent allégeance. Trần Lý donne la main de sa fille au Prince héritier Sâm. En réalité, il s'agit d'un moyen pour la famille Trần d'accéder aux cercles du pouvoir. Arguant le fait qu'elle est au service de la dynastie des Lý, la famille Trần lève une armée et se dirige vers la capitale pour réprimer l'insurrection, puis se rend à Qui Hóa pour faire revenir Lý Cao Tông à la capitale. Un an plus tard Lý Cao Tông décède et lègue la couronne au Prince héritier Sâm, soit le Roi Lý Huệ Tông.

Le Roi Lý Huệ Tông, reconnaissant envers la famille Trần, confie tous les postes importants à celle-ci

điều hành chính sự. Đặc biệt Trần Thủ Độ được phong làm Điện Tiền Chỉ Huy Sứ thống lãnh các đội ngự lâm quân. Năm 1224, Huệ Tông truyền ngôi cho Công Chúa Lý Chiêu Hoàng, lúc đó mới 7 tuổi, rồi vào tu ở chùa Chân Giáo.

Năm 1225, Trần Thủ Độ tìm cách thao túng đưa hàng loạt người họ Trần vào cung vua. Trần Cảnh là cháu của Trần Thủ Độ khi đó 8 tuổi chính thức trở thành chồng của Lý Chiêu Hoàng. Đến cuối năm 1225, Trần Thủ Độ ép Lý Chiêu Hoàng nhường ngôi vua cho chồng.

Nhà Lý chấm dứt sự nghiệp chính trị tại đây sau 9 đời làm vua kéo dài 216 năm từ năm 1010 đến năm 1225.

NHÀ TRẦN XÂY DỰNG VÀ CỦNG CỐ CHÍNH QUYỀN

Cuộc đổi ngôi từ dòng họ Lý sang họ Trần diễn ra trong hoàng cung với sự thao túng của Trần Thủ Độ không để lại một sự xáo trộn nào ngoài xã hội. Có nhiều ý kiến trái nghịch về công và tội của vị tướng nhà Trần này. Vai trò của Trần Thủ Độ trong lịch sử

pour gérer les affaires politiques. En particulier, Trần Thủ Độ est nommé au titre de Điện Tiền Chỉ Huy Sứ (littéralement Général Commandant du Commandement du Palais), commandant en chef de la Garde Royale. En 1224, Huệ Tông remet la couronne à la Princesse Lý Chiêu Hoàng, qui n'a alors que 7 ans, puis il entre en religion à la pagode Chân Giáo.

En 1225, Trần Thủ Độ cherche à manœuvrer en toute liberté en nommant de façon massive des hommes de la famille Trần aux postes du palais. Trần Cảnh, neveu de Trần Thủ Độ, âgé alors de 8 ans, devient officiellement l'époux de Lý Chiêu Hoàng. A la fin de l'an 1225, Trần Thủ Độ contraint Lý Chiêu Hoàng à remettre la couronne à son mari.

La dynastie des Lý s'achève après 9 règnes qui s'étendent sur 216 années, de 1010 à 1225.

INSTAURATION ET RENFORCEMENT DU POUVOIR DES TRẦN

Le passage de la couronne des Lý vers les Trần se déroule à l'intérieur du palais royal suite aux manigances de Trần Thủ Độ, sans déclencher le moindre trouble dans la société civile. Il existe des opinions contradictoires quant à savoir si ce Général Trần a du mérite ou s'il a commis un crime.

đã được sử gia khách quan đánh giá rằng vì lòng trung thành với giòng họ ông đã có công giành ngôi báu cho họ Trần, ông đã phạm tội tày đình là phế bỏ nhà Lý và đã ra tay sát hại thân tộc họ Lý để tận diệt mọi mưu toan giành lại ngai vàng của con cháu họ Lý. Tuy nhiên, ông là một nhà chính trị lỗi lạc, thanh liêm, cương trực một tay tạo dựng nên cơ nghiệp nhà Trần. Bên trong, ông củng cố ngôi vị cho tân vương trẻ và dẹp yên nội loạn, bên ngoài ông chẳng những là chỗ dựa tinh thần mà còn đóng góp rất lớn cho cuộc kháng chiến chống quân Nguyên-Mông trong đợt xâm lăng lần thứ nhất. Lịch sử ghi lại lời nói cương quyết của ông với Vua Trần Thái Tông: "*Đầu tôi chưa rơi xuống đất, thì xin bệ hạ đừng lo*" đã trấn an nhà vua và góp phần vào việc nâng cao nhuệ khí của quân dân Đại Việt dẫn đến chiến thắng oanh liệt đánh đuổi quân Nguyên-Mông về Tàu.

En ce qui concerne le rôle de Trần Thủ Độ dans l'Histoire, les historiens ont objectivement estimé que bien qu'il ait le mérite d'avoir apporté le trône à la famille Trần, par loyauté envers elle, il a par contre commis un crime gravissime en abolissant la dynastie des Lý et en exterminant leur parentèle pour éradiquer toute tentative de reconquérir le trône de la part des descendants Lý. Toutefois, il est un éminent politicien, intègre, droit et ayant de ses mains propres fondé la grande œuvre de la dynastie. A l'intérieur, il consolide la position du nouveau jeune roi et pacifie les troubles internes ; vis-à-vis de l'étranger, il est non seulement un appui spirituel mais contribue grandement à la résistance contre l'armée Yuán-Mongole dans sa première vague d'invasion. L'Histoire retient ses paroles résolues adressées au Roi Trần Thái Tông "*Tant que ma tête n'est pas encore tombée à terre, je prie votre Majesté de ne pas vous en faire*" pour rassurer le roi et contribuer à stimuler l'ardeur du peuple et de l'armée du Đại Việt, ce qui conduit aux victoires glorieuses repoussant l'armée Yuán-Mongole vers la Chine.

Nhà Trần thay nhà Lý mở ra một thời kỳ lịch sử mới phát triển cao hơn thời nhà Lý. Chính quyền nhà Trần trong thế kỷ 13 vững vàng, năng động đã tạo ra một nền chính trị thống

La dynastie des Trần, remplaçant celle des Lý, ouvre une nouvelle ère où le développement atteint un niveau plus élevé que celui des Lý. Au 13è siècle, l'administration de la dynastie des Trần, solide et active,

nhất và ổn định cho đất nước, kéo dài 175 năm cho đến giữa thế kỷ 14.

Để bảo đảm vững chắc vị trí, khả năng nắm chính quyền và để tránh những vụ tranh chấp ngôi báu trong nội bộ hoàng tộc nhà Trần áp dụng chế độ Thái Thượng Hoàng. Vua con nắm ngôi nhưng quyền lực thuộc về vua cha (Thái Thượng Hoàng). Ngôi vị Thái Thượng Hoàng không chỉ là cố vấn mà còn có quyền phế truất ngôi vua tại vị và chỉ định người khác kế vị.

Sự liên kết dòng họ nắm chính quyền nhà Trần thực hiện như một nguyên tắc để giữ an xã hội. Hầu hết các chức vụ quan trọng trong triều đình và ở các địa phương phủ, lộ đều do tôn thất nắm giữ. Để quyền lợi dòng họ thêm vững vàng, lâu bền, ngoài chế độ kế thừa quyền lợi và quan chức theo họ, nhà Trần còn áp dụng lối kết hôn đồng tộc. Cũng như thời Lý, các vương hầu thời Trần đều có lực lượng quân đội riêng.

Bộ máy cai trị của triều nhà Trần
Bộ máy cai trị của nhà Trần phỏng theo mô hình của nhà Tống, bao gồm bộ máy chính quyền trung ương và địa phương.

crée un régime politique unifié et stable pour le pays. Elle dure 175 ans, jusqu'au milieu du 14è siècle.

Pour assurer solidement sa position, sa capacité à tenir le pouvoir et pour éviter les luttes pour le trône au sein de la famille royale, la dynastie des Trần applique un régime où le Roi-père (Thái Thượng Hoàng) garde le pouvoir. Le roi règne mais le pouvoir appartient au Roi-père, qui n'est pas seulement un conseiller mais a aussi le pouvoir de destituer le roi en place et de désigner une autre personne pour lui succéder.

Le népotisme des Trần est un principe visant à préserver la paix sociale. La plupart des postes importants à la Cour ainsi que dans les endroits tels que les préfectures et départements, sont confiés à la famille royale. Pour consolider et assurer la pérennité de ses intérêts, outre le régime de transmission des intérêts et postes officiels au sein de la parentèle, la dynastie des Trần applique le mariage consanguin. A l'instar de la dynastie des Lý, la noblesse à l'époque des Trần a aussi sa propre armée.

Appareil gouvernemental sous la dynastie des Trần
L'appareil gouvernemental de la dynastie des Trần s'inspire du modèle de la dynastie des Sòng (Tống en vietnamien). Il se compose d'administrations centrales et locales.

Ở triều đình, bộ phận trung khu gồm 6 bộ: Lại, Lễ, Hộ, Binh, Hình, Công để giải quyết các công việc hành chính, ngoại giao, tín ngưỡng, kinh tế, quân sự, pháp luật và xây dựng. Các cơ quan sáu bộ càng về sau phần lớn đều do các nho thần đảm nhiệm.

Ở các địa phương, nhà Trần tổ chức chính quyền thành ba cấp: phủ lộ, huyện châu, hương xã. Ở các lộ còn có một số chức quan chuyên trách các công việc như: Hà Đê trông coi đê điều, Thủy Lộ Đề hình trông coi việc giao thông thủy và bộ... Năm 1344, nhà Trần tăng cường thêm cơ quan chính quyền địa phương, đặt Đồn Điền Sứ và Phó Ty Sứ lo việc khuyến nông.

Tổ chức quân đội
Nhà Trần rất chú trọng phát triển quân đội để bảo vệ giang sơn cũng như vương triều. Quân chủ

A la Cour, l'administration centrale se compose de 6 ministères : Ministère des Nominations, des Rites, des Ressources, de la Défense, de la Justice, et de la Communication et des Travaux Publics (respectivement Bộ Lại, Bộ Lễ, Bộ Hộ, Bộ Binh, Bộ Hình et Bộ Công en vietnamien). Ces ministères gèrent les affaires administratives, la diplomatie, les croyances, l'économie, les affaires militaires, les affaires légales et les travaux publics. Avec le temps, la plupart des compétences des 6 ministères sont de plus en plus prises en charge par des mandarins bien imprégnés du Confucianisme.

Au niveau des localités, la dynastie des Trần organise le pouvoir en 3 niveaux : province, département (phủ lộ en vietnamien), district (huyện châu en vietnamien) et ville, village (hương xã en vietnamien). Dans les départements, un certain nombre de mandarins ont des responsabilités spécifiques tels que : Hà Đê en charge de l'entretien des digues, Thủy Lộ Đề de la gestion de la communication terrestre et fluviale,... En 1344, la dynastie des Trần renforce les pouvoirs locaux avec des responsables (Đồn Điền Sứ et Phó Ty Sứ) dont la charge est de promouvoir l'agriculture.

Organisation militaire
La dynastie des Trần accorde une attention particulière au développement de l'armée pour

lực nhà Trần gồm cấm quân và quân các lộ. Quân các lộ ở đồng bằng gọi là chính binh, ở miền núi gọi là phiên binh. Cấm quân hay còn gọi là quân túc vệ. Đứng đầu mỗi quân là một đại tướng quân. Nguyên thành Thăng Long có khoảng gần 20.000 binh lính trấn đóng.

Ngoài cấm quân và lộ quân là bộ phận do triều đình tổ chức và chỉ huy, các vương hầu được phép chiêu mộ quân riêng khi có lệnh vua. Nhà Trần vẫn giữ chính sách "ngụ binh ư nông" để vừa khai thác sức dân vào sản xuất khi hoà bình, vừa động viên được lính khi có chiến tranh.

CUỘC KHÁNG CHIẾN CHỐNG QUÂN NGUYÊN-MÔNG

Cuộc kháng chiến chống quân Nguyên-Mông là một cuộc chiến bảo vệ giang sơn của quân và dân Đại Việt vào đầu thời nhà Trần (dưới thời các Vua Trần Thái Tông, Trần Thánh Tông và Trần Nhân Tông) trước sự tấn công của đế quốc Mông Cổ. Thời gian của

protéger aussi bien le pays que la dynastie. L'armée régulière se compose de la Garde Royale et des troupes armées des départements. Les troupes armées départementales des plaines sont appelées "chính binh", celles des régions montagneuses "phiên binh". La Garde Royale est appelée "quân túc vệ". Un général assure le commandement de chacune des troupes armées. Rien qu'à la capitale Thăng Long sont casernés 20.000 soldats.

Outre la Garde Royale et les troupes armées départementales organisées et commandées par la Cour, la noblesse est autorisée à lever des troupes sur ordre du roi. La dynastie conserve toujours la politique du "soldat-paysan" ("ngụ binh ư nông" en vietnamien) pour utiliser de façon utile la force populaire à la production agricole en temps de paix tout en pouvant mobiliser des soldats en temps de guerre.

GUERRES DE RESISTANCE CONTRE LES YUÁN-MONGOLS

La résistance contre les Yuan-Mongols est une guerre menée par l'armée et le peuple Đại Việt au début de la dynastie des Trần (sous le règne des Rois Trần Thái Tông, Trần Thánh Tông et Trần Nhân Tông), pour défendre le pays face aux attaques de l'empire mongol. La résistance débute en 1258, dure

cuộc kháng chiến bắt đầu từ năm 1258 đến năm 1288 chia làm 3 đợt. Cùng với các hoạt động ngoại giao, thắng lợi của ba cuộc chiến này được xem là chiến công tiêu biểu của vương triều nhà Trần chống giặc ngoại xâm và cũng được xem là một trong những trang sử chiến tranh hào hùng nhất lịch sử Việt Nam.

Sơ lược về đế quốc Mông Cổ
Mông Cổ (còn gọi là nhà Nguyên) là một sắc dân ở phía Bắc nước Tàu sống ở khu thượng lưu sông Hắc Long Giang trải dài tới vùng sa mạc lớn tại châu Á. Người Mông Cổ rất hung bạo, hiếu chiến, giỏi cưỡi ngựa và bắn cung tên. Binh lính thường là đội quân kỵ mã thiện chiến. Dưới thời Thành Cát Tư Hãn miếu hiệu là Nguyên Thái Tổ, quân Nguyên-Mông chiếm giữ được cả vùng Trung Á, đất Ba Tư và kéo dài sang đến phía Đông Bắc châu Âu. Năm 1227, quân Mông Cổ tiêu diệt nước Tây Hạ, năm 1234 chiếm được nước Kim và tràn sang đến nước Triều Tiên. Năm 1279 Nhà Nguyên đem quân đánh chiếm Bắc Tống chinh phục được nhà Nam Tống. Kể từ đó nước Tàu thuộc về nhà Nguyên Mông Cổ cai trị.

jusqu'à l'an 1288 et se déroule en 3 étapes. A côté des activités diplomatiques, les victoires remportées au cours de ces 3 guerres sont considérées comme des faits d'armes représentatifs de la dynastie des Trần dans sa lutte contre les envahisseurs. Et elles sont aussi considérées comme une des pages les plus héroïques de l'histoire des guerres du Việt Nam.

Résumé relatif à l'empire mongol
Les Mongols (encore appelés dynastie des Yuán, Nguyên en vietnamien) sont une ethnie du Nord de la Chine, vivant dans la région allant de l'amont du fleuve Amour (Hắc Long Giang en vietnamien) jusqu'aux vastes régions désertiques de l'Asie. Les Mongols sont violents, belliqueux, bons cavaliers et bons tireurs à l'arc. Leur armée est souvent constituée de troupes à cheval bien entrainées. Sous Gengis Khan (Thành Cát Tư Hãn en vietnamien), dont le titre posthume est Nguyên Thái Tổ (littéralement Grand Fondateur de la dynastie des Yuán), les Yuán-Mongols occupent toute l'Asie centrale, la Perse et la région allant jusqu'au Nord-Est de l'Europe. En 1227, les Mongols exterminent les Xià occidentaux (Tây Hạ en vietnamien), en 1234 ils occupent le pays des Jin (Kim en vietnamien) et envahissent la Corée. En 1279, la dynastie des Yuán défait les Sòng du Nord et les Sòng du Sud. Dès lors la Chine est sous l'administration des Mongols de la dynastie des Yuán.

Cuộc kháng chiến chống quân Nguyên-Mông lần thứ nhất năm 1257-1258

Hốt Tất Liệt là em trai của Mông Kha, lúc đó đang là Vua Mông Cổ, tức là Nguyên Hiến Tông. Ngay từ thời Mông Kha còn sống Hốt Tất Liệt đã thể hiện mộng bá vương với khát vọng chinh phục nhà Tống. Tháng 9 năm 1257, quân Mông Cổ đã chinh phục và chiếm được nước Đại Lý với ý định sau đó đánh chiếm Đại Việt và từ Đại Việt đánh lên Nam Tống. Như vậy, việc chiếm được Đại Việt mang ý nghĩa lớn cho đế quốc Mông Cổ vì ngoài ra còn được quân Nguyên-Mông dự kiến dùng Đại Việt làm bàn đạp cho cuộc viễn chinh xuống Đông Nam Á. Danh tướng Ngột Lương Hợp Thai của Mông Cổ đã đem binh đến Khai Viễn là nơi sát biên giới với nước Đại Việt. Sau đó sai sứ giả sang ép Vua Trần đầu hàng. Trần Thái Tông bắt giam ngay ba tên sứ giả vào ngục. Ngột Lương Hợp Thai tức giận xuất quân tiến đánh Đại Việt. Vua Trần Thái Tông cử Hưng Đạo Vương Trần Quốc Tuấn cầm quân chống cự, phong làm Tiết Chế thống lĩnh quân đội vùng biên giới phía Bắc để ngăn quân Mông Cổ.

Première guerre de résistance contre les Yuán-Mongols (1257-1258)

Hūbìliè (Hốt Tất Liệt en vietnamien), frère cadet de Mongke (Mông Kha en vietnamien), est à cette période le roi des Mongols, Roi Yuán Xiànzōng (Nguyên Hiến Tông en vietnamien). Même du vivant de Mongke, Hūbìliè manifeste déjà son rêve de suprématie avec l'ardent désir de conquérir le pays des Sòng. En septembre 1257, l'armée mongole conquiert et occupe le royaume du Dàlǐ (Đại Lý en vietnamien) avec l'intention d'envahir le Đại Việt ultérieurement et à partir de là attaquer les Sòng du Sud. Ainsi, l'occupation du Đại Việt a une importance non négligeable pour l'empire mongol car, en outre, le Đại Việt peut encore servir de base à une expédition vers l'Asie du Sud-Est. Le célèbre Général mongol Uriyangqatai (Ngột Lương Hợp Thai en vietnamien) conduit son armée à Kaiyuan (Khai Viễn en vietnamien) qui est tout contre la frontière du Đại Việt. Puis il envoie des messagers pour contraindre le Roi Trần à se rendre. Trần Thái Tông arrête et emprisonne directement les trois messagers. Furieux, Uriyangqatai conduit son armée attaquer le Đại Việt. Le Roi Trần Thái Tông nomme le Prince Hưng Đạo Vương Trần Quốc Tuấn au poste de Général Commandant en Chef de l'armée de la frontière Nord pour contenir le Mongols.

Bộ binh Mông Cổ tiến quân vào Đại Việt chia làm 2 cánh. Cánh quân đi đầu của Mông Cổ do Triệt Đô chỉ huy tiến dọc theo bờ sông Thao. Còn một cánh khác do con trai của Ngột Lương Hợp Thai là A Truật đi sau một đoạn để yểm trợ. Hai cánh quân này vừa tiến vừa thăm dò tình hình quân bên nhà Trần để cấp báo cho đại quân phía sau. Chưa kể đạo quân lớn nhất do con Vua Nguyên đi sau tiếp viện.	Les fantassins mongols avancent sur le Đại Việt, répartis en 2 ailes. L'avant-garde mongole, commandée par Cacakdu (Triệt Đô en vietnamien) longe les rives du fleuve Thao. L'autre aile, commandée par Ā Shù (A Truật en vietnamien), fils de Uriyangqatai, suit à distance comme renfort. Ces deux ailes armées avancent tout en tenant à l'œil la situation militaire des Trần pour en informer le gros de la troupe, commandé par le fils du Roi Yuán, comme troupes de renfort.
Cuộc hỗn chiến đầu tiên giữa quân Đại Việt và quân Mông Cổ đã xảy ra. Các cánh quân Đại Việt phải rút lui từ Bình Lệ Nguyên về Thăng Long, sau đó lại rút từ Thăng Long về Thiên Mạc (Duy Tiên, Hà Nam)	Le premier combat au corps à corps entre l'armée Đại Việt et celle des Mongols a lieu. Les troupes Đại Việt sont obligées de se retirer de Bình Lệ Nguyên à Thăng Long, puis de Thăng Long à Thiên Mạc (Duy Tiên, Hà Nam).
Đứng trước tình thế nguy ngập đó Vua Thái Tông ngự thuyền đến hỏi ý Thái úy là Trần Nhật Hiệu. Nhật Hiệu không nói gì cả, cầm sào viết xuống nước hai chữ nhập Tống (tức là nên chạy sang lánh nạn ở đất Nam Tống). Vua Thái Tông lại đến hỏi Thái sư Trần thủ Độ. Thủ Độ nói rằng: *"Đầu tôi chưa rơi xuống đất, thì xin bệ hạ đừng lo!"*. Thái Tông nghe thấy Thủ Độ nói cứng cỏi như thế, trong bụng mới yên.	Face à cette situation critique, le Roi Thái Tông va en barque demander conseil au Général Trần Nhật Hiệu, qui ne dit mot mais écrit dans l'eau avec une perche les mots "aller chez les Sòng" (ce qui veut dire qu'il vaut mieux aller se réfugier sur les terres des Sòng méridionaux). Le Roi Thái Tông demande alors avis au Haut Conseiller Royal Trần Thủ Độ, qui répond en ces termes: *"Tant que ma tête n'est pas encore tombée à terre, je prie votre Majesté de ne pas vous en faire"*. Thái Tông se sent rassuré par ces paroles énergiques.

Quân Mông Cổ tràn vào Thăng Long tìm thấy ba sứ giả bị giam ở trong ngục mà một người đã chết nên tức giận cướp của, đốt phá, tàn sát hết cả dân chúng trong thành, không trừ người già và con trẻ.

Được ít lâu, tới ngày 29 tháng 1 năm 1258, lợi dụng tình hình quân binh Mông Cổ bắt đầu suy yếu do không quen khí hậu Vua Trần Thái Tông cùng thái tử Hoảng đem chiến thuyền ngược sông Hồng đánh trả bất ngờ, khiến địch không kịp trở tay. Quân Mông Cổ bị thua tan rã tại trận Đông Bộ Đầu nên tháo chạy khỏi thành Thăng Long về Vân Nam. Khi chạy đến Quy Hóa (vùng Lào Cai, Yên Bái), quân Mông Cổ bị chủ trại Hà Bổng tiếp ứng chặn đánh tơi tả.

Cuộc kháng chiến chống quân Nguyên-Mông lần thứ hai năm 1284-1285
Năm 1284, Hốt Tất Liệt phong con trai là Thoát Hoan làm Trấn Nam Vương chuẩn bị tiến hành cuộc chiến lần thứ hai. Hai thượng tướng Ô Mã Nhi và Toa Đô cùng với A Lý Hải Nha, viên tướng xuất sắc người Duy Ngô Nhĩ của nhà Nguyên,

L'armée mongole envahit Thăng Long, trouve les trois ambassadeurs emprisonnés dont un est déjà mort. Ceci met l'armée en fureur et elle se met à piller, incendier, saccager et tuer toute la population de la citadelle, y compris les personnes âgées et les enfants.

Peu de temps après, le 29 janvier 1258, profitant du fait que l'armée mongole commence à s'affaiblir car elle n'est pas habituée au climat, le Roi Trần Thái Tông et le Prince héritier Hoảng remontent le fleuve Hồng avec des navires pour lancer la contre-offensive. Pris par surprise, l'ennemi n'a pas le temps de se retourner. L'armée mongole se disloque à la bataille de Đông Bộ Đầu, c'est pourquoi elle s'enfuit en toute hâte de Thăng Long à Yúnnán (Vân Nam en vietnamien). Lorsqu'elle arrive à Quy Hóa (région de Lào Cai, Yên Bái), l'armée mongole est mise en pièces par le chef de camp Hà Bổng qui apporte son renfort au roi.

Deuxième guerre de résistance contre les Yuan-Mongols (1284-1285)
En 1284, Hūbìliè nomme son fils Toghan (Thoát Hoan en vietnamien) Trấn Nam vương (littéralement Prince garde frontière du Sud) pour préparer une deuxième guerre. Les deux Généralissimes Omar (Ô Mã Nhi en vietnamien) et Söghetei (Toa Đô

được chọn làm phó tướng cho Thoát Hoan.

Ngày 27 tháng 1 năm 1285, Thoát Hoan xua 50 vạn quân lấy cớ mượn đường qua đánh Chiêm Thành để xâm lược Đại Việt. Quân Nguyên chia làm 2 đạo tiến xuống nước ta. Đạo thứ nhất do Bột La Hợp Đáp Nhĩ chỉ huy theo đường Khâu Ôn, đạo thứ hai do Khiếp Tiết Tản Lược Nhi chỉ huy đi theo đường núi Cấp Lĩnh. Đại quân của Thoát Hoan đi sau đạo thứ hai của Khiếp Tiết Tản Lược Nhi. Ngoài ra, vào khoảng tháng 3 năm 1285, một đạo quân nữa đang chiến đấu ở Chiêm Thành do Toa Đô chỉ huy cũng được điều động quay lên phía Bắc đánh Đại Việt.

Trước sức mạnh của quân xâm lược Nguyên-Mông, mặc dù quân dân nhà Trần đã ra sức chiến đấu để bảo vệ giang sơn nhưng không thể giữ nổi các trận địa. Hai đạo quân từ phía Bắc của quân Nguyên sau gần ba tuần đã chiếm được Thăng Long. Vua quan nhà Trần phải rút lui về Thiên Trường (Nam Định) sau đó theo đường biển lui về Thanh Hóa. Ở phía Nam quân của thượng tướng Trần

en vietnamien), ainsi que le talentueux Général ouïghour Ariq Qaya (A Lý Hải Nha en vietnamien), sont choisis pour seconder Toghan.

Le 27 janvier 1285, Toghan, sous prétexte d'emprunter le passage pour combattre le Champa, envahit le Đại Việt avec une armée de 500.000 hommes. L'armée mongole se divise en deux corps d'armée pour avancer vers notre pays. Le premier corps d'armée, commandé par Bolqadar (Bột La Hợp Đáp Nhĩ en vietnamien) vient par Khâu Ôn, le second, commandé par Satartai (Khiếp Tiết Tản Lược Nhi en vietnamien), prend le chemin montagneux de Cấp Lĩnh. Le gros de la troupe de Toghan suit le second corps d'armée. En outre, aux environs du mois de mars 1285, un autre corps d'armée en opération au Champa, commandé par Söghetei, est mobilisé pour se diriger vers le Nord et attaquer le Đại Việt.

Face à la puissance des envahisseurs Yuan-Mongols, bien que l'armée et les milices des Trần aient fourni beaucoup d'efforts pour protéger le pays, elles n'arrivent pas à défendre les champs de bataille. Les deux corps d'armée mongols venant du Nord occupent Thăng Long après environ trois semaines. Le roi et la Cour des Trần sont obligés de se retirer à Thiên Trường (Nam Định) puis, par voie maritime, à Thanh Hóa. Au Sud,

Quang Khải cũng bị thua quân Nguyên-Mông do Toa Đô và Ô Mã Nhi tại Nghệ An phải lui về phía Bắc. Như thế, trong đợt tiến công đầu tiên của quân Nguyên Mông, vua tôi Đại Việt đã bị chúng dồn lại vùng Thanh Hoá.

Đến cuối tháng 4 năm 1285 tình hình bỗng thay đổi. Mùa hè tới, quân Nguyên vốn ở vùng khô lạnh không chịu nổi thời tiết nóng ẩm nên bị bệnh dịch và đau ốm suy giảm sức chiến đấu. Chớp thời cơ, tháng 5 năm 1285, quân Trần từ Thanh Hóa đưa binh thuyền ra Bắc phản công. Trận thắng đầu tiên của nhà Trần là trận Chiêu Văn Vương Trần Nhật Duật đánh Toa Đô ở Hàm Tử (Hưng Yên). Tiếp theo, Trần Quang Khải cùng với Trần Quốc Toản và Phạm Ngũ Lão đánh tan chiến thuyền của quân Nguyên ở bến Chương Dương. Quân giặc thua chạy, quân ta thừa thắng truy đuổi vào tận chân thành Thăng Long. Thoát Hoan mang đại quân ra chống đỡ bị phục binh của Trần Quang Khải đánh úp khiến quân giặc phải thua chạy. Thoát Hoan và tướng lĩnh trên đường rút lui bị quân và dân địa phương phục kích, truy sát, bắn tên độc chết rất nhiều. Thoát Hoan phải chui vào ống đồng để tránh tên chạy trốn. Cánh quân của Toa Đô và Ô

l'armée du Généralissime Trần Quang Khải, également défaite par les troupes commandées par Söghetei et Omar à Nghệ An, doit reculer vers le Nord. Ainsi, lors de la première offensive des Yuan-Mongols, le roi de Đại Việt et ses sujets sont acculés dans la région de Thanh Hoá.

A la fin du mois d'avril 1285, la situation change soudainement. L'été arrive, les soldats Yuán habitués au climat froid et sec ne supportent pas le climat chaud et humide ; par conséquent, une épidémie se répand. Les soldats malades perdent de leurs forces pour combattre. Profitant de la situation, en mai 1285, l'armée des Trần lance une contre-offensive fluviale vers le Nord à partir de Thanh Hóa. La première victoire des Trần est celle du Prince Chiêu Văn Vương Trần Nhật Duật qui défait Söghetei à Hàm Tử (Hưng Yên). Ensuite, Trần Quang Khải avec Trần Quốc Toản et Phạm Ngũ Lão mettent en pièces les navires Yuán au quai Chương Dương. L'ennemi, vaincu, s'enfuit. Profitant de la victoire, notre armée le pourchasse jusqu'au pied de la citadelle de Thăng Long. Toghan lance le gros de la troupe pour se défendre ; attaqué par surprise par l'armée de Trần Quang Khải en embuscade, vaincu, il doit s'enfuir. Sur le chemin de leur retraite, Toghan et ses soldats sont pris en embuscade par les milices locales. Pourchassés, nombre d'entre eux

Mã Nhi ở Thiên Mạc rút về Tây Kết bị Hưng Đạo vương đánh thua chạy. Toa Đô bị quân Đại Việt bao vây, sau đó bị tướng Vũ Hải nhà Trần chém rơi đầu (cũng có sách chép Toa Đô bị tên bắn chết). Ô Mã Nhi kinh khiếp phải dùng thuyền con vượt biển trốn về phương Bắc.

sont tués par des flèches empoisonnées. Toghan s'enfuit en se cachant dans un conduit en cuivre pour se protéger des flèches. Le corps d'armée de Söghetei et Omar cantonné à Thiên Mạc se retire vers Tây Kết où il est défait par le Prince Hưng Đạo. Söghetei est encerclé par l'armée Đại Việt, ensuite il est décapité par le Général Vũ Hải des Trần (à noter que certains documents rapportent que Söghetei est tué par des flèches). Omar, terrifié, s'enfuit vers le Nord dans une petite embarcation.

Ngày 9 tháng 7 năm 1285, Vua Trần Nhân Tông và Thái Thượng Hoàng trở về Thăng Long. Dân chúng mở hội ăn mừng chiến thắng. Thượng Tướng Thái Sư Trần Quang Khải cảm hứng có thơ được dịch nghĩa:

Le 9 juillet 1285, le Roi Trần Nhân Tông et le Roi-père regagnent Thăng Long. La population organise des réjouissances pour fêter la victoire. Inspiré, le Généralissime et Haut Conseiller Royal Trần Quang Khải compose un poème :

Chương Dương cướp giáo giặc

Hàm Tử bắt quân thù
Thái bình nên gắng sức

Non nước ấy ngàn thu

A Chương Dương nous nous emparons des lances de l'agresseur
A Hàm Tử nous capturons l'ennemi
Nous nous évertuons à lutter pour la paix
Cette patrie durera mille automnes

Cuộc kháng chiến chống quân Nguyên-Mông lần thứ ba năm 1287-1288

Tháng 2 năm 1287 Hốt Tất Liệt sai Áo Lỗ Xích, Ô Mã Nhi, Phàn Tiết làm Tham Tri Chính Sự cùng Thoát Hoan điều binh quyết đánh chiếm nước Đại Việt rửa hận. Tháng

Troisième guerre de résistance contre les Yuán-Mongols (1287-1288)

En février 1287, Hūbìliè envoie Ayuruychi (Áo Lỗ Xích en vietnamien), Omar, et Phàn Tiết en tant que conseiller politique, afin de seconder Toghan pour mener la guerre contre le Đại Việt dans un

6 năm 1287, Thoát Hoan khởi binh từ đất Ngạc tiến về phía Nam, mượn tiếng đưa An Nam quốc vương Trần Ích Tắc về nước. Quân Nguyên chia làm 3 cánh. Cánh thứ nhất theo đường Vân Nam tiến xuống sông Thao và sông Lô như 2 lần trước do Ái Lỗ chỉ huy. Cánh thứ hai là quân chủ lực đi đường Khâm Châu, châu Liêm do Thoát Hoan cùng Trình Bằng Phi, Áo Lỗ Xích, dẫn theo Trần Ích Tắc tiến vào biên giới Đông Bắc. Cánh thứ 3 là thủy quân do Ô Mã Nhi, Phàn Tiếp chỉ huy 500 chiến thuyền cùng đoàn vận lương do Trương Văn Hổ chỉ huy kéo theo sau.

Cánh quân chủ lực nhà Nguyên do Thoát Hoan và Áo Lỗ Xích chỉ huy bắt đầu tiến vào lãnh thổ Đại Việt ngày 25 tháng 12 năm 1287. Cũng như hai lần trước, trước sức tấn công hung bạo của quân Nguyên, dù đã chuẩn bị và hết sức cố gắng nhưng vua quan

but de vengeance. En juin 1287, l'armée de Toghan part des terres de Èzhōu (Ngạc Châu en vietnamien), avance vers le Sud sous prétexte d'escorter le Prince d'An Nam Trần Ích Tắc de retour au pays. L'armée Yuán se divise en 3 corps d'armée. Le premier, commandé par Aruq (Ái Lỗ en vietnamien), traverse le Yúnnán, progresse vers le fleuve Thao et le fleuve Lô comme les deux premières fois. Le deuxième, constituant le gros de l'armée commandé par Toghan, Chéng Péngfēi (Trình Bằng Phi en vietnamien) et Ayuruychi, emmène avec lui Trần Ích Tắc et passe par Qīnzhōu (Khâm Châu en vietnamien) puis par Liánzhōu (Liêm Châu en vietnamien) pour progresser vers la frontière Nord-Est. Le troisième corps d'armée est la flotte fluviale commandée par Omar et Phàn Tiếp. Ce corps d'armée est composé de 500 vaisseaux, il est suivi des navires de ravitaillement commandés par Zhāng Wénhǔ (Trương Văn Hổ en vietnamien)

L'aile principale de l'armée Yuán commandée par Toghan et Ayuruychi commence à entrer sur le territoire du Đại Việt le 25 décembre 1287. Comme les deux premières fois, face aux attaques violentes de l'armée Yuán, et bien qu'elle soit préparée et fasse de son mieux, la Cour des Trần n'arrive

nhà Trần vẫn không giữ nổi các thành trì quan trọng, đành phải rút lui.

Thoát Hoan sai Ô Mã Nhi vượt sông Hồng, truy sát Vua Trần. Ô Mã Nhi lộng ngôn sai bắn tin với Vua Trần rằng: *"Ngươi chạy lên trời ta theo lên trời, ngươi chạy xuống đất ta theo xuống đất, ngươi trốn lên núi ta theo lên núi, ngươi lặn xuống nước ta theo xuống nước"*.

Tuy nhiên bước ngoặt của cuộc kháng chiến lần ba đã xảy ra. Tướng Trần Khánh Dư đã tiêu diệt được toàn bộ đoàn quân lương của giặc do Trương Văn Hổ chỉ huy tại Vân Đồn. Mặc dù đã chiếm được thành trì, nhưng không hợp thủy thổ, lại không có lương thực nên Thoát Hoan phải ra lệnh rút quân. Quan quân nhà Trần liền tổ chức phản công tiêu diệt giặc. Tại sông Bạch Đằng, quân Nguyên lại thua lớn khi nhà Trần sử dụng trận địa cọc để ngăn chặn thuyền địch di chuyển. Quân ta bắt sống các tướng giặc Ô Mã Nhi, Phàn Tiếp, Tích Lệ Cơ Ngọc... Cuộc kháng chiến chống quân Nguyên-Mông lần thứ ba đã kết thúc thắng lợi vẻ vang.

pas à défendre les citadelles importantes et doit se résigner à battre en retraite.

Toghan envoie Omar traverser le fleuve Hồng pour poursuivre le Roi Trần. Omar envoie un message présomptueux au Roi Trần : *"Tu vas au ciel, je te suis au ciel ; tu vas sous terre, je te suis sous terre ; tu te caches sur la montagne, je te suis sur la montagne ; tu plonges dans l'eau, je te suis dans l'eau"*.

Cependant, le tournant de la 3è guerre de résistance arrive. Le Général Trần Khánh Dư détruit totalement la troupe de ravitaillement commandée par Zhāng Wénhǔ à Vân Đồn. Bien qu'il occupe les citadelles, il n'est cependant pas habitué au climat et n'a plus de ravitaillement, c'est pourquoi Toghan est obligé d'ordonner la retraite. Immédiatement, l'armée de la dynastie des Trần organise la contre-offensive et anéantit les agresseurs. Sur le fleuve Bạch Đằng, l'armée Yuan essuie une lourde défaite quand la dynastie des Trần utilise des pieux enfoncés dans le lit du fleuve pour empêcher le mouvement des navires ennemis. Notre armée capture les Généraux envahisseurs Omar, Phàn Tiếp, Tích Lệ Cơ Ngọc... La 3è guerre de résistance contre les Yuan-mongols s'achève par une victoire éclatante.

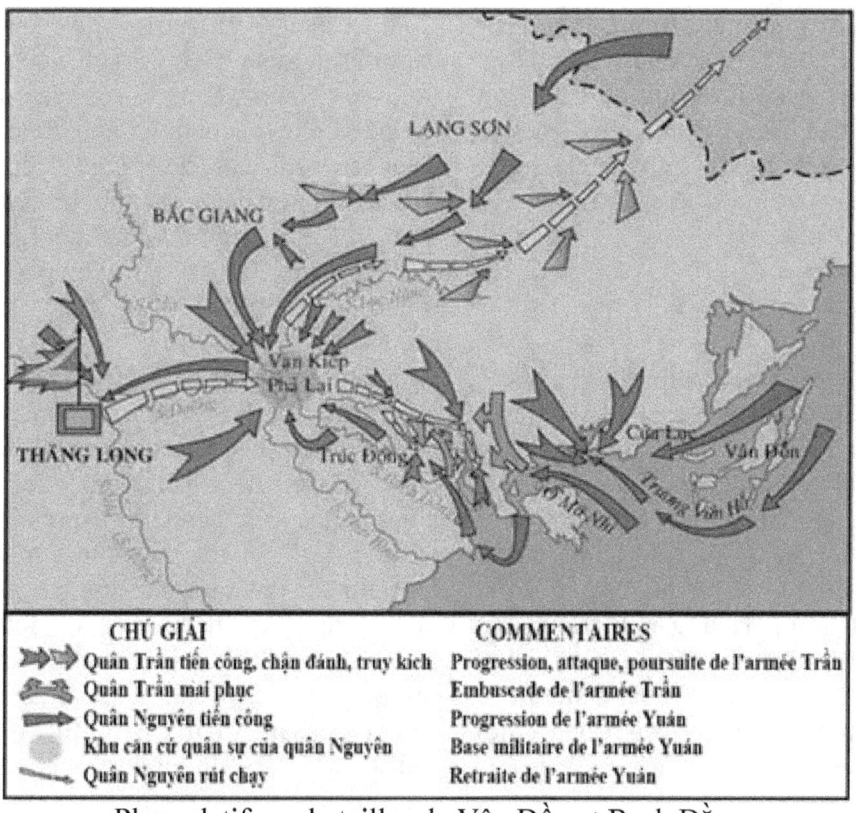

Plan relatif aux batailles de Vân Đồn et Bạch Đằng
(à 4 mois d'intervalle)
*Bản đồ ghi lại về trận Vân Đồn và trận Bạch Đằng
(cách nhau 4 tháng)*

Ngày 28 tháng 4 năm 1288 Vua Trần Nhân Tông và Thượng Hoàng Thánh Tông trở về Thăng Long, triều đình khao thưởng quan binh, tha hết tô thuế lao dịch cho những vùng bị cướp bóc tiêu hủy trong thời gian chiến tranh, mở tiệc ba ngày thiết đãi thần dân gọi là Thái Bình Diên Yến.

Le 28 avril 1288, le Roi Trần Nhân Tông et le Roi-père Thánh Tông reviennent à Thăng Long, la Cour organise une fête pour récompenser les soldats. Elle exempte d'impôts et de corvée les régions ayant subi des pillages et des saccages durant la guerre. Elle organise également des réjouissances dites "Thái bình diên yến" (littéralement banquet de la paix) pour régaler le peuple durant 3 jours.

Với bọn hàng tướng như Tích Lệ Cơ Ngọc, Vua Nhân Tông sai quan quân đưa về Tàu. Còn Phàn Tiếp bị bệnh chết, vua sai hỏa táng rồi cấp người ngựa cho vợ con đem tro cốt về nước.

Trong khi quân Nguyên đang cường thịnh, triều thần có kẻ hai mang, có giấy má thông đồng với giặc. Khi giặc thua chạy, triều đình bắt được tráp biểu hàng của các quan, muốn đem trị tội, nhưng Thánh Tông Thượng Hoàng nghĩ rằng làm tội những phường tiểu nhân cũng vô ích, bèn sai đem đốt cả tráp đi cho yên lòng mọi người.

Quant aux généraux qui ont capitulé comme Tích Lệ Cơ Ngọc, le Roi Nhân Tông ordonne à l'armée de les reconduire en Chine. Pour ce qui est de Phàn Tiếp, décédé de maladie, le roi le fait incinérer et octroie du personnel et des chevaux à sa famille pour rapatrier ses cendres.

Pendant la période où l'armée Yuán est puissante, certaines personnes de la Cour jouent un double-jeu, des documents prouvent leur connivence avec l'ennemi. Après la défaite de l'ennemi, la Cour a mis la main sur des cassettes contenant des écrits de mandarins offrant allégeance à l'ennemi. Elle veut les punir, mais le Roi-père Thánh Tông, pensant qu'il est inutile de tourmenter des individus vils et mesquins, ordonne la mise au feu de ces cassettes pour rassurer tout le monde.

SITUATION SOCIO-ECONOMIQUE A L'EPOQUE DES TRẦN ET PROCESSUS DE LEUR DECLIN

Tình hình kinh tế - xã hội thời Trần và quá trình suy vong

TÌNH HÌNH KINH TẾ THỜI TRẦN

Khi xã hội chưa phát triển, nói tới kinh tế là chủ yếu nói về quan hệ đất đai và vấn đề nông nghiệp. Xã hội Việt Nam thời vua chúa cũng không là ngoại lệ trong đó có triều đại nhà Trần.

Các hình thức sở hữu ruộng đất

Có hai hình thức sở hữu ruộng đất, đó là triều đình và tư nhân.

a - <u>Ruộng đất thuộc quản lý của triều đình</u>

Loại ruộng đất này lại gồm có hai loại. Một loại của nhà vua do triều đình trực tiếp quản lý và một loại ruộng đất công của thôn, làng.

SITUATION ECONOMIQUE A L'EPOQUE DES TRẦN

Lorsque la société n'est pas encore développée, parler de l'économie c'est parler essentiellement de l'importance des terres et de l'agriculture. La société vietnamienne à l'époque féodale, y compris celle de la dynastie des Trần, n'est pas une exception.

Différentes formes de propriété terrienne

Il existe deux types de propriété : propriété de la Cour et celle des particuliers.

a - <u>Terres gérées par la Cour</u>

Elles se composent de deux catégories. L'une appartient au roi et est directement gérée par la Cour, l'autre fait partie de la propriété publique gérée par les localités.

Ruộng đất của nhà vua do triều đình quản lý bao gồm:
- <u>Sơn lăng</u>: Đất dùng để xây lăng mộ vua chúa, quan lại và ruộng canh tác để phục vụ việc cúng giỗ tại đó. Thời nhà Trần, các vua được chôn cất ở nhiều nơi nên ruộng sơn lăng cũng rải rác. Các làng Thái Đường, Thâm Động (Thái Bình), Tức Mặc (Nam Định), Yên Sinh (Quảng Ninh) đều có ruộng sơn lăng.

- <u>Tịch điền</u>: Là loại ruộng riêng của triều đình, phần lớn hoa lợi trên ruộng này đều vào kho riêng của vua.
- <u>Ruộng quốc khố</u>: Là một loại ruộng dành cho tội phạm làm không công cho triều đình. Những tội đồ đó gọi là Cảo Điền Hoành, bị thích chữ vào mặt.

Các loại ruộng này không chiếm một diện tích lớn nhưng là nguồn thu nhập đáng kể của triều đình.
- <u>Ruộng đất công làng, xã</u>: Đây là ruộng công được gọi là "quan điền" hay "quan điền bản xã". Nhà Trần lập chế độ tô thuế với phần ruộng đất

Les terres appartenant au roi, gérées par la Cour, comprennent :
- <u>Mausolée royal</u> : il s'agit de terres où sont inhumés les membres de la famille royale et les mandarins, et de rizières dont la production sert aux principales cérémonies liées au culte des ancêtres rendu à ces défunts. Les Rois Trần sont enterrés dans de nombreux endroits de sorte que les mausolées royaux sont également dispersés. Les villages de Thái Đường, Thâm Động (Thái Bình), Tức Mặc (Nam Định), Yên Sinh (Quảng Ninh) ont tous des mausolées royaux.
- <u>Rizière royale</u> : il s'agit de rizières propres à la Cour dont la majeure partie de la production revient au dépôt personnel du roi.
- <u>Rizière du trésor d'Etat</u> : il s'agit de rizières cultivées sans frais par des condamnés aux travaux forcés, au bénéfice de la Cour. Ces condamnés sont appelés "Cảo điền hoành" (littéralement faucille pour les travaux de rizière) et ils ont des tatouages sur le visage.

Ces genres de rizière n'occupent pas une grande superficie mais sont une source de revenus non négligeable pour la Cour.
- <u>Terres publiques appartenant aux localités</u>. Il s'agit de rizières appelées "quan điền" (littéralement rizière des dignitaires) ou "quan điền bản

này. Người dân quen gọi là "đất của vua".

b - <u>Ruộng đất tư nhân</u>
Bao gồm Thái Ấp (đất vua ban cho quý tộc nhà Trần), Điền Trang (do quý tộc Trần khai hoang lập ra) và ruộng đất tư hữu của điền chủ.

Ruộng đất tư hữu của điền chủ là một hình thức sở hữu xuất hiện từ thời Trần. Năm 1254, triều đình ra lệnh bán ruộng công, mỗi diện tích năm quan cho dân chúng làm tư hữu. Do việc mua bán đất tư hữu này đã xuất hiện một tầng lớp mới đó là điền chủ.

Tình hình sản xuất nông nghiệp và các ngành nghề khác
Sản xuất nông nghiệp vẫn là căn bản của nền kinh tế thời Trần, tuy nhiên ngành buôn bán đã hình thành từ thời Lý nay được phát triển hơn. Ngoài buôn bán hàng hoá thì thời nhà

xã" (littéralement rizière des dignitaires du village). La dynastie des Trần crée un système de taxation pour ces terres. La population a l'habitude de les appeler "terres du roi".

b - <u>Terres appartenant aux particuliers</u>
Elles comprennent les fiefs (terres octroyées à la noblesse des Trần), les fermes (terres défrichées par la noblesse de Trần) et les rizières privées appartenant aux propriétaires terriens.

Les rizières privées des propriétaires terriens sont une forme de propriété qui fait son apparition à l'époque des Trần. En 1254, la Cour ordonne la vente des terres publiques à la population pour en faire des propriétés privées, une parcelle coûtant 5 sapèques (quan en vietnamien = ancienne monnaie chinoise et vietnamienne, en usage jusqu'au début du 20è siècle). Le commerce de ces propriétés fait apparaître une nouvelle classe sociale que sont les propriétaires terriens.

Situation des productions issues de l'agriculture et d'autres métiers
La production agricole est toujours la base de l'économie à l'époque des Trần. Cependant, le commerce, ayant débuté sous la dynastie des Lý, se développe désormais davantage. Sous la dynastie des

Trần còn có thêm hình thức mua bán ruộng đất tư hữu.

Công cuộc trị thủy, làm thủy lợi trong cả nước được đặc biệt chú trọng, nhất là sau mấy đợt vỡ đê thời kỳ đầu nhà Trần. Năm 1248, Vua Thái Tông đặt cơ quan Hà Đê, có chánh sứ, phó sứ phụ trách việc đê điều ở các phủ, lộ rồi lại xuống chiếu đắp đê. Đây là một việc quan trọng, một bước ngoặt trong lịch sử thủy lợi của nước ta.

Triều đình trực tiếp tổ chức đắp đê trên các triền sông và có cơ quan chuyên trách chỉ đạo và quản lý đê điều. Điều này phản ánh việc chú trọng tới nông nghiệp và là nhân tố quyết định của sản xuất nông nghiệp dưới thời nhà Trần.

Về các ngành nghề khác, có nghề sản xuất đồ gốm khá phát triển. Các nhà khảo cổ học đã tìm được nhiều di tích đồ gốm ở khắp nơi. Nghề dệt, chủ yếu là dệt tơ tằm tiếp tục phát triển như thời nhà Lý.

Trần, au commerce de marchandises s'ajoute celui des terres privées.

Les travaux de régularisation des cours d'eau, la gestion de l'eau dans tout le pays font l'objet d'une attention particulière, surtout après quelques ruptures de digues au début de la dynastie des Trần. En 1248, le Roi Thái Tông crée l'organe responsable des cours d'eau et des digues (cơ quan Hà Đê en vietnamien), avec des chefs et sous-chefs de mission pour s'occuper des digues dans les localités, et il ordonne la construction de digues. Ce qui constitue un fait marquant dans l'histoire de la gestion de l'eau de notre pays.

La Cour s'implique directement dans l'organisation de la construction des digues le long des fleuves et instaure des organes de direction pour la gestion des digues. Ce fait reflète l'importance donnée à l'agriculture et est un facteur décisif de la production agricole sous la dynastie des Trần.

En ce qui concerne d'autres métiers, la poterie s'est assez bien développée. Des archéologues ont trouvé des vestiges de poteries partout. Le tissage, principalement le tissage de la soie, continue à se développer comme sous la dynastie des Lý.

Các nghề như đúc đồng, làm giấy và khắc bản in, nghề mộc, nghề khai thác khoáng sản cũng có vị trí quan trọng.	Les métiers tels que la fonderie du bronze, la fabrication du papier et la gravure des planches d'imprimerie, la menuiserie, l'exploitation des minerais occupent également une place importante.
Mạng lưới giao thông đường thủy, đường bộ thời Trần khá phát triển so với thời nhà Lý. Các ty thủy lộ được thiết lập đảm bảo cho việc khai thác giao thông đường thủy giữa Thăng Long với các vùng đồng bằng Bắc bộ và Thanh-Nghệ.	Le réseau de communication fluviale et terrestre est plus étendu que sous la dynastie des Lý. Les services des voies fluviales sont instaurés pour assurer l'exploitation des voies de communication entre Thăng Long, les plaines du Nord et les régions de Thanh-Nghệ.
Tiêu biểu nhất cho mạng lưới nội thương là hệ thống chợ ở đồng bằng sông Hồng.	Le réseau fluvial servant aux marchés dans la plaine du fleuve Hồng est le plus représentatif du réseau commercial intérieur.
Số lượng chợ tương đối nhiều, mỗi huyện có vài chợ, các phiên chợ họp lệch ngày nhau. Ngoài chợ ra còn có các phố, các trung tâm phủ lị bên sông lớn, đầu mối giao thông thủy bộ đều có phố cả.	Les marchés sont relativement nombreux, chaque district en a quelques-uns qui ont lieu à des jours différents. Outre les marchés, il existe des rues commerçantes (phố en vietnamien). Les localités se trouvant sur les rives de grands fleuves et constituant le nœud du réseau de communication terrestre et fluviale ont toutes des rues commerçantes.
Về ngoại thương, nhà Trần khai thác tốt hơn hải cảng Vân Đồn có từ thời Lý.	En ce qui concerne le commerce extérieur, la dynastie des Trần exploite mieux le port Vân Đồn qui existe depuis la dynastie des Lý.

Đây là trung tâm giao dịch của các thuyền buôn nước ngoài với thương nhân Đại Việt. Họ phải đóng thuế và không được vào sâu nội địa.

TÌNH HÌNH XÃ HỘI THỜI TRẦN

Xã hội thời Trần có sự phân chia giai cấp rõ rệt. Trên cùng là tầng lớp quý tộc bao gồm các vương hầu, tôn thất nhà Trần cùng với một số quan lại có công trong việc giúp nhà Trần lập nghiệp và bảo vệ cơ nghiệp. Tầng lớp quý tộc này còn bao gồm một số tăng lữ có tu viện và điền trang riêng. Dưới tầng lớp quý tộc là giai cấp quan lại có bổng lộc làm việc cho guồng máy hành chính của vương triều. Giống như thời Lý, tầng lớp này được bổ nhiệm theo hai con đường tập ấm và khoa cử, tuy nhiên một số quan lại có thể được bổ nhiệm từ các gia thần của các vương hầu quý tộc.

Dưới thời Trần, việc bổ nhiệm qua con đường khoa cử được phát triển hơn thời Lý.

Ce port est le centre d'échanges entre les bateaux commerciaux étrangers et les commerçants du Đại Việt. Les bateaux étrangers paient les impôts et ne sont pas autorisés à pénétrer profondément dans les terres.

SITUATION SOCIALE A L'EPOQUE DES TRẦN

La société à l'époque des Trần est divisée en classes distinctes. En haut de l'échelle se trouvent la noblesse, la famille royale ainsi que les dignitaires méritants ayant aidé à instaurer et à protéger la dynastie. La noblesse comprend également le clergé bouddhiste possédant des monastères et ses propres terres. Sous la noblesse on trouve la classe mandarinale qui reçoit des salaires et travaille pour l'appareil administratif du royaume. Comme sous la dynastie des Lý, l'accession à cette classe se fait soit par succession de père en fils soit par sélection par concours. Cependant, certains "aides de famille" de la noblesse peuvent également être nommés mandarins.

Sous la dynastie des Trần, la nomination des mandarins par sélection par concours est plus courante que sous la dynastie des Lý.

Năm 1232, Trần Thái Tông mở khoa thi Thái Học Sinh đầu tiên lấy tiến sĩ. Ngoài kỳ thi Thái Học Sinh, nhà Trần còn tổ chức những kỳ thi lấy Lại Viên.	En 1232, Trần Thái Tông met en place le premier concours de niveau supérieur (Thái Học Sinh en vietnamien = concours du niveau le plus élevé de la fonction publique féodale) pour sélectionner des docteurs (tiến sĩ en vietnamien = candidat reçu au concours "Thái Học Sinh"). A côté du concours Thái Học Sinh, la dynastie des Trần organise également des concours pour sélectionner des mandarins de plus bas niveau.
Đề thi trong các kỳ thi này không phải là về văn học, chính trị như thi Thái Học Sinh mà là thảo các giấy tờ về hành chính và môn toán. Ai thi đỗ được lấy làm thuộc viên tại cơ quan trung ương như sảnh viện.	Les matières de ces concours ne portent pas sur la littérature, la politique comme au concours "Thái Học Sinh" mais elles portent sur l'aptitude à rédiger des documents administratifs et à effectuer des calculs. Les personnes reçues à ces concours sont affectées aux postes subalternes dans les organismes centraux comme les institutions.
Dưới tầng lớp quan lại là những nông dân tự do sống trong các làng xã. Đây là lực lượng chính cung cấp quân lính và đóng thuế cho triều đình. Vì thế được triều đình theo dõi biến động nhân khẩu rất sát sao.	Sous la classe des mandarins vient la classe des paysans qui vivent librement dans les villages. C'est de celle-ci que sont principalement issus les soldats et les impôts versés à la Cour. Par conséquent, la Cour suit de très près l'évolution de son effectif.
Tầng lớp cuối cùng trong xã hội là tầng lớp nô tỳ và nông nô. Tất cả các vương hầu đều có gia nô hay nô tỳ. Hoài Văn Hầu Trần Quốc Toản tuy còn	La classe occupant la dernière place dans la société est celle des domestiques et des serfs. Toute la noblesse en possède. Le marquis Hoài Văn Hầu Trần Quốc Toản,

nhỏ tuổi đã có hàng nghìn gia nô, đủ để lập một đội quân đi đánh quân Mông Cổ.

Trong số các gia nô này, thường có một số người thân tín, tay chân đắc lực của chủ được gọi là gia thần. Những người này nếu có tài trí và sự tận tâm thì có thể được cất nhắc lên làm quan, thoát khỏi tầng lớp nô tỳ. Gia nô và nô tỳ là đẳng cấp thấp nhất trong xã hội. Thân phận của họ là thân phận nô lệ.

Về văn hoá, dưới thời nhà Trần chữ Nôm được coi trọng. Chữ Nôm được dùng làm thi ca, khúc ngâm. Tuy nhiên các chiếu chỉ của nhà vua vẫn còn viết bằng chữ Hán. Mỗi khi lệnh vua ban bố ra ngoài, ty Hành Khiển phải giảng cả âm lẫn nghĩa ra tiếng Việt cho dân hiểu và dự biết mọi việc triều đình quyết định làm.

Nhà Trần còn cho nghiên cứu và học tập cả tiếng Mán, tiếng Thổ, tiếng Phiên. Các vương hầu đương thời như Trần Quang Khải, Trần Nhật Duật

malgré son jeune âge, possède des milliers de serfs, suffisants pour former une armée pour combattre les Mongols.

Parmi ces serfs, il y a souvent des personnes de confiance, proches aides efficaces du patron, appelées aides de famille (gia thần en vietnamien). Ces personnes, si elles ont un certain niveau intellectuel et si elles sont consciencieuses, peuvent être élevées au rang de mandarin pour échapper à leur condition d'esclave. Les domestiques et les serfs font partie de la classe la plus basse de la société. Leur condition est celle d'esclave.

Sur le plan culturel, l'écriture démotique (chữ Nôm en vietnamien) est bien prise en considération sous la dynastie des Trần. Elle est utilisée dans les poèmes et les chansons. Cependant, les édits royaux sont toujours en caractères chinois. Les services ministériels doivent lire et expliquer chaque édit du roi au peuple de façon que ce dernier comprenne et soit au courant des décisions de la Cour.

La dynastie des Trần fait faire des études relatives aux langues des minorités ethniques telles que la langue Mán, Thổ et Phiên. Les nobles de l'époque comme Trần

rất thông hiểu các thứ tiếng này. Điều này cho thấy ý thức dân tộc của nhà Trần.

Về tín ngưỡng, tôn giáo được tôn sùng nhất dưới thời Trần là đạo Phật. Vua Trần Thái Tông là tác giả kinh Khóa Hư Lục. Vua Trần Nhân Tông soạn được nhiều câu kệ trong tập Trần Triều Thượng Sĩ Ngữ Lục mang tư tưởng nhân từ, bác ái, giác tha, độ tha.

QUÁ TRÌNH SUY VONG CỦA NHÀ TRẦN

Nhà Trần với một thời rất hưng thịnh, đã từng đại phá quân Nguyên và bình định được Chiêm Thành. Nhưng kể từ khi Thái Thượng Hoàng Trần Minh Tông qua đời năm 1357, Vua Trần Dụ Tông lên ngôi ham mê tửu sắc, chơi bời vô độ, bỏ mặc việc triều chính

Quang Khải, Trần Nhật Duật manipulent parfaitement ces langues. Ces faits démontrent la que la dynastie des Trần prend conscience de l'importance du peuple.

Quant aux croyances, le Bouddhisme est la religion la plus vénérée sous la dynastie des Trần. Le Roi Trần Thái Tông est l'auteur du livre "Khóa Hư Lục" qui explique la philosophie bouddhiste Mahayana (Đại Thừa en vietnamien). Le Roi Trần Nhân Tông écrit de nombreux "kệ" (poème long ou court qui résume un prêche de la philosophie bouddhiste ou un livre saint bouddhique) dans le volume "Trần Triều Thượng Sĩ Ngữ Lục" (littéralement Texte de la Dynastie des Trần reprenant les Paroles de Bouddha) ayant trait à la charité, à la fraternité et visant à aider les autres à prendre conscience de la philosophie bouddhique.

PROCESSUS DU DECLIN DE LA DYNASTIE DES TRẦN

La dynastie des Trần, dans sa période prospère, a défait les Yuán et pacifié le Champa. Mais suite au décès du Roi-père Trần Minh Tông en 1357 le Roi Trần Dụ Tông monte sur le trône. Ce dernier sombre dans l'alcoolisme et la luxure, s'adonne à la débauche et néglige les affaires de la Cour. Il

khiến cho nhà Trần bước vào giai đoạn suy vi và sau cùng bị mất ngôi. Vua Trần Dụ Tông không lo chính sự mà sa đà vào xây cung điện tốn kém, tạo nên sưu cao, thuế nặng khiến cho dân vô cùng khổ sở, oán than. Trong nước, loạn lạc nổi lên khắp nơi. Trong triều, bọn gian thần kéo bè kết đảng lộng hành, tham nhũng, ngạo mạn.

Tư Nghiệp Quốc Tử Giám Chu Văn An dâng sớ xin chém bảy tên nịnh thần nhưng Dụ Tông không nghe khiến ông trả ấn từ quan.

Năm 1369, Trần Dụ Tông mất. Vì không con nên ngôi báu lọt vào tay Trần Nhật Lễ là con nuôi anh trai của Trần Dụ Tông. Lễ, vốn họ Dương, là người ham mê tửu sắc.

Tháng 10 năm 1370, các tôn thất nhà Trần hợp mưu lật đổ và bắt giết Nhật Lễ, con thứ ba của Vua Trần Minh Tông, lên ngôi là Trần Nghệ Tông.

entraine ainsi le déclin de la dynastie des Trần et, enfin, il perd son trône. Le Roi Trần Dụ Tông ne s'occupe pas des affaires de l'Etat mais s'évertue à faire construire des palais dispendieux. Il fait lever de lourds impôts qui rendent la population malheureuse et la mettent en colère. Dans le pays, des troubles éclatent partout. A la Cour, des courtisans félons s'acoquinent entre eux pour abuser de leur pouvoir et pratiquer la corruption avec insolence.

Le sous-directeur de l'Académie Royale (Tư Nghiệp Quốc Tử Giám en vietnamien) Chu Văn An soumet au roi une requête pour demander la décapitation de sept courtisans félons mais Dụ Tông ne l'écoute pas. Chu Văn An rend alors son sceau de mandarin et quitte le mandarinat.

En 1369, Trần Dụ Tông décède. Comme il n'a pas d'enfant, le trône tombe aux mains de Trần Nhật Lễ qui est le fils adoptif de son frère aîné. L'ancien patronyme de Lễ est Dương. C'est une personne qui aime la boisson et la luxure.

En octobre 1370, la famille royale des Trần conspire pour le renverser et le tue ; elle met le 3è fils du Roi Trần Minh Tông sur le trône sous le nom de Trần Nghệ Tông.

Trần Nghệ Tông làm vua hai năm, nhường ngôi cho em là Trần Duệ Tông. Năm 1377, Trần Duệ Tông tử trận ở Chiêm Thành, Thái Thượng Hoàng Trần Nghệ Tông lập Trần Phế Đế là con của Trần Duệ Tông lên thay. Thái thượng hoàng Trần Nghệ Tông vẫn còn nắm quyền binh trong tay và tin dùng Hồ Quý Ly. Hồ Quý Ly có hai người cô đều là vợ của Vua Trần Minh Tông, và là mẹ của ba Vua Trần Hiến Tông, Trần Nghệ Tông và Trần Duệ Tông. Hồ Quý Ly thao túng triều đình nhà Trần khiến Trần Nghệ Tông phế truất ngai vàng của Trần Phế Đế ép lập ngôi cho con rể mình là Trần Thuận Tông. Từ đây quyền hành nhà Trần đã thực sự nằm trong tay Hồ Quý Ly.

Năm 1394, Trần Nghệ Tông mất, Hồ Quý Ly ráo riết xây thành Tây Đô ở Vĩnh Lộc-Thanh Hóa rồi ép Trần Thuận Tông theo về. Hồ Quý Ly tiếp đó ép Trần Thuận Tông nhường ngôi cho con là Trần Thiếu Đế khi đó mới được 3 tuổi nhằm mưu đoạt ngôi nhà Trần.

Các tướng lĩnh nhà Trần như Trần Khát Chân họp lại mưu tiểu trừ Quý Ly việc bất thành tất cả đều bị bắt và bị giết. Năm 1400, Hồ Quý Ly cướp

Trần Nghệ Tông reste 2 ans sur le trône, puis le cède à son jeune frère Trần Duệ Tông. En 1377, Trần Duệ Tông meurt au champ d'honneur au Champa. Le Roi-père Trần Nghệ Tông met le fils de Trần Duệ Tông sur le trône sous le nom de Trần Phế Đế. Le Roi-père Trần Nghệ Tông détient toujours le pouvoir et il utilise Hồ Quý Ly comme homme de confiance. Ce dernier a deux tantes qui toutes deux sont épouses du Roi Trần Minh Tông et mères des trois Rois Trần Hiến Tông, Trần Nghệ Tông et Trần Duệ Tông. Hồ Quý Ly manipule la Cour en toute liberté : il pousse Trần Nghệ Tông à déposer Trần Phế Đế et l'oblige à couronner son gendre Trần Thuận Tông. Dès lors, tout le pouvoir est réellement entre les mains de Hồ Quý Ly.

En 1394, Trần Nghệ Tông décède. Hồ Quý Ly se dépêche de faire édifier la citadelle de Tây Đô à Vĩnh Lộc-Thanh Hóa puis oblige Trần Thuận Tông à le suivre dans la nouvelle citadelle. Ensuite, il contraint Trần Thuận Tông à céder le trône à son fils Trần Thiếu Đế, alors âgé de 3 ans, dans le but d'usurper le trône des Trần.

Des généraux tels que Trần Khát Chân s'unissent et élaborent un stratagème pour éliminer Quý Ly, mais ils échouent. Tous sont arrêtés et exécutés. En 1400, Hồ Quý Ly

ngôi của cháu ngoại Trần Thiếu Đế, đặt niên hiệu là Thánh Nguyên, đổi quốc hiệu là Đại Ngu kể từ đó. (Lý do vì Hồ Quý Ly nhận mình là con cháu Ngu Thuấn nên đặt tên nước là Đại Ngu).

s'empare du trône de Trần Thiếu Đế, le fils de sa fille. Il prend Thánh Nguyên comme nom de règne et dès lors change le nom du pays en Đại Ngu. [La raison pour laquelle Hồ Quý Ly change le nom du pays en Đại Ngu est qu'il se reconnait comme descendant de Ngu Thuấn (Yú Shùn, un des cinq empereurs légendaires chinois)].

ERE DE HỒ QUÝ LY ET INVASION PAR LES MÍNG

Thời đại Hồ Quý Ly và cuộc xâm lăng của nhà Minh

Hồ Quý Ly tên tự là Hồ Lý Nguyên hoặc Lê Quý Ly là một viên quan nhà Trần. Ông có hai người cô làm cung phi của Vua Trần Minh Tông, bà Minh Từ là mẹ của Hiến Tông và Nghệ Tông, bà Hiến Từ sinh ra Duệ Tông. Những năm cuối của triều đại nhà Trần, mọi hoạt động trong cung cấm đều trong tay Hồ Quý Lý thao túng.

HỒ QUÝ LY CƯỚP NGÔI NHÀ TRẦN

Năm 1400, Hồ Quý Ly cướp ngôi của cháu ngoại mình là Trần Thiếu Đế khi đó mới được ba tuổi lập nên triều đại nhà Hồ. Năm 1401 Nhà vua nhường ngôi cho con là Hồ Hán Thương, tiếp tục theo lệ nhà Trần giữ ngôi Thái Thượng Hoàng để điều khiển việc triều chính.

Hồ Quý Ly, alias Hồ Lý Nguyên ou Lê Quý Ly, est un mandarin des Trần. Il a deux tantes qui sont des concubines du Roi Trần Minh Tông, madame Minh Từ est la mère Hiến Tông et Nghệ Tông, madame Hiến Từ a donné naissance à Duệ Tông. Pendant les dernières années de la dynastie des Trần, toutes les activités du palais royal sont entre les mains de Hồ Quý Lý qui agit en toute liberté.

USURPATION DU TRONE DES TRẦN PAR HỒ QUÝ LY

En 1400, Hồ Quý Ly s'empare du trône du fils de sa propre fille, Trần Thiếu Đế, âgé alors de 3 ans, pour fonder la dynastie des Hồ. En 1401, Hồ Quý Ly abdique en faveur de son fils Hồ Hán Thương. Il continue à garder les habitudes de la dynastie des Trần en occupant la position de Roi-père pour gouverner.

NHỮNG CẢI TỔ CỦA HỒ QUÝ LY

Ngay từ khi chưa đoạt ngôi vua, Hồ Quy Ly đã có nhiều ảnh hưởng đến chính sách quốc gia.

Chính sách hạn điền
Cuối thời nhà Trần, nhiều ruộng đất bị các vương hầu và nhà giàu chiếm cứ, dân nghèo không còn ruộng phải đi lưu vong hay bán mình làm nông nô rất đông vì vậy trong xã hội bắt đầu tiềm ẩn mầm mống các cuộc nổi loạn.

Để xoa dịu bất mãn trong dân, nhà Hồ ra luật ấn định mỗi thứ dân chỉ được có 10 mẫu ruộng, chỉ trừ một số biệt lệ, ai có dư phải nộp lại cho triều đình.

Dân nghèo không có ruộng được tuyển làm ruộng cho triều đình. Các nhà giàu cũng không có quyền giữ quá nhiều nô tỳ, quá số giới hạn triều đình sẽ sung công. Rõ ràng chính sách trên có vẻ như bảo vệ dân nghèo nhưng thực chất chỉ là chuyển sự nô lệ của bộ phận này từ tầng lớp quý tộc sang thành kẻ lệ thuộc triều đình.

REFORMES DE HỒ QUÝ LY

Même avant son usurpation du trône, Hồ Quý Ly a déjà beaucoup d'influence sur la politique nationale.

Politique de restriction des terres
A la fin de la dynastie des Trần, beaucoup de terres sont possédées par la noblesse ou par des riches. Nombreuse est la population impécunieuse qui n'a plus de terres, et qui doit s'exiler ou se vendre comme esclave. C'est pourquoi des embryons d'insurrection deviennent latents dans la société.

Pour faire baisser l'indignation du peuple, la dynastie des Hồ émet un édit limitant les terres que chaque classe sociale peut posséder à 10 mẫu (mẫu : ancienne unité de mesure variant de 3.600 m² à 5.000 m² selon l'endroit) de rizière, sauf certaines exceptions ; le surplus doit être remis à la Cour.

La population pauvre, ne possédant pas de terre, est sélectionnée pour cultiver la terre au profit de la Cour. Les nantis ne peuvent pas garder trop de domestiques, et en cas de dépassement de la limite fixée, les serviteurs excédentaires sont confisqués au profit de l'Etat. Il est clair que cette politique a l'air de protéger les pauvres mais en réalité elle vise à transférer les esclaves de la noblesse vers la Cour

Phát hành tiền giấy thay cho tiền đồng

Nhà Hồ đặt ra việc in tiền bằng giấy và cho thu hồi tiền làm bằng kim loại đang lưu hành. Việc này đã gây nên những xáo trộn trong xã hội do người dân đang quen tiêu tiền kim loại và ngoài ra còn phát sinh vấn nạn in tiền giấy giả.

Việc giáo dục

Về thi cử thì định kỳ 3 năm, năm trước thi Hương, năm sau thi Hội, ai đỗ thi Hội sẽ được dự cuộc thi làm văn sách để định cao thấp ra làm quan.

Các quan làm giáo chức ở lộ, phủ, châu được cấp ruộng. Ở phủ và châu lớn quan giáo thụ được cấp 15 mẫu, tại phủ và châu vừa được cấp 12 mẫu, tại địa phương nhỏ được cấp 10 mẫu.

Emission du papier-monnaie en remplacement de la monnaie en cuivre

Hồ Quý Ly instaure l'usage de la monnaie-papier et fait retirer la monnaie métallique en circulation. Ce fait provoque des désordres dans la société car le peuple est habitué à utiliser la monnaie métallique et, en outre, l'apparition de faux billets pose problème.

Education

Les concours sont échelonnés sur une période de 3 ans. Lors de la première année a lieu le concours dit "thi Hương" dans les localités et les personnes reçues au "thi Hương" peuvent passer le concours dit "thi Hội" l'année suivante. Les candidats reçus au "thi Hội" passent le concours consistant à rédiger des dissertations (văn sách en vietnamien, portant sur des sujets tels que la façon de gouverner le pays, la divination, le Feng Shui, etc...) pour déterminer leur rang dans le mandarinat.

Les mandarins assurant la fonction d'éducateur dans les départements, provinces, districts (lộ, phủ, châu en vietnamien) reçoivent des rizières. Dans les provinces et districts importants, les mandarins responsables de l'éducation se voient octroyer 15 mẫu de terres (ancienne unité de mesure variant de 3.600 m² à 5.000 m² selon l'endroit), dans les provinces et districts moyens 12 mẫu et dans les petites localités 10 mẫu.

CHIẾN TRANH VỚI CHIÊM THÀNH DƯỚI TRIỀU HỒ QUÝ LY

Triều Hồ không thu phục được lòng dân trong nước. Lợi dụng sự suy yếu của Chiêm Thành sau khi Chế Bồng Nga tử trận, nhà Hồ cử quân đi đánh Chiêm Thành nhằm dùng chiến thắng bên ngoài để tạo uy thế bên trong.

Cuộc xâm lược Chiêm Thành lần thứ nhất

Năm 1400, nhà Hồ sai Đỗ Mãn, Trần Văn đem 15 vạn quân đi đánh Chiêm Thành nhưng gặp nước lụt quân nhà Hồ bị nghẽn ở dọc đường, phải rút về không đạt kết quả gì. Hai năm sau lại sai Đỗ Mãn làm Đô tướng cùng Đinh Đại Trung đi đánh Chiêm Thành lần nữa. Khi đến biên giới, tướng Đinh Đại Trung giao chiến cùng tướng Chiêm là Chế Trà Nam, hai bên cùng tử trận. Tuy quân Hồ không chiến thắng rõ ràng nhưng Vua Chiêm lo sợ nên xin hòa và dâng đất Chiêm Động (vùng Quảng Nam, Quảng Ngãi ngày nay) cho nhà Hồ. Nhà Hồ liền chiêu mộ dân các lộ đang không có ruộng vào vùng này để khai thác. Một chuyện không may đã xảy ra khiến nhà

GUERRES AVEC LE CHAMPA SOUS LE REGNE DE HỒ QUÝ LY

La dynastie des Hồ n'arrive pas obtenir l'adhésion du peuple. Profitant de la faiblesse du Champa après la mort de Po Binasuor (Chế Bồng Nga en vietnamien) au front, Hồ Quý Ly envoie des troupes envahir le Champa dans le but de se servir de la victoire à l'extérieur pour acquérir du prestige à l'intérieur.

Première invasion du Champa

En 1400, Hồ Quý Ly envoie Đỗ Mãn et Trần Văn avec 150.000 soldats attaquer le Champa. Bloqués par les inondations, ils doivent se retirer sans aucun résultat. Deux ans plus tard, la dynastie des Hồ envoie de nouveau le Général Đỗ Mãn et l'officier Đinh Đại Trung combattre le Champa. Đinh Đại Trung et l'officier Champa, Chế Trà Nam, engagent la bataille à la frontière, tous deux meurent au front. Bien que l'armée Hồ ne remporte pas une nette victoire, le roi de Champa, affolé, demande l'arrêt des hostilités et cède le territoire de Chiêm Động (régions de Quảng Nam, Quảng Ngãi actuelle) à la dynastie des Hồ. Celle-ci recrute immédiatement la population ne possédant pas de terres et l'envoie, par bateau, dans ces régions pour

Hồ bị dân chúng oán hận đó là đoàn thuyền di dân bị bão đánh đắm khiến cho nhiều người bị chết đuối.

les défricher. Un évènement malchanceux se produit poussant la population à nourrir des rancœurs envers la dynastie des Hồ : il s'agit du naufrage du groupe de bateaux transportant des émigrés à cause d'une tempête provoquant la noyade de nombreuses personnes.

Cuộc xâm lược Chiêm Thành lần thứ hai

Sau khi đã chiếm được vùng Chiêm Động và Cổ Lũy rồi, nhà Hồ nuôi tham vọng muốn chiếm thêm đất của Chiêm Thành. Năm 1404 nhà Hồ cử 20 vạn quân thủy bộ vào đánh Chiêm Thành. Quân nhà Hồ bao vây thành Chà Bàn, nhưng 9 tháng vẫn không hạ được. Hết lương thực quân Hồ phải rút về.

Deuxième invasion du Champa

Après avoir pris les régions de Chiêm Động et Cổ Lũy, la dynastie des Hồ nourrit l'ambition de s'emparer de davantage de terres du Champa. En 1404, la dynastie des Hồ envoie ses forces terrestres et fluviales fortes de 200.000 hommes attaquer le Champa. L'armée des Hồ encercle la citadelle de Chà Bàn pendant 9 mois sans pouvoir la prendre. A court de ravitaillement, elle doit se retirer.

NHÀ HỒ TRƯỚC CUỘC XÂM LĂNG CỦA NHÀ MINH

DYNASTIE DES HỒ FACE A L'INVASION PAR LES MÍNG

Vào năm 1405, Bắc triều lúc đó thuộc về nhà Minh, là một đế quốc hùng mạnh do Minh Thành Tổ cai trị. Nhà Minh sai sứ sang đòi Đại Việt phải trả lại 7 trại Mãnh Nam đã chiếm đoạt của nước Tàu trước đây. Trước thế mạnh của phương Bắc, nhà Hồ đã phải nhượng bộ. Sau đó nhà Minh lại sai sứ sang đòi phải cắt thêm đất Lạng sơn, Lộc Châu. Thượng

En 1405, la dynastie des Míng (Minh en vietnamien) du Nord est un empire puissant gouverné par Míng Chengzu (Minh Thành Tổ en vietnamien). La dynastie des Míng envoie des messagers demandant au Đại Việt de lui rendre les 7 localités de Mãnh Nam que le Việt Nam a prises à la Chine auparavant. Face à la puissance du Nord, la dynastie des Hồ cède. Plus tard, la dynastie des Míng envoie

Hoàng Hồ Quý Ly phải nhượng bộ một lần nữa, mặc dù phải cắt thêm 59 thôn tại Cổ Lâu nhường cho nhà Minh nhưng đồng thời ngấm ngầm chuẩn bị lực lượng phòng chiến tranh với Tàu.

Ngay từ khi chưa đoạt ngôi nhà Trần, Hồ Quý Ly đã đặc biệt coi trọng việc phát triển binh bị. Mong ước của ông là làm sao có được một đạo quân 100 vạn lính để có sức đối chọi với phương Bắc. Nhà Hồ cũng chuẩn bị những phương tiện quân sự đặc biệt như loại thuyền đinh 2 tầng, ngụy trang là thuyền chở lương thực nhưng là chiến thuyền có thể di chuyển nhanh và xoay trở dễ dàng. Súng thần công do Tả Tướng Quốc Hồ Nguyên Trừng sáng chế là loại đại bác có sức công phá vượt trội so với các võ khí đương thời. Vua Hồ Hán Thương cũng lập ra bốn cơ sở sản xuất khí cụ để trang bị cho binh lính.

Nhà Hồ cho quân đóng giữ các nơi hiểm yếu dự phòng quân Minh có thể tiến qua, xây thành Đa Bang để tập trung quân chống giữ không cho giặc tiến về Đông Đô. Tại các cửa sông và cửa biển, sai chặt cây

de nouveau des messagers demandant la cession des terres de Lạng Sơn et Lộc Châu. Encore une fois, le Roi-père Hồ Quý Ly doit faire des concessions et cède aux Míng 59 villages de la région de Cổ Lâu, tout en préparant secrètement ses troupes à la guerre contre le Chine.

Avant même qu'il ne s'empare du trône des Trần, Hồ Quý Ly accorde une importance particulière au développement des forces armées. Son ardent désir est d'avoir une armée de 1.000.000 d'hommes pour faire face à l'ennemi du Nord. La dynastie des Hồ prépare des moyens militaires spéciaux tels que les grandes barques à poupe tronquée et à 2 étages, maquillées en barques de ravitaillement, mais en réalité ce sont des navires de guerre rapides et faciles à manœuvrer. Les canons inventés par le Premier Ministre "de gauche" Hồ Nguyên Trừng ont une force de destruction supérieure aux armes d'alors. Le Roi Hồ Hán Thương fait aussi construire 4 arsenaux pour produire des armes destinées à équiper l'armée.

La dynastie des Hồ envoie des troupes garder les endroits stratégiques pour se prémunir des attaques des Míng. Elle fait édifier la citadelle de Đa Bang pour concentrer ses forces contre la progression de l'ennemi vers Đông

và cắm cọc để ngăn cản địch di chuyển.

Dọc mé Nam sông Hồng, cho đóng cọc suốt nhiều trăm dặm để ngăn chặn thuyền địch.

Triều đình cũng cho lập các nhà trú ẩn trong rừng rậm để khi có chiến tranh dân có thể rút về, mang theo gia súc và lúa gạo tạo chiến thuật vườn không đồng trống. Cuộc chuẩn bị của nhà Hồ thực hiện rất kỹ lưỡng nhưng họ cũng biết một điều bất lợi lớn đó là không được sự ủng hộ, tuân phục của dân chúng.

CÁC GIAI ĐOẠN XÂM LĂNG CỦA NHÀ MINH

Đưa Trần Thiêm Bình về nước ngụy danh để tái lập nhà Trần

Tháng 4 năm 1406 Minh triều mang quân đưa Trần Thiêm Bình về nước, lấy cớ buộc Thượng Hoàng và Vua Hồ Hán Thương phải trả lại ngôi báu cho nhà Trần. Trần Thiêm Bình vốn là gia nhân của tôn thất nhà Trần, trốn qua Tàu mạo nhận là con của Vua Trần Nghệ Tông để xin cầu viện nhà

Đô. Aux embouchures des fleuves, elle fait planter des pieux en bois pour empêcher le mouvement des navires ennemis.

Au Sud du fleuve Hồng, elle fait enfoncer des pieux sur des centaines de "dặm" (1 dặm = ±450m) pour endiguer les navires ennemis.

La Cour fait également construire des cachettes dans la forêt pour que, en cas de guerre, la population puisse s'y retirer, y amener les animaux domestiques et du riz pour appliquer la tactique de la terre brûlée. La préparation des Hồ est très minutieuse mais ils savent que leur grand handicap est qu'ils n'ont pas le soutien et l'allégeance du peuple.

PHASES DE L'INVASION PAR LES MÍNG

Rapatriement de Trần Thiêm Bình sous le faux prétexte de restauration de la dynastie des Trần

En avril 1406, l'armée des Míng escorte Trần Thiêm Bình au pays, sous prétexte d'obliger le Roi-père et le Roi Hồ Hán Thương à rendre le trône à la dynastie des Trần. Trần Thiêm Bình, à l'origine un domestique de la famille royale Trần, se réfugie en Chine et se fait passer pour le fils du Roi Trần Nghệ Tông pour demander de

Minh. Khi toán quân Minh do Nguyễn Trung cầm đầu đi hộ tống Trần Thiêm Bình tới khu vực Lãnh Kênh thì giao tranh với quân nhà Hồ, quân Minh thua phải rút về nước, Trần Thiêm Bình bị Vua Hồ Hán Thương bắt giết chết.

l'aide à la dynastie des Míng. Quand les troupes Míng commandée par Ruǎn Zhōng (Nguyễn Trung en vietnamien) pour escorter Trần Kiêm Bình arrivent dans la région de Lãnh Kênh, l'armée des Hồ engage la bataille. L'armée des Míng défaite doit se retirer dans son pays. Trần Thiêm Bình est capturé et tué par le Roi Hồ Hán Thương.

Cuộc xâm lược do Trương Phụ cầm đầu
Tháng 8 năm 1406, Nhà Minh huy động số đông tướng tài cầm đầu đạo quân xâm lăng lên tới 80 vạn sang xâm chiếm Đại Việt qua hai ngả Quảng Tây và Vân Nam. Nhà Minh cũng sai sứ qua Chiêm Thành hẹn cùng tấn công Đại Việt từ phía Nam.

Invasion commandée par Zhāng Fǔ
En août 1406, la dynastie des Míng mobilise de nombreux généraux talentueux pour commander son armée forte de 800.000 hommes. L'armée chinoise passe par 2 voies, Guǎngxī (Quảng Tây en vietnamien) et Yúnnán (Vân Nam en vietnamien) pour envahir le Đại Việt. La dynastie des Míng envoie également des messagers pour demander au Champa d'attaquer simultanément le Đại Việt par le Sud.

Tới tháng 11 năm 1406, cánh quân đi theo ngả Quảng Tây tiến vào nước ta qua ngả Lạng Sơn. Hai bên giao chiến ác liệt. Quân Minh treo biển kể tội Hồ Quý Ly giết vua và qua Đại Việt để lập lại ngôi nhà Trần.

En novembre 1406, le corps d'armée passant par Guǎngxī entre dans notre pays par Lạng Sơn. Le combat est violent. L'armée des Míng arbore des pancartes accusant Hồ Quý Ly d'avoir tué le roi et proclamant qu'elle vient au Đại Việt pour restaurer la dynastie des Trần.

Quân Minh tiến tới ải Khả Lựu thì gặp quân nhà Hồ và đánh chiếm được ải này. Khi tới Chi Lăng, quân Minh gặp kháng cự

L'armée des Míng rencontre l'armée de la dynastie des Hồ au défilé de Khả Lựu, livre bataille et s'en empare. Quand l'armée des

mãnh liệt của quân nhà Hồ với súng tự chế giết hại được rất nhiều địch, nhưng sau khi bên ta hay tin thất trận tại Khả Lưu thì mất tinh thần và tan rã.

Vài hôm sau, đại quân nhà Minh tiến tới phía Bắc sông Hồng, vùng Đa Phúc (Phúc Yên) thì dừng lại đợi cánh quân từ Vân Nam tới.

Cánh quân Vân Nam do Mộc Thạch chỉ huy qua đường núi, chiến thắng nhanh chóng, tiến tới sông Lô (Tuyên Quang) rồi xuôi về ngã ba Bạch Hạc định tiến vào sông Hồng.

Quân nhà Hồ do Hồ Nguyên Trừng chỉ huy rút về tuyến phòng thủ Đa Bang tại phía Nam sông Hồng và chống cự mãnh liệt khiến quân Minh không tiến được. Nhà Hồ cũng áp dụng chiến thuật thanh dã, di chuyển toàn bộ dân chúng và lúa gạo bên bờ phía bắc sông Hồng, đợi quân Minh cạn lương và mỏi mệt vì bệnh tật do lạ khí hậu sẽ phản công.

Míng arrivent à Chi Lăng, elle rencontre une résistance féroce de l'armée des Hồ dont les canons qu'elle a conçus elle-même tuent de nombreux ennemis. Mais informée de la défaite de Khả Lưu, notre armée perd le moral et se désagrège.

Quelques jours plus tard, l'armée des Míng arrive au Nord du fleuve Hồng, dans la région de Đa Phúc (Phúc Yên). Elle s'y installe en attendant l'arrivée du corps d'armée passant par Yúnnán.

Le corps d'armée passant par Yúnnán, commandé par Mù Shèng (Mộc Thạch en vietnamien), passe par les chemins montagneux et remporte rapidement la victoire. Il avance jusqu'au fleuve Lô (Tuyên Quang) puis se dirige vers le carrefour de Bạch Hạc avec l'intention de progresser jusqu'au fleuve Hồng.

L'armée des Hồ commandée par Hồ Nguyên Trừng se retire sur la ligne de défense de Đa Bang au Sud du fleuve Hồng et oppose une forte résistance qui stoppe l'avance des Míng. La dynastie des Hồ applique également la tactique de la terre brûlée, elle déplace la population et du riz sur la rive Nord du fleuve Hồng avec l'intention de contre-attaquer quand l'armée des Míng serait à court de ravitaillement et atteinte de maladie à cause du climat auquel elle n'est pas habituée.

Để tránh gặp lại cảnh bị tiêu hao như các cuộc xâm lăng thời Tống, Minh chủ hạ lệnh cho Trương Phụ và Mộc Thạch phải gấp rút chiến thắng trước mùa xuân năm 1407.

Bọn Trương Phụ, Mộc Thạch dùng tâm lý chiến kể tội Hồ Quý Ly, kích động binh lính, dân chúng khiến những người không phục nhà Hồ như Mạc Địch, Mạc Thúy, Nguyễn Huân ra hàng quân Minh.

Trương Phụ một mặt làm kế nghi binh, tại vùng Gia Lâm, ban đêm nổi lửa bắn súng làm như chuẩn bị vượt sông, rồi lợi dụng lúc bên tướng nhà Hồ sơ hở, đêm 19 tháng 01 năm 1407 Trương Phụ đánh úp nhà Hồ tại bãi Mộc Hoàn. Sau đó dùng cầu phao vượt sông tấn công thành Đa Bang.

Quân Hồ dùng voi trận phản công nhưng voi bị súng thần cơ phía quân Minh bắn, hoảng sợ bỏ chạy, quân Minh tràn vào chiếm được thành.

Pour éviter des pertes comme lors des invasions menées sous les Sòng, le Roi Míng ordonne à Zhāng Fǔ (Trương Phụ en vietnamien) et Mù Shèng d'accélérer leur campagne pour remporter la victoire avant le printemps de l'an 1407.

Zhāng Fǔ et Mù Shèng utilisent la guerre psychologique, ils dénoncent les fautes de Hồ Quý Ly, troublent l'esprit des troupes et du peuple de telle façon que les personnes qui sont contre la dynastie des Hồ comme Mạc Địch, Mạc Thúy, Nguyễn Huân se rendent à l'armée des Míng.

Zhāng Fǔ se sert d'un stratagème de diversion : dans la région de Gia Lâm, il fait allumer des feux, tirer des coups de canon pendant la nuit pour faire croire qu'il se prépare à traverser le fleuve. La nuit du 19 janvier 1407, profitant de l'inattention des généraux des Hồ, il les attaque par surprise sur les berges de Mộc Hoàn. Ensuite, il utilise des ponts flottants pour traverser le fleuve et attaquer la citadelle de Đa Bang.

L'armée des Hồ utilise des éléphants pour contre-attaquer, mais les éléphants effrayés par les tirs de canon s'enfuient. L'armée des Míng envahit la citadelle.

Phòng tuyến các nơi của quân nhà Hồ đều bị tan rã, ba hôm sau thì quân Minh chiếm được Thăng Long.	Toutes les lignes de défense des Hồ se désagrègent et trois jours plus tard l'armée des Míng s'empare de Thăng Long.
Các quan lại tại Thăng Long và các lộ phần lớn đều ra hàng, trong khi đó Hồ Nguyên Trừng bị cánh quân của Mộc Thạch đánh đuổi chạy tới cửa Định An (Nam Định).	Les mandarins de Thăng Long et de la plupart des préfectures se rendent tous, alors que Hồ Nguyên Trừng est pourchassé par Mù Shēng jusqu'à l'embouchure de Định An (Nam Định).
Tháng 4, quân Minh ngã bệnh do không quen khí hậu, Tả Tướng Quốc Hồ Nguyên Trừng cùng Vua Hồ Hán Thương đem đại quân thủy bộ ra tấn công quân Minh tại Hàm Tử. Hai bên giao chiến ác liệt nhưng cuối cùng quân nhà Hồ đã bị bộ binh, kỵ binh của Trương Phụ và thủy binh của Liễu Thăng đánh tan phải chạy về Nam. Quân Minh đuổi theo cho tới Thanh Hóa thì bắt được thượng hoàng Hồ Quý Ly vào ngày 19 tháng 6. Hôm sau, tướng quốc Hồ Nguyên Trừng và Vua Hồ Hán Thương cũng bị bắt.	En avril, non habituée au climat, l'armée des Míng est atteinte de maladies, le Premier Ministre Hồ Nguyên Trừng et le Roi Hồ Hán Thương conduisent alors les forces terrestres et fluviales pour l'attaquer à Hàm Tử. Le combat est violent, mais à la fin, l'armée des Hồ, défaite par les forces terrestres et la cavalerie de Zhāng Fǔ ainsi que par les troupes fluviales de Liu Sheng (Liễu Thăng en vietnamien), doit se retirer vers le Sud. Les Míng la poursuivent jusqu'à Thanh Hóa où ils capturent la Roi-père Hồ Quý Ly le 19 juin. Le lendemain, le Premier Ministre Hồ Nguyên Trừng et le Roi Hồ Hán Thương sont aussi capturés.
Tháng 7, Trương Phụ sai Liễu Thăng áp giải cha con họ Hồ cùng tướng tá, gia quyến về Tàu. Hồ Quý Ly sau đó bị đày đi làm lính tại Quảng Tây và chết tại đó. Riêng Hồ Nguyên Trừng vì có biệt tài chế tạo súng thần cơ nên được trọng	En juillet, Zhāng Fǔ ordonne à Liu Sheng de conduire sous escorte Hồ Quý Ly, son fils, ainsi que ses officiers et sa famille en Chine. Hồ Quý Ly est condamné plus tard à être simple soldat à Guǎngxī et y décède. Quant à Hồ Nguyên Trừng, grâce à son savoir-faire relatif à la

dụng để dạy lại kỹ thuật cho quân Minh.

Sự thất bại của nhà Hồ không phải là vì thiếu người tài giỏi mà vì thuật cai trị không thu phục được muôn dân. Trong khi lòng dân vẫn còn trung thành với nhà Trần, sự bất mãn trước việc họ Hồ chiếm đoạt ngôi nhà Trần đã khiến dân chúng dễ bị mắc mưu giặc, tin vào lời hứa hẹn của quân Minh qua Đại Việt diệt họ Hồ để tái lập nhà Trần. Sau thời nhà Hồ, nước Đại Việt lại bị sát nhập vào lãnh thổ nước Tàu với thời kỳ Bắc thuộc lần thứ tư kéo dài 20 năm.

fabrication des canons, il est nommé à un poste important pour apprendre la technologie à l'armée des Míng.

L'échec de la dynastie des Hồ est dû, non pas au manque d'hommes de valeur, mais au fait que sa politique ne conquiert pas le cœur du peuple qui reste fidèle à la dynastie des Trần. Le mécontentement provoqué par l'usurpation du trône des Trần par les Hồ fait que le peuple tombe facilement dans le piège tendu par l'ennemi, croit à la promesse des Míng selon laquelle ils viennent au Đại Việt pour exterminer les Hồ afin de restaurer les Trần. Après l'époque des Hồ, le Đại Việt est annexé au territoire chinois débutant ainsi la quatrième domination chinoise qui va durer 20 ans.

REGIME ADMINISTRATIF DES MÍNG ET LES PREMIERS SOULEVEMENTS
Chế độ cai trị của nhà Minh và các cuộc khởi nghĩa đầu tiên

Năm 1407 công cuộc chống xâm lăng của Việt Nam bị thất bại. Tiếp theo sự sụp đổ của nhà Hồ, nước ta lại rơi vào tay nước Tàu sau 500 năm giành được quyền tự chủ, khởi đầu thời kỳ Bắc thuộc thứ tư, kéo dài 20 năm.

Quốc hiệu nước Đại Việt bị hủy bỏ, cả nước chỉ được coi là một quận thuộc Tàu với tên gọi là Giao Chỉ quận. Nhà Minh thi hành chính sách đồng hoá dân tộc và bóc lột tàn bạo. Chúng đặt ra hàng trăm thứ thuế nặng nề. Phụ nữ, trẻ em bị bắt đưa về Tàu làm nô tì. Các phong tục tập quán của người Việt bị cấm cản, các sách quý do người Việt viết đều bị thiêu hủy hoặc mang về Tàu. Chúng áp dụng phương sách "dĩ di trị di" để gây chia rẽ làm yếu sức

En 1407, la lutte du Việt Nam contre les envahisseurs échoue. Suite à la chute de la dynastie des Hồ, notre pays retombe entre les mains de la Chine 500 ans après avoir reconquis son autonomie. La quatrième domination chinoise commence et va durer 20 ans.

Le nom de la nation Đại Việt disparaît et tout le pays est considéré simplement comme une province chinoise avec le nom de Province de Giao Chỉ. La dynastie des Míng applique la politique d'assimilation et exploite le peuple sans pitié. Elle invente des centaines d'impôts aussi lourds les uns que les autres. Les femmes et les enfants sont capturés et envoyés en Chine pour en faire des esclaves. La pratique des us et coutumes vietnamiens est interdite, des livres précieux écrits par des Vietnamiens sont soit brûlés soit

mạnh đoàn kết của dân tộc Việt.

Tuy nhiên, cũng trong thời kỳ này nhà Minh lại rơi vào một cuộc nội chiến kéo dài với các thế lực chống đối nhau bên Tàu vì vậy những chính sách đồng hóa của nhà Minh không đạt được hoàn toàn tác dụng và các giá trị văn hóa người Việt vẫn giữ lại được phần nào.

GUỒNG MÁY HÀNH CHÁNH CỦA NHÀ MINH TẠI ĐẠI VIỆT

Theo tư liệu của nhà Minh, quận Giao Chỉ là dải đất Đông Tây rộng 1.760 dặm, Nam Bắc dài 2.800 dặm với số dân bản địa 3.120.000 người và 2.087.000 "dân man". Quận Giao Chỉ, chia ra làm 17 phủ là: Giao Châu, Bắc Giang, Lạng Giang, Lạng Sơn, Tân An, Kiến Xương, Phong Hóa, Kiến Bình, Trấn Man, Tam Giang, Tuyên Hóa, Thái Nguyên, Thanh Hóa, Nghệ An, Tân Bình, Thuận Hóa, Thăng Hoa, và 5 châu trực thuộc gồm: Quảng Oai, Tuyên Hóa, Qui Hóa, Gia

acheminés vers la Chine. Elle pratique la politique 'dĩ di trị di" (littéralement utiliser les barbares pour assujettir les barbares) pour diviser, affaiblir la force et la solidarité du peuple vietnamien.

Cependant, à cette époque, la dynastie des Míng traverse une longue guerre civile provoquée par des forces rivales en Chine, c'est pourquoi la politique d'assimilation de la dynastie des Míng n'atteint pas tout à fait le but visé et les valeurs culturelles vietnamiennes sont en partie préservées.

APPAREIL ADMINISTRATIF DES MÍNG AU ĐẠI VIỆT

Selon les archives de la dynastie des Míng, la province de Giao Chỉ est un territoire qui mesure 1.760 "dặm" (1 dặm = ±450m) d'Est en Ouest et 2.800 dặm du nord au Sud avec une population locale composée de 3.120.000 personnes et de 2.087.000 "barbares". La province de Giao Chỉ est divisée en 17 préfectures (phủ en vietnamien) : Giao Châu, Bắc Giang, Lạng Giang, Lạng Sơn, Tân An, Kiến Xương, Phong Hóa, Kiến Bình, Trấn Man, Tam Giang, Tuyên Hóa, Thái Nguyên, Thanh Hóa, Nghệ An, Tân Bình, Thuận Hóa, Thăng Hoa, et 5 districts

Bình, Diễm Châu. Dưới phủ là châu và huyện.

Giao Chỉ dưới thời nội thuộc nhà Minh

Bộ máy hành chính quận Giao Chỉ gồm ba cơ quan được gọi là Tam Ty: Bố Chánh Ty coi về hành chánh và tài chánh, Chưởng Đô Ty tổ chức và chỉ huy quân đội và Đề Hình Ty lo về tư pháp. Các ty này trực thuộc triều đình nhà Minh bên Tàu. Dưới các ty là hệ thống chính quyền địa phương tại phủ, châu và huyện.

Trên những đường giao thông quan trọng, cứ 10 dặm lại thiết lập 1 trạm để chuyển vận các công văn khẩn cấp, tổng cộng lúc đó có 374 trạm để thông tin giữa các phủ huyện, ứng phó lẫn nhau và duy trì liên lạc thường xuyên với triều đình bên Tàu. Vào cuối năm 1407, lực lượng quân chiếm đóng lên tới 47.000 người.

(châu) directement rattachés au pouvoir provincial : Quảng Oai, Tuyên Hóa, Qui Hóa, Gia Bình, Diễm Châu. Sous les préfectures se trouvent les districts (châu et huyện en vietnamien).

Giao Chỉ sous le domination de la dynastie des Míng

L'appareil administratif de la province de Giao Chỉ est composé de 3 services : le Service Administratif (Bố Chánh Ty en vietnamien) s'occupe de l'administration et des finances, celui des Affaires militaires (Chưởng Đô Ty en vietnamien) organise et commande l'armée et celui de la Justice (Đề Hình Ty en vietnamien) est en charge des affaires judiciaires. Ces services dépendent directement de la Cour chinoise de la dynastie des Míng. Sous les Services, il y a un système de pouvoirs locaux dans les préfectures et districts.

Le long des voies de communication importantes, tous les 10 "dặm" (1 dặm = ±450m) sont érigées des stations pour acheminer les documents officiels urgents. Au total il y a 374 stations pour permettre la communication et l'entraide entre les préfectures et districts, et pour maintenir des relations régulières avec la dynastie chinoise. A la fin de l'année 1407, l'effectif des forces d'occupation s'élève à 47.000 hommes.

CHÍNH SÁCH ĐỒNG HÓA CỦA NHÀ MINH TẠI ĐẠI VIỆT

Trong chính sách đồng hoá, nhà Minh dùng nhiều thủ đoạn để hủy diệt nền văn hoá dân tộc của nước ta. Đối với các phong tục tập quán của dân chúng, giặc tìm mọi cách cưỡng bức nhằm thay đổi các cá tính dân tộc như cấm con trai con gái không được cắt tóc, đàn bà con gái phải mặc quần dài, áo ngắn theo lề lối đúng như dân của họ. Tại các phủ, châu, huyện phải lập văn miếu, lập bàn thờ bách thần để bốn mùa tế tự giống như bên Tàu...

Trước lúc xuất quân, Minh Thành Tổ đã ra lệnh cho bọn tướng xâm lăng: *"Khi tiến quân vào thành An Nam thì chỉ trừ những bản kinh và sách về Thích, Đạo không hủy, còn tất cả các bản in sách, các giấy tờ cho đến sách học của trẻ con như loại "thượng, đại, nhân, ất, kỉ", thì nhất thiết một mảnh giấy, một chữ đều phải thiêu hủy hết. Trong nước ấy, chỉ có những bia do Trung Quốc dựng lên ngày trước thì để lại,*

POLITIQUE D'ASSIMILATION DES MÍNG AU ĐẠI VIỆT

La politique d'assimilation des Míng consiste à se livrer à des manœuvres pour détruire la culture populaire de notre pays. L'ennemi cherche par tous les moyens à forcer le changement de la personnalité du peuple en instaurant par exemple l'interdiction aux garçons et aux filles d'avoir les cheveux coupés, l'obligation pour les femmes et les filles de porter des pantalons longs, et des chemisiers courts comme cela est de coutume en Chine. Dans les préfectures et districts, il faut dresser des autels dédiés aux divinités pour célébrer des cérémonies de culte toute l'année comme cela se passe en Chine...

Avant d'envoyer ses troupes au combat, Míng Chéngzǔ (Minh Thành Tổ en vietnamien) ordonne aux généraux envahisseurs : *"Lorsque vous entrez dans les citadelles d'An Nam, exception faite des textes de prières ou des livres liés au Bouddhisme et au Confucianisme, il faudra détruire tous les ouvrages, documents, jusqu'aux livres pour l'apprentissage de l'écriture destinés aux enfants contenant de simples caractères comme "上*

còn những bia do An Nam lập ra thì phải phá cho hết, một chữ cũng không được để lại".

Năm 1409, phần lớn các sách điển chương, luật lệ, các tác phẩm lịch sử, văn học, địa lý, quân sự viết tại Đại Việt trong các thời đại trước đã bị tịch thu đem về Tàu. Tổng cộng các sử sách, đồ thư và truyện ký đưa về Kim Lăng bao gồm 157 quyển và 6 bộ. Hiện nay, không thấy quyển nào nữa, thật là một thiệt hại lớn cho người nước mình.

Tháng 8 năm 1418 nhà Minh lại cử người sang nước ta lục soát những sách vở còn sót lại để đem về Tàu.

Ngoài chủ trương hủy diệt các tài liệu văn hóa trong xã hội Đại Việt, Minh triều còn cho nhập vào nước ta các tác phẩm căn bản như Tứ Thư, Ngũ Kinh, Tinh Lý và lập Tăng Đạo để truyền bá rộng ra cho

thượng, 大 đại, 人 nhân, 乙 ất, 几 kỉ" (littéralement haut, grand, homme, deuxième, petite table). Chaque feuille de papier, chaque caractère devra absolument être détruit. Dans ce pays, seules les stèles érigées par la Chine seront épargnées, celles érigées par l'An Nam devront être détruites, sans laisser le moindre caractère".

En 1409, la plupart des livres ayant trait aux lois et règlements, les œuvres historiques, littéraires, géographiques, militaires écrits précédemment au Đại Việt sont confisqués et envoyés en Chine. Au total, 157 livres et 6 collections d'ouvrages historiques, livres, peintures et notices bibliographiques sont acheminés à Jīnlíng (Kim Lăng en vietnamien, capitale des Míng, actuel Nánjīng, Nam Kinh en vietnamien). Actuellement, il n'en subsiste plus aucun : c'est vraiment une grosse perte pour notre peuple.

En août 1418, la dynastie des Míng envoie des hommes pour fouiner à la recherche des livres restants pour les emmener en Chine.

A côté de la politique de destruction des documents culturels de la société du Đại Việt, la dynastie des Míng fait importer chez nous les œuvres basiques telles que les Quatre Livres Classiques (Tứ Thư en

dân chúng đạo Phật và đạo Lão ngoài việc giảng dạy Nho giáo. Tất cả đều trong mưu đồ xoá bỏ nếp sống và tư tưởng dân Đại Việt, biến Đại Việt thành một bộ phận của Tàu.

vietnamien), les Cinq Livres Canoniques de la doctrine confucéenne (Ngũ Kinh en vietnamien), les ouvrages astrologiques (Tinh Lý en vietnamien), ainsi que des institutions de culte pour propager le Bouddhisme et le Taoïsme dans le peuple, en plus de la vulgarisation du Confucianisme. Tout vise à effacer le mode de vie et de pensée du peuple Đại Việt et à changer le Đại Việt pour en faire une partie de la Chine.

CHÍNH SÁCH LAO DỊCH CỦA MINH TRIỀU ĐỐI VỚI DÂN ĐẠI VIỆT

POLITIQUE DE LA CORVEE APPLIQUEE PAR LES MÍNG A LA POPULATION DU ĐẠI VIỆT

Trong quân lính, bên cạnh số binh sĩ nhà Minh phái sang, chúng cũng tuyển mộ khá nhiều thổ binh. Theo quy định năm 1415, từ Thanh Hoá trở vào, cứ hai suất đinh chúng bắt một suất lính; từ Thanh Hoá trở ra, ba suất đinh bắt một suất lính. Số thổ binh này được chia về các vệ sở, đóng lẫn lộn với quân Minh để dễ bề kiểm soát.

Số lượng thổ quan, thổ binh chiếm một tỉ lệ đáng kể trong bộ máy đô hộ của nhà Minh, nhưng chính kẻ thù cũng phải thú nhận rằng: *"đầu mục Giao Chỉ có kẻ đã hàng rồi lại phản, phản rồi lại quy phục"* và thổ

Du point de vue militaire, à côté des soldats envoyés par la dynastie des Míng, le pouvoir en place recrute également un nombre assez important de soldats autochtones. Selon le règlement de 1415, au Sud de Thanh Hoá un homme sur deux est enrôlé, et au Nord un homme sur trois. Ces soldats autochtones sont envoyés vers les unités pour être casernés avec les soldats Míng de façon à faciliter leur contrôle.

Les officiers et les soldats autochtones représentent une part non négligeable dans l'appareil de la domination chinoise, mais l'ennemi doit quand même avouer : *"parmi les chefs Giao Chỉ, il y en a qui se rendent puis trahissent, ils*

binh thì *"khi chiến đấu thường hai lòng, không chịu hết sức"*. Vì vậy đa phần thổ binh chỉ được dùng vào việc khai thác đồn điền tới kiệt lực để sản xuất lương thực nuôi quân chiếm đóng. Lúc bấy giờ, khắp nước lưu truyền rộng rãi một lời nguyền: *"Muốn sống đi ẩn rừng ẩn núi, muốn chết làm quan triều Minh"*.

Năm 1407, riêng Trương Phụ đã bắt trên 7.700 người phần nhiều là thợ thủ công đem về Tàu làm nô dịch. Quân Minh còn lùng bắt hàng loạt dân Việt gồm phường nhạc, thầy thuốc, phụ nữ, thanh thiếu niên trai trẻ tuấn tú đem về Tàu phục vụ cho triều đình và quan lại nhà Minh hoặc bán làm nô tì.

Năm 1403, nhà Minh tiến hành việc dời đô lên Bắc Kinh (Beijing), trong 3 năm liền họ phải huy động sức người sức của của cả nước để xây dựng kinh thành mới. Trong số đó có nhiều dân phu và thợ thủ công từ Đại Việt qua lao dịch. Nguyễn An, một kiến trúc sư tài giỏi nước Đại Việt bị chúng

trahissent puis se soumettent", quant aux soldats autochtones, *"lors des combats, ils jouent un double jeu et ménagent leurs efforts"*. Par conséquent, la plupart des soldats autochtones ne servent qu'à l'exploitation des plantations jusqu'à épuisement pour fournir les vivres nécessaires à l'armée d'occupation. A cette époque, une malédiction se répand largement dans tout le pays : "*Si tu veux vivre, va te cacher dans les forêts ou en montagne ; si tu veux mourir, sois mandarin de la dynastie des Míng"*.

En 1407, Zhāng Fǔ (Trương Phụ en vietnamien) envoie à lui seul en Chine 7.700 personnes, des artisans pour la plupart, pour servir d'esclaves. L'armée Míng recherche et capture également de nombreux Vietnamiens dont des musiciens, des médecins, des femmes et des jeunes gens intelligents, au physique agréable pour les envoyer en Chine servir la Cour et les mandarins, ou encore les vendre comme esclaves.

En 1403, la dynastie procède au transfert de sa capitale à Pékin (Bắc Kinh en vietnamien). Pendant 3 années consécutives, elle mobilise les ressources humaines et matérielles de tout le pays pour édifier la nouvelle capitale. Des hommes de corvée et des artisans vietnamiens envoyés du Đại Việt font partie de la main d'œuvre.

cưỡng bức suốt đời làm việc cho chúng.

Tại vùng biển, những nơi có ngọc trai như Vân Đồn, Tĩnh An, nhà Minh đốc thúc dân phu đi mò ngọc. Mỗi ngày hàng ngàn người phải lặn xuống đáy biển để mò ngọc. Dân phu trong các việc khai thác kinh tế này phải làm việc dưới roi vọt và những hình phạt tàn nhẫn khiến rất nhiều người đã bỏ mạng.

CHÍNH SÁCH VƠ VÉT TÀI NGUYÊN CỦA NHÀ MINH

Để vơ vét tài nguyên và sức người, nhà Minh thiết lập một mạng lưới đánh thuế, cứ mỗi mẫu ruộng phải nộp năm thăng thóc, mỗi mẫu bãi để trồng dâu phải nộp một lạng tơ và mỗi cân tơ phải nộp một tấm lụa. Nhưng thuế ruộng không phải là thứ thuế độc nhất mà nhà Minh áp đặt tại nước ta.

Ngoài thuế ruộng ra, chúng còn đặt nhiều thứ thuế khác để

Nguyễn An, un architecte talentueux du Đại Việt, est forcé de lui servir toute sa vie.

Le long du littoral, aux endroits où on peut trouver des perles comme Vân Đồn, Tĩnh An, la dynastie des Míng presse les hommes de corvée à pêcher des perles. Tous les jours, des milliers de personnes sont obligées de plonger pour cette pêche. Les hommes de corvée dans ces zones d'exploitation économique doivent travailler sous les coups de fouet et en subissant des punitions sans pitié, par conséquent ils sont nombreux à y perdre la vie.

POLITIQUE DE PILLAGE DES RESSOURCES PAR LES MÍNG

Pour piller les ressources matérielles et humaines, la dynastie des Míng instaure un système d'imposition. Pour chaque "mẫu" (ancienne unité de mesure variant de 3.600 m^2 à 5.000 m^2 selon l'endroit) de rizière, on doit payer 5 "thăng" (1 "thăng" = 1 litre) de riz, pour chaque "mẫu" de plantation de mûriers, on doit payer 1 "lạng" (± 31 g) de fil de soie et pour chaque "lạng" de fil de soie, un carré de soie tissé. Mais les impôts terriens ne sont pas les seuls à être prélevés dans notre pays

Outre les impôts terriens, de nombreux autres impôts sont

bóc lột mọi tầng lớp dân chúng. Tất cả các ngành nghề thủ công và buôn bán đều bị đánh thuế. Ngoài ra còn những thứ thuế đánh vào nghề săn bắn, đánh cá và lâm sản. Trong các thứ thuế này, thuế muối là nặng nhất. Minh triều nắm độc quyền buôn bán muối, dùng muối để đổi lấy vàng bạc và kiểm soát đời sống người dân.

Ngoài chế độ thuế khóa, người dân còn phải nộp các sản vật quý như: hồ tiêu, sừng tê giác, ngà voi, quế tốt, hương liệu, hươu trắng.

Năm 1415, triều đình Minh đặc biệt chú trọng đến việc khai thác kinh tế tại miền núi. Những nơi có mỏ vàng, mỏ bạc dân phu phải làm việc cơ cực để phục vụ cho nhà Minh.

GIẢN ĐỊNH ĐẾ VÀ CUỘC KHỞI NGHĨA ĐẦU TIÊN CHỐNG LẠI NHÀ MINH

Sau khi diệt xong được họ Hồ, Trương Phụ treo bảng kêu gọi con cháu nhà Trần ra làm

inventés pour piller toutes les classes sociales. Tous les artisans et commerçants doivent payer des impôts. Par ailleurs, la pêche, la chasse et l'exploitation forestière sont également taxées. Parmi les impôts, celui sur le sel est le plus lourd. La dynastie des Míng détient le monopole du commerce du sel. Le sel est utilisé pour être échangé contre des métaux précieux et pour contrôler la vie du peuple.

En dehors des impôts, le peuple doit livrer des marchandises précieuses comme le poivre, des cornes de rhinocéros, des défenses d'éléphant, de la cannelle de qualité, des aromates, des cervidés blancs.

En 1415, la dynastie des Míng accorde une attention particulière à l'exploitation de l'économie des zones montagneuses. Dans les endroits où existent des mines d'or, d'argent, les hommes de corvée doivent travailler dans des conditions misérables pour servir la dynastie des Míng.

GIẢN ĐỊNH ĐẾ ET LE PREMIER SOULEVEMENT CONTRE LES MÍNG

Après avoir exterminé la dynastie des Hồ, Zhāng Fǔ placarde des affiches pour offrir des postes de

quan. Biết rõ ý đồ của nhà Minh là giả dối nhằm truy cùng giết tuyệt cho hết người tài giỏi nên không ai ra mặt.

Lúc bấy giờ con thứ của Trần Nghệ Tông là Trần Quỹ trước được Nghệ Tông phong làm Giản Định Vương, sang thời Hồ Quý Ly trốn vào bến Yên Mô (nay thuộc tỉnh Ninh Bình). Tại đây, Trần Quỹ gặp Trần Triệu Cơ vốn đang sửa soạn nổi dậy. Trần Triệu Cơ liền tôn Trần Quỹ làm minh chủ.

Tháng 10 năm 1407, Trần Quỹ xưng là Giản Định Đế nối nghiệp nhà Trần, đặt niên hiệu là Hưng Khánh, thường được gọi là Hậu Trần. Tuy nhiên, vì vừa mới nổi lên chưa kịp tổ chức và xây dựng căn cứ thì bị quân Minh đến đánh nên Giản Định Đế thua to phải chạy vào Nghệ An.

Cùng lúc đó, tại miền Bắc, có nhiều cuộc khởi nghĩa nổ ra nhưng đều bị nhà Minh đánh bại. Các lãnh tụ của những lực

mandarins à la parentèle des Trần. Ayant conscience des noirs desseins de la dynastie des Míng dont le seul but est d'exterminer des gens de valeur, personne n'a répondu à l'appel.

A cette époque le fils puiné du Roi Trần Nghệ Tông, Trần Quỹ, nommé précédemment Prince Giản Định par son père, séjourne à Yên Mô (actuellement province de Ninh Bình) où il s'est enfui à l'ère de Hồ Quý Ly. Il y rencontre Trần Triệu Cơ qui est en train de préparer un soulèvement. Immédiatement Trần Triệu Cơ l'élève au rang de chef de l'alliance.

En octobre 1407, Trần Quỹ se proclame Empereur Giản Định pour succéder à la dynastie des Trần, avec Hưng Khánh comme nom de règne. Son règne est habituellement appelé dynastie des Trần postérieurs. Cependant, à peine l'insurrection commence à prendre forme, ses bases n'étant pas encore bien organisées et consolidées, que l'armée des Míng attaque. Giản Định subissant une défaite importante doit se retirer à Nghệ An.

Pendant cette même période, plusieurs insurrections ont lieu dans le Nord mais elles sont toutes réprimées par les Míng. Les leaders

lượng này chạy vào Nam theo Vua Giản Định khiến cho quân thế Giản Định Đế mạnh thêm. Tháng 12 năm 1407, Giản Định Đế sai những lãnh tụ mới theo mình như Phạm Chấn, Trần Nguyên Tôn, Trần Dương Đinh mang nghĩa binh ra vùng Bình Than, Đông Triều xây dựng căn cứ. Nhưng chưa làm xong đã bị quân Minh kéo đến. Nghĩa quân chống cự không nổi lại phải chạy về lại Nghệ An. Tại đây Giản Định Đế được hai cựu thần nhà Hồ, được quân Minh lưu dụng, là Đặng Tất và Nguyễn Cảnh Chân theo về, giúp Giản Định Đế đánh chiếm được toàn bộ từ Thanh Hóa tới Hóa Châu.

Quân nhà Minh đem tin ấy về báo cho Minh Thành Tổ, Thành Tổ sai Mộc Thạnh cùng với Binh Bộ Thượng Thư Lưu Tuấn, mang quân từ các tỉnh Vân Nam, Tứ Xuyên và Quí Châu (Yunnan, Szechuan và Guizhou) để phối hợp với Lữ Nghị tại Đông Đô để đánh dẹp quân khởi nghĩa.

Mộc Thạnh và Lữ Nghi tiến quân vào đánh Giản Định Đế. Hai bên giao chiến Tại Bô Cô, Giản Định Đế tự cầm trống thúc quân khiến tướng sĩ ai nấy

de ces insurrections s'enfuient vers le Sud renforcer les troupes de Giản Định. En décembre 1407, Giản Định envoie les nouveaux alliés comme Phạm Chấn, Trần Nguyên Tôn, Trần Dương Đinh emmener les insurgés établir des bases dans la région de Bình Than, Đông Triều. Alors que ces derniers n'ont pas encore achevé leur tâche ils sont attaqués par les Míng. Les insurgés incapables de faire front se retirent à Nghệ An où Đặng Tất et Nguyễn Cảnh Chân, deux anciens dignitaires des Hồ mais maintenus en service par les Míng, se rallient à Giản Định et l'aident à prendre toute la région allant de Thanh Hóa à Hóa Châu.

Informé des événements, le Roi Míng Chengzu envoie Mù Shèng (Mộc Thạnh en vietnamien) et le Ministre de la défense Liú Jùn (Lưu Tuấn en vietnamien) conduire les troupes de Yúnnán, de Sìchuān et de Guìzhōu (respectivement Vân Nam, Tứ Xuyên et Quý Châu en vietnamien) pour se joindre aux troupes de Lǚ Yì (Lữ Nghị en vietnamien) à Đông Đô afin de réprimer les insurgés.

Mù Shèng et Lǚ Yì attaquent Giản Định. La bataille a lieu à Bô Cô, Giản Định bat le tambour lui-même pour encourager les troupes. Ainsi tous se sentent pleins d'ardeur,

tăng thêm nhuệ khí hết sức chiến đấu phá tan được quân nhà Minh, chém được Thượng Thư Lưu Tuấn, Đô Ty Lữ Nghi, Tham Chính Ty Bố Chính Lưu Dục, Đô Chỉ Huy Sứ Liễu Tống cùng vô số quân Minh. Mộc Thạnh và một số tàn quân chạy thoát về thành Cô Lộng. Trận thắng Bô Cô là chiến thắng lớn nhất, oanh liệt nhất của nghĩa binh trong cố gắng đuổi giặc Minh ra khỏi bờ cõi.

redoublent d'efforts et mettent l'armée des Míng en pièces. Le Ministre Liú Jùn, le Commandeur militaire Lǚ Yì, le Commissaire d'Administration Liú Yù, le Commandeur militaire Liễu Tống ainsi qu'un grand nombre de soldats Míng sont tués sur le champ de bataille. Mù Shèng s'enfuit à la citadelle de Cổ Lộng avec le reste de son armée. La bataille de Bô Cô est la plus grande, la plus glorieuse victoire des insurgés pour chasser les Míng hors de nos frontières.

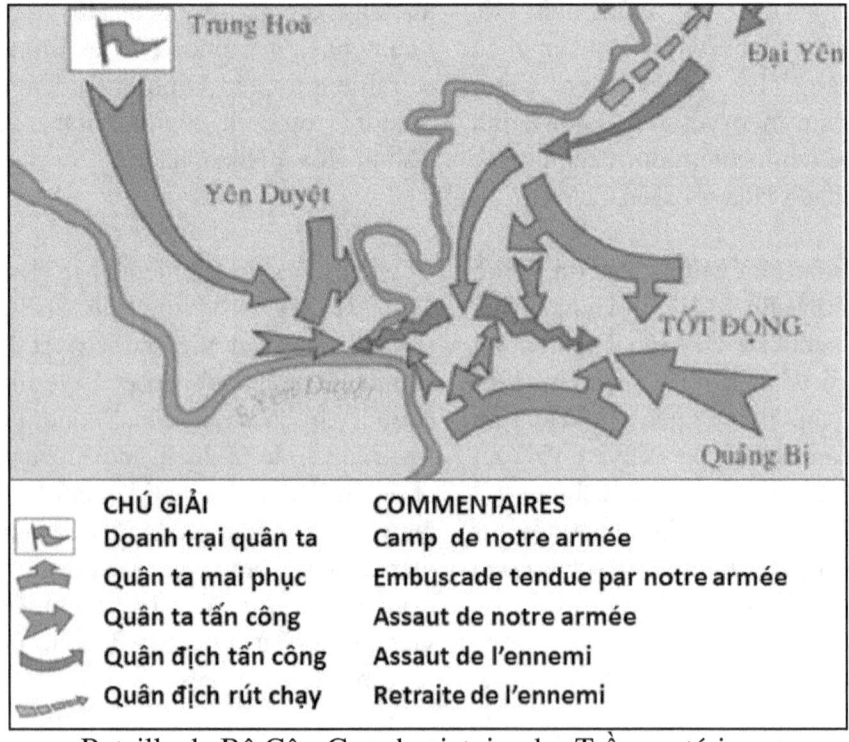

Bataille de Bô Cô - Grande victoire des Trần postérieurs sur l'arrmée Míng

Trận Bô Cô - Nhà Hậu Trần đại thắng quân Minh

Bấy giờ Giản Định Đế muốn thừa thắng đánh tràn ra để lấy lại Đông Quan (tức Đông Đô, Hà Nội). Nhưng Đặng Tất ngăn lại, muốn đợi để quân các lộ về hội đông đủ, rồi sẽ ra đánh. Từ đó vua tôi không được hòa thuận. Giản Định Đế lại nghe người nói dèm pha mà nghĩ rằng Đặng Tất không muốn đánh lấy Đông Quan vì có ý khác. Vì vậy Giản Định Đế bắt Đặng Tất và quan tham mưu là Nguyễn Cảnh Chân đem giết đi, thành ra ai cũng chán nản, không có lòng phò nhà vua nữa. Sau khi cha mình bị giết, con trai của hai tướng công là Đặng Dung và Nguyễn Cảnh Dị bỏ đi, đem quân về Thanh Hóa đón Nhập Nội Thị Trung Trần Quý Khoáng lập làm vua tại Chi La, Nghệ An, tức là Trùng Quang Đế.	Alors, le Roi Giản Định veut profiter de la victoire pour attaquer et reprendre Đông Quan (soit Đông Đô, Hà Nội). Mais Đặng Tất le retient et lui conseille d'attendre les troupes venant d'autres départements pour être au grand complet avant de livrer bataille. Dès lors, la mésentente s'installe entre le roi et son sujet. Giản Định, intoxiqué par des propos dénigrants, pense que Đặng Tất ne veut pas reprendre Đông Quan car il a d'autres idées en tête. C'est pourquoi il fait exécuter Đặng Tất et son conseiller Nguyễn Cảnh Chân, ce qui décourage tout le monde et plus personne ne veut servir le roi. Les fils des deux généraux, Đặng Dung et Nguyễn Cảnh Dị, quittent les rangs, conduisent leur armée à Thanh Hóa et proclament Trần Quý Khoáng roi à Chi La, Nghệ An, soit Trùng Quang Đế.
Để tránh tình trạng phân tán lực lượng, Trùng Quang Đế sai tướng Nguyễn Súy mang quân đánh úp bắt Giản Định Đế về, tôn làm Thái Thượng Hoàng, cùng chung sức đánh giặc.	Pour que les forces ne soient pas dispersées, Trùng Quang Đế envoie le Général Nguyễn Súy attaquer Giản Định par surprise et le capturer. Il proclame ce dernier Roi-père pour faire l'unité contre l'ennemi.
Được tin Mộc Thạnh thất trận, nhà Minh điều Trương Phụ mang 47.000 quân, cộng thêm với 7.000 quân lấy từ các vệ ở vùng Hoa Bắc sang cứu viện. Tháng 12 năm 1409	Ayant appris la défaite de Mù Shēng, la dynastie des Míng ordonne à Zhāng Fǔ d'aller à sa rescousse avec une armée de 47.000 hommes renforcés par 7.000 soldats des départements de

Trương Phụ mang quân bắt được Giản Định Đế và áp giải về Nam Kinh (Tàu) sau đó sát hại.	la région de Huáběi (Hoa Bắc en vietnamien). En décembre 1409, Zhāng Fǔ capture Giản Định Đế, l'envoie sous escorte à Nánjīng (Nam Kinh en vietnamien), puis le tue.
Tháng 7 năm 1411, quân Minh giao chiến với quân Hậu Trần ở cửa sông Thần Đầu. Quân Hậu Trần có khoảng 400 chiến thuyền, nhưng không đọ lại được với hỏa lực quân Minh nên phải rút lui. Các tướng Đặng Tôn Đắc, Lê Đức Di, Nguyễn Trung và Nguyễn Hiên bị bắt, 120 chiến thuyền bị địch lấy mất. Thừa thắng, Trương Phụ tiến binh vào Diễn Châu, Nghệ An, Tân Bình và chia quân trấn giữ. Trùng Quang Đế và các tướng phải chạy về Hóa Châu.	En juillet 1411, l'armée des Míng engage la bataille contre les forces de la dynastie des Trần postérieurs à l'embouchure du fleuve Thần Đầu. L'armée des Trần postérieurs est forte de 400 navires mais, n'arrivant pas à rivaliser avec la puissance de feu de l'ennemi, elle bat en retraite. Les Généraux Đặng Tôn Đắc, Lê Đức Di, Nguyễn Trung et Nguyễn Hiên sont capturés par l'ennemi avec 120 navires. Profitant de sa victoire, Zhāng Fǔ investit les régions de Diễn Châu, Nghệ An, Tân Bình et répartit son armée pour les garder. Trùng Quang Đế et ses généraux sont obligés de se retirer à Hóa Châu.
Như vậy, từ thành Đông Quan quân Hậu Trần dần dần yếu thế phải lui binh về phía nam trước sự tham chiến của đạo quân viện binh hùng hậu và viên danh tướng Trương Phụ. Hóa Châu là mảnh đất cố thủ cuối cùng của quân Hậu Trần.	Ainsi, l'armée de la dynastie des Trần, de plus en plus affaiblie, doit se retirer vers le Sud, suite à l'entrée en guerre de la puissante armée de renfort et du célèbre Général Zhāng Fǔ. Hóa Châu est le dernier territoire que l'armée des Trần postérieurs défend avec acharnement.
Tháng 6 năm 1413 quân Trương Phụ vào đến Nghệ An,	En juin 1413, les troupes de Zhāng Fǔ arrivent à Nghệ An.

quan Thái Phó nhà Hậu Trần là Phan Quí Hữu ra hàng nhưng sau mấy hôm thì chết. Trương Phụ phong cho con của Phan Quí Hữu là Phan Liêu làm Tri Phủ Nghệ An. Phan Liêu vì muốn lập công, nên đã khai cho Trương Phụ biết lực lượng Hậu Trần có bao nhiêu quân, số tướng tá tài giỏi và địa thế toàn vùng ra sao. Trương Phụ bèn hội chư tướng quyết ý đánh Hóa Châu. Mộc Thạnh can: *"Hóa Châu núi cao biển rộng khó lấy lắm"*. Trương Phụ không nghe, nhất định đánh, rồi truyền cho quân thủy bộ tiến vào đánh Hóa Châu.

Tháng 9 năm 1413, quân Trương Phụ vào đến Hóa Châu, Nguyễn Súy và Đặng Dung nửa đêm đem quân đến đánh trại Trương Phụ. Đặng Dung đã vào được thuyền của Trương Phụ, muốn bắt sống tướng giặc nhưng vì không biết mặt, cho nên Trương Phụ kịp nhảy xuống sông lấy thuyền nhỏ mà chạy thoát thân. Sau đó Trương Phụ đem binh đánh úp lại. Quân Đặng Dung cự không

Le Thái Phó (deuxième des trois premiers dignitaires de la dynastie des Trần postérieurs) Phan Quí Hữu, se rend puis décède quelques jours après. Zhāng Fǔ nomme Phan Liêu, fils de Phan Quí Hữu, administrateur de la préfecture de Nghệ An. Phan Liêu, par excès de zèle, dévoile à Zhāng Fǔ l'effectif de l'armée des Trần postérieurs et la composition de son commandement ainsi que la conformation de toute la région. Zhāng Fǔ tient alors conseil avec ses officiers et décide d'attaquer Hóa Châu. Mù Shēng le retient avec ces mots : *"Hóa Châu est entouré de hautes montagnes et d'une vaste mer, il est donc difficile de s'en emparer"*. Zhāng Fǔ ne l'écoute pas : résolu à livrer bataille, il ordonne alors aux forces terrestres et navales d'attaquer Hóa Châu.

En septembre 1413, l'armée de Zhāng Fǔ arrive à Hóa Châu. Nguyễn Súy et Đặng Dung attaquent le camp de Zhāng Fǔ en pleine nuit. Đặng Dung est monté sur le navire de Zhāng Fǔ et cherche à capturer vivant le général ennemi. Mais comme il ne sait pas identifier Zhāng Fǔ, ce dernier a le temps de s'échapper dans une petite embarcation. Ensuite, Zhāng Fǔ lance une contre-offensive par surprise. Les troupes de Đặng

nổi phải bỏ chạy. Nguyễn Súy buộc phải trốn vào châu Nam Linh. Nguyễn Cảnh Dị bị Trương Phụ bắt giết. Trùng Quang Đế biết thế quá yếu không thể chống với quân Minh được nữa phải rút vào trong rừng núi.

Ít lâu sau vua tôi nhà Hậu Trần đều bị bắt và giải về Bắc Kinh. Giữa đường, các tướng cùng Trùng Quang Đế và Đặng Dung nhảy xuống biển tự vận.

Cuộc khởi nghĩa của nhà Hậu Trần và các cuộc khởi nghĩa khác tuy thất bại, nhưng là tấm gương hy sinh chiến đấu của những liệt sĩ trong phong trào kháng cự bất khuất của dân Đại Việt trước giặc phương Bắc.

Dung, n'arrivant pas à faire front, s'enfuient. Nguyễn Súy est obligé de s'enfuir dans le district montagneux de Nam Linh. Nguyễn Cảnh est capturé et exécuté par Zhāng Fǔ. Trùng Quang Đế, conscient de sa faiblesse et de son incapacité à affronter l'armée des Míng, doit se retirer dans la forêt.

Peu de temps après, le roi de la dynastie des Trần postérieurs et ses sujets sont capturés et envoyés sous escorte à Pékin (Bắc Kinh en vietnamien). Sur le chemin, Trùng Quang Đế et Đặng Dung se suicident en sautant dans la mer.

Bien que le soulèvement de la dynastie des Trần postérieurs ainsi que les autres insurrections échouent, ils sont un exemple du sens du sacrifice et de l'esprit combatif des héros du mouvement de résistance, représentatif de l'insoumission du peuple Đại Việt face à l'ennemi du Nord.

DIX ANS DE RESISTANCE DE LÊ LỢI POUR CHASSER LES MÍNG ET RECOUVRER L'INDEPENDANCE

Mười năm kháng chiến của Lê Lợi đánh đuổi quân Minh giành lại độc lập

Sau khi sát nhập được Đại Việt vào nước Tàu vào năm 1408, nhà Minh phải mất 7 năm mới dẹp tan được các cuộc nổi dậy của dân Việt. Từ đó họ thẳng tay vơ vét nhân lực và tài nguyên của nước ta khiến dân tình vô cùng cực khổ, phẫn uất, tinh thần nổi dậy càng thêm nung nấu.

Lúc bấy giờ, Lê Lợi là một điền chủ lớn vùng Lam Sơn tỉnh Thanh Hóa, tổ tiên ông đã tới khai khẩn vùng này từ nhiều thế hệ.

Đến đời Lê Lợi thì thế lực họ Lê trong vùng đã rất lớn, khiến cả quan lại nhà Minh cũng nghe tiếng và nhiều lần dụ dỗ ông ra làm quan nhưng ông đã từ chối. Ông thường nói răng: "*Làm trai sinh ở trên đời, nên

Après avoir annexé le Đại Việt à la Chine en 1408, la dynastie des Míng doit passer 7 années à réprimer les insurrections vietnamiennes. Dès lors, elle rafle sans retenue les ressources humaines et matérielles de notre pays, ce qui rend le peuple extrêmement malheureux, indigné et en rage. L'esprit d'insurrection s'échauffe de jour en jour.

A cette époque, Lê Lợi est un grand propriétaire terrien dans la région de Lam Sơn, province de Thanh Hóa. Ses ancêtres sont venus défricher cette région il y a plusieurs générations.

A la génération de Lê Lợi, l'influence de la famille Lê est considérable. Le pouvoir chinois ayant connaissance de sa réputation cherche plusieurs fois à l'embaucher comme mandarin, mais il a toujours refusé. Il dit à

giúp nạn lớn, lập công to, chứ sao lại bo bo làm đày tớ người".

Lê Lợi ẩn náu tại vùng Lam Sơn, chiêu mộ nghĩa binh và hào kiệt đương thời chuẩn bị ngày khởi nghĩa.

DỰNG CỜ KHỞI NGHĨA VÀ XÂY DỰNG LỰC LƯỢNG

Ngày 14 tháng Hai năm 1418, Lê Lợi dựng cờ khởi nghĩa tại Lam Sơn, xưng là Bình Định Vương, truyền hịch đi các nơi kêu gọi dân chúng cùng nổi lên giết giặc cứu nước.

Nhà Minh liền sai tướng Mã Kỳ đem quân lên đánh dẹp. Vì lực lượng nghĩa quân còn yếu, Lê Lợi phải bỏ Lam Sơn rút về Lạc Thủy. Bị truy kích tiếp, ông phải chạy về núi Chí Linh ẩn nấp, vợ con đều bị giặc bắt.

Sau hơn một năm khôi phục lại lực lượng, Lê Lợi kéo quân về

maintes reprises : "*Etant homme sur terre, il faut se rendre utile face aux calamités, accomplir de grands travaux. Pourquoi s'obstiner à être domestique d'autrui ?*".

Lê Lợi vit retiré dans la région de Lam Sơn, tout en recrutant des militants pour la juste cause, ainsi que des personnes de valeur de l'époque pour préparer une insurrection.

LEVEE DE L'ETENDARD DE L'INSURRECTION ET CONSTITUTION DES FORCES ARMEES

Le 14 février 1418, Lê Lợi lève l'étendard de l'insurrection à Lam Sơn, se proclame Bình Định Vương (littéralement Roi Pacificateur) et envoie partout un manifeste appelant le peuple à se soulever pour exterminer l'ennemi et sauver le pays.

La dynastie des Ming dépêche immédiatement le Général Mã Kì (Mã Kỳ en vietnamien) pour le réprimer. Les forces insurgées étant encore faibles, Lê Lợi doit quitter Lam Sơn et se retirer à Lạc Thủy. Poursuivi, il est obligé de se réfugier sur la montagne de Chí Linh. Sa femme et ses enfants sont capturés par l'ennemi.

Plus d'un an plus tard, après avoir rétabli ses forces armées, Lê Lợi

Tây Đô tấn công quân nhà Minh. Sau một chiến thắng nhỏ, bị viện binh của quân Minh phản công, nghĩa quân phải rút trở về Chí Linh và bị địch bao vây ngặt nghèo.

Tình thế nguy kịch khiến tướng quân Lê Lai quyết định đóng giả làm Bình Định Vương dụ giặc để cho Lê Lợi trốn thoát.

Nhờ Lê Lai hy sinh, Bình Định Vương mới thoát hiểm trở về căn cứ thuộc vùng thượng lưu sông Mã xây dựng lại lực lượng tiếp tục công cuộc kháng chiến.

Trong thời gian 2 năm 1418-1420, rất nhiều cuộc khởi nghĩa kháng Minh khác đã diễn ra khắp nước khiến quân Minh lúng túng phân tán lực lượng. Bình Định Vương nhờ vậy có điều kiện củng cố thêm lực lượng. Đầu năm 1420 Bình Định Vương kéo quân về tấn công Tây Đô lần thứ hai.

Trong chiến dịch này nghĩa quân chú trọng vào việc tiêu diệt các cánh quân tiếp viện của địch nên đã thắng nhiều trận phục kích lớn tại Thi

attaque les Ming à Tây Đô où il remporte une petite victoire. Mais il essuie la contre-attaque de l'armée venue en renfort des Ming et doit retourner à Chí Linh où les insurgés sont dangereusement encerclés.

La situation devient tellement critique que le Général Lê Lai décide de se travestir en Bình Định Vương pour tromper l'ennemi et aider ainsi Lê Lợi à se sauver.

Grâce au sacrifice de Lê Lai, Bình Định Vương est sorti de danger, il retourne à sa base dans la région qui se trouve à l'amont du fleuve Mã et reconstitue ses forces armées pour continuer la guerre de résistance.

Pendant une période de deux ans allant de 1418 à 1420, de nombreux autres soulèvements contre les Míng ont lieu dans tout le pays, ce qui les déstabilise et les oblige à disperser leurs forces. Bình Định Vương profite de ces conditions favorables pour consolider ses forces armées. Au début de l'an 1420, Bình Định Vương attaque Tây Đô une deuxième fois.

Durant cette campagne, l'accent est mis sur la destruction des renforts de l'ennemi et les insurgés remportent de nombreuses victoires lors de leurs embuscades de grande

Lang, Ủng Ải, phá vỡ các cánh quân của Lý Bân và Trần Trí.

Mặt khác, các tướng Lê Sát và Lê Hào của nghĩa quân đã đánh chiếm được trại Quan Du, diệt được nhiều giặc và thu nhiều khí giới. Sau chiến thắng này quân Minh ở Tây Đô và các đồn trại không dám ra giáp chiến mà chỉ cố thủ chờ viện binh.

Tuy nhiên, đến tháng 3 năm 1422, cánh quân Trần Trí nhờ đã dẹp tan các cuộc nổi dậy khác và còn tranh thủ được sự hợp tác của quân Lào, đã mở cuộc phản công lớn, đánh đuổi và vây hãm nghĩa quân tại Khôi Sách.

Lê Lợi họp quân sĩ lại nói rằng:*"Giặc vây ta bốn mặt, có muốn chạy cũng không có lối nào. Đây chính là tử địa mà binh pháp đã nói, đánh nhanh thì sống, không đánh nhanh thì chết"*.

Các tướng sĩ đều xúc động quyết liều chết chiến đấu. Nghĩa quân chém được tướng

ampleur à Thi Lang et Ủng Ải en détruisant les troupes de Lǐ Bīn (Lý Bân en vietnamien) et Chén Zhì (Trần Trí en vietnamien).

D'autre part, les Généraux insurgés Lê Sát et Lê Hào s'emparent du camp Quan Du, tuent de nombreux ennemis et capturent un nombre important d'armes. Après cette victoire, les troupes Ming établies à Tây Đô et dans d'autres bases n'osent plus livrer bataille, elles ne se contentent que de tenir leur camp en attendant du renfort.

Cependant, en mars 1422, les troupes de Chén Zhì, grâce à la réussite de la répression de tous les autres mouvements de révolte et à la collaboration de l'armée laotienne, lancent une importante contre-attaque, expulsent les insurgés et les encerclent à Khôi Sách.

Lê Lợi réunit ses troupes et leur dit : *"L'ennemi nous encercle de toutes parts, même si nous voulons nous enfuir il n'y a pas de passage. Cette terre est l'endroit où nous sommes exposés au danger de mort comme décrit dans les recueils d'art militaire : si nous combattons vite nous survivrons, sinon nous mourrons"*.

Tous les officiers et soldats sont émus et décident de lutter jusqu'à la mort. Les insurgés tuent le Général

Minh là Phùng Quý và giết chết hơn một nghìn quân địch.

Mã Kỳ và Trần Trí phải chạy về Đông Đô (Hà Nội ngày nay), quân Lào cũng bỏ trốn. Lê Lợi cho rút quân về phục tại Chí Linh giữ sức.

Từ khi rút về Chí Linh, lương thực ngày một cạn kiệt, quân lính chỉ ăn rau cỏ, voi ngựa phải làm thịt ăn gần hết, trong quân đã có người bỏ trốn. Lê Lợi thấy không thể tiếp tục cầm cự nên cho sứ giả mang thư đến dinh Mã Kỳ xin hòa, không tấn công lẫn nhau.

Phía quân Minh thấy đánh tiếp cũng không lợi nên chấp thuận. Thời gian hai bên tạm giảng hòa kéo dài khoảng năm rưỡi. Trong thời gian này phía Mã Kỳ gửi tặng trâu bò, gạo muối và nhận vàng bạc đáp lễ từ phía Lê Lợi.

CHIẾN DỊCH PHẢN CÔNG

Nhằm biến tình trạng hòa hoãn thành quy thuận, vào tháng 10

Míng, Féng Guì (Phùng Quý en vietnamien), et plus d'un millier de soldats ennemis.

Mă Kì et Chén Zhì (Trần Trí en vietnamien) doivent se retirer à Đông Đô (Hà Nội actuel), les troupes laotiennes s'enfuient également. Lê Lợi effectue une retraite à Chí Linh pour préserver ses forces.

Depuis sa retraite à Chí Linh, les vivres s'amenuisent de jour en jour, les hommes de troupe n'ont plus que les légumes comme nourriture, les éléphants et les chevaux ayant presque tous servi de bêtes de boucherie. Certains quittent les rangs. Lê Lợi, conscient qu'il ne peut plus continuer à résister, envoie des messagers au palais de Mă Kì pour demander l'arrêt des hostilités.

Les Míng acceptent pensant qu'ils n'ont pas non plus intérêt à poursuivre les hostilités. Cette trêve dure à peu près un an et demi. Durant cette période, Mă Kì envoie du bétail, du riz et du sel aux insurgés et Lê Lợi lui rend la pareille en offrant des métaux précieux.

CAMPAGNE DE CONTRE-ATTAQUE

Dans le but de transformer la détente en soumission, en octobre

năm 1424 Minh triều phong cho Lê Lợi chức Tri Phủ Thanh Hóa nhưng bị ông từ chối. Quan hệ hoà hoãn chấm dứt, hai bên chuẩn bị tấn công nhau.

Theo kế sách của Nguyễn Chích, thay vì tiến ra phía Bắc thì nghĩa quân kéo về phía Nam chiếm cho được Nghệ An để mở rộng căn cứ địa. Nhà Minh cho Trần Trí đuổi theo tấn công. Quân Lê Lợi lợi dụng lúc trời tối phục kích đánh úp lực lượng của quân Minh, giặc đại bại trong trận này. Trần Trí phải lui quân vào thành Nghệ An cố thủ.

Trong các trận giao tranh với quân Minh, Lê Lợi thường hay dùng mưu kế để chiến thắng quân thù.

Tại ải Khả Lưu bên dòng sông Lam, nghĩa quân chọn một nơi tại thượng nguồn, ban ngày dựng cờ đánh trống, đêm đốt lửa như một nơi đóng quân quan trọng. Khi quân Minh kéo tới tấn công, vào lúc vượt qua nơi hiểm yếu, thì nghĩa quân đã mai phục sẵn trên đường đổ ra phục kích, quân địch bị thiệt hại nặng nề.

1424, la dynastie des Míng propose à Lê Lợi le titre de Gouverneur Provincial de Thanh Hóa, mais ce dernier refuse. La période de détente s'achève, les deux partis se préparent à entrer en guerre.

Selon Nguyễn Chích, la stratégie qui convient à la situation est de progresser vers le Sud pour s'emparer à tout prix de Nghệ An afin d'élargir sa base au lieu d'aller vers le Nord. La dynastie des Ming envoie Chén Zhì poursuivre les insurgés. Les troupes de Lê Lợi profitent de la nuit pour tendre une embuscade et attaquer les Míng par surprise ; l'ennemi est battu à plate couture. Chén Zhì doit se retirer à la citadelle de Nghệ An pour se maintenir là fermement.

Lors des batailles avec l'armée Míng, Lê Lợi utilise souvent des ruses pour vaincre l'ennemi.

Au défilé de Khả Lưu, près du fleuve Lam, les insurgés choisissent un endroit à l'amont du fleuve. Pendant la journée ils y font flotter des étendards et battent les tambours, la nuit ils font du feu comme s'il s'agissait d'un important camp militaire. Quand l'armée des Míng arrive pour attaquer et passe par l'endroit stratégique, les insurgés, préalablement postés en embuscade, donnent l'assaut, l'ennemi subit de lourdes pertes.

Trong trận Bồ Ái thì ngược lại, nghĩa quân đốt doanh trại bỏ đi, sau tìm đường tắt quay lại núp trong vùng. Phía Trần Trí tưởng Bình Định Vương đã bỏ đi thật bèn tiến quân vào địa điểm doanh trại cũ của Vương, sau đó đuổi theo truy kích thì bị nghĩa quân mai phục sẵn ở một nơi hiểm yếu tại Bồ Ái đổ ra tấn công. Trận này quân của Bình Định Vương thắng lớn, sách Lam Sơn Thực Lục mô tả là "*thây chết đuối tắc cả dòng sông. Khí-giới vất đầy ra giữa núi*".

Sau trận Bồ Ái, dân chúng phía Nam nức lòng theo Bình Định Vương. Đất Nghệ An đã thành hậu cứ của nghĩa quân Lê Lợi từ đó. Toàn bộ vùng Nghệ An, quân Minh chỉ còn cố thủ hai thành Nghệ An và Diễn Châu nhưng bị bao vây, cô lập. Dân chúng khắp nơi đổ ra chào đón, ngả trâu bò làm tiệc khoản đãi nghĩa quân, nói rằng: "*Không ngờ ngày nay lại thấy uy nghi nước cũ*".

Vương bèn xuống lệnh rằng: "*Dân ta lâu nay phải khổ sở vì chính trị hà ngược của giặc,*

Lors de la bataille de Bồ Ái, au contraire, les insurgés mettent le feu à leur garnison et la quittent. Ensuite, par des raccourcis, ils reviennent se cacher dans la région. Chén Zhì, croyant que les insurgés abandonnent réellement leur garnison, y entre dans l'intention de les poursuivre ensuite. C'est alors qu'il est attaqué par les insurgés en embuscade dans un endroit stratégique à Bồ Ái. Les troupes de Bình Định Vương remportent une victoire éclatante. Le recueil "Lam Sơn Thực Lục" (littéralement Recueil des vérités de Lam Sơn) décrit : "*les cadavres des noyés obstruent le fleuve, d'innombrables armes jonchent la montagne*"

Après la bataille de Bồ Ài, la population prête allégeance à Bình Định Vương avec enthousiasme. Dès lors, Nghệ An devient la base arrière des insurgés de Lê Lợi. De toute la région de Nghệ An il ne reste aux Míng que deux citadelles, encerclées et isolées : Nghệ An et Diễn Châu. La population se précipite de toutes parts pour accueillir les insurgés, elle tue du bétail pour organiser des réjouissances et proclame : "*Incroyable de revoir aujourd'hui la grandeur suprême de notre vieux pays*".

Le roi donne alors un ordre : "*Notre peuple souffre depuis longtemps de la politique cruelle*

cho nên hễ đi tới châu huyện nào cũng không được phạm đến mảy may của dân. Nếu không phải là trâu bò lúa gạo của giặc thì dẫu đói khổ cũng không được đụng chạm đến."

Trong khi đang vây thành Nghệ An, vào giữa năm 1425, Vương phái 2 cánh quân. Cánh thứ nhất do Đinh Lễ tiến ra Bắc đánh thành Diễn Châu. Sau khi đánh chiếm được 300 thuyền lương của quân Minh tại đây, nghĩa quân một phần tiếp tục ở lại bao vây thành, phần kia tiến ra vây thành Tây Đô. Một cánh quân thứ nhì do Trần Nguyên Hãn chỉ huy đã tiến về phía Nam, kết hợp với thủy quân của Lê Ngân tiến đánh chiếm hai thành Tân Bình và Thuận Hóa. Tương quan quân sự từ Thanh Hóa trở vào phía Nam hoàn toàn ngả về phía Bình Định Vương, các quận huyện đều bị nghĩa quân chiếm, quân Minh bị bao vây trong các thành Tây Đô, Nghệ An và Diễn Châu.

TIẾN QUÂN RA BẮC

Sau khi làm chủ tình hình từ Thanh Hóa trở vào Nam, vào

de l'ennemi, par conséquent, vous n'êtes pas autorisés à porter atteinte à la moindre de leurs propriétés. Si ce n'est pas du bétail ou du riz de l'ennemi, même affamés vous ne pouvez y toucher".

Pendant l'encerclement de la citadelle de Nghệ An, dans le courant de l'an 1425, le roi envoie deux corps d'armée à la guerre. Le premier, commandé par Đinh Lễ, va vers le Nord et attaque la citadelle de Diễn Châu. Après y avoir capturé 300 embarcations de ravitaillement des Míng, une partie des insurgés continue à encercler la citadelle, l'autre avance vers le Nord pour encercler la citadelle de Tây Đô. Le second corps d'armée, commandé par Trần Nguyên Hãn, progresse vers le Sud et s'allie avec les forces fluviales de Lê Ngân pour attaquer les citadelles de Tân Bình et Thuận Hóa. Sur le plan militaire, à partir de Thanh Hóa et en descendant vers le Sud, le rapport de force penche complètement du côté de Bình Định Vương : tous les districts sont occupés par les insurgés et les Ming sont encerclés dans les citadelles de Tây Đô, Nghệ An et Diễn Châu.

PROGRESSION MILITAIRE VERS LE NORD

Après s'être rendu maître de la situation dans les régions partant de

tháng 9 năm 1426 Bình Định Vương kéo quân ra Bắc theo ba đạo.

Đạo thứ nhất do các tướng Phạm Văn Xảo, Lý Triện chỉ huy tiến theo đường núi ra Ninh Bình rồi rẽ lên phía Tây Bắc ngả Quốc Oai, Tuyên Quang để chặn đường viện binh của quân Minh từ Vân Nam qua.

Đạo thứ hai do Lưu Nhân Chú, Bùi Bị chỉ huy tiến đánh ra các xứ Khoái Châu, Bắc Giang, Lạng Giang để chặn viện binh từ Lưỡng Quảng tới.

Đạo thứ ba gồm các tinh binh do Đinh Lễ và Nguyễn Xí chỉ huy đánh thẳng vào Đông Đô. Trong các trận tấn công này, nghĩa quân đã đạt được ba chiến thắng vẻ vang và quyết định tại Ninh Kiều, Tụy Động và Chi Lăng.

Ba cánh quân của Bình Định Vương tiến ra Bắc

Trận Ninh Kiều
Chiến thắng tại Ninh Kiều đã đạt được một cách bất ngờ. Cánh quân của Phạm Văn Xảo

Thanh Hóa et s'étendant vers le Sud, Bình Định Vương marche vers le Nord avec 3 corps d'armée en septembre 1426.

Le premier corps d'armée, commandé par les Généraux Phạm Văn Xảo et Lý Triện, emprunte les passages montagneux vers Ninh Bình puis se dirige vers le Nord-Ouest via Quốc Oai et Tuyên Quang pour barrer le chemin aux troupes de renfort des Ming venant de Yúnnán.

Le deuxième corps d'armée, commandé par Lưu Nhân Chú et Bùi Bị, progresse vers les territoires de Khoái Châu, Bắc Giang et Lạng Giang pour barrer la route aux troupes de renfort venant de Liǎngguǎng (Lưỡng Quảng en vietnamien).

Le troisième corps d'armée, composé de troupes bien entrainées et commandé par Đinh Lễ et Nguyễn Xí, attaque directement Đông Đô. Lors de cette campagne, les insurgés remportent trois victoires glorieuses et décisives à Ninh Kiều, Tụy Động et Chi Lăng.

Avancée vers le Nord des trois corps d'armée de Bình Định Vương

Bataille de Ninh Kiều
La victoire de Ninh Kiều est obtenue de façon inattendue. Le corps d'armée de Phạm Văn Xảo et

và Lý Triện có nhiệm vụ ngăn chặn viện binh Tàu từ Vân Nam sang, sau khi chiến thắng tại Quốc Oai thì tiến đến gần Đông Đô.

Tướng Minh là Trần Trí thấy nghĩa quân ít ỏi lại từ xa mới tới nên mang quân trong thành ra chặn đánh. Quân Lý Triện đầu tiên giả thua bỏ chạy, tới Ninh Kiều thì quay ngược lại phản công. Một phần do bất ngờ mà chính yếu là nhờ ở thiện chiến và ý chí mạnh mẽ của nghĩa quân, đại quân của Trần Trí đã bị số ít của Lý Triện đánh bại.

Khi hay tin cánh quân của Đinh Lễ và Nguyễn Xí, có nhiệm vụ tấn công Đông Đô chưa tới kịp, Lý Triện liền thẳng tiến vào Đông Đô. Trần Trí thua chạy vào cố thủ trong thành, tướng và quân Minh bị chém chết ngoài thành nhiều vô kể, lực lượng tấn công của quân Minh tại Đông Đô coi như bị tiêu diệt trong trận Ninh Kiều này.

Lý Triện, dont la mission est de barrer la route à l'armée de renfort chinoise venant de Yúnnán, s'approche de Đông Đô après la victoire à Quốc Oai.

Le Général Ming, Chén Zhì, voyant que les insurgés sont peu nombreux et que par ailleurs ils viennent de loin, lance ses troupes de la citadelle pour livrer bataille. Dans un premier temps, les troupes de Lý Triện font semblant de fuir, et arrivées à Ninh Kiều elles font demi tour pour contre-attaquer. En partie grâce à l'effet de surprise mais surtout grâce à leurs qualités guerrières et à leur volonté, les troupes de Lý Triện, bien que peu nombreuses, défont la grande armée de Chén Zhì.

Ayant appris que les troupes de Đinh Lễ et Nguyễn Xí, dont la mission est l'attaque de Đông Đô, ne sont pas encore arrivées, Lý Triện avance tout droit sur Đông Đô. Chén Zhì, vaincu, se retire dans la citadelle et s'y maintient fermement. D'innombrables officiers et soldats Ming sont tués à l'extérieur de la citadelle et les forces offensives Ming casernées à Đông Đô sont considérées comme exterminées dans cette bataille de Ninh Kiều.

Trận Tuy Động, tiêu diệt viện binh của Vương Thông

Hay tin Trần Trí thua lớn tại Đông Đô, Minh triều cử thượng tướng Vương Thông mang đại quân sang quyết dẹp yên Giao Chỉ. Đạo quân của Vương Thông kéo qua tới Cổ Sở (thuộc Sơn Tây) hợp cùng các cánh quân của Trần Hiệp và Mã Kỳ đóng thành một trận tuyến dài nhiều dặm. Từ Ninh Kiều, hai tướng Lý Triện, Đỗ Bí đem quân và voi tới phục tại bến đò Cổ Lãm rồi nhử cho Mã Kỳ tấn công. Trận đó quân Minh bị thua hoàn toàn. Mã Kỳ chạy thoát về căn cứ Cổ Sở hợp với quân của Vương Thông tìm cách phản công.

Phía Vương Thông tiên đoán thế nào nghĩa quân cũng đuổi theo nên phục binh sẵn.

Khi Lý Triện tới nơi, voi trận bị dẫm lên chông sắc không sao tiến được đồng thời bị phục binh địch đổ ra đánh, nghĩa quân bị thua, chạy về Cao Bộ, cố gắng cầm cự và cấp báo để cánh quân của Đinh Liệt, Nguyễn Xí tới cứu.

Bataille de Tuy Động, extermination des troupes de renfort de Wàng Tòng

Informée de la cinglante défaite de Chén Zhì à Đông Đô, la dynastie des Ming, décidée à pacifier Giao Chỉ, envoie le Généralissime Wàng Tòng (Vương Thông en vietnamien). Les troupes de Wàng Tòng arrivent à Cổ Sở (région de Sơn Tây) pour se joindre à celles de Chén Qià (Trần Hiệp en vietnamien) et Mǎ Kì, et former un front de plusieurs "dặm" (1 dặm = ±450m) de long. De Ninh Kiều, les Généraux Lý Triện et Đỗ Bí conduisent leur armée avec des éléphants à l'embarcadère de Cổ Lãm pour tendre une embuscade. Ils lancent un leurre pour inciter Mǎ Kì à attaquer. L'armée des Ming est totalement défaite dans cette bataille. Mǎ Kì, ayant pu se sauver, retourne à sa base à Cổ Sở et s'unit à Wàng Tòng pour contre attaquer.

Wàng Tòng, prévoyant qu'immanquablement les insurgés vont les poursuivre, tend une embuscade.

Lorsque Lý Triện arrive sur les lieux, les éléphants ne peuvent pas avancer à cause des chausse-trappes métalliques et en même temps les ennemis attaquent par surprise. Il essuie alors une défaite, doit retourner à Cao Bộ, s'efforce de résister et demande du renfort à Đinh Liệt et Nguyễn Xí.

Trong khi chuyển quân, viện binh của Đinh Liệt bắt được một quân do thám của Vương Thông nên biết được phía địch đã cử một cánh quân vòng ra phía sau quân của Lý Triện, hẹn cùng đại quân của Vương Thông sẽ nổ súng làm hiệu để trước sau cùng sáp lại tiêu diệt lực lượng của Lý Triện.

Đinh Liệt, Nguyễn Xí liền mai phục tại Tụy Động, gần với Cao Bộ, rồi nửa đêm nổ súng để lừa quân của Vương Thông tràn tới.

Bấy giờ đúng lúc trời mưa, quân Minh vừa tới Tụy Động thì bị nghĩa quân bốn mặt đổ ra đánh. Cả Thượng Thư Trần Hiệp và Nội Quan Lý Lượng đều bị chém chết tại trận, Vương Thông cùng tàn quân phải chạy vào thành Đông Đô cố thủ. Quân Minh một phần bị bắt sống, phần dẫm lên nhau mà chết hay ngã xuống sông chết đuối kể tới hàng ngàn, khí giới nghĩa quân đoạt được nhiều vô số kể.

Trận Tụy Động xảy ra vào tháng 10 năm 1426 là chiến công lừng lẫy nhất của Bình Định Vương Lê Lợi khi tiến quân ra Bắc.

Au cours de son déplacement, l'armée de renfort de Đinh Liệt capture un éclaireur de Wàng Tòng qui lui apprend que l'ennemi envoie des troupes à l'arrière-front de Lý Triện puis qu'il va tirer des coups de canon afin de donner le signal pour des attaques simultanées dans le but d'anéantir les forces de Lý Triện.

Đinh Liệt et Nguyễn Xí tendent immédiatement une embuscade à Tụy Động, près de Cao Bộ puis tirent des coups de canon en pleine nuit pour attirer l'armée de Wàng Tòng.

A ce moment, il pleut. L'armée des Ming, à peine arrivée à Tụy Động, est attaquée de tous les côtés par les insurgés. Le Ministre Chén Qià ainsi que l'officier Lý Lượng sont tués au front. Wàng Tòng et le reste de son armée retournent à la citadelle de Đông Đô pour y opposer une défense acharnée. Le nombre de soldats des Ming en partie capturés vivants, en partie piétinés par leurs propres frères d'armes ou noyés dans le fleuve, s'élève à plusieurs dizaines de milliers. Les insurgés s'emparent d'innombrables armes.

La victoire de Tụy Động qui a lieu en octobre 1426 est la plus célèbre de Bình Định Vương Lê Lợi lors de sa campagne vers le Nord.

Bao vây thành Đông Đô

Sau chiến thắng Tụy Động, vòng vây của nghĩa quân Lê Lợi khép chặt xung quang Đông Đô. Vương Thông thấy không thể cự lại được bèn cho người liên lạc với Lê Lợi, đề nghị kiếm con cháu nhà Trần phong vương, trả lại nước rồi rút về Tàu. Lê Lợi chấp thuận đề nghị này, kiếm hậu duệ của nhà Trần là Trần Cảo để Minh triều phong vương. Tuy nhiên Minh Triều không thực tâm nên ngầm ngầm tìm cách tiếp tục cuộc chiến. Vì thế đầu năm 1427 Bình Định Vương mở trận tổng tấn công quân Minh tại Đông Đô, trong trận này phía nghĩa quân bị nhiều thiệt hại đáng kể. Hai tướng quân Lý Triện và Đinh Liệt bị giặc giết. Tướng quân Nguyễn Xí bị bắt nhưng sau đó trốn thoát được.

Trận Chi Lăng, chấm dứt cuộc đô hộ của nhà Minh

Ngay khi thua trận Tụy Động Vương Thông đã khẩn báo về Minh triều xin tiếp cứu.

Minh đế thất kinh liền sai An Viễn Hầu Liễu Thăng và nhiều danh tướng khác thống lĩnh 100.000 quân đi đường Quảng

Encerclement de la citadelle de Đông Đô

Après la victoire de Tụy Động, les insurgés de Lê Lợi se lancent dans le siège de Đông Đô. Wàng Tòng, conscient qu'il ne peut faire face, envoie des messagers proposer à Lê Lợi de chercher un des descendants de la dynastie des Trần pour en faire le roi. Il propose aussi de se retirer en Chine et de restituer l'indépendance au pays. Lê Lợi accepte cette proposition, cherche et trouve un descendant des Trần, Trần Cảo, pour que la dynastie des Ming le proclame roi. Cependant la dynastie des Ming n'est pas de bonne foi, en conséquence elle prépare secrètement la guerre. C'est pourquoi, au début de l'an 1427, Bình Định Vương lance l'attaque contre les Ming à Đông Đô. Dans cette bataille les insurgés subissent des pertes considérables. Les deux Généraux Lý Triện et Đinh Liệt sont tués par l'ennemi. Le Général Nguyễn Xí est capturé mais arrive plus tard à s'évader.

Bataille de Chi Lăng, fin de la domination par les Ming

Immédiatement après la défaite de Tụy Động, Wàng Tòng demande d'urgence du renfort à la dynastie des Ming.

Le Roi Ming, épouvanté, envoie le marquis Liǔ Shēng (Liễu Thăng en vietnamien) ainsi que de nombreux généraux renommés et 100.000

Tây (Guangxi) sang tiếp viện. Lại sai Đại Tướng Mộc Thạnh đem quân từ Thành Đô, bên Tứ Xuyên tiến sang qua ngả Vân Nam trợ lực cho cánh quân của Liễu Thăng.

Tháng 10 năm 1427 quân của Liễu Thăng tiến tới biên giới. Được tin viện binh của địch sắp sang, các tướng sĩ khuyên Bình Định Vương hãy đánh gấp hạ thành Đông Đô để tuyệt đường nội ứng, nhưng Vương không nghe, nói rằng: "*Việc đánh thành là hạ sách, nay ta cứ dưỡng uy sức nhuệ, đợi quân địch tới thì ra đánh. Viện quân mà thua thì quân trong thành phải ra hàng. Thế có phải làm một việc mà thành hai không?*".

Sau đó Vương ra lệnh cho dân chúng các vùng Lạng Giang, Bắc Giang, Tuyên Quang phải lánh đi nơi khác để tránh giao tranh, sai các tướng lĩnh tới trấn các ải xung yếu ở biên giới phía Bắc

soldats en renfort via Guǎngxī (Quảng Tây en vietnamien). Il demande de nouveau au grand Général Mù Shèng (Mộc Thạnh en vietnamien) de conduire son armée de Chéng Dū (Thành Đô en vietnamien), dans la province de Sìchuān (Tứ Xuyên en vietnamien) pour prêter main forte aux troupes de Liǔ Shēng, en passant par Yúnnán.

En octobre 1427, les troupes de Liǔ Shēng arrivent à la frontière. Apprenant que l'ennemi est proche, l'état-major conseille à Bình Định Vương de se dépêcher de s'emparer de la citadelle Đông Đô pour écarter le risque de se faire attaquer de l'intérieur. Mais le roi ne les écoute pas et dit : "*Attaquer la citadelle est une mauvaise stratégie, maintenant nous devons nous reposer et prendre des forces. Attendons que l'ennemi arrive pour l'attaquer. Quand l'armée de renfort sera battue, la citadelle sera obligée de se rendre. N'est-ce pas faire d'une pierre deux coups ?*" .

Ensuite, le roi ordonne à la population des régions Lạng Giang, Bắc Giang et Tuyên Quang de se réfugier ailleurs pour se protéger de la guerre, puis il envoie ses troupes garder les défilés stratégiques à la frontière du Nord.

Bataille de Chi Lăng - Mise fin à la domination par les Ming
Trận Chi Lăng - Chấm dứt cuộc đô hộ của nhà Minh

Khi Liễu Thăng tới ải Phả Lũy, nghĩa quân không chống cự mà rút về Ái Lựu, sau đó lại rút tiếp về Chi Lăng. Tại Chi Lăng nghĩa quân đã bố trí phục binh chờ sẵn. Liễu Thăng thấy tiến quân vào không gặp trở ngại gì, trở nên kiêu căng khinh xuất. Tướng Trần Lựu mang quân ra kháng cự rồi giả thua chạy, Liễu Thăng dốc quân đuổi theo. Càng tiến sâu, địa thế trở nên hiểm trở. Khi Liễu Thăng xua quân tới núi Mã Yên thì phục binh của nghĩa quân Trần Lựu bắt đầu phản công. Quân Liễu Thăng kẹt vào vùng đất lầy lội không tiến, không lùi được. Liễu Thăng bị tử trận cùng toàn bộ đội kỵ binh tiên phong. Năm hôm sau quân tiếp ứng của Lê Lý, Lê Văn An tiến tới, hiệp lực cùng toán phục binh tràn tới tấn công quân Minh, giết được Phó Tổng Binh Lương Minh. Hai hôm sau Thượng Thư Lý Khánh bị vây hãm phải tự tử. Quân Minh vội chạy về thành Xương Giang nhưng nơi đây đã bị nghĩa quân đánh hạ mười hôm trước nên phải đóng quân ngoài ruộng. Tại đây một mặt chúng liên lạc xin quân từ Đông Đô và Tây Đô ra tiếp cứu, mặt khác giả bộ xin giảng hòa để chờ cơ hội. Bình Định Vương biết ý gian của địch nên cự tuyệt, rồi một mặt bố trí chặn đường tiếp viện, mặt khác

Quand Liǔ Shēng arrive au défilé de Phả Lũy, les insurgés n'engagent pas le combat mais se retirent à Ái Lựu, puis plus tard à Chi Lăng où ils disposent des hommes en embuscade en attendant l'ennemi. Liǔ Shēng, voyant que sa progression se fait sans encombre, devient présomptueux et imprudent. Le Général Trần Lựu engage le combat puis simule la défaite. Liǔ Shēng pousse son armée à sa poursuite. Plus il pénètre profondément, plus le terrain est accidenté. Quand l'armée de Liǔ Shēng arrive à la montagne de Mã Yên les insurgés de Trần Lựu en embuscade commencent leur contre-offensive. Les troupes de Liǔ Shēng, coincées dans un terrain marécageux, ne peuvent ni avancer ni reculer. Liǔ Shēng est tué avec toute sa cavalerie d'avant-garde. Cinq jours plus tard, les renforts de Lê Lý et Lê Văn An arrivent, ils s'unissent aux troupes en embuscade pour attaquer les Ming et tuent le Général Liáng Míng (Lương Minh en vietnamien). Deux jours plus tard, le Ministre Lí Qìng est encerclé et se suicide. L'armée des Ming s'empresse de revenir à la citadelle de Xương Giang, mais doit installer son camp dans les champs car la citadelle a déjà été prise par les insurgés dix jours plus tôt. Alors, d'une part elle demande des renforts de Đông Đô et Tây Đô et d'autre part elle fait semblant de demander l'arrêt des

tăng cường lực lượng quân phá giặc.

Ngày 3 tháng 11 năm 1427, đạo quân thiết kỵ của các tướng Phạm Vấn, Lê Khôi, Nguyễn Xí đột nhập được trại giặc, giết chết năm vạn quân Minh, bắt sống Thôi Tụ, Hoàng Phúc và ba vạn quân.

Mộc Thạnh bên cánh quân Vân Nam đang giao tranh cùng nghĩa quân tại ải Lê Hoa, nghe tin cánh quân của Liễu Thăng hoàn toàn bị tiêu diệt, lo sợ vội rút về Tàu.

Thấy viện binh bị đánh tan, Vương Thông thế cùng lực kiệt phải sai người sang dinh của Bình Định Vương xin giảng hòa một lần nữa và tình nguyện rút quân về nước.

Ngày 22 tháng 12 năm 1427, Vương Thông cùng các bộ tướng và toàn bộ quân chiếm

hostilités en attendant l'occasion de pouvoir livrer de nouvelles batailles. Bình Định Vương, conscient des noirs desseins de l'ennemi, refuse absolument puis, d'une part, il prend des dispositions pour barrer la route aux renforts et d'autre part, il renforce ses troupes pour anéantir l'ennemi.

Le 3 novembre 1427, le régiment de cuirassiers des Généraux Phạm Vấn, Lê Khôi et Nguyễn Xí fait irruption dans le camp de l'ennemi, tue 50.000 hommes et capture vivants Cuī Jù (Thôi Tụ en vietnamien), Huáng Fú (Hoàng Phúc en vietnamien) ainsi que 30.000 soldats.

Quand Mù Shēng, en train d'affronter les insurgés au défilé de Lê Hoa avec son armée venant de Yúnnán, apprend que les troupes de Liǔ Shēng sont totalement anéanties, il s'alarme et se dépêche de se retirer en Chine.

Voyant que les renforts sont mis en pièces, Wàng Tòng, à bout de force et se trouvant dans une impasse, envoie des messagers au palais de Bình Định Vương pour demander encore une fois la paix et proposer de se retirer dans son pays de son plein gré.

Le 22 décembre 1427, Wàng Tòng, son état major et toute l'armée d'occupation retournent en Chine et

đóng rút về Tàu, trao thành trì lại cho nghĩa quân. Cuộc chiến với nhà Minh đã kết thúc, Bình Định Vương sai Nguyễn Trãi làm bài Bình Ngô Đại Cáo để thông báo cho mọi người biết. Đây là một trong những áng văn chương có giá trị nhất trong văn học Việt Nam và còn được lưu truyền cho tới ngày nay.

remettent les citadelles aux insurgés. La guerre avec la dynastie des Ming s'achève. Bình Định Vương ordonne à Nguyễn Trãi de rédiger la proclamation "Bình Ngô Đại Cáo" (littéralement Proclamation Royale au sujet de la répression des Chinois pour rétablir la paix) pour informer toute la population. Cette proclamation est une œuvre littéraire de valeur de la littérature vietnamienne qui a toujours été préservée jusqu'à ce jour.

MONARCHIE A L'EPOQUE DES LÊ
Chế độ quân chủ thời Lê

Sau khi giành được độc lập cho đất nước thoát ách đô hộ của nhà Minh, năm 1428, Lê Lợi chính thức lên ngôi Hoàng Đế, đặt quốc hiệu là Đại Việt, miếu hiệu là Thái Tổ. Như vậy, Lê Thái Tổ là một ông vua anh hùng có công đánh đuổi giặc Minh khôi phục lại đất nước. Tuy nhiên vì khởi nghiệp tại vùng Thanh Nghệ, trong một thời gian dài tùy thuộc vào người vùng này chống lại quân Minh, nhà vua dễ nghi ngờ những người từ miền Bắc theo vào vì có một số đại tộc miền này đã từng hợp tác với đối phương (trong mưu đồ khôi phục lại nhà Trần). Chính vì vậy dưới triều Lê Thái Tổ, trong bối cảnh nghi ngờ đó, đã xảy ra nhiều vụ giết hại công thần. Hai trường hợp được nhắc tới nhiều nhất lại không phải là người từ miền Bắc theo vào sau này, đó là các ông Trần Nguyên Hãn và Phạm Văn Xảo là những danh tướng

Après avoir conquis l'indépendance pour le pays, le libérant du joug dominateur des Míng, Lê Lợi monte officiellement sur le trône d'empereur en 1428, il donne au pays le nom de Đại Việt et reçoit plus tard le titre posthume de Thái Tổ. Ainsi, Lê Thái Tổ est un roi et un héros qui a le mérite d'avoir chassé les envahisseurs Míng pour restaurer le pays. Cependant, comme il a commencé son œuvre dans la région de Thanh Nghệ où il a dépendu pendant une longue période de la population locale pour combattre les Míng, le roi est enclin à se méfier des personnes venant du Nord car un certain nombre de grandes familles de cette région ont collaboré avec l'adversaire (avec la visée de restaurer le dynastie des Trần). C'est pourquoi, sous le règne de Lê Thái Tổ, dans cette atmosphère de méfiance, plusieurs mandarins méritants ont été exécutés. Les deux cas les plus fréquemment évoqués ne concernent pas des

đã theo phò Bình Định Vương từ buổi đầu.

personnes du Nord l'ayant suivi sur le tard, mais il s'agit de Trần Nguyên Hãn et Phạm Văn Xảo qui sont des généraux renommés ayant servi Bình Định Vương dès les premiers temps.

NHỮNG VỊ VUA ĐẦU TIÊN VÀ VIỆC XÂY DỰNG CHẾ ĐỘ QUÂN CHỦ

PREMIERS ROIS ET FONDATION DU REGIME MONARCHIQUE

Năm 1433, Lê Thái Tổ băng hà, thái tử Nguyên Long lên nối ngôi là Lê Thái Tông (1434-1442). Thái Tông lên ngôi khi mới 11 tuổi nên quyền chính đều vào tay phụ chính là Lê Sát. Năm 1438, Thái Tông giết Lê Sát và trực tiếp nắm quyền. Năm 1442, Thái Tông đi thị sát tại Chí Linh. Khi về ghé vào Côn Sơn thăm Nguyễn Trãi. Khi Thái Tông về đến Gia Định thì băng hà. Cái chết đột ngột của Thái Tông đã dẫn đến vụ án Lệ Chi Viên nổi tiếng và đau lòng. Cả gia đình đại thần Nguyễn Trãi trung hiếu bị sát hại.

En 1433, Lê Thái Tổ décède, le Prince héritier Nguyên Long lui succède, il s'agit de Lê Thái Tông (1434-1442). Thái Tông monte sur le trône alors qu'il vient d'avoir 11 ans, c'est pourquoi le pouvoir est entre les mains du régent Lê Sát. En 1438, Thái Tông tue Lê Sát et assume lui-même le pouvoir. En 1442, Thái Tông va faire un tour d'inspection à Chí Linh. Sur le chemin du retour, il passe à Côn Sơn rendre visite à Nguyễn Trãi. Il décède en arrivant à Gia Định. La mort soudaine de Thái Tông est à l'origine de la célèbre et douloureuse affaire de Lệ Chi Viên (Le jardin des litchis). Toute la famille du fidèle grand dignitaire Nguyễn Trãi est exécutée.

Thái Tông băng hà, thái tử Bang Cơ lúc đó mới lên 2 tuổi nối ngôi, tức Lê Nhân Tông (1443-1459). Trong thời kỳ Lê Nhân Tông mới lên ngôi, hoàng thái hậu nhiếp chính. Vì e sợ trước thế lực các quan

Au décès de Thái Tông, le prince héritier Bang Cơ, alors âgé de 2 ans, lui succède. Il s'agit de Lê Nhân Tông (1443-1459). Dans un premier temps, le Reine-mère occupe la fonction de régente. Par peur de la trahison des mandarins

triều cũ phản, nên thái hậu đã cho giết hại hàng loạt các công thần như Lê Khả, Lê Khắc Phục. Phải đến khi Vua Nhân Tông chính thức cầm quyền mới cho phục hồi lại một số công thần bị giết oan, và cấp ruộng công điền cho con cháu Lê Sát, Lê Khả và Lê Khắc Phục.

Năm 1459, Nghi Dân là anh khác mẹ với Vua Lê Nhân Tông, ám sát Vua Lê Nhân Tông và thái hậu, cướp được ngôi báu. Tám tháng sau thì bị các công thần cũ của Thái Tổ phế truất, bắt tự tử. Năm 1460 các triều thần tôn con thứ tư của Vua Lê Thái Tông là Bình Nguyên Vương Lê Tư Thành lên làm vua, tức Lê Thánh Tông. Lê Thánh Tông là vị vua trị vì lâu năm nhất của triều Lê và đã hoàn thiện chế độ quân chủ. Việc xây dựng chế độ quân chủ thời nhà Lê được thực hiện bằng các việc lớn sau:

Hủy bỏ chế độ nô lệ
Chính sách của các vua thời Lê là hạn chế việc nuôi nô tỳ, hủy bỏ từ từ chế độ nô lệ. Ngay khi lên ngôi, Lê Thái Tổ cho phép nô tỳ được chuộc thân để tự giải phóng. Luật thời Lê cũng định rõ, không được bán dân đinh làm nô tỳ, không được

du règne précédent, la Reine-mère fait exécuter toute une série de mandarins méritants comme Lê Khả, Lê Khắc Phục. Il faut attendre jusqu'au moment où le Roi Nhân Tông gouverne officiellement pour qu'un certain nombre de mandarins méritants tués injustement soient réhabilités, et que des rizières communales soient octroyées aux descendants de Lê Sát, Lê Khả et Lê Khắc Phục.

En 1459, Nghi Dân, frère consanguin du Roi Lê Nhân Tông, l'assassine ainsi que la Reine-mère et s'empare du trône. Huit mois plus tard, Nghi Dân est destitué par les anciens dignitaires de Thái Tổ qui l'obligent à se suicider. En 1460, la Cour intronise le quatrième fils de Lê Thái Tông, le Prince Bình Nguyên Vương Lê Tư Thành : il s'agit de Lê Thánh Tông. Celui-ci, dont le règne est le plus long de la dynastie des Lê, parachève le régime monarchique. L'édification du régime monarchique de la dynastie des Lê s'effectue au travers des grands travaux suivants :

Abolition de l'esclavage
La politique des Rois Lê consiste à limiter l'utilisation des esclaves, à abolir progressivement l'esclavage. Juste après son intronisation, Lê Thái Tổ autorise les esclaves à se racheter pour se libérer eux-mêmes. La loi des Lê définit clairement l'interdiction de vendre

thích chữ vào mặt người nô tỳ. Cấm bán nô tỳ, voi ngựa ra nước ngoài, ai vi phạm sẽ bị chém.

Cải cách ruộng đất

Dưới thời Lý, Trần, nền kinh tế thái ấp, điền trang mà đại diện là các lãnh chúa với chế độ nô lệ, nô tỳ là hình thức kinh tế quan trọng nhất. Sau khi lên ngôi, Lê Thái Tổ sai tịch thu tất cả ruộng đất của bọn quan lại nhà Minh, ruộng đất của các quý tộc đời Trần bị tuyệt tự và ruộng đất tư nhân bỏ hoang sung làm ruộng đất công. Những ruộng đất này, cùng với ruộng quốc khố, ruộng đất công của các làng xã đều thuộc quyền sở hữu của triều đình và được phân chia thành các loại sau:

- Ruộng đất ban cấp cho các quan lại và thân tộc của nhà vua để làm bổng lộc, gọi là Lộc điền. Một phần nhỏ Lộc điền được cấp vĩnh viễn, phần lớn phải trả lại triều đình sau khi chết.

- Ruộng đất triều đình trực tiếp khai thác và làm đồn điền.

- Ruộng đất các thôn xã phân chia theo định kỳ 6 năm một lần cho người dân trong làng xã.

des jeunes gens comme esclaves, de tatouer des caractères sur le visage des esclaves. Il est interdit de vendre des esclaves, des éléphants, des chevaux aux pays étrangers ; tout contrevenant est décapité.

Réforme agraire

A l'époque des Lý, des Trần, l'économie basée sur les seigneuries, les métairies aux mains des seigneurs utilisant l'esclavage, est la forme la plus importante de l'économie. Après sa montée sur le trône, Lê Thái Tổ fait confisquer toutes les terres appartenant aux mandarins Míng, celles de la noblesse des Trần sans descendant, celles des particuliers laissées en friche pour en faire des terres publiques. Ces terres, ainsi que celles du trésor de l'Etat et les rizières communales des villages, appartiennent toutes à la Cour. Elles sont divisées en différentes catégories :

- Terres octroyées aux mandarins et à la famille royale comme solde, appelées terres accordées en usufruit. Une petite partie est octroyée définitivement, la grande partie restante doit être restituée à la Cour après le décès du bénéficiaire.

- Terres directement exploitées par la Cour pour en faire des plantations.

- Terres des villages distribuées à la population locale par période de 6 ans.

- Ngoài 3 loại công điền kể trên, còn loại ruộng tư của riêng điền chủ, các ruộng này không phải nộp thuế cho triều đình, nhưng việc mua bán, kế thừa phải theo đúng sự quy định theo luật triều đình (luật Hồng Đức).

Xây dựng guồng máy chính quyền quân chủ

Song song với việc cắt giảm thế lực kinh tế của các lãnh chúa, các vua triều Lê tích cực cũng cố quyền lực của triều đình bằng việc xây dựng guồng máy chính quyền từ trung ương tới địa phương. Guồng máy chính quyền trung ương dưới thời Lê Sơ (thời các Vua Lê đầu tiên) là một hệ thống chặt chẽ nhằm chi phối đời sống chính trị tới tận các địa phượng nhỏ nhất. Quyền hành được tập trung vào triều đình, đứng đầu là nhà vua. Lãnh thổ Đại Việt khi đó mới bao gồm miền Bắc và miền Trung đến đèo Hải Vân, được chia làm 5 đạo. Đứng đầu mỗi đạo là chức Hành Khiển cai quản tất cả việc quân, dân và tư pháp. Mỗi đạo còn có chức tổng quản chỉ huy các vệ quân đóng trong đạo. Dưới mỗi đạo là những đơn vị hành chính nhỏ hơn như trấn, lộ, phủ, huyện, châu, xã. Đơn vị hành chánh nhỏ nhất là xã, đứng đầu xã là Xã trưởng được dân bầu

- A l'exception des 3 catégories citées ci-avant, il existe les terres privées des propriétaires terriens. Elles ne sont pas soumises aux impôts, mais leur vente, leur succession doit suivre des règles de la Cour (Code Hồng Đức).

Edification de l'appareil gouvernemental de la monarchie

Parallèlement à l'affaiblissement du pouvoir économique des seigneurs, les Rois Lê édifient activement le pouvoir de la Cour pour consolider l'appareil gouvernemental central et local. L'appareil gouvernemental central au début de la dynastie des Lê (dit Lê Sơ) est un système strict visant à influencer la vie politique jusqu'aux plus petites localités. Le pouvoir est centralisé à la Cour, à la tête de laquelle se trouve le roi. Le territoire du Đại Việt d'alors ne comprend que le Nord et le Centre jusqu'au col Hải Vân et est composé de 5 divisions administratives. A la tête de chacune d'elles se trouve un grand dignitaire de la Cour (Hành Khiển) qui dirige toutes les affaires militaires, civiles et judiciaires. Elles ont également chacune un gouverneur pour commander les militaires qui y sont cantonnés. Sous les divisions administratives on trouve des unités administratives moins importantes comme les "trấn, lộ, phủ, huyện, châu, xã". La plus petite unité

theo tục lệ cũ. Đến năm 1462, Vua Thánh Tông quy định muốn được bầu làm Xã trưởng phải là giám sinh, sinh đồ không đỗ đạt hay thuộc thành phần "Lương gia tử đệ" (gia đình lương thiện) biết chữ và trên 30 tuổi.

Tổ chức chính quyền trung ương dưới thời Lê cũng được hoàn thiện hơn nhiều so với các triều trước. Thời Lê Thái Tổ mới đặt hai bộ: Lễ và Lại. Đến năm 1460, Vua Lê Nghi Dân củng cố lại triều đình, đặt thành lục bộ và lục khoa để đảm nhiệm công việc hành chính trong nước. Năm 1466, Lê Thánh Tông lập thêm ra lục tự để trông coi các việc không thuộc phần hành của các bộ. Ngoài ra còn có các cơ quan giúp việc cho nhà vua như Ngự Sử Đài, Hàn Lâm Viện, Đông Các... Về quân đội, Lê Thánh Tông đặt ra ngũ phủ thống lĩnh toàn bộ quân đội do các chức Tả, Hữu Đô Đốc cầm đầu. Hệ thống hành chính triều Lê so với các triều đại trước là một hệ thống to lớn và nặng nề. Quyền hạn của triều đình đã được mở rộng và thay thế quyền lực các lãnh chúa địa

administrative est le "xã" (village), à la tête duquel est le "Xã trưởng" (chef de village), élu par la population selon l'ancienne tradition. En 1462, le Roi Thánh Tông stipule que pour être éligible comme "Xã trưởng" il faut être lauréat du concours Thi Hương (concours régional), étudiant non diplômé ou membre de famille honnête ("Lương gia tử đệ") âgé de plus de 30 ans, sachant lire et écrire.

En comparaison avec les dynasties précédentes, l'organisation du pouvoir central des Lê est beaucoup plus élaborée. A l'époque de Lê Thái Tổ, 2 ministères nouveaux sont mis en place : celui des Rites et celui des Appointements. En 1460, le Roi Lê Nghi Dân consolide la Cour en créant 6 ministères ("lục bộ") et 6 entités de contrôle ("lục khoa") correspondantes pour assurer les travaux administratifs du pays. En 1466, Lê Thánh Tông ajoute 6 instituts ("lục tự") pour s'occuper des affaires qui ne dépendent pas des ministères. En outre, il existe des organismes au service du roi comme le Service de Supervision Royal ("Ngự Sử Đài"), l'Académie ("Hàn Lâm Viện"), le Service de Révision des Ecrits de la Cour ("Đông Các")... Sur le plan militaire, Lê Thánh Tông crée 5 sièges préfectoraux dirigés par les amiraux "de gauche" et "de droite"

phương. Quan lại thời Lê không được ban thái ấp, điền trang như các tầng lớp vương hầu trước đây mà chỉ được hưởng bổng lộc của triều đình.

TÌNH HÌNH KINH TẾ - XÃ HỘI THỜI LÊ SƠ

Đây là triều đại có nhiều thay đổi so với các triều đại trước, có mặt tiến bộ và có cả mặt hạn chế. Về căn bản, Đại Việt dưới triều Lê có những lúc phát triển rất phồn thịnh.

Khuyến khích phát triển nông nghiệp và tiểu thủ công nghiệp

Nông nghiệp, đặc biệt là ngành trồng lúa nước vẫn là ngành kinh tế chính của Đại Việt, nên các vua đầu tiên của nhà Lê rất chú trọng đến việc phát triển nông nghiệp. Ngoài chính sách đồn điền còn có chính sách khẩn hoang nhằm khuyến khích tư nhân khai phá các vùng đất bồi ven biển và vùng trung du. Triều đình cũng có

pour commander toutes les armées. Le système administratif de la dynastie des Lê est important et lourd par rapport à celui des dynasties antérieures. Le pouvoir de la Cour est élargi au détriment de celui des seigneurs locaux. Les mandarins ne reçoivent pas de fiefs, de métairies comme les aristocrates d'avant mais n'ont que des soldes octroyées par la Cour.

SITUATION SOCIO-ECONOMIQUE AU DEBUT DE LA DYNASTIE DES LÊ

Par rapport aux dynasties antérieures, de nombreux changements sont observés, tantôt dans le sens du progrès tantôt pour imposer des restrictions. Fondamentalement, les développements au Đại Việt sous la dynastie des Lê apportent beaucoup de prospérité.

Encouragement du développement de l'agriculture et de l'artisanat

L'agriculture, en particulier la culture du riz humide, joue le rôle principal dans l'économie du Đại Việt, par conséquent les premiers rois de la dynastie des Lê attachent de l'importance au développement de l'agriculture. Outre la politique de développement des plantations, la politique de défrichement vise à encourager les particuliers à rendre cultivables les terres alluvionnées

những chính sách nhằm bảo vệ đời sống người dân giúp cho dân có thể an tâm làm ruộng. Vào những tháng làm mùa bận rộn, như cấy cầy, gặt hái mọi công dịch đều phải hoãn lại để dân chúng tập trung làm mùa. Ngoài ra, để bảo đảm cho sản xuất nông nghiệp không bị thiếu nhân lực, triều Lê đã mở rộng chính sách "ngụ binh ư nông" của các triều khác cho đến cả công tượng, lính coi ngục và người nấu bếp. Từ quân số 350.000 thời kháng Minh, chỉ giữ lại 100.000, còn lại cho về làm ruộng. Ngay cả binh lính trong quân ngũ cũng được chia làm năm phiên, luân chuyển một phiên ứng trực, bốn phiên kia lo việc đồng áng.

Ngành công nghiệp và tiểu thủ công nghiệp cũng phát triển mạnh ngay từ thời Lê Sơ. Thủ công nghiệp dưới thời Lê có thể chia làm hai khu vực: lãnh vực của người dân và các xưởng của triều đình. Thủ công nghiệp của dân chúng bao gồm những nghề phụ của nông dân làm trong những khi nhàn rỗi việc đồng áng và

le long du littoral et dans les moyennes régions. La Cour applique également des politiques visant à protéger la vie de la population de façon qu'elle puisse réaliser les travaux agricoles en paix. Durant les mois de travail de la terre, la moisson, toutes les corvées sont suspendues de façon que la population puisse se concentrer sur la culture. Par ailleurs, pour assurer une main d'œuvre suffisante à la production agricole, la dynastie des Lê élargit l'application de la politique du cultivateur-soldat ("ngụ binh ư nông"), déjà appliquée sous les dynasties antérieures, jusqu'aux artisans, aux geôliers et aux cuisiniers. L'effectif militaire de 350.000 hommes à l'époque de la lutte contre les Míng est réduit à 100.000, le reste est démobilisé pour pratiquer l'agriculture. Même l'armée est divisée en 5 équipes : à tour de rôle l'une reste en service, les 4 autres retournent aux travaux des champs.

L'industrie et l'artisanat se développent fortement au début de la dynastie des Lê. L'artisanat à cette époque peut être divisé en 2 secteurs : celui du peuple et les ateliers de la Cour. L'artisanat populaire se compose des métiers d'appoint pratiqués en dehors des périodes de travaux des champs et des corporations d'ouvriers spécialisés. Les métiers d'appoint

những phường hội của các thợ chuyên môn. Các nghề phụ của nông dân đóng một vai trò khá quan trọng. Phần lớn sản phẩm của lãnh vực này như đồ đan lát, dệt vải, làm nón, chiếu, nhằm thỏa mãn nhu cầu trong sinh hoạt gia đình, phần thặng dư được cung cấp cho thị trường địa phương. Ngoài những hoạt động thủ công có tính cách phụ trợ cho kinh tế gia đình, thủ công nghiệp cũng đã phát triển tạo ra một tầng lớp người chuyên sống bằng nghề mà không phải dựa vào nông nghiệp nữa.

Mặc dầu một số nghề bị thất truyền vì thợ giỏi bị quân Minh bắt mang về Tàu như nghề làm đồ sứ dưới triều Lý, một số nghề mới đã phát triển dưới triều Lê như các nghề dệt lụa, dệt the, nghề làm trà, làm sáp, làm giấy, nấu rượu, nghề nhuộm, sản xuất đồ gốm. Nghề thuộc da và một số nghề thủ công khác từ bên Tàu cũng được du nhập qua Đại Việt. Tại nông thôn, các thợ thủ công tụ tập thành những làng nghề như Bát Tràng nổi tiếng với các sản phẩm gạch ngói, đồ gốm; làng Huê Cầu nổi tiếng nhuộm vải, lụa. Tại các đô thị, thợ thủ công họp thành phường, hội. Ngoài các tổ chức thủ công nghiệp trong quần chúng, triều đình cũng có

jouent un rôle assez important. La grande partie des produits de ce domaine, tels que les objets de vannerie, tissus, chapeaux, nattes, est destinée aux besoins familiaux, le surplus alimente les marchés locaux. En plus des activités artisanales ayant un caractère d'appoint pour l'économie familiale, l'artisanat en se développant crée une classe de personnes vivant uniquement de leur métier sans avoir recours à l'agriculture.

Bien qu'un certain nombre de métiers, tels que la fabrication de la porcelaine à l'époque des Lý, n'aient pu être transmis aux générations ultérieures car les bons artisans ont été capturés et envoyés en Chine, de nouveaux métiers se développent comme le tissage de la soie, de la gaze, la fabrication du thé, de la cire, du papier, la distillerie de l'alcool, la teinturerie, la poterie. La tannerie et un certain nombre de nouveaux métiers artisanaux sont importés de Chine. A la campagne, les artisans se rassemblent en villages de métier tels que Bát Tràng réputé pour ses briques, tuiles, poteries ; le village de Huê Cầu connu pour sa teinture du tissu, de la soie. Dans les centres urbains, les artisans se réunissent en corporations. En

những cơ sở chế tạo gọi là Cục Bách Công, chuyên sản xuất vũ khí, đúc tiền, các đồ nghi trượng và phẩm phục của vua quan.

Bên cạnh các nghề thủ công, dưới triều Lê, việc khai thác các mỏ kim loại như vàng, bạc, đồng, sắt, chì, thiếc cũng khá phát triển.

Phát triển thương nghiệp nội địa, hạn chế và siết chặt ngoại thương

Song song với phát triển của công nghiệp và tiểu thủ công nghiệp là sự phát triển của thương nghiệp. Việc xây dựng các đường giao thông vì mục đích quân sự dưới thời cai trị của triều Minh và sau đó là các vua đầu tiên của nhà Lê, đã giúp cho thương mại vượt ra khỏi phạm vi địa phương. Việc buôn bán ngoài các thị trấn thường tập trung ở các chợ, hoặc một làng xã, hoặc hai ba làng họp lại thường có một ngôi chợ họp vào một số ngày nhất định trong tháng. Việc thống nhất tiền tệ và đo lường cũng đã góp phần phát triển thương mại. Nếu nội thương

dehors des organisations artisanales du peuple, la Cour a aussi des entités de production appelées "Cục Bách Công" (littéralement entités polyvalentes) spécialisées dans la production des armes, la fonderie de la monnaie, la fabrication des attirails de parade et des costumes du roi et des mandarins.

A côté de l'artisanat, sous la dynastie des Lê, l'exploitation des mines de minerais tels que l'or, l'argent, le cuivre, le fer, le plomb, l'étain est aussi assez développée.

Développement du commerce intérieur, limitation et étouffement du commerce extérieur

Le développement du commerce se fait parallèlement à celui de l'industrie et de l'artisanat. La construction des voies de communication à des fins militaires sous la domination par les Míng et plus tard sous le règne des premiers rois de la dynastie des Lê permet au commerce de dépasser le périmètre des localités. Le commerce à l'extérieur des centres urbains est le plus souvent concentré sur les marchés qui ont généralement lieu à des jours fixes du mois soit pour un village soit pour deux ou trois villages. L'unification des systèmes monétaire et de mesure contribue à améliorer le commerce. Si le

được khuyến khích phát triển thì ngược lại triều đình nhà Lê lại hạn chế và kiểm soát gắt gao ngoại thương. Người nước ngoài chỉ được đến buôn bán ở một số nơi quy định mà không được tự ý vào nội trấn. Dân chúng dọc theo biên giới và vùng biển không được tự ý buôn bán và đón tiếp thuyền buôn của nước ngoài, nếu vi phạm sẽ bị phạt nặng. Chính sách này khác biệt với thời Lý, Trần và là yếu tố làm trì trệ sự phát triển kinh tế dưới triều Lê.

développement du commerce intérieur est encouragé, au contraire, la Cour des Lê limite et contrôle rigoureusement le commerce extérieur. Les étrangers ne peuvent faire du commerce qu'à des endroits fixés mais il leur est interdit d'entrer sur le territoire de leur propre initiative. La population le long des frontières et du littoral ne peut pas de sa propre volonté accueillir des bateaux de commerce étrangers et commercer avec eux ; tout contrevenant est lourdement puni. Cette politique est différente de celle des Lý, des Trần et est le facteur retardant le développement de l'économie sous la dynastie des Lê.

Xây dựng bộ luật Hồng Đức

Bộ luật Hồng Đức (tên đặt theo niên hiệu của Vua Lê Thánh Tông) hình thành sau một quá trình lâu dài soạn thảo và tu chỉnh. Ngay sau khi lên ngôi, Lê Thái Tổ đã cùng với các đại thần đưa ra một số luật lệ về kiện tụng và phân chia ruộng đất tại các thôn xã. Đến năm 1483, Vua Lê Thánh Tông sai các triều thần sưu tập tất cả những điều luật và chiếu chỉ đã ban hành trong các triều vua từ thời Thái Tổ trở xuống, góp lại thành một bộ gọi là Lê triều hình luật mà người ta thường gọi là bộ luật Hồng Đức. Bộ luật Hồng Đức có vị trí quan trọng trong xã hội phong kiến

Elaboration du Code Hồng Đức

Le Code Hồng Đức (dont l'intitulé est le nom de règne du Roi Lê Thánh Tông) prend forme après un long processus d'élaboration et de remaniement. Juste après sa montée sur le trône, Lê Thái Tổ établit avec les grands dignitaires des règlements concernant les actions en justice et le partage des terres dans les villages. En 1483, le Roi Lê Thánh Tông ordonne à la Cour de rassembler tous les règlements et édits royaux promulgués depuis Thái Tổ pour les réunir en un ensemble intitulé Code pénal de la dynastie des Lê, communément appelé Code Hồng Đức, qui occupe une position importante dans le société féodale

Việt Nam. Đó là hệ thống pháp luật của thời Lê và của các triều đại sau cho đến hết thế kỷ 18. Luật Hồng Đức có một số đặc điểm sau: bảo vệ trật tự xã hội và quyền lực của triều đình; bảo vệ quyền tư hữu tài sản; mang đậm dấu ấn Khổng giáo về tôn ti trật tự phong kiến.

SỰ PHÁT TRIỂN CỦA VĂN HỌC VÀ SỬ HỌC

Dưới thời Lý, Trần, nền văn hóa Đại Việt đã phát triển. Văn hoá Đại Việt dung hòa những tập quán và tín ngưỡng cũ của dân chúng với các tôn giáo du nhập từ bên ngoài như Nho, Phật, Lão. Đối với triều đình, Nho giáo chiếm vị trí ưu tiên trong khi ảnh hưởng của Phật giáo có phần thuyên giảm, không còn vị trí như dưới thời Lý, Trần. Tư tưởng chủ đạo của các nhà Nho thời Lê Sơ là tư tưởng Tống Nho. Tống Nho xâm nhập vào Đại Việt từ giữa thời Trần, và đến cuối thời Trần thì có ảnh hưởng lớn trong giới sĩ phu. Dựa vào ý thức hệ Tống Nho, triều đình Lê, đặc biệt Lê Thánh Tông đã đưa ra một loạt những chiếu chỉ cải tổ phong tục tập quán của dân Đại Việt. Địa vị của nho sĩ được đề cao (nhất sĩ, nhì nông) trong khi các ngành hoạt

du Việt Nam. Il constitue la législation de l'époque des Lê et des dynasties ultérieures jusqu'à la fin du 18è siècle. Le Code Hồng Đức a les caractéristiques suivantes : protéger l'ordre social et le pouvoir de le Cour, protéger la propriété privée ; il est fortement empreint du Confucianisme sur le plan de l'ordre social féodal.

DEVELOPPEMENT DE LA LITTERATURE ET DE L'HISTORIOGRAPHIE

A l'époque des Lý et des Trần la culture au Đại Việt était déjà développée. Elle conciliait les vieilles coutumes et croyances du peuple avec les religions importées de l'étranger telles que le Confucianisme, le Bouddhisme et le Taoïsme. Vis-à-vis de la Cour, le Confucianisme occupe une position privilégiée alors que l'influence du Bouddhisme diminue quelque peu, le Bouddhisme n'a plus la même position que celle qu'il avait à l'époque des Lý et des Trần. L'idée dominante des lettrés au début de la dynastie des Lê est la même que celle des lettrés des Sòng. Le Confucianisme des Sòng envahit le Đại Việt au milieu de l'époque des Trần et, à la fin de celle ci, il a déjà une grande influence sur les lettrés. Se basant sur l'idéologie des lettrés Sòng, la Cour des Lê, particulièrement Lê Thánh Tông, promulgue toute une série d'édits

động khác, đặc biệt là công và thương bị coi nhẹ. Dân chúng được khuyến khích học theo đạo Nho. Đóng góp nhiều nhất trong việc "Khổng hóa" xã hội Đại Việt dưới thời Lê Sơ là việc phổ biến chế độ thi cử trong việc chọn quan lại cai trị. Thi cử để tuyển quan lại đã bắt đầu từ thời Lý, nhưng phải đến thời Lê Sơ và đặc biệt dưới thời Hồng Đức, chế độ giáo dục và khoa cử mới đạt đến mức độ phát triển rực rỡ.

Đặc điểm của triều Lê là sự phát triển văn học cung đình, chú trọng lịch sử.

Cuộc đấu tranh lâu dài để giành độc lập đối với Tàu đã khiến cho các nhà văn thời này mang một tinh thần dân tộc rất mạnh. Sự phát triển của văn học chữ Nôm là một biểu hiện rõ nét cho tinh thần dân tộc. Tuy Hán văn vẫn chiếm ưu thế,

royaux visant à restructurer les us et coutumes du peuple Đại Việt. Le statut des lettrés est hautement apprécié (lettré en premier, agriculteur en deuxième) tandis que les autres branches d'activité, en particulier l'artisanat et le commerce, sont peu considérés. Le peuple est encouragé à suivre le Confucianisme. La plus grande contribution à la "Confucianisation" de la société du Đại Việt au début de la dynastie des Lê est l'intensification du système de sélection des mandarins dirigeants par concours. Le processus de concours de recrutement des mandarins a commencé sous la dynastie des Lý, mais ce n'est que sous la dynastie des Lê et surtout sous le règne de Hồng Đức que le système d'éducation et des concours de lettrés a atteint un niveau de développement brillant.

La particularité de la dynastie des Lê est le développement de la littérature de la Cour et l'importance accordée à l'histoire.

La longue lutte contre la Chine pour l'indépendance fait que les écrivains de cette époque sont marqués par un très fort attachement au peuple. Le développement de l'écriture démotique (chữ Nôm en vietnamien) dans la littérature

nhưng những sáng tác văn học chữ Nôm đã có một vai trò đáng kể trên văn đàn.

Nói chung, những tác phẩm văn học thời này đều phản ánh địa vị thống trị của đạo đức Nho giáo, nhưng đồng thời cũng nói lên được một tinh thần tự cường quốc gia mạnh mẽ. Trong số những tác phẩm chữ Hán tiêu biểu nhất cho văn học thời Lê Sơ có bài Bình Ngô Đại Cáo, và những bài văn trong Quân Trung Từ Mệnh Tập của Nguyễn Trãi. Những tác phẩm thuần túy văn học thời này có thể chia làm hai khuynh hướng: văn học cung đình và văn học ẩn giả. Thời Lê Thánh Tông có thể nói là đỉnh cao nhất của văn học cung đình, Thánh Tông là ông vua có tài văn chương và rất coi trọng văn học. Hai tuyển tập tiêu biểu nhất: Quỳnh Uyển Cửu Ca bằng chữ Hán và Hồng Đức Quốc Âm Thi Tập (chữ Nôm) gồm trên 300 bài nổi tiếng nhất được Vua Lê Thánh Tông và các quan trong Hội Tao Đàn viết ra, ca ngợi cảnh đẹp thiên nhiên thời thái bình thịnh trị.

démontre clairement cet attachement. Bien que la littérature chinoise occupe toujours la situation dominante, les œuvres littéraires en écriture démotique ont déjà un rôle considérable dans le monde littéraire.

En général, les œuvres littéraires de cette époque reflètent la position dominante de la morale confucianiste, mais elles expriment aussi l'esprit d'autosuffisance d'un Etat vigoureux. Parmi les œuvres en caractères chinois les plus représentatifs de la littérature du début de la dynastie des Lê on peut citer la proclamation Bình Ngô Đại Cáo (littéralement Proclamation Royale au sujet de la répression des Chinois pour rétablir la paix) et les textes du Quân Trung Từ Mệnh Tập (littéralement Collection des Notes Officielles au Sein de l'Armée) de Nguyễn Trãi. Les œuvres littéraires caractéristiques de cette époque peuvent être classées selon deux tendances : littérature de la Cour et littérature d'ermite. A l'époque de Lê Thánh Tông, on peut dire que la littérature de la Cour est à son apogée. Thánh Tông est un roi doté d'un talent littéraire et il tient en estime la littérature. Deux recueils les plus caractéristiques sont le Quỳnh Uyển Cửu Ca (littéralement Neuf Chansons dans le Jardin de Phyllocactus) en caractères chinois et le Hồng Đức Quốc Âm Thi Tập

Về văn học ẩn giả thì tiêu biểu là tập Ức Trai Thi Tập (chữ Hán) và Quốc Âm Thi Tập (chữ Nôm) của Nguyễn Trãi, gồm các bài thơ giãi bày tâm sự một kẻ sĩ có tài nhưng gặp nghịch cảnh, muốn tìm một cuộc sống phóng khoáng, thoát tục. Ngoài ra cũng phải kể các truyện dân gian viết bằng chữ Nôm xuất hiện dưới triều Lê như Thạch Sanh Lý Thông, Lục Súc Tranh Công.

Thời Lê Sơ là một thời kỳ xã hội Việt Nam vừa trải qua một cơn biến đổi lớn. Do đó có nhiều nhà viết sử ghi lại những

(littéralement Recueil de Poèmes en Langue Nationale de Hồng Đức) en écriture démotique, composé de plus de 300 poèmes écrits par le Roi Lê Thánh Tông et ses dignitaires du Cercle Littéraire pour glorifier la beauté naturelle sous un règne prospère et en paix.

Les œuvres les plus représentatives de la littérature d'ermite sont les recueils Ức Trai Thi Tập en caractères chinois (littéralement "Recueil de Poèmes de Ức Trai", Ức Trai étant le pseudonyme de Nguyễn Trãi) et le Quốc Âm Thi Tập en écriture démotique (littéralement "Recueil de Poèmes en Langue Nationale") de Nguyễn Trãi. Ces recueils sont composés de poèmes exposant en détail les confidences d'un lettré qui vit dans des circonstances contrariantes tout en recherchant une vie libre de toute obligation futile, hors du monde. En outre, il faut citer les contes populaires en écriture démotique apparus sous la dynastie des Lê tels que Thạch Sanh Lý Thông, Lục súc tranh công (littéralement "Les six animaux domestiques qui se disputent le mérite", les six animaux domestiques étant le cheval, le buffle, la chèvre, le coq, le chien et le cochon).

Le début de la dynastie des Lê est une période où la société vietnamienne vient de connaître un grand changement. C'est pourquoi

biến động này. Trong những bộ sử được viết giai đoạn này, đặc biệt phải kể đến bộ Lam Sơn Thực Lục, kể lại cuộc kháng chiến mười năm của Lê Lợi do Nguyễn Trãi viết và Lê Lợi đề tựa. Năm 1455, Vua Lê Nhân Tông sai Phan Phù Tiên soạn bộ Đại Việt Sử Ký mới, hay còn gọi là bộ Đại Việt Sử Ký Tục Biên, ghi chép lại lịch sử nước Đại Việt dựa trên bộ Đại Việt Sử Ký của Lê Văn Hưu đời nhà Trần viết, nhưng đã bị nhà Minh tiêu huỷ. Bộ Đại Việt Sử Ký mới này, bao gồm 12 tập ghi lại từ đời Vua Trần Thái Tông cho tới khi quân Minh bị đuổi ra khỏi bờ cõi. Năm 1479, nhà Lê lại sai Ngô Sĩ Liên soạn Bộ Đại Việt Sử Ký Toàn Thư, đây là bộ sử xưa nhất còn lưu truyền nguyên vẹn được đến ngày nay.

de nombreux historiens relatent ces bouleversements. Parmi les recueils historiques liés à cette époque, il est à remarquer le recueil Lam Sơn Thực Lục (littéralement Recueil des vérités de Lam Sơn) retraçant les dix années de résistance de Lê Lợi, écrit par Nguyễn Trãi et préfacé par Lê Lợi. En 1455, le Roi Lê Nhân Tông ordonne à Phan Phù Tiên d'élaborer une nouvelle collection de "Đại Việt Sử Ký" (littéralement "Histoire du Đại Việt"), autrement appelé "Đại Việt Sử Ký Tục Biên" (littéralement "Histoire du Đại Việt Suite") sur base de la collection "Đại Việt Sử Ký" (littéralement Histoire du Đại Việt) de Lê Văn Hưu écrite sous la dynastie des Trần et détruite par les Míng. Cette nouvelle collection, composée de 12 tomes, retrace l'histoire depuis le règne du Roi Trần Thái Tông jusqu'à l'expulsion des Míng hors du pays. En 1479, la dynastie des Lê de nouveau ordonne à Ngô Sĩ Liên d'élaborer la collection "Đại Việt Sử Ký Toàn Thư" (littéralement "Collection Complète de l'Histoire du Đại Việt") qui est le plus ancien ouvrage historique encore entièrement préservé jusqu'à nos jours.

CHÍNH SÁCH NGOẠI GIAO VÀ VIỆC MỞ NƯỚC VỀ PHÍA NAM

POLITIQUE ETRANGERE ET EXPANSION DU PAYS VERS LE SUD

Dưới triều Lý, Trần, chính sách của các Vua Đại Việt là

Sous les dynasties des Lý et des Trần, la politique des rois du Đại

tìm cách mua chuộc sự trung thành của những tộc người thiểu số trên vùng miền núi. Việc thực hiện thường thông qua hôn nhân hoặc phong chức tước cho các thủ lĩnh của họ. Triều đình không thu thuế mà chỉ lấy cống nạp. Triều đình nhà Lê đã thay đổi cách ứng xử, đặt ra các chức vụ bên cạnh các chức tước thủ lĩnh thiểu số để kiểm soát, đồng thời, yêu cầu cống nạp thường xuyên giống như một loại thuế. Những cố gắng để "Nho hóa" xã hội Đại Việt trong đó có cả sắc tộc thiểu số đã tạo ra sự chống đối của các sắc tộc này đối với chính quyền trung ương. Chính vì vậy mà dưới triều Lê Sơ đã có nhiều cuộc nổi dậy.

Nước Ai Lao, hồi đó là vương triều Lan Xang, đã có lúc giúp đỡ Lê Lợi chống quân Minh, nhưng sau đó lại hợp tác với quân Minh vây khốn binh lính của Lê Lợi. Năm 1479 Vua Lê Thánh Tông cử đại quân chinh phạt Ai Lao. Quân Lào đại bại, vua phải chạy tới biên giới Miến Điện, quân Đại Việt tràn vào kinh thành tàn phá, cướp bóc vô số vàng bạc. Quân Lào tuy thua trận nhưng dân Lào tại nhiều nơi nổi dậy đánh du kích, bỏ thuốc độc vào nước

Việt vise à acquérir la loyauté des minorités ethniques des régions montagneuses. La mise en œuvre se fait par le mariage ou par l'octroi des titres à leurs dirigeants. La Cour ne perçoit pas d'impôts mais reçoit uniquement des tributs. La dynastie des Lê change d'attitude en ajoutant des fonctions aux titres des dirigeants des minorités ethniques pour les tenir sous contrôle. En même temps, elle demande des tributs réguliers comme une sorte d'impôt. Les efforts de "confucianisation" de la société Đại Việt, y compris les minorités ethniques, génère des dissensions entre celles-ci et le pouvoir central. C'est la raison pour laquelle de nombreux mouvements de révolte se produisent au début de la dynastie des Lê.

Le Laos, qui est à cette époque le royaume de Lan Xang, a aidé Lê Lợi dans la lutte contre les Míng, mais collabore plus tard avec ces derniers pour encercler l'armée de Lê Lợi. En 1479, le Roi Lê Thánh Tông envoie une grande armée pour une expédition punitive contre le Laos. L'armée laotienne subit une défaite cuisante, son roi doit s'enfuir jusqu'à la frontière de la Birmanie. L'armée Đại Việt envahit la capitale du Laos, la saccage et s'empare d'une quantité incalculable de richesses. Bien que

uống giết hại quân Đại Việt khiến cho nhà Lê phải rút quân về nước.

Nước Chiêm Thành và nước Đại Việt đã có những cuộc chiến tranh từ thế kỷ thứ 10. Có thời kỳ Đại Việt mang quân xâm chiếm Chiêm Thành nhưng cũng có thời kỳ Chiêm Thành mang quân quấy phá vùng nam Đại Việt. Thời nhà Lê, nước Chiêm Thành ở thế yếu. Vua tôi Đại Việt đã nhiều lần đem quân chinh phạt, và cuộc chinh phạt lớn nhất, hiệu quả nhất là của Lê Thánh Tông vào năm 1471, đánh bại hoàn toàn quân Chiêm Thành. Vua Lê Thánh Tông đã chiếm vùng đất của người Chiêm Thành từ Đà Nẵng vào đến tận đèo Cù Mông thuộc tỉnh Phú Yên ngày nay, và chia phần còn lại ở phía Nam thành ba nước nhỏ để dễ bề cai trị. Nước Chiêm Thành suy yếu từ đó, và cuối cùng bị diệt vong dưới thời các Chúa Nguyễn.

son armée soit défaite, le peuple laotien se soulève à plusieurs endroits, il se livre à la guérilla, empoisonne l'eau, provoquant ainsi la mort des soldats Đại Việt, et pousse dès lors la dynastie des Lê à retirer son armée.

De nombreuses guerres ont lieu entre le Champa et le Đại Việt depuis le 10è siècle. A certaines périodes l'armée Đại Việt occupe le Champa, par contre à d'autres périodes l'armée Champa agit à sa guise dans la région méridionale du Đại Việt. Sous la dynastie des Lê, le Champa est dans une position de faiblesse. Les rois du Đại Việt et leurs sujets lancent à maintes reprises des expéditions punitives dont la plus importante et la plus efficace est celle de Lê Thánh Tông en 1471. Ce dernier défait complètement l'armée Champa et s'empare du territoire Champa allant de Đà Nẵng jusqu'au col Cù Mông de la province de Phú Yên actuelle. Il divise le reste du Champa en trois petits pays pour faciliter leur administration. Le Champa s'affaiblit depuis lors et est exterminé enfin à l'époque des Seigneurs Nguyễn.

DEPERISSEMENT DE LA DYNASTIE DES LÊ AU DEBUT DU 16è SIECLE
Sự suy vong của nhà Lê đầu thế kỷ 16

Thời kỳ thịnh trị của nhà Lê kéo dài đến đầu thế kỷ 16. Sau khi Vua Lê Hiến Tông băng hà vào năm 1504, nhà Lê bắt đầu rơi vào tình trạng khủng hoảng. Lê Hiến Tông truyền ngôi lại cho người con thứ ba là Lê Túc Tông. Túc Tông chỉ ở ngôi được 6 tháng thì chết, triều đình tôn người anh của Túc Tông là Uy Mục lên làm vua.

La période de prospérité de la dynastie des Lê se prolonge jusqu'au début du 16è siècle. Après le décès du Roi Lê Hiến Tông en 1504, la dynastie des Lê tombe dans une période de crise. Lê Hiến Tông transmet la couronne à son troisième enfant, Lê Túc Tông, qui ne reste sur le trône que 6 mois puis décède. La Cour intronise son grand frère, le Roi Uy Mục

SỰ SUY THOÁI CỦA NHÀ LÊ VÀ CÁC CUỘC NỘI CHIẾN

Sự suy thoái của nhà Lê dưới triều Uy Mục, Tương Dực và các cuộc nổi dậy
Thời Vua Uy Mục, triều Lê đại loạn. Uy Mục lên ngôi giết tổ mẫu là bà Hoàng Thái Hậu, giết Lễ Bộ Thượng Thư Đàm Văn Lễ cùng Đô Ngự Sử Nguyễn Quang Bật. Uy Mục chỉ biết ăn chơi trụy lạc và xây cất cung điện, miếu đền.

DECLIN DE LA DYNASTIE DES LÊ ET GUERRES CIVILES

Déclin de la dynastie des Lê sous les règnes de Uy Mục, de Tương Dực et soulèvements
A l'époque du Roi Uy Mục, la dynastie des Lê connaît des troubles importants. Uy Mục, après son intronisation, tue la Reine-mère qui est sa grand-mère, le Ministre de Rites Đàm Văn Lễ ainsi que le Superviseur Principal Nguyễn Quang Bật. Uy Mục ne fait que mener une vie dissolue et faire construire des palais, des temples.

Năm 1509, Giản Tu Công Lê Oanh, anh em con chú bác với Uy Mục nổi loạn giết Uy Mục và hoàng hậu để cướp ngôi, xưng danh Tương Dực. Tương Dực bản chất cũng không khác Uy Mục, lại tiếp tục con đường hoang dâm trụy lạc, khiến lòng dân oán than, bất mãn. Nhiều cuộc nổi dậy đã nổ ra chống lại chính sách cai trị của triều đình. Trong suốt năm năm ở ngôi, Tương Dực chỉ lo xây cất cung điện, đắp thành đào kênh để ngao du sơn thủy. Năm 1512, giữa lúc nạn đói đang uy hiếp nghiêm trọng, Tương Dực bắt khởi công xây dựng Đại Điện và Cửu Trùng Đài, phía trước đào hồ, khơi kênh thông với sông Tô Lịch giao cho người thợ là Vũ Như Tô làm đô đốc. Triều đình bắt dân phu, điều động cả quân lính ngũ phủ trong thành và các vệ quân ở ngoài phục dịch suốt trong 5 năm trời chưa xong. Dân chúng ai oán khổ sở, dẫn tới nhiều cuộc nổi dậy. Trong các cuộc chống đối này, đáng chú ý nhất là các cuộc nổi dậy của Thân Duy Nhạc, Ngô Văn Tống, Trần Tuân và Trần Cao.

En 1509, Giản Tu Công Lê Oanh (Công étant le plus haut des cinq ordres de la noblesse vietnamienne ancienne), cousin germain de Uy Mục, se mutine et tue Uy Mục ainsi que la reine pour s'emparer du trône sous le nom de règne de Tương Dực. La nature de ce dernier n'est pas différente de celle de Uy Mục : il suit le chemin de la luxure et de la débauche, ce qui met le peuple insatisfait en colère. De nombreux soulèvements éclatent contre la politique administrative de la Cour. Durant ses cinq années de règne, Tương Dực ne pense qu'à bâtir des palais, créer des cités, creuser des canaux pour des voyages d'agrément. En 1512, alors que la famine menace de façon critique, Tương Dực fait commencer la construction du palais Đại Điện (littéralement "Grand Palais") et de la tour Cửu Trùng Đài (littéralement "Tour du Neuvième Ciel") devant lequel il fait creuser un lac et un canal pour communiquer avec le fleuve Tô Lịch. Cette œuvre est confiée à l'ouvrier Vũ Như Tô qui assure le rôle de chef de projet. La Cour mobilise les hommes de corvée, les troupes de la capitale et des agglomérations avoisinantes ainsi que les soldats des régions pour y travailler cinq années durant sans parvenir à achever les travaux. Le mécontentement du peuple malheureux mène à des soulèvements. Parmi ceux-ci, les plus remarquables sont ceux fomentés par Thân Duy Nhạc, Ngô Văn Tống, Trần Tuân et Trần Cao.

Thân Duy Nhạc người huyện Vũ Ninh (thuộc tỉnh Bắc Ninh ngày nay), đỗ tiến sĩ, làm quan dưới triều Lê Uy Mục. Khi Uy Mục bị giết, Duy Nhạc chán cảnh triều chính rối loạn, bỏ quan về quê rồi tụ họp nghĩa binh. Năm 1510, ông cùng Ngô Văn Tống khởi binh ở Gia Lâm chống lại triều đình, nhưng bị lộ. Nhạc và Tống bị quân triều đình bắt và giết chết.

Năm 1511, Trần Tuân nổi lên tại Hưng Hóa, Sơn Tây. Trần Tuân người Bất Bạt, xuất thân từ gia đình khoa bảng. Đầu tiên, Tuân tụ tập nghĩa binh, chiếm cứ các hang động ở vùng núi Hưng Hóa làm căn cứ địa. Sau khi được dân chúng hưởng ứng, Tuân mở rộng địa bàn hoạt động sang khắp vùng Sơn Tây, Hưng Hóa uy hiếp miền Từ Liêm, Quốc Oai, đe dọa đến cả kinh thành Thăng Long khiến triều đình rất e ngại. Tuy nhiên, nghĩa binh của Trần Tuân vốn không phải là binh lính có luyện tập và kỷ luật, nên không chống lại được quân triều đình. Trong một trận chiến, Trần Tuân tử trận. Từ

Thân Duy Nhạc est originaire du district de Vũ Ninh (appartenant à la province actuelle de Bắc Ninh), il est lauréat des trois concours de recrutement de mandarins ("tiến sĩ" en vietnamien) et sert comme mandarin sous le règne de Lê Uy Mục. A la mort de Uy Mục, Duy Nhạc, découragé par les troubles à la Cour, démissionne et retourne à son village natal puis recrute des insurgés militant pour une juste cause. En 1510, allié à Ngô Văn Tống, il lève des troupes à Gia Lâm pour s'opposer à la Cour, mais sa manœuvre est découverte. Nhạc et Tống sont capturés et exécutés par l'armée de la Cour.

En 1511, Trần Tuân se soulève à Hưng Hóa, Sơn Tây. Trần Tuân, originaire de Bất Bạt, est issu d'une famille dont les membres sont des intellectuels lauréats des concours de recrutement de mandarins. En un premier temps, Tuân réunit des insurgés militant pour une juste cause et établit sa base dans les grottes de la région montagneuse de Hưng Hóa. Plus tard, ayant reçu le soutien de la population, Tuân élargit sa zone d'action jusqu'aux régions de Sơn Tây, Hưng Hóa ; il menace les régions de Từ Liêm, Quốc Oai et même la capitale Thăng Long au point de faire redouter la Cour. Cependant, les insurgés de Trần Tuân, à la base, ne sont pas des soldats entraînés et

đó phong trào nổi dậy này suy yếu rồi bị tiêu diệt hoàn toàn.

Trần Cao (có sách chép tên khác là Trần Cảo), người huyện Thủy Đường (thành phố Hải Phòng) vốn là một quan chức nhỏ của triều đình. Bị quan trên áp bức, Trần Cao từ quan và hô hào dân chúng nổi dậy. Năm 1516, Trần Cao kéo cờ khởi nghĩa ở chùa Quỳnh Lâm (huyện Đông Triều, tỉnh Quảng Ninh), đánh chiếm các huyện Đông Triều và Thủy Đường. Từ trấn Hải Dương (nay là Hải Phòng) Trần Cao mang quân tiến về Thăng Long. Trần Cao chiếm được Thăng Long lên ngôi Hoàng Đế, tính lập ra một triều đại mới. Tuy nhiên không lấy được sự ủng hộ của quan lại địa phương nên cuối cùng quân của Trần Cao đã bị dẹp tan.

Mạc Đăng Dung và việc hưng khởi của nhà Mạc

Mạc Đăng Dung quê ở Hải Dương. Nhà nghèo lúc nhỏ sống bằng nghề đánh cá. Năm 1508, Lê Uy Mục mở kỳ thi võ để kén người khỏe mạnh sung quân. Dung đi thi trúng tuyển đô lực sĩ và được chọn vào

disciplinés, c'est pourquoi ils ne peuvent faire front à l'armée de la Cour. Trần Tuân meurt lors d'une bataille. Dès lors le mouvement d'insurrection s'affaiblit puis est complètement réduit à néant.

Trần Cao (certains documents mentionnent Trần Cảo), originaire du district de Thủy Đường (ville de Hải Phòng) est à l'origine un mandarin de bas niveau. Opprimé par ses supérieurs, Trần Cao démissionne et appelle la population à se soulever. En 1516, il brandit le drapeau de l'insurrection à la pagode de Quỳnh Lâm (district de Đông Triều, province de Quảng Ninh) et s'empare des districts de Đông Triều et Thủy Đường. Il progresse vers Thăng Long à partir de la ville de Hải Dương (actuellement Hải Phòng). Il s'empare de Thăng Long et se proclame empereur avec l'idée de fonder une nouvelle dynastie. Cependant, n'ayant pas obtenu le soutien des dignitaires locaux, l'armée de Trần Cao finit par être anéantie.

Mạc Đăng Dung et ascension de la dynastie des Mạc

Mạc Đăng Dung est originaire de Hải Dương. Etant pauvre, il vit de la pêche dans sa jeunesse. En 1508, Lê Uy Mục organise un concours d'art martial pour sélectionner des hommes forts destinés à servir l'armée. Dung participe à ce

quân túc vệ. Dung có sức khỏe lại nhiều mưu lược, khôn ngoan và giảo quyệt, ngày càng được nhà vua tin dùng. Đến thời Chiêu Tông thì được thăng làm Vũ Xuyên Hầu.

Khi triều đình nhà Lê suy vong vì hỗn chiến phe phái, Mạc Đăng Dung đã lợi dụng tình thế để dần dần lên nắm quyền. Năm 1518, khi Trần Chân bị giết, Dung liên kết với Nguyễn Hoằng Dụ để diệt trừ phe phái của Trần Chân. Khi các bộ tướng của Trần Chân nổi loạn, Dung rước Vua Lê về Bồ Đề, bắt đầu tìm cách giết hại các triều thần để thâu tóm quyền hành về tay mình. Đến năm 1519, Mạc Đăng Dung đã đánh bại tất cả các phe đối kháng để một mình chiếm lãnh quyền bính nhà Lê.

Năm 1520, Mạc Đăng Dung ép Vua Lê Chiêu Tông phong mình làm Tiết Chế, thống lĩnh toàn bộ quân đội. Uy quyền của Mạc Đăng Dung ngày một lớn đến nỗi Vua Lê Chiêu Tông cùng cận thần khiếp nhược rời bỏ ngai vàng. Dung bèn đưa em của Lê Chiêu Tông là Lê Xuân lên làm vua, hiệu là

concours et en est le premier lauréat, ainsi il est enrôlé dans la garde royale. Dung est physiquement fort et fin stratège astucieux. Le roi utilise de plus en plus ses services en toute confiance. A l'époque de Chiêu Tông, il est élevé au rang de Vũ Xuyên Hầu (Hầu étant deuxième des cinq ordres de la noblesse vietnamienne ancienne).

Pendant que la Cour des Lê décline à cause du conflit entre les clans, Mạc Đăng Dung profite de la situation pour s'emparer progressivement du pouvoir. En 1518, après la liquidation de Trần Chân, Dung s'allie à Nguyễn Hoằng Dụ pour exterminer le clan de Trần Chân. Quand les généraux adjoints de Trần Chân se révoltent, Dung fait venir le Roi Lê à Bồ Đề et commence à chercher à éliminer les dignitaires de la Cour pour concentrer tout le pouvoir entre ses mains. En 1519, Mạc Đăng Dung vainc tous ses rivaux et s'empare seul du pouvoir de la dynastie des Lê.

En 1520, Mạc Đăng Dung contraint le Roi Lê Chiêu Tông à le nommer Commandant en Chef des Armées ("Tiết Chế" en vietnamien). L'autorité de Mạc Đăng Dung grandit de jour en jour, à tel point que le Roi Lê Chiêu Tông doit quitter le trône avec ses courtisans couards. Dung intronise immédiatement le jeune frère de Lê

Nguyên Thống nhằm làm bình phong quyền lực cho mình. Sau đó Dung tìm cách giết Vua Lê Chiêu Tông. Năm 1527 Vua Lê Nguyên Thống nhường ngai vàng cho Mạc Đăng Dung. Triều đại Lê Sơ chấm dứt, nhà Mạc bắt đầu.

TÌNH HÌNH CHÍNH TRỊ XÃ HỘI ĐẠI VIỆT DƯỚI THỜI LÊ-MẠC

Tuy cướp được ngôi nhà Lê, nhưng phạm vi thống trị của nhà Mạc không bao gồm toàn bộ lãnh thổ như những triều đại trước. Ngay từ khi mới lên ngôi, Mạc Đăng Dung đã phải đối phó với những cuộc nổi dậy của các cựu thần nhà Lê và dần dần mất dải đất từ vùng Thanh Hóa trở vào. Trong số các cuộc nổi dậy, đáng chú ý nhất là cuộc nổi dậy của Nguyễn Kim. Nguyễn Kim là con Nguyễn Hoằng Dụ, giữ chức Tả Vệ Điện Tiền Tướng Quân cho nhà Lê và được phong tước An Thành Hầu. Khi Mạc Đăng Dung cướp ngôi, Nguyễn Kim đem toàn bộ quân bản bộ chạy sang Lào và được Vua Lào cho phép đóng quân ở vùng Sầm Nứa. Để thực hiện từng bước mưu đồ đại sự, Nguyễn Kim chọn chiêu bài "phù Lê diệt Mạc". Cuối năm 1533, Nguyễn Kim tìm một người họ Lê là Lê Duy Ninh mang về tôn lên làm vua,

Chiêu Tông, Lê Xuân, avec Nguyên Thống comme nom de règne, pour servir de paravent à son pouvoir. Plus tard il cherche à tuer le Roi Lê Chiêu Tông. En 1527 le Roi Lê Nguyên Thống abdique en faveur de Mạc Đăng Dung. C'est la fin de la dynastie des Lê et le début de celle des Mạc.

SITUATION POLITIQUE ET SOCIALE AU ĐẠI VIỆT A L'EPOQUE DES LÊ-MẠC

Bien qu'ayant réussi à usurper le trône de la dynastie des Lê, la dynastie des Mạc n'exerce pas son autorité sur l'ensemble du pays comme les dynasties précédentes. Depuis sa montée sur le trône, Mạc Đăng Dung doit faire face aux insurrections des anciens dignitaires des Lê, ainsi il perd progressivement la partie du territoire qui s'étend de Thanh Hóa vers le Sud. Parmi les insurrections, celle de Nguyễn Kim est à remarquer. Nguyễn Kim est le fils de Nguyễn Hoằng Dụ, il occupe la fonction de Général "de gauche" du Commandement du Palais et a le titre de An Thành Hầu ("Hầu" étant le deuxième des cinq ordres de la noblesse vietnamienne ancienne). Quand Mạc Đăng Dung s'empare du trône, Nguyễn Kim conduit toutes les troupes dépendant du Général Commandant au Laos où il a l'autorisation du roi laotien de caserner dans la région de Xamneua (Sầm Nứa en

niên hiệu Nguyên Hòa, miếu hiệu là Trang Tông. Trang Tông là ông vua bù nhìn đầu tiên của thời Lê Trung Hưng bởi mọi chuyện quân quốc trọng sự đều trong tay Nguyễn Kim. Cuối năm 1545, Nguyễn Kim chiếm được Tây Đô, tướng Dương Chấp Nhất của nhà Mạc phải đầu hàng. Từ đó vùng Thanh Hóa, Nghệ An bị tách rời khỏi Bắc Hà lập thành một giang sơn riêng biệt không phụ thuộc nhà Mạc nữa. Bắt đầu từ đây, Đại Việt chia thành Nam triều và Bắc triều.

Tình hình chính trị xã hội tại Bắc triều

Phạm vi cai trị của nhà Mạc bắt đầu từ vùng Ninh Bình trở ra phía Bắc. Tuy nhiên vùng quan trọng chỉ gồm miền đất thuộc đồng bằng Bắc phần ngày nay. Vùng trung du và thượng du miền Bắc nhà Mạc không đủ khả năng kiểm soát. Chính sách kinh tế - xã hội của nhà Mạc hầu như không thay đổi so với triều Lê cũ, ngoại trừ việc tăng cường guồng máy quân sự để đối phó với Nam triều.

vietnamien). Pour réaliser pas à pas ses desseins, il invoque le prétexte "phù Lê diệt Mạc" (littéralement soutenir la dynastie des Lê, détruire les Mạc). A la fin de l'an 1533, Nguyễn Kim trouve une personne de la parentèle des Lê, Lê Duy Ninh, et l'intronise, avec Nguyên Hòa comme nom de règne. Ce dernier est nommé plus tard au titre posthume de Trang Tông. Trang Tông est le premier roi fantoche de l'ère de résurgence des Lê car toutes les affaires importantes de l'Etat sont entre les mains de Nguyễn Kim. A la fin de l'an 1545, Nguyễn Kim s'empare de Tây Đô et le Général Dương Chấp Nhất des Mạc est obligé de se rendre. Dès lors, les régions de Thanh Hóa, Nghệ An sont séparées de Bắc Hà pour devenir un territoire distinct indépendant de la dynastie des Mạc. A partir de ce moment, le Đại Việt est divisé en dynastie du Sud et dynastie du Nord.

Situation politique et sociale à la Cour du Nord

Le territoire sous contrôle de la dynastie des Mạc comprend la région de Ninh Bình vers le Nord. Cependant la contrée qui a une réelle importance ne se compose que de la plaine du Nord actuelle. La dynastie des Mạc n'a pas la capacité de contrôler les moyennes et hautes régions du Nord. La politique économique et sociale des Mạc est quasi identique à celle des Lê, exception faite du renforcement de l'appareil militaire pour faire face à la dynastie du Sud.

Sau khi lên ngôi, Mạc Đăng Dung lo chấn chỉnh lại binh chế, tổ chức lại các vệ, sở, ty cũ của triều Lê. Đồng thời, để lấy lòng quân sĩ, nhà Mạc đặt ra lệ cấp lộc điền cho những người đi lính. Nhằm thuyết phục các quan lại nhà Lê cũ và tầng lớp sĩ phu theo mình, nhà Mạc một mặt đàn áp, một mặt mua chuộc. Mạc Đăng Dung cho sửa sang đền miếu nhà Lê tại Lam Sơn, phong tước cho những người đã chết và trọng dụng những người còn sống đi theo mình. Nhà Mạc đặc biệt chú trọng đến khoa cử nhằm tạo ra một tầng lớp sĩ phu mới ủng hộ triều đình. Các khoa thi mới được tổ chức hàng năm. Tuy nhiên chính sách này không thành công do tư tưởng trung quân của Tống Nho đã ăn sâu vào đầu óc kẻ sĩ, một phần khác do nhà Mạc không ổn định được đời sống dân chúng.

Après son intronisation, Mạc Đăng Dung s'applique à remettre de l'ordre dans l'organisation militaire, à réorganiser les composantes de l'armée existant sous la dynastie des Lê. En même temps, pour gagner le cœur des troupes, la dynastie des Mạc octroie les "lộc điền" (littéralement rizières accordées en usufruit) aux personnes enrôlées dans l'armée. Pour convaincre les dignitaires de l'ancienne dynastie des Lê et les intellectuels de la soutenir, la dynastie des Mạc d'une part les opprime, d'autre part les soudoie. Mạc Đăng Dung fait restaurer les temples des Lê à Lam Sơn, confère des titres posthumes à ceux qui l'ont suivi et qui sont décédés, et nomme les survivants qui le soutiennent à des postes importants. La dynastie des Mạc accorde une importance particulière aux concours de sélection des mandarins dans le but de former une nouvelle classe d'intellectuels qui apporte son soutien à la Cour. Les nouvelles sessions de concours sont organisées annuellement. Cependant cette politique ne rencontre pas de succès à cause de la notion de loyauté envers le roi puisée dans le Confucianisme des Sòng qui s'est solidement ancrée dans l'esprit des lettrés et, d'autre part à cause de l'incapacité de la dynastie des Mạc à stabiliser la vie de la population.

Tình hình chính trị xã hội tại Nam triều

Tại miền Nam Đại Việt, sau khi Nguyễn Kim bị đánh thuốc độc chết năm 1545, mọi quyền bính đều rơi vào tay con rể là Trịnh Kiểm. Năm 1546, Trịnh Kiểm lập hành cung Vua Lê tại Vạn Lại, huyện Thọ Xuân, Thanh Hóa. Sau đó xây dựng thành lũy, cung điện lập ra một triều đình mới đối địch với triều đình Mạc gọi là Nam triều. Phạm vi cai trị của Nam triều từ Thanh Hóa trở vào, nhưng thật sự chỉ bao gồm vùng Thanh Nghệ là chính.

Vì phải tập trung lực lượng chống nhau với nhà Mạc cho nên chính sách nội trị của triều Lê-Trịnh (Nam triều) cũng chỉ tập trung vào việc động viên nhân lực, vật lực của quần chúng cho cuộc chiến tranh với Bắc triều. Chính sách nội chính quan trọng nhất của triều đình Nam triều lúc này là khẩn hoang. Do Thanh Nghệ đất hẹp, lại bị chiến tranh tàn phá, cho nên dân chúng lưu tán rất nhiều. Chính quyền luôn phải đốc thúc những dân lưu tán trở về quê quán làm ăn, đồng thời mở rộng những vùng đất mới.

Situation politique et sociale à la Cour du Sud

Au Sud du Đại Việt, après l'empoisonnement de Nguyễn Kim en 1545, tout le pouvoir tombe entre les mains de son gendre Trịnh Kiểm. En 1546, celui-ci établit la résidence du Roi Lê à Vạn Lại, district de Thọ Xuân, province de Thanh Hóa. Plus tard, il fait ériger des forteresses, des palais pour mettre en place une nouvelle Cour en vue d'affronter la dynastie des Mạc : il s'agit de la dynastie du Sud. Le territoire sous administration de la dynastie du Sud comprend les régions qui s'étendent de Thanh Hóa vers le Sud, mais en réalité il se limite essentiellement à la région de Thanh-Nghệ.

A cause de la concentration des forces nécessaires à la lutte contre la dynastie des Mạc, la politique intérieure de la dynastie des Lê-Trịnh (dynastie du Sud) ne se focalise que sur la mobilisation des ressources humaines et matérielles de la population au profit de la guerre contre la dynastie du Nord. Le point le plus important de la politique intérieure de la dynastie du Sud est le défrichement des terres incultes. La population s'est fortement éparpillée à cause de la petite superficie de la région de Thanh Nghệ par ailleurs ravagée par la guerre. Le gouvernement doit sans cesse encourager les émigrés à revenir au pays pour y travailler et en même temps procéder à l'expansion vers de nouveaux territoires.

Mặc dầu xét về tài nguyên thiên nhiên cũng như về nhân lực, Nam triều thua kém Bắc triều, nhưng do biết lợi dụng danh nghĩa "phù Lê, diệt Mạc" họ Trịnh đã lấy được sự ủng hộ của một số sĩ phu miền Bắc. Cộng với tình trạng ngày càng suy thoái của xã hội miền Bắc dưới triều nhà Mạc, nên họ Trịnh đã dần dần mạnh lên và cuối cùng thu phục lại được miền Bắc, mở đầu cho một giai đoạn mới.

Sur le plan des ressources tant naturelles qu'humaines, la dynastie du Sud est en état d'infériorité par rapport à celle du Nord, mais les Trịnh savent profiter de la position de ceux qui agissent pour la bonne cause "phù Lê diệt Mạc" (littéralement soutenir la dynastie des Lê, détruire les Mạc), ainsi ils reçoivent le soutien d'un certain nombre d'intellectuels du Nord. Cette situation ajoutée au déclin de la société du Nord sous la dynastie des Mạc renforce le potentiel des Trịnh, les aide à conquérir enfin le cœur de la population du Nord, et ouvre ainsi une nouvelle ère.

Nhà Minh và cuộc nội chiến Lê-Trịnh và Mạc

Ngay sau khi Mạc Đăng Dung cướp ngôi nhà Lê, một số cựu thần của nhà Lê đã chạy sang Tàu xin nhà Minh mang quân đánh họ Mạc. Năm 1533, Nguyễn Kim, sau khi lập Vua Trang Tông, sai Trịnh Duy Liêu sang nhà Minh tố cáo họ Mạc, nói rằng Mạc Đăng Dung tiếm quyền ngăn trở việc tiến cống. Thấy tình hình Đại Việt như vậy, nhà Minh cũng muốn dùng chiêu bài "diệt Mạc phù Lê" để chiếm Đại Việt nhưng vào lúc đó đã suy yếu nhiều, nên đã không thể xua quân gây chiến được. Nhà Minh chỉ lợi dụng tình thế ép Mạc Đăng Dung hàng phục bằng cách đưa

Dynastie des Míng et guerre intestine entre les Lê-Trịnh et les Mạc

Immédiatement après l'usurpation du trône des Lê par Mạc Đăng Dung, un certain nombre d'anciens dignitaires des Lê partent en Chine pour demander aux Míng de faire la guerre aux Mạc. En 1533, Nguyễn Kim, après avoir intronisé le Roi Trang Tông, envoie Trịnh Duy Liêu dénoncer les Mạc aux Míng, leur disant que Mạc Đăng Dung usurpe le pouvoir et empêche l'acheminement des tributs. Devant cette situation au Đại Việt, la dynastie des Míng veut aussi utiliser le prétexte "phù Lê diệt Mạc" (littéralement soutenir la dynastie des Lê, détruire les Mạc) pour s'emparer du Đại Việt, mais à cette époque elle est fortement

quân đến đóng sát biên giới khoa trương thanh thế.

Mạc Đăng Dung do phải đối phó với quân ly khai của các tỉnh phía Bắc, chiến tranh với Lê-Trịnh và lòng dân không yên, nên đã phải quy hàng nhà Minh. Việc Mạc Đăng Dung cùng 40 đình thần lấy lụa buộc ngang cổ, quỳ gối dâng sổ sách điền thổ và quân dân cho quân Minh là một hành động ô nhục chưa từng có trong lịch sử Đại Việt. Sau đó, Mạc Đăng Dung còn sai sứ sang nhà Minh dâng biểu xin hàng và cắt năm động thuộc vùng An Quảng cho sáp nhập vào Khâm Châu. Năm 1541, nhà Minh xuống chiếu tha tội cho Mạc Đăng Dung, nhưng cách chức An Nam Quốc Vương, đổi tên nước ta thành An Nam Đô Thống Ty, cho Mạc Đăng Dung làm Đô Thống Sứ, hàm Nhị Phẩm. Từ đó, trên danh nghĩa, nhà Mạc là một hàng thần của nước Tàu, nhận quan tước của Minh triều.

affaiblie, par conséquent elle ne peut pas entrer en guerre. Elle ne fait que profiter de la situation pour forcer Mạc Đăng Dung à se soumettre en envoyant son armée s'installer tout près de la frontière pour une démonstration de force.

Mạc Đăng Dung, qui doit faire face d'une part aux séparatistes des provinces du Nord, et d'autre part à la guerre contre les Lê-Trịnh et à l'insatisfaction de la population, se soumet aux Míng. Le fait que Mạc Đăng Dung et 40 dignitaires de sa Cour s'agenouillent pour présenter les registres des terres, de l'armée et de la population à l'armée des Míng, avec un morceau de soie autour du cou, est un acte ignominieux jamais vu dans l'histoire du Đại Việt. Plus tard, Mạc Đăng Dung envoie des messagers présenter un placet aux Míng pour signaler sa reddition et cède 5 territoires des tribus de la région de An Quảng destinés à être annexés à Qīnzhōu (Khâm Châu en vietnamien). En 1541, la dynastie des Míng envoie une ordonnance pour gracier Mạc Đăng Dung, mais elle révoque son titre de roi d'An Nam, change le nom de notre pays en Province d'An Nam, nomme Mạc Đăng Dung Général Commandant en Chef, fonction qui est au deuxième degré de la hiérarchie mandarinale. Depuis lors, en théorie, la dynastie des Mạc est un vassal de la Chine, étant donné qu'elle a accepté un titre mandarinal de la dynastie des Míng.

CUỘC CHIẾN TRANH TRỊNH-MẠC

Việc phân chia đất đai Đại Việt thành Nam triều và Bắc triều vào giữa thế kỷ 16 mở đầu cho thời kỳ nội chiến và phân cắt kéo dài gần ba thế kỷ bao gồm hai cuộc chiến Trịnh-Mạc và Trịnh-Nguyễn. Cuộc chiến Trịnh-Mạc kéo dài khoảng 150 năm từ 1545 đến 1677 và được chia làm ba giai đoạn.

Giai đoạn Mạc suy Trịnh hưng (1545-1569)

Giai đoạn này hai bên cầm cự lẫn nhau và nhà Mạc dần dần bị suy yếu. Vào năm 1546 Mạc Phúc Hải chết, con trưởng là Mạc Phúc Nguyên còn bé lên nối ngôi, mọi việc triều chính đều do chú là Mạc Kính Điển quyết đoán. Một nhóm triều thần muốn lập Mạc Trung Chính, con khác của Mạc Đăng Dung lên ngôi nhưng không thành, nên nổi lên chiếm giữ kinh thành. Kính Điển phải đem Mạc Phúc Nguyên chạy ra khỏi thành rồi hội quân ở các trấn phản công. Mãi tới năm 1549, Mạc Kính Điển mới dẹp yên. Chính từ những mâu thuẫn nội bộ tranh giành quyền lực đã khiến nhà Mạc suy yếu. Quân Mạc thua trận liên tiếp, quân Trịnh chiếm ưu thế và có lần tấn công áp sát kinh thành. Tuy nhiên, quân Trịnh chưa

GUERRE ENTRE LES TRỊNH ET LES MẠC

La division du Đại Việt en dynasties du Nord et du Sud au milieu du 16è siècle ouvre la voie à la guerre intestine et à la scission durant une période longue de presque trois siècles pendant lesquels ont lieu les deux guerres entre les Trịnh et les Mạc, puis entre les Trịnh et les Nguyễn. La guerre entre les Trịnh et les Mạc dure à peu près 150 ans de 1545 à 1677. Elle se divise en trois étapes.

Déclin des Mạc, prospérité des Trịnh (1545-1569)

Durant cette période où les deux parties s'opposent, la dynastie des Mạc s'affaiblit progressivement. En 1546, Mạc Phúc Hải décède, son fils aîné encore jeune lui succède. Toutes les affaires de la Cour sont décidées par son oncle Mạc Kính Điển. Un groupe de dignitaires de la Cour veut, sans succès, introniser Mạc Trung Chính, un autre fils de Mạc Đăng Dung. Dès lors, ils se soulèvent et occupent la capitale. Kính Điển doit conduire Mạc Phúc Nguyên hors de la capitale puis rassemble les troupes des provinces pour lancer la contre-offensive. Il faut attendre jusqu'en 1549 pour que Mạc Kính Điển arrive à pacifier le territoire. Les désaccords internes lors de la dispute du pouvoir entrainent le déclin des Mạc. L'armée des Mạc essuie plusieurs défaites successives, l'armée des Trịnh

giành được thắng lợi tuyệt đối nào vì cũng gặp phải vấn đề nội bộ lục đục.

Giai đoạn Mạc hưng Trịnh suy (1570-1583)

Trong giai đoạn này, nội bộ nhà Trịnh lủng củng vì vậy thế lực suy yếu khiến cho nhà Mạc có điều kiện phản công lại. Năm 1569, Trịnh Kiểm bị bệnh nặng, trao binh quyền cho con trưởng là Trịnh Cối. Đầu năm 1570, Trịnh Kiểm chết, Trịnh Tùng em Trịnh Cối âm mưu với Lê Cập Đệ rước Vua Lê về Vạn Lại, chia quân chống cự với Trịnh Cối. Hai bên cầm quân đánh giết lẫn nhau, tướng sĩ hoang mang chán nản, nhiều người bỏ theo hàng nhà Mạc. Nhân dịp đó, Mạc Kính Điển mang quân tấn công vào Thanh Hóa, Trịnh Cối thấy thế không chống đỡ được, xin hàng nhà Mạc. Chẳng bao lâu, thấy Trịnh Tùng chuyên quyền quá, Lê Cập Đệ bàn với Vua Lê Anh Tông giết Trịnh Tùng. Âm mưu bại lộ, Lê Cập Đệ bị giết, Lê Anh Tông bỏ trốn vào Nghệ An. Trịnh Tùng lập hoàng tử Duy Đàm lên làm vua (Lê Thế Tông) rồi sai người vào Nghệ An bắt Anh Tông giết đi. Những vụ việc này càng làm cho triều thần chán nản, hoang mang nên bỏ theo hàng nhà Mạc. Giai đoạn này,

exerce une suprématie militaire et parfois arrive tout près de la capitale. Toutefois, l'armée des Trịnh n'obtient aucune victoire définitive à cause des discordes internes.

Prospérité des Mạc, déclin des Trịnh (1570-1583)

Pendant cette période, le pouvoir des Trịnh est affaibli par des désaccords internes, ce qui crée des conditions favorables à la contre-offensive des Mạc. En 1569, Trịnh Kiểm, gravement malade, cède le pouvoir à son fils aîné Trịnh Cối. Au début de l'an 1570, Trịnh Kiểm décède. Trịnh Tùng, le jeune frère de Trịnh Cối, complote avec Lê Cập Đệ, fait revenir le Roi Lê à Vạn Lại et engage l'armée contre Trịnh Cối. Les deux camps s'entretuent, les troupes déconcertées se découragent, de nombreuses personnes quittent le rang pour se rendre aux Mạc. Profitant de l'occasion, Mạc Kính Điển attaque Thanh Hóa. Trịnh Cối, pressentant qu'il n'arrivera pas à faire front, fait offre de reddition aux Mạc. Peu de temps plus tard, constatant que Trịnh Tùng est trop autoritaire, Lê Cập Đệ conspire avec Lê Anh Tông pour le tuer. Le complot découvert, Lê Cập Đệ est tué, Lê Anh Tông s'enfuit à Nghệ An. Trịnh Tùng installe le prince Duy Đàm sur le trône (Roi Lê Thế Tông) puis envoie des hommes à Nghệ An pour capturer Anh Tông et le tuer. Ces événements découragent les dignitaires de la

quân Mạc chiến thắng liên tiếp, dồn quân Trịnh vào thế phòng thủ. Trận tấn công năm 1570 là trận đánh lớn nhất của nhà Mạc, đẩy quân Trịnh phải chống đỡ, phòng thủ. Nhưng quân Mạc cũng không giành được chiến thắng cuối cùng.

Giai đoạn Trịnh hưng và nhà Mạc suy vong (1584-1592)
Cho đến năm 1583, tuy rằng nhà Mạc vẫn còn giữ thế tấn công, nhưng đã bị suy yếu nhiều. Chiến tranh liên miên đã làm cho dân chúng phải chịu những sưu dịch nặng nề trong khi mâu thuẫn nội bộ nhà Mạc đã lên đến tột đỉnh. Lợi dụng sự suy yếu đó, Trịnh Tùng sau một thời gian dài phòng ngự và củng cố lực lượng, bắt đầu mở các cuộc tấn công ra Bắc. Các cuộc tấn công của quân Trịnh trong hai năm 1591-1592 đã đánh bại hoàn toàn quân Mạc. Tháng 12 năm 1592, Mạc Mậu Hợp bị bắt và bị giết. Sau đó con trai là Mạc Toàn cũng bị quân Trịnh giết, quân Mạc rút về Cao Bằng ẩn náu, triều đại nhà Mạc từ từ chấm dứt.

Cour et, déconcertés, ils se rendent à la dynastie des Mạc. Pendant cette période, l'armée des Mạc remporte de nombreuses victoires successives et pousse celle des Trịnh se mettre sur la défensive. L'offensive de l'an 1570 est la plus grande offensive des Mạc obligeant l'armée des Trịnh à se mettre en position de défense. Mais l'armée des Mạc n'obtient quand même pas la victoire finale.

Prospérité des Trịnh et disparition des Mạc (1584-1592)
Bien que le dynastie des Mạc garde la position offensive jusqu'en 1583, elle s'est fortement affaiblie. La guerre interminable impose à la population des corvées pesantes pendant que les désaccords internes de la dynastie des Mạc atteignent l'apogée. Profitant de cette faiblesse, Trịnh Tùng, après une longue période de cantonnement dans la défensive et dans la consolidation des forces, lance l'offensive vers le Nord. Les attaques de l'armée des Trịnh pendant les deux années 1591-1592 défont complètement l'armée des Mạc. En décembre 1592, Mạc Mậu Hợp est capturé et tué. Plus tard, son fils, Mạc Toàn est aussi tué par l'armée des Trịnh. Les troupes des Mạc se réfugient à Cao Bằng, la dynastie des Mạc s'éteint progressivement.

GUERRE ENTRE LES TRỊNH ET LES NGUYỄN

Cuộc chiến tranh Trịnh-Nguyễn

Sau khi nhà Mạc cướp ngôi nhà Lê, lấy danh nghĩa "Phù Lê diệt Mạc", năm 1533, Nguyễn Kim, một tướng nhà Lê, lập con của Vua Lê Chiêu Tông là Lê Trang Tông lên làm vua. Năm 1545 Nguyễn Kim bị một hàng tướng nhà Mạc đầu độc chết, quyền hành về tay con rể là Trịnh Kiểm. Trịnh Kiểm muốn nắm trọn quyền bính, nên đầu độc con trai trưởng của Nguyễn Kim là Nguyễn Uông chết. Em Nguyễn Uông là Nguyễn Hoàng sợ bị anh rể giết luôn mình nên tìm cách lánh xa.

Après l'usurpation du trône des Lê par les Mạc, en 1533, Nguyễn Kim, un général des Lê, se référant au mot d'ordre "phù Lê diệt Mạc" (littéralement soutenir la dynastie des Lê, détruire les Mạc), intronise Lê Trang Tông, fils du Roi Lê Chiêu Tông. En 1545, Nguyễn Kim est empoisonné par un officier des Mạc qui a capitulé et le pouvoir tombe entre les mains de son gendre Trịnh Kiểm. Ce dernier, voulant détenir tout le pouvoir, empoisonne Nguyễn Uông, fils aîné de Nguyễn Kim. Nguyễn Hoàng, jeune frère de Nguyễn Uông, craignant d'être tué à son tour par son beau-frère, cherche à s'en éloigner.

HỌ NGUYỄN LẬP NGHIỆP TẠI PHƯƠNG NAM

ETABLISSEMENT DES NGUYỄN AU SUD

Vào lúc đó, phần lớn lãnh thổ Đại Việt vẫn thuộc về nhà Mạc, sự việc Trịnh Kiểm chiếm cứ được vùng Thanh Nghệ đã cắt lãnh thổ này làm hai, vùng Thuận Hóa ở phía

A cette période, la majorité du territoire du Đại Việt appartient toujours aux Mạc. L'occupation de la région de Thanh Nghệ par Trịnh Kiểm divise le pays en deux et la région de Thuận Hóa au Sud ne

Nam chỉ còn liên lạc được với phía Bắc bằng đường biển. Năm 1548 Trịnh Kiểm đánh chiếm Thuận Hóa, tới năm 1552 chiếm luôn được đất Quảng Nam, đây là vùng đất cực Nam của nước ta thời bấy giờ. Với một lãnh thổ rộng lớn mới chiếm được, lực lượng quân sự còn yếu, Trịnh Kiểm biết rằng sẽ gặp nhiều khó khăn để bình định. Cho nên khi vợ là Ngọc Bảo, xin cho em trai Nguyễn Hoàng đi trấn thủ Thuận Hóa thì bằng lòng ngay. Điều này nằm trong kế sách vừa lợi dụng Nguyễn Hoàng giữ vùng đất hoang sơ cho mình để rảnh tay đối phó với quân nhà Mạc, đồng thời đẩy được Nguyễn Hoàng đi xa để tránh sự bất trắc sau khi đã giết Nguyễn Uông.

Vùng Thuận Hóa hồi đó là một nơi còn rất hoang sơ và lạc hậu. "*Nước lụt tràn ngập, không có đê ngăn. Nhà ở toàn bằng cỏ tranh, không có ngói lợp. Đường xa ngàn dặm. Trên con đường giao thông chính chạy suốt từ Thuận Hóa tới đèo Hải Vân chỉ có 4 quán nhỏ ở huyện Lệ Thủy và huyện Minh Linh. Cả Thuận Hóa chỉ có 3 cái chợ để mua bán*".

Năm 1558, Nguyễn Hoàng mang cả gia đình, họ hàng,

peut communiquer avec le Nord que par voie maritime. En 1548, Trịnh Kiểm s'empare de Thuận Hóa, puis en 1552 des terres de Quảng Nam, extrême Sud de notre pays à cette époque. Ses forces armées étant encore faibles, Trịnh Kiểm sait qu'il est difficile de pacifier ce vaste territoire nouvellement conquis. Par conséquent, il donne immédiatement son accord lorsque sa femme Ngọc Bảo demande l'assignation de son frère Nguyễn Hoàng à la défense de Thuận Hóa. Cet accord est l'expédient visant à profiter de Nguyễn Hoàng pour garder cette région sauvage afin d'avoir les mains libres pour faire face à l'armée des Mạc, et en même temps à éloigner Nguyễn Hoàng pour parer à toute éventualité après avoir tué Nguyễn Uông.

A cette époque, la région de Thuận Hóa est un endroit encore très sauvage et arriéré. "*Il n'y a pas de digues pour prévenir les inondations. Les maisons sont toutes en chaume, les toits n'ont pas de tuiles. Les routes sont peu praticables et semblent d'une longueur extrême. Sur la voie de communication reliant Thuận Hóa au col Hải Vân, il n'y a que 4 petites boutiques aux districts de Lệ Thủy et Minh Linh. Dans tout Thuận Hóa, il n'y a que 3 marchés pour le commerce*".

En 1558, Nguyễn Hoàng emmène au Sud toute sa famille, sa

những người thân tín cùng quân sĩ vào Nam. Chính những người đó đã giúp Nguyễn Hoàng rất đắc lực trong việc mở mang vùng đất hoang sơ này.

Những năm sau đó, do chiến tranh Trịnh-Mạc và thiên tai khắc nghiệt khiến cho dân chúng kéo nhau vào vùng Quảng Nam-Thuận Hóa sinh sống rất đông. Người dân coi Nguyễn Hoàng như chúa đất. Cũng thời gian đó, những trận lụt khủng khiếp năm 1559, 1572 tại Thanh Nghệ khiến dân tình vừa đói khổ vì chiến tranh, lại gặp phải bệnh dịch lan tràn nên mọi người càng dồn về khu vực Nguyễn Hoàng cai quản đông hơn nữa.

Chỉ vài năm sau, bên cạnh những làng xóm cũ, nay các vùng kinh tế trù phú nở rộ khắp nơi. Trong bộ Phú Biên Tạp Lục của Lê Quí Đôn, công của Nguyễn Hoàng được ghi lại như sau: "*Đoan Quận Công (tước của Nguyễn Hoàng) cai trị hai xứ ấy trên mười năm, chính sách an hòa nhân hậu, phép tắc công bằng, nghiêm giữ quân sĩ có kỷ luật. Cấm chứa chấp kẻ hung bạo, quân và dân hai xứ ấy đều yêu mến khâm phục, ai ai cũng cảm ơn đức. Ở chợ có giá nhất định,*

parentèle, les personnes de confiance ainsi que ses troupes. Ce sont ces personnes mêmes qui ont aidé efficacement Nguyễn Hoàng à développer cette terre sauvage.

Les années suivantes, à cause de la guerre entre les Trịnh et les Mạc et des fléaux naturels qui rendent la vie pénible, nombreuse est la population qui émigre vers la région de Quảng Nam-Thuận Hóa. La population considère Nguyễn Hoàng comme le seigneur de ce territoire. En même temps, les effroyables inondations de 1559 et 1572 à Thanh Nghệ poussent la population, vivant dans la misère à cause de la guerre et de la propagation des épidémies, de plus en plus nombreuse vers le secteur administré par Nguyễn Hoàng.

Seulement quelques années plus tard, à côté des anciens villages, partout s'épanouissent des zones économiques florissantes. Dans la collection "Phú Biên Tạp Lục" (littéralement Diverses Chroniques de la Frontière Pacifiée) de Lê Quí Đôn, les mérites de Nguyễn Hoàng sont décrits comme suit : "*Đoan Quận Công (titre de Nguyễn Hoàng, Công étant le plus haut des cinq ordres de la noblesse vietnamienne ancienne) administre ces deux régions pendant plus de dix ans avec une politique conciliante et charitable, des*

trong dân gian không có trộm cướp, đêm không phải đóng cổng, thuyền ngoại quốc đến buôn bán, việc giao dịch phân minh, toàn cõi dân chúng yên vui làm ăn". Những năm đầu Nguyễn Hoàng vào trấn thủ Thuận Hóa. Chúa Trịnh vẫn cho người vào thu thuế và bổ nhiệm các quan chức thân tín vào kiểm soát công việc của Chúa Nguyễn.

Năm 1570, Trịnh Kiểm bệnh nặng rồi mất, con cả là Trịnh Cối lên thay, nội tình họ Trịnh ngày một lục đục. Khả năng kiểm soát của họ Trịnh với cánh quân họ Nguyễn vì thế khá lơi lỏng, khiến cho Nguyễn Hoàng có cơ hội gây dựng thành một lực lượng cát cứ phía Nam.

Năm 1592, Trịnh Tùng là em của Trịnh Cối, tiếm quyền anh, chiếm được Thăng Long, nhưng dư đảng họ Mạc cùng các lực lượng đối kháng khác vẫn còn mạnh, gây chiến liên

règlements justes, une discipline rigoureuse des troupes. La dissimulation des méchants est interdite, les troupes et la population vivent dans l'estime et le respect mutuels, tout le monde reconnait sa vertu. Les prix sont fixes sur les marchés, les vols et brigandages inexistants, les portes ne doivent pas être fermées la nuit, les bateaux étrangers viennent commercer, les transactions sont loyales et honnêtes, partout la population travaille dans la paix et la joie". Pendant les premières années de l'occupation de Thuận Hóa par Nguyễn Hoàng, le Seigneur Trịnh envoie des personnes pour lever les impôts et nommer des officiels de confiance afin de contrôler le travail du Seigneur Nguyễn.

En 1570, Trịnh Kiểm tombe gravement malade puis décède, son fils aîné Trịnh Cối le remplace. La situation intérieure des Trịnh est de plus en plus troublée. C'est pourquoi le contrôle des Trịnh vis-à-vis des troupes des Nguyễn est relâché, ce qui offre à Nguyễn Hoàng l'opportunité d'établir une puissance occupant le Sud.

En 1592, Trịnh Tùng usurpe le pouvoir de son frère aîné Trịnh Cối et s'empare de Thăng Long. Mais les derniers partisans des Mạc ainsi que les autres forces rivales restent encore puissants et provoquent la

miên, khiến Trịnh Tùng phải yêu cầu Nguyễn Hoàng đem binh lực từ Nam ra tiếp viện. Sau tám năm ở lại miền Bắc, Nguyễn Hoàng tìm cách trốn về Thuận Hoá. Trịnh Tùng rất căm tức nhưng không làm gì được.

CƯƠNG VỰC TRỊNH-NGUYỄN SAU NĂM 1600

Sau khi trở vào Nam, năm 1600, Nguyễn Hoàng xưng Chúa. Hai bên Trịnh-Nguyễn vẫn giữ một trạng thái hòa bình nhưng không còn sự tin tưởng nào nữa. Vào năm 1613 Nguyễn Hoàng mất. Trước đó, ông căn dặn con trai thứ sáu của mình là Nguyễn Phúc Nguyên:

"*Đất Thuận Quảng này phía bắc có núi Hoành Sơn, sông Linh Giang, phía nam có núi Hải Vân, núi Di Sơn, thật là một nơi trời để cho người anh hùng dụng võ. Vậy ta phải thương yêu dân chúng, luyện tập quân sĩ, để mà gây dựng cơ nghiệp muôn đời*".

Nguyễn Phúc Nguyên lên thay cha, tính hiền hòa, mộ đạo Phật, dựng và sửa nhiều chùa chiền, nên được gọi là Chúa Sãi, lập tức bị hai em là Chưởng Cơ Hợp và Trạch (con thứ bảy và thứ tám của Nguyễn Hoàng) giành ngôi. Năm 1620

guerre sans arrêt, ce qui oblige Trịnh Tùng à demander à Nguyễn Hoàng de l'aide militaire venant du Sud. Après huit ans de séjour au Nord, Nguyễn Hoàng trouve le moyen de revenir à Thuận Hoá. Trịnh Tùng est très en colère mais ne peut rien faire.

LIMITES TERRITORIALES DES TRỊNH ET DES NGUYỄN APRES 1600

Après son retour au Sud en 1600, Nguyễn Hoàng se proclame seigneur. Les deux parties Trịnh et Nguyễn sont toujours en paix mais ne se font plus mutuellement confiance. Nguyễn Hoàng décède en 1613. Avant sa mort, il donne ces conseils à son sixième fils Nguyễn Phúc Nguyên :

"*Cette terre de Thuận Quảng a la montagne Hoành Sơn et le fleuve Linh Giang au Nord, les montagnes Hải Vân et Di Sơn au Sud, c'est vraiment un endroit pour un brave mettre son talent à l'épreuve. Ainsi, il faut aimer le peuple, entrainer les troupes pour bâtir une éternelle grande œuvre*".

Nguyễn Phúc Nguyên, doux et aimable de nature, remplace son père. Il est aussi adepte du Bouddhisme, fait construire et réparer de nombreuses pagodes, c'est pourquoi il est surnommé Seigneur Sãi (littéralement Seigneur Bonze). Immédiatement

Hợp và Trạch mưu loạn, ngầm đưa thư ra đất Bắc cho họ Trịnh xin đem quân vào giúp, hẹn việc xong sẽ chia đất đền đáp. Họ Trịnh liền cử Đô Đốc Nguyễn Khải đem 5.000 quân vào đóng đồn túc trực tại cửa Nhật Lệ. Dựa vào thanh thế của quân Trịnh, Hợp và Trạch nổi dậy đánh cướp kho Ái Tử, đắp lũy chống lại Chúa Sãi. Trận nổi dậy này bị Chúa Sãi dẹp yên. Phúc Hiệp, Phúc Trạch cúi đầu chịu tội. Phúc Nguyên muốn tha, nhưng các tướng đều cho là pháp luật không tha được. Bèn sai giam vào ngục. Hiệp và Trạch xấu hổ sinh bệnh chết. Nguyễn Khải được tin cũng rút quân về Bắc. Chúa Sãi, nhân việc họ Trịnh vô cớ đem quân vào tạo loạn liền tuyệt giao, không nạp thuế cống nữa. Cuộc tranh chấp giữa hai họ Trịnh Nguyễn từ đó chính thức bắt đầu.

après sa succession, ses deux frères, les chefs de garnison Hợp et Trạch (septième et huitième fils de Nguyễn Hoàng) ont l'idée de lui disputer sa position. En 1620, Hợp et Trạch préparent un complot : ils envoient secrètement au Nord un message aux Trịnh leur demandant de l'aide militaire, promettant de leur céder des terres en reconnaissance. Les Trịnh envoient directement l'Amiral Nguyễn Khải occuper l'embouchure Nhật Lệ avec 5.000 hommes. Comptant sur le prestige de l'armée des Trịnh, Hợp et Trạch se rebellent, s'emparent de l'entrepôt de Ái Tử et édifient des remparts pour lutter contre le Seigneur Sãi. Cette rébellion est réprimée par le Seigneur Sãi. Phúc Hợp, Phúc Trạch reconnaissent leur tort. Phúc Nguyên a l'intention de les gracier, mais ses généraux sont tous d'avis que selon la loi une amnistie n'est pas permise. Ils sont alors mis en prison et meurent, rendus malades par la honte. Nguyễn Khải, ayant appris la nouvelle, se retire vers le Nord. Le Seigneur Sãi, s'appuyant sur le fait que les Trịnh, sans raison, envoient leurs troupes pour fomenter des troubles, rompt directement toute relation et ne paie plus de tributs. Le conflit entre les Trịnh et les Nguyễn commence officiellement dès lors.

CÁC CUỘC GIAO TRANH TRỊNH-NGUYỄN

BATAILLES ENTRE LES TRỊNH ET LES NGUYỄN

Năm 1623, Trịnh Tùng chết. Trịnh Tráng lên thay với ý chí

En 1623, Trịnh Tùng décède. Trịnh Tráng le remplace avec une volonté

xâm chiếm Thuận Quảng còn mạnh mẽ hơn cha, mặc dù Tráng là con rể của Nguyễn Hoàng. Trong những năm từ 1620 tới 1627, họ Trịnh nhiều lần cho sứ giả vào Nam đòi Chúa Nguyễn nộp thuế và ra Đông Đô chầu Vua Lê, nhưng họ Nguyễn khéo léo từ chối. Năm 1627 Trịnh Tráng cho người vào dụ Chúa Nguyễn cho con ra chầu và nộp lễ cống nhưng vẫn bị Chúa Nguyễn từ chối, Trịnh Tráng liền quyết ý đem quân vào đánh.

Cuộc chiến Trịnh-Nguyễn lần thứ nhất (1627-1628)

Tháng 3 năm 1627, Trịnh Tráng lấy cớ rước Vua Lê vào Nghệ An thăm dân để đem đại quân thủy bộ tấn công vùng cửa Nhật Lệ. Tướng Nguyễn Khải và Lê Khuê của Chúa Trịnh chỉ huy hơn 20 vạn quân, chia làm hai cánh tấn công nhưng thua trận, bởi lúc đó Chúa Nguyễn có hai tướng tài mưu lược là Nguyễn Hữu Dật và Nguyễn Vệ cũng như vũ khí tốt mua của Bồ Đào Nha (Portugal).

de s'emparer de Thuận Quảng plus forte que celle de son père, bien qu'il soit le gendre de Nguyễn Hoàng. Dans les années de 1620 à 1627, les Trịnh envoient plusieurs fois des messagers dans le Sud pour exiger des Seigneurs Nguyễn qu'ils paient des impôts et qu'ils se rendent à Đông Đô pour présenter leurs hommages au Roi Lê, mais les Seigneurs Nguyễn refusent habilement. En 1627, Trịnh Tráng dépêche des messagers pour demander au Seigneur Nguyễn d'envoyer son fils présenter des hommages au roi et de payer des tributs, mais le Seigneur Nguyễn refuse toujours. Trịnh Tráng décide dès lors d'attaquer militairement.

Première bataille entre les Trịnh et les Nguyễn (1627-1628)

En mars 1627, Trịnh Tráng prétextant escorter le Roi Lê à Nghệ An pour une visite à la population, emmène la grande armée composée des forces fluviales et terrestres attaquer la région de l'embouchure Nhật Lệ. La grande armée forte de plus de 200.000 hommes, commandée par les Généraux Nguyễn Khải et Lê Khuê du Seigneur Trịnh, divisée en deux ailes pour l'attaque, est battue car à ce moment-là le Seigneur Nguyễn dispose de deux fins stratèges, Nguyễn Hữu Dật et Nguyễn Vệ, et de bonnes armes achetées au Portugal.

Cuộc chiến Trịnh-Nguyễn lần thứ hai (1633)

Sau cuộc chiến lần thứ nhất, Nguyễn Phúc Nguyên, tức Chúa Sãi được Đào Duy Từ hiến kế xây lũy Trường Dục, tức hệ thống Lũy Thầy để ngăn địch. Đồng thời Chúa Nguyễn cũng sai tướng Nguyễn Đình Hùng chiếm Nam Bố Chính bên bờ sông Gianh và trao lại cho Trương Phúc Phấn trấn giữ.

Năm 1633, con của Chúa Sãi là Nguyễn Anh (còn có tên là Nguyễn Phúc Á), tính cướp ngôi của cha nên thông đồng với Chúa Trịnh, xin Chúa Trịnh đem quân vào đánh, để Anh làm nội gián. Trịnh Tráng đích thân mang binh vào đóng ở cửa Nhật Lệ. Nhưng bị đại tướng của Chúa Nguyễn là Nguyễn Hữu Dật và Nguyễn Mỹ Thắng bất ngờ đánh úp nên quân Trịnh thua chạy.

Trịnh Tráng phải rút quân về, nhưng để lại tướng Nguyễn Khắc Loát là con rể ở lại Bắc Bố Chính ngăn quân Chúa Nguyễn.

Deuxième bataille entre les Trịnh et les Nguyễn (1633)

Après la première bataille, Nguyễn Phúc Nguyên, dit Seigneur Sãi, reçoit des conseils de Đào Duy Từ pour la construction des remparts de Trường Dục, dits système Lũy Thầy (littéralement remparts du Maître), destinés à la défense contre l'ennemi. En même temps, le Seigneur Nguyễn envoie le Général Nguyễn Đình Hùng s'emparer de Nam Bố Chính sur les rives du fleuve Gianh puis confie sa défense à Trương Phúc Phấn.

En 1633, Nguyễn Anh (autrement appelé Nguyễn Phúc Á), fils du Seigneur Sãi, veut usurper la position de son père. Ainsi, il entre en collusion avec le Seigneur Trịnh, demande à celui-ci d'attaquer avec son armée, Anh devant servir d'agent d'infiltration. Trịnh Tráng conduit en personne son armée à l'embouchure Nhật Lệ, mais il est attaqué par surprise par les Généraux Nguyễn Hữu Dật et Nguyễn Mỹ Thắng du Seigneur Nguyễn. Défaite, l'armée des Trịnh bat en retraite.

Trịnh Tráng se retire mais laisse son gendre Nguyễn Khắc Loát à Bắc Bố Chính pour contenir l'armée des Nguyễn.

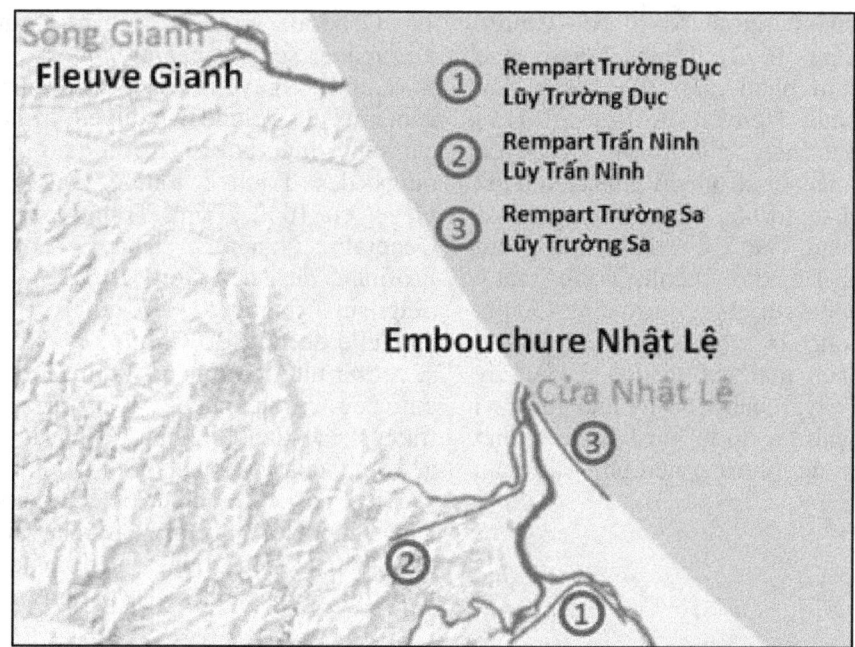

Lũy Thầy (littéralement les remparts du Maître, Đào Duy Từ) comprend : 1/ le rempart Trường Dục, 2/ le rempart Trấn Ninh (Đông Hải) et 3/ le rempart Đồng Hới (Trường Sa). Le fleuve Gianh est la ligne de démarcation et Lũy Thầy est la fortification des défenses contre l'armée des Trịnh du Nord

Lũy Thầy (Đào Duy Từ) gồm: 1/ Lũy Trường Dục, 2/ Lũy Trấn Ninh (Đông Hải) và 3/ Lũy Đồng Hới (Trường Sa). Sông Gianh là giới tuyến và Lũy Thầy là chiến lũy chống lại quân Trịnh ở phương Bắc.

Cuộc chiến Trịnh-Nguyễn lần thứ ba (1642-1643)

Năm 1635, Chúa Sãi chết, con là Nguyễn Phúc Lan lên nối nghiệp, gọi là Chúa Thượng. Lúc ấy Nguyễn Anh ở Quảng Nam nghe tin cha chết, anh lên thay bèn kết đảng nổi loạn. Chúa Thượng cho quân vào giết hết đồng bọn và cả em mình là Nguyễn Anh. Chúa Trịnh thấy anh em Chúa Nguyễn đánh lẫn nhau nên truyền cho tướng Nguyễn Khắc Loát đem quân

Troisième bataille entre les Trịnh et les Nguyễn (1642-1643)

Le Seigneur Sãi décède en 1625, son fils Nguyễn Phúc Lan, surnommé Seigneur Thượng, lui succède. A ce moment, à Quang Nam, Nguyễn Anh, informé de la mort de son père et de la succession de son frère, forme une clique pour se rebeller. Le Seigneur Thượng envoie l'armée tuer son propre frère et tous ses complices. Ayant connaissance de la querelle entre les deux frères Nguyễn, le Seigneur Trịnh ordonne

chiếm được Nam Bố Chính. Năm 1642, Trịnh Tráng mắc mưu phản gián của tướng bên Chúa Nguyễn là Nguyễn Hữu Bật nên giết tướng Nguyễn Khắc Loát. Quân Chúa Nguyễn nhân cơ hội chiếm được luôn cả thành Bắc Bố Chính nhưng sau lại rút khỏi thành. Trịnh Tráng liền đem quân vượt sông Gianh, đóng ở cửa Nhật Lệ. Nhưng đánh mãi không qua được Lũy Thầy. Quân tướng hao mòn vì bệnh tật do lạ khí hậu ác nghiệt tại địa phương nên phải rút quân về.

Cuộc chiến Trịnh-Nguyễn lần thứ tư (1648)

Con trưởng của Chúa Sãi là Nguyễn Phúc Kỳ lấy Tống Thị là con gái của Nguyễn Phúc Thông tay chân của nhà Trịnh. Nguyễn Phúc Kỳ chết, Tống Thị ở lại Đàng Trong, quyến rũ được Nguyễn Phúc Trung, là con thứ tư của Chúa Sãi. Tống Thị liên lạc với cha ở ngoài Bắc, mưu với Chúa Trịnh đem quân vào đánh Chúa Thượng.

Đô Đốc Lê Văn Hiểu được lệnh của Trịnh Tráng, đem đại quân đánh vào cửa Nhật Lệ. Quân của Chúa Nguyễn thua phải rút về phía đông lũy Trường Dục trấn thủ. Nguyễn Phúc Tần, con Chúa Thượng đem quân ra tiếp

au Général Nguyễn Khắc Loát d'emmener ses troupes prendre Nam Bố Chính. Nguyễn Hữu Bật, un des généraux du Seigneur Nguyễn, sème par subterfuge la dissension dans les rangs des Trịnh ; tombé dans le piège, en 1642, Trịnh Tráng tue le Général Nguyễn Khắc Loát. Profitant de l'occasion, l'armée du Seigneur Nguyễn conquiert la citadelle de Bắc Bố Chính mais doit se retirer ultérieurement. Trịnh Tráng emmène directement son armée traverser le fleuve Gianh et s'installe à l'embouchure Nhật Lệ. Mais il n'arrive pas à franchir les remparts Lũy Thầy. Non habituées au mauvais climat local, ses troupes atteintes de maladie s'épuisent et doivent se retirer.

Quatrième bataille entre les Trịnh et les Nguyễn (1648)

Nguyễn Phúc Kỳ, le fils aîné du Seigneur Sãi, a pour femme Tống Thị qui est la fille de Nguyễn Phúc Thông, proche collaborateur des Trịnh. Après la mort de Nguyễn Phúc Kỳ, Tống Thị reste au Đàng Trong et parvient à séduire Nguyễn Phúc Trung, quatrième fils du Seigneur Sãi. Tống Thị entre en communication avec son père au Nord et complote avec le Seigneur Trịnh pour attaquer le Seigneur Thượng.

L'amiral Lê Văn Hiểu, sur ordre de Trịnh Tráng, attaque l'embouchure Nhật Lệ. Défaite, l'armée du Seigneur Nguyễn doit se retirer à l'Est du rempart Trường Dục pour se défendre. Nguyễn Phúc Tần, fils du Seigneur Thượng, y conduit des

viện. Nguyễn Phúc Tần chia quân một mặt phục sẵn ở sông Cẩm La, mặt khác sai tướng Nguyễn Hữu Tiến nửa đêm xua 100 con voi vào trại quân Trịnh mở đường cho đạo quân khác của Chúa Nguyễn tấn công. Quân Trịnh đại bại, quân Nguyễn đuổi theo tàn quân Trịnh tới tận sông Lam mới dừng lại. Trong trận này, quân Nguyễn bắt được gần ba vạn quân Trịnh làm tù binh, trong đó các tướng chỉ huy là Gia, Lý, Mỹ đều bị bắt sống.

Cuộc chiến Trịnh-Nguyễn lần thứ năm (1655-1660)

Năm 1648 Chúa Thượng qua đời. Nguyễn Phúc Tần nối ngôi gọi là Chúa Hiền. Tống Thị và Nguyễn Phúc Trung nổi lên tranh quyền nhưng thất bại, cả hai đều bị giết. Năm 1655 quân Trịnh vượt sông Gianh quấy phá. Chúa Hiền quyết định cho quân Bắc tiến. Trận đầu quân Đàng Trong (tên gọi vùng lãnh thổ Đại Việt kiểm soát bởi Chúa Nguyễn) vượt sông Gianh, tướng của Chúa Trịnh là Phạm Thế Toản đầu hàng. Quân Chúa Nguyễn tiến tới Hoàng Sơn, đánh tan luôn quân Chúa Trịnh do Lê Hữu Đức chỉ huy. Chúa Trịnh Tráng sai Trịnh Trượng đem quân vào Nghệ An cùng tàn quân Lê Hữu Đức kháng cự. Quân Trịnh, Nguyễn giao tranh khốc liệt bất phân thắng bại.

troupes de renfort. Nguyễn Phúc Tần divise ses troupes en plusieurs ailes. D'une part il installe des hommes en embuscade au fleuve Cẩm La, d'autre part il ordonne au Général Nguyễn Hữu Tiến d'attaquer le campement des Trịnh avec 100 éléphants ouvrant ainsi la route d'attaque à un autre corps d'armée du Seigneur Nguyễn. L'armée Trịnh essuie une cuisante défaite, l'armée Nguyễn la poursuit jusqu'au fleuve Lam avant de s'arrêter. Dans cette bataille, l'armée Nguyễn capture presque 30.000 prisonniers, parmi lesquels les Généraux du commandement Gia, Lý, Mỹ.

Cinquième bataille entre les Trịnh et les Nguyễn (1655-1660)

En 1648, le Seigneur Thượng décède, Nguyễn Phúc Tần, dit Seigneur Hiền, lui succède. Tống Thị et Nguyễn Phúc Trung se soulèvent pour disputer le pouvoir mais échouent ; tous les deux sont exécutés. En 1655, les troupes Trịnh traversent le fleuve Gianh et se lancent dans des agissements hostiles. Le Seigneur Hiền décide d'avancer vers le Nord. Lors du premier combat, l'armée du Đàng Trong (nom donné au territoire du Đại Việt contrôlé par les Seigneurs Nguyễn) traverse le fleuve Gianh, le Général Phạm Thế Toản des Trịnh se rend. L'armée Nguyễn avance sur Hoàng Sơn et taille en pièces le corps d'armée Trịnh commandé par Lê Hữu Đức. Le Seigneur Trịnh Tráng ordonne à Trịnh Trượng d'emmener son armée à Nghệ An

Binh tướng cả hai bên đều tổn thất rất nặng, buộc cả hai cùng chấp nhận đình chiến. Sông Gianh được lấy làm biên giới phân tranh.

Lịch sử ghi nhận xung đột Trịnh-Nguyễn có tất cả bảy trận giao tranh lớn và hai trận nhỏ vào năm 1662 và 1672 khi quân Trịnh lại tấn công miền Nam, nhưng không thành công. Cho tới khi nhà Tây Sơn nổi lên tiêu diệt cả hai phe Trịnh, Nguyễn, cuộc chiến tranh Trịnh-Nguyễn mới kết thúc.

Chiến tranh Trịnh-Nguyễn được coi là một giai đoạn đen tối trong lịch sử dân tộc. Cuộc chinh chiến đã đẩy người dân vào vòng xoáy bạo lực, làm bia hứng đạn cho cuộc tranh chấp quyền lực giữa hai dòng họ. Tệ hơn nữa là ngay chính trong hai dòng họ Trịnh và Nguyễn cũng cuốn vào vòng xoáy quyền lực đó, bằng những cuộc thanh trừng tiêu diệt nội bộ và gây ra sự suy tàn về kinh tế.

pour résister avec le reste des troupes de Lê Hữu Đức. Les armées Trịnh et Nguyễn se livrent de féroces batailles sans se départager. De lourdes pertes sont constatées des deux côtés, ce qui les oblige à accepter la trêve. Le fleuve Giang est pris comme ligne de démarcation.

L'histoire rapporte que le conflit Trịnh-Nguyễn comporte en tout sept grandes batailles et deux autres de moindre importance en 1662 et 1672, quand l'armée Trịnh attaque le Sud sans succès. La guerre entre les Trịnh et les Nguyễn se termine seulement à l'émergence des Tây Sơn qui anéantissent les deux parties.

La guerre entre les Trịnh et les Nguyễn est considérée comme un sombre épisode de l'histoire du peuple. La guerre pousse le peuple dans le tourment créé par la violence et en lui faisant jouer le rôle de bouclier dans la lutte entre les deux familles pour le pouvoir. Pire encore, au sein même de leur famille, les Trịnh et les Nguyễn sont entraînées dans ce cercle vicieux de lutte pour le pouvoir dont le résultat est les épurations internes et le déclin de l'économie.

POLITIQUE DES TRỊNH AU ĐÀNG NGOÀI
Chính sách của họ Trịnh tại Đàng Ngoài

Vào năm 1599 giang sơn Đại Việt bị chia làm hai phần. Từ sông Gianh trở ra bắc gọi là Đàng Ngoài, từ sông Gianh vào phía nam gọi là Đàng Trong. Đàng Ngoài, quyền hành hoàn toàn nằm trong tay Chúa Trịnh, lúc đó là Chúa Trịnh Tùng, Vua Lê chỉ đóng vai trò hư vị.

Chính sách cai trị của họ Trịnh ở miền Bắc có thể chia ra làm ba thời kỳ như sau:

Thời kỳ đầu, các Chúa Trịnh tả xung hữu đột. Lúc này Đàng Ngoài phải đánh nhau với họ Mạc ở phía Bắc và chống chọi với họ Nguyễn ở phương Nam. Vì thế mọi việc sửa đổi chỉ chú trọng tới việc binh bị là chính.

Thời kỳ thứ hai là trong khoảng thời gian bình trị. Lúc này chiến tranh đã tạm yên nên các vấn đề trong nước như

En 1599, le pays Đại Việt est divisé en deux. Du fleuve Gianh vers le Nord on trouve le Đàng Ngoài et du fleuve Gianh vers le Sud c'est le Đàng Trong. Au Nord (Đàng Ngoài), le pouvoir est totalement entre les mains des Seigneurs Trịnh. A cette époque, il s'agit du Seigneur Trịnh Tùng, le Roi Lê n'étant que fantoche.

La politique des Trịnh au Nord peut être divisée en trois périodes :

A la première période, les Seigneurs Trịnh guerroient sur tous les fronts. Ils doivent se battre contre les Mạc au Nord et faire face aux Nguyễn au Sud. C'est pourquoi toutes les réformes se concentrent essentiellement sur les affaires militaires.

La deuxième période est une époque de paix, à laquelle la guerre est temporairement interrompue. Par conséquent les affaires internes

phép tắc, luật lệ, thuế khóa, học hành, thi cử đều có cơ hội chỉnh đốn lại.

Thời kỳ thứ ba là trong khoảng thời gian các Chúa Trịnh bắt đầu trụy lạc, chỉ biết ăn chơi, vơ vét. Trong thời gian này, các tệ trạng tham ô, cửa quyền tràn lan, các chúa tập trung vào việc khai thác các lợi ích của dòng họ mình. Đất nước trên đà suy thoái, dân tình lầm than. Thêm vào đó chiến tranh lan tràn khắp nơi đưa tới sự sụp đổ của họ Trịnh và nhà Lê cũng kết thúc.

THỜI KỲ LOẠN LẠC

Thời kỳ loạn lạc xảy ra vào khoảng những năm cuối thế kỷ 16 tới giữa thế kỷ 17. Đây là thời gian các chúa ở Đàng Ngoài phải đánh Nam dẹp Bắc, nên việc cai trị chủ yếu được thiết lập thiên về quân sự. Lê Quí Đôn đã viết về trình trạng này trong Đại Việt Thông Sử như sau: "*Từ Nhị Hà trở về Bắc, giặc giã nổi lên khắp nơi, khói lửa không ngớt*".

du pays telles que les règlements, la loi, la fiscalité, l'éducation, l'organisation des concours connaissent une conjoncture favorable à leur réorganisation.

La troisième époque coïncide avec celle où les Seigneurs Trịnh commencent à s'adonner à la débauche, à faire la noce, à tout rafler. Pendant cette période, la corruption et les abus de pouvoir se multiplient, les seigneurs se concentrent à exploiter les avantages au profit de leur propre famille. Le pays est en déclin, le peuple vit dans la misère. Par ailleurs, la guerre se répandant partout entraine la chute des Trịnh et aussi la fin de la dynastie des Lê.

PERIODE DE TROUBLES

La période de troubles s'étend de la fin du 16è siècle jusqu'au milieu du 17è. C'est la période où les seigneurs du Đàng Ngoài (du Nord) doivent guerroyer du Nord au Sud, par conséquent l'exercice du pouvoir politique est axée principalement sur les affaires militaires. Lê Quí Đôn a écrit dans Đại Việt Thông Sử (littéralement Histoire Générale du Đại Việt) : "*De Nhị Hà vers le Nord, les hostilités s'étendent partout, l'effervescence de la guerre est interminable*".

Năm 1599, Vua Lê Thế Tông băng hà. Trịnh Tùng lập con thứ của Lê Thế Tông lên làm vua, tức Vua Lê Kính Tông. Bất mãn với sự lộng quyền của Trịnh Tùng, Hòa Quận Công Vũ Đức Cung nổi lên chống lại họ Trịnh ở Tuyên Quang. Đồng thời một số tướng lãnh khác của họ Trịnh cũng làm phản ở Sơn Nam. Năm 1599, Trịnh Tùng tự xưng là Thượng Phụ Bình An Vương Đô Nguyên Soái Tổng Quốc Chính và thiết lập Phủ Chúa. Kể từ đây, nhà Lê chỉ còn hư danh, mọi việc quân cơ, cai trị đều do Phủ Chúa quyết định. Ngay cả chuyện phế lập ngôi vua cũng nằm trong tay các Chúa Trịnh.

THỜI KỲ BÌNH TRỊ VÀ SUY THOÁI

Đây là thời gian có nhiều thay đổi ở Đàng Ngoài, cả về hành chính và quân sự.

Chính sách quân sự
Không phải chỉ trong lúc giặc giã, binh bị mới được để ý tới mà ngay cả thời bình trị, quân đội cũng được trọng dụng trong các thời Chúa Trịnh cai

En 1599, le Roi Lê Thế Tông décède. Trịnh Tùng intronise son fils puiné, le Roi Lê Kính Tông. Mécontenté par l'abus de pouvoir de Trịnh Tùng, le duc Hòa Quận Công Vũ Đức Cung se soulève contre les Trịnh à Tuyên Quang. En même temps, un certain nombre d'officiers des Trịnh s'opposent au régime à Sơn Nam. En 1599, Trịnh Tùng se proclame Thượng Phụ Bình An Vương Đô Nguyên Soái Tổng Quốc Chính (littéralement Prince Bình An, Généralissime, Grand Ministre) et, pour s'établir, il érige et organise le Palais du Seigneur. Dès lors, la dynastie des Lê n'est plus qu'un titre vain, toutes les affaires militaires, administratives étant décidées par le Palais du Seigneur. Même la destitution et l'intronisation des rois sont entre les mains des Seigneurs Trịnh.

PERIODE DE PAIX ET DE DECLIN

Il s'agit d'une période où de nombreux changements sont observés au Đàng Ngoài (au Nord), y incluses les affaires administratives et militaires.

Politique militaire
Sous la gouvernance des Seigneurs Trịnh, l'armée est bien prise en considération, non seulement en période de guerre mais aussi en temps de paix. Ce n'est qu'en 1677

trị. Cho tới năm 1677 Chúa Trịnh Tạc mới cho các quan văn được vào bàn việc trong Phủ Chúa. Còn trước đó chỉ có các quan võ cao cấp, mới được phép vào Phủ Chúa, bàn luận các việc quốc gia đại sự mà thôi.

Khi họ Trịnh đánh nhau với nhà Mạc, quân số khoảng hơn 56 ngàn người. Sau khi đuổi được họ Mạc lên Cao Bằng rồi, Chúa Trịnh chia binh làm hai loại:

1/ <u>Túc Vệ Quân</u> được tuyển mộ ở Thanh Hóa và Nghệ An

Các binh sĩ này đóng ở kinh thành để bảo vệ phủ chúa, cung vua. Họ được cấp công điền và được hưởng nhiều bổng lộc, bởi vậy còn có tên là Ưu binh. Đạo quân này cũng còn được gọi là lính Tam phủ, vì chỉ được chọn tại ba phủ thuộc Thanh Hóa. Năm 1724 Chúa Trịnh Cương còn gọi "Thanh Hóa là đất thang mộc. Nghệ An là dân ứng nghĩa". (Có nghĩa Thanh Hóa là nơi phát sinh của một triều đại và Nghệ An là nơi cung cấp người cho đại sự). Đây là đám kiêu binh vì được các chúa tin tưởng và dành quá nhiều ưu đãi. Chúng thường hà hiếp dân chúng, nên ai ai cũng đều khiếp sợ. Đám kiêu binh này

que le Seigneur Trịnh Tạc autorise les dignitaires civils à participer aux affaires au Palais du Seigneur. Précédemment, seuls les officiers de haut rang sont autorisés à entrer au Palais du Seigneur pour discuter des affaires d'Etat importantes.

En temps de guerre contre la dynastie des Mạc, l'effectif militaires s'élève à 56.000 hommes. Après avoir repoussé les Mạc vers Cao Bằng, les Seigneurs Trịnh divisent l'armée en deux catégories :

1/ <u>Garde royale</u> (Túc Vệ Quân), sélectionnée parmi la population de Thanh Hóa et Nghệ An

Ces soldats sont casernés à la capitale pour protéger le Palais du Seigneur et celui du roi. Ils reçoivent des rizières communales et bénéficient de solde et indemnités avantageuses ; ils sont ainsi appelés "ưu binh" (soldats privilégiés). Ce corps d'armée est aussi appelé "soldats des trois districts" car ils sont sélectionnés parmi la population des trois districts faisant partie de Thanh Hóa. En 1724, le Seigneur Trịnh Cương qualifie "Thanh Hóa de terre d'où est issue une dynastie (đất thang mộc), Nghệ An de peuple qui fournit des hommes pour les affaires importantes (dân ứng nghĩa)". Ce sont des soldats vaniteux car ils ont la confiance des seigneurs et en reçoivent de

còn qua mặt chúa xâm phạm ngay cả những vị quan quan trọng như đốt nhà Tham Tụng Phạm Công Trứ và giết chết Bồi Tụng Nguyễn Quốc Trinh. Trịnh Tạc phải đem tiền bạc phủ dụ chúng mới thôi. Về sau, cũng chính đám kiêu binh này đã góp phần trực tiếp vào sự sụp đổ của dòng họ Trịnh.

2/ <u>Ngoại binh</u> được tuyển từ bốn trấn ở đất Bắc là Sơn Nam, Kinh Bắc, Hải Dương và Sơn Tây
Cũng có thể gọi các binh lính này là thành phần dự bị. Một phần được giữ lại đủ để trấn thủ các trấn, hầu hạ các quan chức. Còn bao nhiêu cho về làm ruộng, khi nào dùng tới mới gọi nhập ngũ. Như thời Chúa Trịnh Doanh có lắm giặc giã, phải đánh dẹp nhiều nơi, mới gọi đến lính tứ trấn.

Chính Sách hành chánh
Có ba con đường tuyển chọn các quan chức thời Lê-Trịnh.

1/ <u>Chế độ thi cử</u>
Thể thức thi cử vẫn còn theo lề lối thời Lê sơ. Cứ ba năm mở

nombreux privilèges. Ils tyrannisent le peuple, ainsi tous en ont peur. Ils incendient même la maison du premier dignitaire de la Cour (Tham Tụng) Phạm Công Trứ et tuent le Responsable du Palais du Seigneur (Bồi Tụng) Nguyễn Quốc Trinh, des officiels importants, sans se soucier du seigneur. Trịnh Tạc doit les calmer avec de l'argent pour qu'ils arrêtent. Plus tard, ce sont justement ces soldats vaniteux qui contribueront directement à la chute de la famille Trịnh.

2/ <u>Troupes provinciales</u> (Ngoại binh) enrôlées dans les provinces du Nord : Sơn Nam, Kinh Bắc, Hải Dương et Sơn Tây
On peut dire que ces militaires sont des réservistes. Une partie d'entre eux est assignée à la défense des provinces et au service des dignitaires. Les autres peuvent retourner aux travaux des champs, et ils ne sont rappelés qu'en cas de nécessité. Par exemple, à l'époque du Seigneur Trịnh Doanh lorsque la guerre fait rage, il faut pacifier plusieurs endroits et dès lors les soldats des quatre provinces sont rappelés.

Politique administrative
Trois modes de recrutement des mandarins se distinguent à l'époque Lê-Trịnh.

1/ <u>Régime des concours</u>
Les modalités appliquées aux concours sont toujours celles du

một kỳ thi, gồm có thi Hương, thi Hội rồi tới thi Đình. Tuy nhiên, về khả năng của các sĩ tử được tuyển chọn thường rất hạn hẹp và yếu kém. Kiến thức của đám người này chỉ là những con mọt sách. Học theo lối từ chương và tệ hại hơn nữa, tình trạng gian lận trong kỳ thi và mua bán đề thi càng ngày càng phát triển. Phủ Chúa thời đó đã phải kêu lên rằng: *"Gần đây kẻ đọc kinh lo sưu tầm tiểu chú mà bỏ phần chính văn, kẻ đọc sử tìm ngoại biên mà bỏ cương mục. Học thuộc sơ sài . . . ".*

2/ Chính sách mua bán quan chức được phổ biến

Thời Chúa Trịnh Doanh còn đặt ra lệ nộp tiền để thông qua các kỳ thi. Chỉ cần đóng ba quan là được miễn khảo hạch để vào thi, gọi là thông kinh.

Từ đời Trịnh Giang trở đi, đặt ra lệ cứ tứ phẩm trở xuống ai nộp 600 quan thì được thăng

début de la dynastie des Lê. Tous les trois ans a lieu une session de concours composés de "thi Hương" (concours interprovincial), thi Hội (concours à la Capitale) puis thi Đình (concours à côté du palais du roi et présidé par le roi). Cependant, la capacité des lettrés sélectionnés est limitée. Leur connaissance est celle des rats de bibliothèque, dans le mauvais sens du terme. Leur instruction est purement livresque et pire encore, les tricheries lors des concours et le commerce des sujets des épreuves se développent de jour en jour. Le Palais du Seigneur doit reconnaitre : *"Récemment, les lecteurs des Classiques recherchent les annotations et négligent le texte, ils lisent les livres d'histoire en recherchant les faits à caractère marginal et oublient la trame. Ils étudient par cœur en se limitant aux rudiments...".*

2/ Généralisation de la politique de vente des titres

A l'époque du Seigneur Trịnh Doanh, la dispense des concours moyennant finance est instaurée. Il suffit de payer trois "quan" (unité monétaire d'alors) pour être dispensé des interrogations d'admission aux concours.

A partir de l'époque de Trịnh Giang, la pratique habituelle permet aux mandarins de 4è rang et

chức một bậc. Còn những người dân thường chỉ cần nộp 2.800 quan là được bổ tri phủ, 1.800 quan được bổ tri huyện. Như thế, hễ ai có tiền là được quyền trị dân, bởi vậy phẩm giá của những người làm quan đời bấy giờ cũng kém dần đi.

3/ <u>Chính sách tiến cử hầu như được áp dụng triệt để cho các võ quan</u>

Vì họ Trịnh muốn tổ chức một quân đội tuyệt đối trung thành với dòng họ mình, nên các chức quan võ trọng yếu, đều được đề cử từ các thân tộc dòng họ Trịnh, hoặc các thân tộc trung thành với họ Trịnh mà thôi.

Về Hình luật

Hình luật cũng gần giống như đời Lê trước đó. Hình pháp được chia ra làm 5 loại gọi là ngũ hình: xuy, trượng, đồ, lưu và tử. Lúc trước tội gì cũng được cho chuộc bằng tiền, nay Chúa Trịnh Tạc định lại: bất cứ ai phạm tội gì cũng theo tội nặng nhẹ mà luận hình, chứ không cho chuộc nữa. Thời Chúa Trịnh Cương bỏ luật chặt tay. Và đổi lại là: Ai phải chặt hai bàn tay đổi thành tù chung

de rang inférieur de payer 600 "quan" pour être élevés d'un rang. Les personnes ordinaires n'ont besoin que de payer 2.800 "quan" pour être nommés chef de préfecture, 1.800 "quan" pour être chef de district. Ainsi, il suffit d'être riche pour pouvoir administrer le peuple et, par conséquent, la dignité des mandarins d'alors se déprécie progressivement.

3/ <u>Politique de recommandation appliquée presque systématiquement à la nomination des officiers</u>

Parce que les Trịnh veulent une armée absolument fidèle à leur famille, les postes d'officiers importants sont tous occupés, sur proposition, par des personnes issues de la parentèle Trịnh, ou de celles fidèles aux Trịnh.

Droit pénal

Le droit pénal est semblable à celui des Lê des temps antérieurs. Les peines se composent de cinq catégories de châtiments (ngũ hình) : fouettage, bastonnade, travail forcé, déportation et condamnation à mort. Auparavant, toute peine pouvait être rachetée avec de l'argent, dorénavant le Seigneur Trịnh Tạc redéfinit : toute personne ayant commis un délit doit être punie en fonction de la gravité du délit, le rachat n'est plus d'application. A l'époque du

thân; ai phải chặt một bàn tay đổi thành 12 năm tù v.v...

Seigneur Trịnh Cương, l'amputation des mains est abolie. L'amputation des deux mains est commuée en prison à vie, l'amputation d'une main en 12 ans de prison, etc...

Các Thứ thuế

Có nhiều loại thuế được kể tới như sau: thuế Đinh, thuế Điền và Sưu Dịch.

<u>Thuế Đinh</u>: Cứ sáu năm phải làm lại sổ một lần để tùy số dân đinh nhiều ít mà đánh thuế. Mỗi suất đinh đóng một quan hai tiền. Người già từ 50 tới 60 hoặc tráng niên từ 17 tới 19 chỉ phải đóng phân nửa.

<u>Thuế Điền thổ</u>: Cứ mỗi mẫu công điền là phải nạp 8 tiền, ruộng nào cấy hai mùa phải chia ba, quan lấy một phần thóc. Những đất bãi của quan, cứ mỗi mẫu nạp thuế một quan hai tiền. Các ruộng tư điền, ngày trước không phải đóng thuế, đến nay không có ngoại lệ đó nữa; ruộng hai mùa mỗi mẫu đóng ba tiền, ruộng một mùa mỗi mẫu đóng hai tiền.

Impôts

Différents types d'impôts se distinguent : impôt des personnes, impôt terrien et corvée.

<u>Impôt des personnes</u> : Un recensement se fait tous les six ans pour fixer les impôts en fonction des chiffres de la population. Chaque citoyen doit payer un "quan" et deux "tiền", les personnes âgées de 50 à 60 ans et les jeunes de 17 à 19 ans paient la moitié de cette somme.

<u>Impôt terrien</u> : Chaque "mẫu" (1 mẫu = 3.500 ou 5.000 m² selon les endroits) de terre publique doit payer 8 "tiền", les rizières pratiquant deux moissons par an doivent remettre au mandarin local un tiers de la moisson. Les terres des mandarins doivent payer un "quan" et 2 "tiền" pour chaque "mẫu". Les terres privées, qui ne devaient pas payer d'impôt auparavant, ne bénéficient plus de cette exception ; les rizières pratiquant deux moissons par an paient trois "tiền" par "mẫu", celles à une moisson deux "tiền" par "mẫu".

Ngoài ra còn có các loại thuế đánh vào thổ sản, thuế mỏ, thuế đò, thuế chợ v.v...

Par ailleurs, les produits agricoles locaux, les mines, les bacs servant à passer les cours d'eau, les marchés, etc... sont aussi soumis à imposition.

CHÍNH SÁCH NGOẠI GIAO CỦA HỌ TRỊNH

POLITIQUE ETRANGERE DES TRỊNH

Ngoài việc liên hệ với các nước lân bang như Tàu và Ai Lao, các dịch vụ buôn bán, giao thiệp với các nước khác không đáng kể.

Exception faite des relations avec les pays voisins comme la Chine et le Laos, les transactions commerciales, les relations avec d'autres pays sont négligeables.

Quan hệ với nước Tàu

Trong thời kỳ Vua Lê Chúa Trịnh cai trị ở Đàng Ngoài, nội tình nước Tàu có nhiều biến động. Do đó mãi tới năm 1667, nhà Thanh sau khi chiếm được toàn bộ lãnh thổ, mới sai sứ giả sang nước ta phong cho Vua Lê làm An Nam Quốc Vương và định lệ triều cống. Cống phẩm gồm có: 209 lạng vàng, 691 lạng bạc, 20 sừng tê giác, 10 cặp ngà voi.

Relations avec la Chine

Durant la période où les Rois Lê et les Seigneurs Trịnh administrent le Đàng Ngoài (le Nord), la Chine connaît de nombreux troubles internes. C'est pourquoi, il faut attendre jusqu'en 1667 pour que la dynastie des Qīng (Thanh en vietnamien), après avoir conquis tout le territoire chinois, envoie des messagers à notre pays pour conférer au Roi Lê le titre de roi d'An Nam et fixer les modalités de paiement des tributs. Les tributs sont fixés à 209 taels (1 tael = 37,8 g) d'or, 691 taels d'argent, 20 cornes de rhinocéros, 10 paires de défense d'éléphant.

Tới năm 1716, nhà Thanh miễn cho ta ngà voi và sừng tê giác, vì đường xá quá xa xôi, vận chuyển khó khăn. Đây là thời kỳ Đàng Ngoài có nhiều biến động nội bộ và vì nỗ lực

A partir de 1716, la dynastie des Qīng nous dispense de fournir les défenses d'éléphant et les cornes de rhinocéros à cause de la longueur du chemin et des difficultés du transport. A cette période, le Đàng

củng cố miền đồng bằng, nên trong thời gian này nước ta mất đi một phần lãnh thổ vào tay nhà Thanh.

Năm 1672, Vũ Công Tuấn nổi lên chống lại họ Trịnh ở Tuyên Quang. Những lúc thua trận, quân của Tuấn chạy sang biên giới Vân Nam. Năm 1688, Thoại Nhân Bá là thổ ty của nhà Thanh, nhân cơ hội, mang quân đánh dẹp và chiếm luôn một số đất tại ba châu Vị Xuyên, Bảo Lạc và Thủy Vĩ của nước ta. Đồng thời cũng trong thời kỳ này, tàn quân của họ Mạc sau khi thất trận tại Cao Bằng, đã phải rút quân qua biên giới Việt-Tàu, phối hợp với quân của Vũ Công Tuấn cướp phá các vùng thuộc Cao Bằng, Tuyên Quang, Hưng Hóa. Đây lại là một cơ hội tốt cho nhà Thanh trong năm 1688 tới 1690 đem quân đánh chiếm hết một giải đất từ phía tây của Cao Bằng để sáp nhập vào phủ Mông Tự (Mengzi) và phủ Khai Hoa (Kaihua) của Tàu. Trong tình huống này, họ Trịnh chỉ còn biết sai sứ sang Tàu xin nhà Thanh trả lại những phần đất bị lấn chiếm. Lúc bấy giờ nhà Thanh đang phải đối phó với các cuộc nổi dậy liên tiếp của dân chúng, nên không muốn

Ngoài connait de nombreux troubles internes et parce qu'il doit fournir des efforts pour consolider la région des plaines, une partie de notre territoire tombe entre les mains des Qīng.

En 1672, Vũ Công Tuấn se soulève contre les Trịnh à Tuyên Quang. Lors de leurs défaites, les troupes de Tuấn se réfugient à Yúnnán (Vân Nam en vietnamien), de l'autre côté de la frontière. En 1688, Thoại Nhân Bá, un chef tribal des Qīng, profite de l'occasion pour les réprimer et occupe certains territoires des trois districts de notre pays : Vị Xuyên, Bảo Lạc et Thủy Vĩ. Simultanément, à cette même époque, le reste de l'armée des Mạc, après avoir été défait à Cao Bằng, se retire de l'autre côté de la frontière sino-vietnamienne. Il s'allie aux troupes de Vũ Công Tuấn pour s'adonner aux pillages dans les régions de Cao Bằng, Tuyên Quang, Hưng Hóa. C'est une bonne opportunité pour la dynastie des Qīng de venir, de 1688 à 1690, occuper la bande de territoire située à l'Ouest de Cao Bằng et l'annexer aux provinces chinoises de Méngzì (Mông Tự en vietnamien) et Kaihua (Khai Hoa en vietnamien). Devant cette situation, les Trịnh ne peuvent qu'envoyer des messagers en Chine pour demander aux Qīng de rendre les territoires occupés. A ce moment, le dynastie des Qīng doit faire face aux soulèvements

gây thêm phiền hà tại biên giới. Năm 1726, nhà Thanh đã trả lại một giải đất dài 80 dặm thuộc châu Vị Xuyên và Thủy Vĩ. Tới năm 1728, nhà Thanh lại trả thêm 40 dặm đất nữa thuộc Vị Xuyên, lấy sông Đỗ Chủ làm biên giới. Nhưng còn những phần đất khác đã vĩnh viễn sáp nhập vào lãnh thổ nước Tàu.

Năm 1768-1769 Hoàng Công Chất và con là Hoàng Công Toàn nổi lên chống lại họ Trịnh tại phủ Yên Tây (nay là Lai Châu) giáp với Vân Nam. Công Chất và Công Toàn thua trận, chạy sang biên giới. Quân Thanh lại có cớ chiếm lấy sáu châu Hoàng Nham, Hợp Phi, Quảng Lăng, Tuy Phụ và Khiêm Châu sát nhập vào tỉnh Vân Nam. Họ Trịnh cử sứ giả sang đòi lại, nhưng không thành công, từ đó cả một vùng rộng lớn phía Tây Bắc nước ta mất vào tay nước Tàu.

Quan hệ với Ai Lao
Năm 1574, Lan Xang (tên nước Lào vào giai đoạn đó) bị Miến Điện lấn chiếm, mãi cho tới cuối thế kỷ thứ 16, Lan Xang mới dành lại được độc lập. Triều đại Vua Sorinya

successifs de la population, c'est pourquoi elle ne veut pas avoir plus de complications à la frontière. En 1726, La dynastie des Qīng rend une bande de terre longue de 80 "dặm" (1 dặm = ± 450m) appartenant aux districts de Vị Xuyên et Thủy Vĩ. En 1728, elle rend en plus 40 "dặm" appartenant à Vị Xuyên, prenant le fleuve Đỗ Chủ comme frontière. Le reste des territoires occupés est définitivement annexé à la Chine.

Dans les années 1768-1769, Hoàng Công Chất, et son fils Hoàng Công Toàn, se soulèvent contre les Trịnh dans la province de Yên Tây (Lai Châu actuellement), limitrophe de Yúnnán. Après leur défaite, Công Chất et Công Toàn se retirent de l'autre côté de la frontière. L'armée Qīng a alors le prétexte pour s'emparer des six districts de Hoàng Nham, Hợp Phi, Quảng Lăng, Tuy Phụ et Khiêm Châu et les annexer à Yúnnán. Les Trịnh envoient sans succès des messagers pour les revendiquer. Dès lors, toute une vaste région du Nord-Ouest de notre pays est perdue au profit de la Chine.

Relation avec le Laos
En 1574, le Lan Xang (nom du Laos à cette époque) est envahi par la Birmanie et c'est seulement à la fin du 16è siècle qu'il arrive à reconquérir son indépendance. Sous le règne du Roi Sorinya

Vongsa (1637-1694) nước Lan Xang mở rộng lãnh thổ bao gồm gần hết phần đất Lào quốc hiện nay. Dưới triều đại này, quan hệ Việt–Lào hết sức tốt đẹp. Vua Sorinya Vongsa đã kết hôn cùng con gái Vua Thần Tông. Sau khi Vua Sorinya Vongsa băng hà, nước Lan Xang xảy ra nhiều biến động phế lập. Cháu của Vua Sorinya Vongsa là Ông Lô phải bôn tẩu qua nước ta. Năm 1700, Ông Lô được Chúa Trịnh Căn giúp trở về nước giết vua đang tại vị, giành lại ngôi báu. Năm 1706 Chúa Trịnh Căn còn gả con gái cho Vua Ông Lô để giữ hoà khí bang giao.

Vongsa (1637-1694), le Lan Xang élargit son territoire qui devient presque aussi grand que le Laos actuel. A cette période, le Việt Nam et le Laos entretiennent d'excellentes relations. Le Roi Sorinya Vongsa a épousé la fille du Roi Thần Tông. Plus tard, au décès du Roi Sorinya Vongsa, le Lan Xang connait des troubles provoqués par la destitution de rois pour en introniser d'autres. Le neveu du Roi Sorinya Vongsa, Ông Lô, doit se réfugier dans notre pays. En 1700, avec l'aide du Seigneur Trịnh Căn, il retourne au pays, tue le roi en place et reconquiert le trône. En 1706, le Seigneur Trịnh Căn lui donne la main de sa fille pour préserver la concorde.

POLITIQUE DES NGUYỄN AU ĐÀNG TRONG

Chính sách của họ Nguyễn tại Đàng Trong

Tiến trình thành lập Đàng Trong bắt đầu vào cuối năm 1558, khi Nguyễn Hoàng được Trịnh Kiểm cho vào trấn thủ Thuận Hóa. Năm 1570 Chúa Trịnh giao nốt Quảng Nam cho Nguyễn Hoàng trị nhậm. Trong những năm đầu Chúa Trịnh nhân danh Vua Lê, vẫn cho người vào thu thuế và bổ nhiệm các quan chức thân tín vào kiểm soát công việc của họ Nguyễn. Quyền kiểm soát vùng Thuận Hóa-Quảng Nam của triều đình Lê-Trịnh bắt đầu thuyên giảm từ năm 1600, cho tới năm 1613 Nguyễn Hoàng mất, truyền ngôi cho con là Nguyễn Phúc Nguyên (Chúa Sãi).

Chúa Sãi lên ngôi quyết định sa thải các quan chức do Vua Lê bổ nhiệm. Di chuyển Phủ Chúa vào Phước Yên. Sửa lại bộ máy hành chánh, thành lập ba Ty là:

Le déroulement de la fondation du Đàng Trong (le Sud) commence à la fin de l'an 1558, quand Trịnh Kiểm assigne la défense de Thuận Hóa à Nguyễn Hoàng. En 1570, le Seigneur Trịnh confie en plus à ce dernier l'administration de Quảng Nam. Dans les premières années, le Seigneur Trịnh, au nom du Roi Lê, continue à envoyer des hommes pour percevoir les impôts et nommer des mandarins de confiance pour contrôler le travail de la famille Nguyễn. L'autorité de la Cour Lê-Trịnh sur la région de Thuận Hóa-Quảng Nam commence à s'affaiblir à partir de 1600, et en 1613, au décès de Nguyễn Hoàng, son fils Nguyễn Phúc Nguyên (alias Seigneur Sãi) lui succède.

Après sa prise de pouvoir, le Seigneur Sãi décide de congédier les mandarins nommés par le Roi Lê et transfère le Palais du Seigneur à Phước Yên. Il réorganise l'appareil administratif en créant trois Ty (départements) :

1) Ty Xá coi việc kiện tụng và lưu giữ hồ sơ. 2) Ty Tướng Thần coi việc thu thuế. 3) Ty Lệnh Sử lo việc việc tế tự và quân lương.	1) Ty Xá pour les procédures judiciaires et l'archivage de dossiers, 2) Ty Tướng Thần pour la perception des impôts, 3) Ty Lệnh Sử pour les cérémonies de culte et le service du ravitaillement en vivres des armées
Năm 1620 Chúa Sãi tuyệt giao với triều đình Lê-Trịnh và kể từ năm 1672, sau khi các cuộc chiến Trịnh Nguyễn chấm dứt, từ Thuận Hóa về phía nam trở thành một giang sơn biệt lập, gọi là Đàng Trong, kinh đô đặt tại Phú Xuân (Huế) để phân biệt với Đàng Ngoài là lãnh thổ Đại Việt phía bắc Thuận Hóa do Chúa Trịnh kiểm soát.	En 1620, le Seigneur Sãi coupe les relations avec la Cour Lê-Trịnh et à partir de l'an 1672, à la fin des guerres entre les Trịnh et les Nguyễn, le territoire s'étendant de Thuận Hóa vers le Sud devient un territoire séparé, appelé le Đàng Trong pour le distinguer du Đàng Ngoài qui est la partie du territoire du Đại Việt située au Nord de Thuận Hóa et contrôlée par les Seigneurs Trịnh ; sa capitale est fixée à Phú Xuân (Huế).

TỔ CHỨC CHÍNH TRỊ TẠI ĐÀNG TRONG

ORGANISATION DE LA POLITIQUE AU ĐÀNG TRONG

Tổ chức hành chánh
Cũng giống như Đàng Ngoài, các Chúa Nguyễn tuyển dụng quan lại bằng ba cách:
1/ Tiến cử con cháu dòng họ quí tộc và kẻ thân tín làm quan

Có ba thành phần được ưu dụng gồm: Dòng tộc nhà họ Nguyễn, tiếp đến những người ở Tống Sơn, Thanh Hóa chạy theo Chúa Tiên (Nguyễn

Organisation de l'administration
A l'instar du Đàng Ngoài, les Seigneurs Nguyễn sélectionnent les mandarins de trois façons :
1/ Nomination des membres de la noblesse et des personnes de confiance

Trois catégories de personnes sont privilégiées : la parentèle Nguyễn, ensuite les personnes originaires de Tống Sơn, de Thanh Hóa ayant suivi le Seigneur Tiên (Nguyễn

Hoàng) vào Nam. Cuối cùng là những người gốc Thanh Hóa.

2/ Thi cử tuyển lựa người tài
Hình thức thi cử ít được áp dụng
Năm 1640, Chúa Thượng (Nguyễn Phúc Lan) mới bắt đầu định phép thi cử. Có hai cấp là Chính Đồ và Hoa Văn. Cứ 9 năm mở một kỳ thi tại kinh đô Phú Xuân. Còn các Dinh thì 5 năm mở khoa thi một lần.

3/ Mua quan bán chức bằng tiền
Ví dụ năm 1725, Chúa Chu (Nguyễn Phúc Minh) chính thức định giá muốn làm Xã trưởng phải nộp 45 quan. Xã có 2 loại chức dịch: Tướng Thần và Xã Trưởng. Việc thăng quan tiến chức được mua bằng tiền như vậy. Tuy nhiên, không phải chức tước nào cũng mua được. Những chức tước quan trọng trong triều đình, các Chúa Nguyễn chỉ tuyển chọn các thân tộc quyền quí mà thôi.

Hoàng) au Sud, et enfin les autres personnes originaires de Thanh Hóa.

2/ Concours de sélection d'hommes de valeur, peu usité

Le Seigneur Thượng (Nguyễn Phúc Lan) ne définit les modalités appliquées aux concours qu'en 1640. Il existe 2 niveaux : Chính Đồ (dont les lauréats deviennent mandarins, similaire au "thi Hương, thi Hội" au Nord) et Hoa Văn (sélectionnant des personnes ayant une belle écriture pour en faire des scribes). Les sessions de concours ont lieu tous les 9 ans à la capitale Phú Xuân. Dans les "Dinh" (zones tactiques, divisions administratives autres que la capitale), les sessions de concours ont lieu tous les 5 ans.

3/ Commerce des titres

Par exemple, en 1725, le Seigneur Chu (Nguyễn Phúc Minh) fixe officiellement le prix pour accéder à la fonction de chef de village à 45 "quan" (unité monétaire d'alors). Dans les villages, il y a deux fonctions : Tướng Thần (collecteur d'impôts) et Xã Trưởng (chef de village). Les promotions se monnaient de façon similaire. Cependant, tous les titres ne sont pas achetables. Les fonctions importantes de la Cour ne sont accessibles qu'aux membres de la noblesse.

Điều đặc biệt là các quan chức này đều không có lương. Tiền lương bổng của họ đều là nguồn thu hoạch từ dân chúng. Nhưng các Chúa Nguyễn cũng đặt ra mức thu hoạch của các quan lại rõ rệt. Tuy nhiên, muốn làm quan, không phải chỉ bỏ tiền ra một lần, mà phải chi cho nhiều thứ như giỗ tết, đình đám, lấy bằng cấp v.v... do đó các quan nha tìm mọi cách vơ vét tiền tài, của cải trong dân chúng để làm giàu.

Năm 1744, Chúa Võ (Nguyễn Phúc Khoát) định lại triều nghi. Chúa tự xưng vương hiệu. Sau đó thiết lập các Bộ Lại, Bộ Lễ, Bộ Hình, Bộ Hộ, thêm vào Binh bộ và Công bộ. Đồng thời thiết lập Hàn lâm viện cho các văn quan. Chúa Võ cũng chỉ định Tứ trụ triều đình chọn trong các bộ này và đều là người trong hoàng tộc hoặc thân tín.

Une caractéristique particulière est que ces membres officiels de l'administration n'ont pas de salaire. Leur revenu provient des recettes perçues auprès de la population. Par contre, les Seigneurs Nguyễn définissent clairement les limites relatives aux recettes. Cependant, pour être mandarin, il ne suffit pas de payer une fois, il faut aussi subvenir aux dépenses pour les commémorations diverses, les fêtes du village, les diplômes, etc..., c'est pourquoi les mandarins cherchent par tous le moyens à rafler l'argent, les biens de la population pour s'enrichir.

En 1744, le Seigneur Võ (Nguyễn Phúc Khoát) redéfinit les protocoles de la Cour. Il se proclame prince. Plus tard, il établit les ministères des Nominations (Bộ Lại), des Rites (Bộ Lễ), de la Justice et de l'Application des Peines (Bộ Hình), des Finances (Bộ Hộ), en plus de ceux de la Défense (Bộ Binh), de la Communication et des travaux publiques (Bộ Công). En même temps il fonde l'Académie pour les mandarins civils. Le Seigneur Võ désigne également les quatre mandarins les plus haut gradés "Tứ trụ triều đình" (littéralement les quatre piliers de la Cour), choisis parmi les personnes de confiance ou issues de sa parentèle et faisant partie de ces ministères.

Tổ chức quân đội

Trong hoàn cảnh Chúa Nguyễn phải đương đầu với Chúa Trịnh ở Đàng Ngoài và các cuộc bành trướng lãnh thổ về phương Nam, Chúa Tiên (Nguyễn Hoàng) và các chúa kế nghiệp đã phải xây dựng một thể chế lấy quân đội làm chỗ dựa. Binh quyền là ưu tiên hàng đầu, nên các Chúa Nguyễn rất quan tâm tới tạo dựng một quân đội thật hùng mạnh.

Tổ chức quân đội được chia ra làm ba loại:

1/ <u>Quân Túc Vệ</u>

Loại này gồm Tả Tiệp và Hữu Tiệp. Túc Vệ binh chỉ tuyển chọn những người trong hoàng tộc, con cái dòng họ quí tộc, hoặc con cái những người đi theo Chúa Tiên vào Thanh Hóa thuở ban đầu. Cũng vì vậy mà quân số này không nhiều. Do đó, các Chúa Nguyễn còn phải dựa vào binh chính qui ở các Dinh. Túc Vệ binh có bổn phận bảo vệ kinh thành cũng như lo sự an toàn cho các chúa.

2/ <u>Quân Chính quy</u>

Loại này được tổ chức thành Cơ, Đội và Thuyền, đóng ở các Dinh. Thường thì mỗi thuyền có từ 30 tới 60 người. Nhiều thuyền hợp lại thành đội.

Organisation de l'armée

Dans la mesure où les Seigneurs Nguyễn doivent faire face aux Seigneurs Trịnh au Đàng Ngoài et à l'expansion du territoire vers le Sud, le Seigneur Tiên (Nguyễn Hoàng) et ses successeurs doivent fonder un régime s'appuyant sur l'armée. Le pouvoir militaire est la première priorité, par conséquent les Seigneurs Nguyễn prennent très à cœur l'établissement d'une armée surpuissante.

Trois catégories de corps d'armée se distinguent :

1/ <u>Garde royale</u> (Quân Túc Vệ)

Cette catégorie se divise en unité "de gauche" (Tả Tiệp) et unité "de droite" (Hữu Tiệp). Elle est sélectionnée parmi la parentèle des Seigneurs, de la noblesse et les descendants de ceux qui ont suivi le Seigneur Tiên à Thanh Hóa depuis le début. C'est pourquoi son effectif est peu nombreux. Ainsi, les Seigneurs Nguyễn doivent s'appuyer en plus sur l'armée régulière dont le campement se trouve dans les "Dinh" (zone tactique). La garde royale est en charge de la défense de la capitale et de la protection des seigneurs.

2/ <u>Armée régulière</u>

Cette catégorie est organisée en "Cơ, Đội et Thuyền", divisions et subdivisions militaires casernées dans les "Dinh" (zone tactique). En général, chaque "thuyền" regroupe

Nhiều đội họp thành cơ. Đây là quân chủ lực của các Chúa Nguyễn dùng cho các cuộc chinh chiến. Có những cơ chỉ có vài trăm quân mà cũng có những cơ lên tới cả chục ngàn lính.

3/ <u>Thổ binh</u>
Là những binh sĩ địa phương, cũng còn gọi là tạm binh. Quân số của thổ binh rất lớn. Có nhiệm vụ canh giữ, tuần tra và lao động ở những vùng đất mới chiếm được. Thổ binh không được trả lương nhưng được miễn sưu thuế và tự túc canh tác.

Quân chính qui và thổ binh được tuyển chọn từ dân giả từ 18 tới 50 tuổi, trừ trường hợp là con trai độc nhất trong gia đình hoặc bệnh tật.

Từ đầu thế kỷ 17, người Đàng Trong đã học được cách đúc súng và trang bị đại bác cho chiến thuyền. Các chiến thuyền này thường có ba khẩu đại bác, một ở mũi thuyền, và mỗi mạn thuyền một khẩu. Chiến thuyền có khoảng 30 tay chèo và thường lớn hơn chiến thuyền của Đàng Ngoài. Bởi vậy, đã có lần hải quân của Chúa Nguyễn chiến thắng được cả chiến thuyền ngoại quốc.

de 30 à 60 personnes. Plusieurs " thuyền" forment un "đội", plusieurs "đội" un "cơ". Il s'agit des principales forces armées que les Seigneurs Nguyễn utilisent pour les guerres. Certains "cơ" n'ont que quelques centaines d'hommes, d'autres voient leur effectif monter à des milliers de combattants.

3/ <u>Milice locale</u> (Thổ binh)
Elle comprend des soldats des localités, appelés aussi soldats temporaires, dont l'effectif est très grand. Elle est chargée de la défense, des patrouilles et du travail dans les territoires nouvellement conquis. Elle ne reçoit pas de solde mais est exempte d'impôt et est autosuffisante grâce aux travaux agricoles.

L'armée régulière et la milice locale sont enrôlées parmi la population de 18 à 50 ans, exception faite des enfants uniques et des handicapés.

Depuis le début du 17è siècle, le Đàng Trong sait déjà fabriquer des armes à feu et armer ses vaisseaux de canons. Ces navires de guerre ont en général trois canons, un à la proue et un à chaque flanc. Ils ont à peu près 30 rameurs et sont souvent plus grands que ceux du Đàng Ngoài. C'est ainsi que les forces navales des Seigneurs Nguyễn peuvent parfois battre des vaisseaux étrangers.

CÁC CHÚA NGUYỄN MỞ NƯỚC VỀ PHƯƠNG NAM

Chúa Nguyễn chiếm Chiêm Thành

Năm 1611, Chúa Tiên (Nguyễn Hoàng) sai Chủ Sự Văn Phong mang quân chiếm vùng đất của Chiêm Thành giáp giới Quảng Nam, thành lập phủ Phú Yên. Vua Chiêm Thành là Bà Tấm nhiều lần kéo quân đánh Phú Yên, nhưng đều thất bại.

Năm 1653, Chúa Hiền (Nguyễn Phúc Tần) viện cớ quân Chiêm hay quấy nhiễu Phú Yên, nên sai Cai Cơ Hùng Lộc và Xá Cai Minh Vũ đem quân sang đánh Chiêm Thành. Quân nhà Nguyễn tiến tới đốt kinh đô Chiêm, rồi tràn luôn lên tới sông Phan Rang. Vua Chiêm phải bỏ chạy và xin hàng. Chúa Hiền thành lập thêm hai phủ Thái Khanh và Diên Ninh trong vùng đất Chiêm từ Phú Yên tới Phan Rang. Từ đó Chiêm Thành chỉ còn lại vùng đất phía nam sông Phan Rang và hàng năm phải triều cống.

EXTENSION DU PAYS VERS LE SUD PAR LES SEIGNEURS NGUYỄN

Occupation du Champa par les Seigneurs Nguyễn

En 1611, le Seigneur Tiên (Nguyễn Hoàng) ordonne à l'officier Văn Phong d'emmener ses troupes occuper le territoire du Champa, limitrophe de Quảng Nam et créer la province de Phú Yên. Le roi de Champa, No Nraup (Bà Tấm en vietnamien) attaque plusieurs fois Phú Yên sans succès.

En 1653, le Seigneur Hiền (Nguyễn Phúc Tần), sous prétexte que l'armée Champa sème souvent des troubles à Phú Yên, ordonne au Commandant de Bataillon (Cai Cơ) Hùng Lộc et au Chef de Ty Xá (Xá Cai) Minh Vũ d'attaquer le Champa. L'armée des Nguyễn avance sur la capitale du Champa et l'incendie, puis elle envahit la région allant jusqu'au fleuve Phan Rang. Le roi de Champa s'enfuit et demande à se rendre. Le Seigneur Hiền fonde alors deux provinces supplémentaires sur le territoire du Champa s'étendant de Phú Yên à Phan Rang : ce sont les districts de Thái Khanh et Diên Ninh. Depuis lors, le Champa est limité au territoire situé au Sud du fleuve Phan Rang et paie annuellement des tributs.

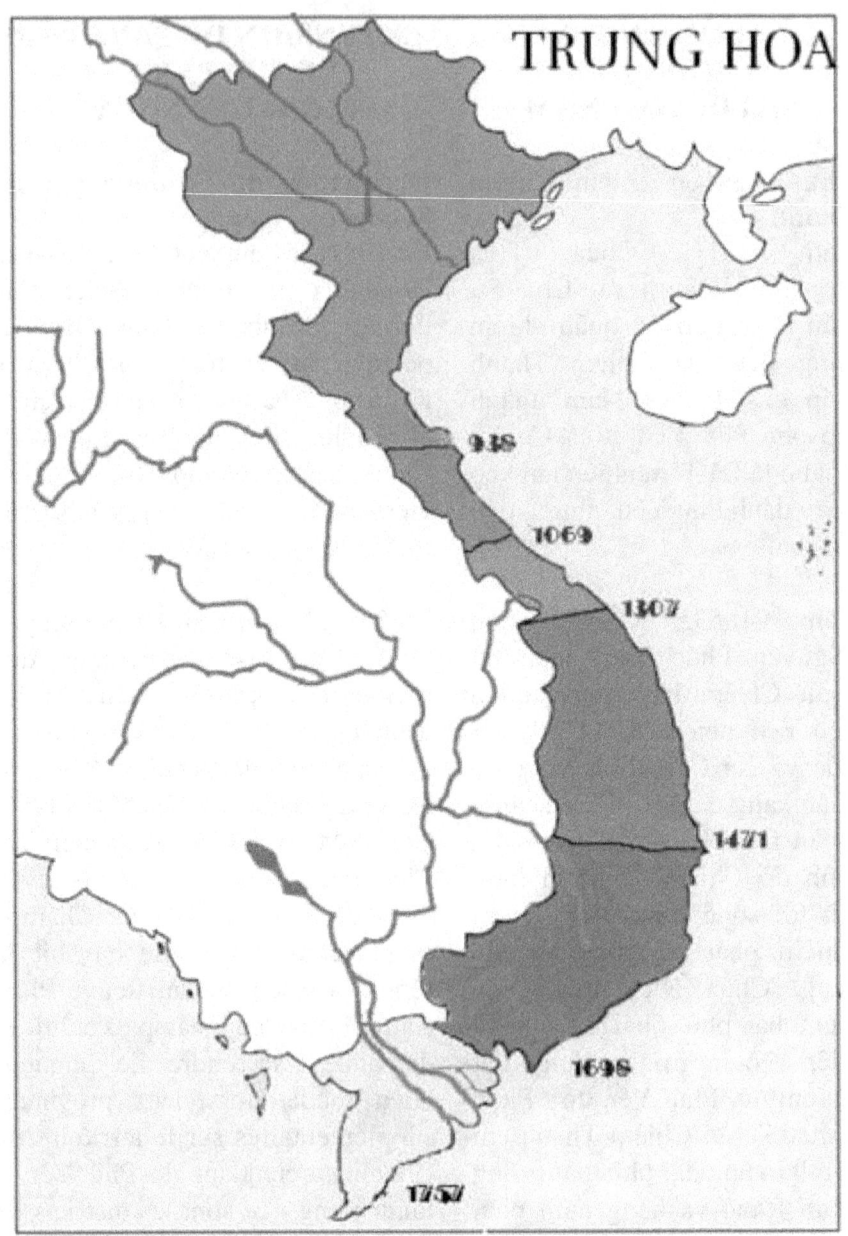

Progression vers le Sud par le peuple vietnamien
Tiến trình Nam tiến của dân tộc Việt

Năm 1693, Chúa Minh (Nguyễn Phúc Chu) thấy Vua Chiêm là Bà Tranh không chịu

En 1693, le Seigneur Minh (Nguyễn Phúc Chu), constatant que le roi de Champa Po Saot (Bà

triều cống, nên sai Tổng Binh Nguyễn Hữu Kính đem quân đánh Chiêm, bắt được Bà Tranh và toàn thể quan quân nước Chiêm, giải về Phú Xuân. Từ đó nước Chiêm hoàn toàn bị xóa sổ. Vùng đất sau cùng của Chiêm Thành được Chúa Minh biến thành trấn Thuận Thành của Đàng Trong. Trong thời gian này, dân Chiêm cũng có vài cuộc kháng chiến, nhưng không thành công. Tuy nhiên, để xoa dịu dân tình tại Chiêm Thành, Chúa Minh đã phong cho một quí tộc Chiêm là Kế Bà Tử làm Phiên Vương trấn Thuận Thành. Nhưng tới năm 1697 Chúa Minh lại đổi trấn Thuận Thành, thành phủ Bình Thuận, đặt quan chức người Việt cai trị.

Chúa Nguyễn Chiếm Chân Lạp
Năm 1620, Chúa Sãi (Nguyễn Phúc Nguyên) gả con gái mình là Công Chúa Ngọc Vạn cho Vua Chân Lạp là Chey Chettha Đệ Nhị. Năm 1623 khi chiến tranh xảy ra giữa Chân Lạp (Chenla) và Xiêm La (Siam), Chúa Nguyễn đã giúp Chân Lạp đánh đuổi quân Xiêm. Nên từ đó, dân Việt được tự do khai

Tranh en vietnamien) ne paie plus de tributs, ordonne au Commandant des Troupes Nguyễn Hữu Kính de faire la guerre au Champa. Ce dernier capture Po Saot, l'entièreté de sa Cour ainsi que son armée et les envoie à Phú Xuân sous escorte. Dès lors, le Champa est rayé de la carte. Le Seigneur Minh change le dernier territoire du Champa en zone administrative de Thuận Thành appartenant au Đàng Trong. Pendant cette période, le peuple Champa organise sans succès quelques mouvements de résistance. Cependant, pour calmer les esprits du peuple Champa, le Seigneur Minh nomme un membre de la noblesse Champa, Po Saktiraydapatih (Kế Bà Tử en vietnamien), seigneur de la zone administrative de Thuận Thành. Mais en 1697, le Seigneur Minh change Thuận Thành en district de Bình Thuận et nomme un mandarin vietnamien pour l'administrer.

Occupation du Chenla par les Seigneurs Nguyễn
En 1620, le Seigneur Sãi (Nguyễn Phúc Nguyên) donne la main de sa fille, la princesse Ngọc Vạn, au Roi Chey Chettha II de Chenla (Chân Lạp en vietnamien). En 1623, quand la guerre éclate entre le Siam et le Chenla, le Seigneur Nguyễn aide ce dernier à combattre l'armée siamoise. Dès lors, les Vietnamiens peuvent défricher les terres incultes

khẩn đất hoang, buôn bán miễn thuế tại Chân Lạp. Nhiều nhất tại các vùng Mỗi Xoàn (Bà Rịa bây giờ) và Đồng Nai (tức Biên Hòa) dưới sự giúp đỡ của hoàng hậu Ngọc Vạn.

Năm 1625, Vua Chân Lạp Chey Chettha đệ nhị băng hà. Nước Chân Lạp xảy ra nhiều biến động, tranh chấp phế lập. Năm 1674, Nặc Ông Nộn giết vua lên ngôi tại Oudong, tiếp đó Nặc Đài, thuộc dòng vua, cầu viện nước Xiêm La đem quân đánh Chân Lạp giúp Nặc Đài lấy lại ngôi báu. Nặc Ông Nộn chạy sang cầu cứu Chúa Nguyễn. Chúa Nguyễn Phúc Tần sai Dương Lâm đem quân giúp Nặc Ông Nộn. Tháng 4 năm 1674, quân Chúa Nguyễn chiếm Sài Gòn và Gò Bích, vây hãm Phnom Penh. Nặc Đài tử trận. Em là Nặc Thu xin hàng. Chúa Nguyễn chia Chân Lạp làm hai tiểu quốc, phong cho Nặc Thu làm chính quốc vương đóng đô tại Oudong, còn Nặc Ông Nộn được phong làm phó quốc vương đóng tại Sài Gòn.

en toute liberté et faire du commerce sans être taxés au Chenla. Ils sont particulièrement nombreux à Mỗi Xoàn (Bà Rịa actuellement) et à Đồng Nai (soit Biên Hòa), avec l'aide de la Reine Ngọc Vạn.

En 1625, le roi de Chenla, Chey Chettha II, décède. Le Chenla connait des troubles à cause d'une suite de destitutions et d'intronisations des rois. En 1674, Neac Ang Nan (Nặc Ông Nộn ou Ông Nộn en vietnamien) tue le roi en place et monte sur le trône à Oudong, ensuite Neac Ang Chea (Nặc Ông Đài ou Nặc Đài en vietnamien), de la famille royale, demande au Siam d'attaquer le Chenla pour l'aider à reconquérir le trône. Neac Ang Nan sollicite l'assistance du Seigneur Nguyễn. Le Seigneur Nguyễn Phúc Tần ordonne à Dương Lâm d'aider Neac Ang Nan avec son armée. En avril 1674, l'armée du Seigneur Nguyễn s'empare de Sài Gòn et de Gò Bích, puis encercle Phnom Penh (Nam Vang en vietnamien). Neac Ang Chea est tué sur le champ de bataille. Son jeune frère, Neac Ang Sor (Nặc Ông Thu ou Nặc Thu en vietnamien), se rend. Le Seigneur Nguyễn divise le Chenla en deux petits pays, confère à Neac Ang Sor le titre de roi, fixant sa capitale à Oudong (Ô Đông en vietnamien) et confère à Neac Ang Nan le titre de vice-roi, fixant sa capitale à Sài Gòn.

Năm 1688, Hoàng Tiến ở Lạch Than (huyện Kiến Hòa, trấn Định Tường) tự xưng là Phấn Dũng Hổ Uy Tướng Công, đắp chiến lũy, đúc súng, đóng chiến thuyền khiêu chiến với nước Chân Lạp nhằm chống lại Chúa Nguyễn. Cùng lúc Nặc Thu cũng bỏ triều cống và cầu cứu Xiêm La giúp xây chiến lũy tại Nam Vang, Gò Bích và Cầu Nam nhằm xoá bỏ ảnh hưởng của Chúa Nguyễn với mình.

Tháng 11 năm 1688 Chúa Hiền (Nguyễn Phúc Tần) sai Mai Vạn Long kéo quân tới giúp Nặc Ông Nộn đánh Nặc Thu. Mai Vạn Long dẹp được Hoàng Tiến nhưng bị phía Nặc Thu mua chuộc, kéo dài cuộc chiến tới năm 1690. Chúa Hiền cách chức Mai Vạn Long, cử Nguyễn Hữu Hào thay thế. Nguyễn Hữu Hào cũng bị mua chuộc và bị cách chức như Mai Vạn Long. Tuy nhiên, quân Nguyễn vẫn đóng tại Sài Gòn để đối phó với quân của chánh vương Nặc Thu đang cai trị tại Oudong.

Năm 1691, phó vương Nặc Ông Nộn qua đời. Chúa Minh (Nguyễn Phúc Chu) sai Nguyễn Hữu Kính tới Chân

En 1688, Hoàng Tiến s'autoproclame Phấn Dũng Hổ Uy Tướng Công (Général Phấn Dũng Hổ Uy) à Lạch Than (district de Kiến Hòa, zone administrative de Định Tường). Il édifie des fortifications, fabrique des armes à feu et construit des navires de guerre pour défier le Chenla dans le but de s'opposer au Seigneur Nguyễn. A ce moment, Neac Ang Sor ne paie plus de tributs et demande de l'aide au Siam pour édifier des fortifications à Phnom Penh, Gò Bích et Cầu Nam dans le but d'effacer l'influence du Seigneur Nguyễn sur son pays.

En novembre 1688, le Seigneur Hiền (Nguyễn Phúc Tần) ordonne à Mai Vạn Long d'aider Neac Ang Nan militairement pour combattre Neac Ang Sor. Mai Vạn Long parvient à réprimer Hoàng Tiến mais, soudoyé par Neac Ang Sor, il fait durer la guerre jusqu'en 1690. Le Seigneur Hiền relève Mai Vạn Long de ses fonctions et désigne Nguyễn Hữu Hào pour le remplacer. Ce dernier est à son tour soudoyé et révoqué comme Mai Vạn Long. Cependant, les troupes Nguyễn occupent toujours Sài Gòn pour faire front à l'armée de Neac Ang Sor qui gouverne à Oudong.

En 1691, le Vice-Roi Neac Ang Nan décède. Le Seigneur Minh (Nguyễn Phúc Chu) envoie Nguyễn Hữu Kính au Chenla pour prendre

Lạp, tiếp thu nguyên mặt đông Chân Lạp, đặt thành hai Dinh là Trấn Biên (Biên Hòa) và Phiên Trấn (Gia Định).

Chúa Nguyễn thâu nạp Hà Tiên
Năm 1680, Mạc Cửu một cựu thần của nhà Minh (bên Tàu), chống lại nhà Thanh thất bại. Mạc Cửu kéo quân và dòng họ tới Nam Vang, một vùng đất của Chân Lạp để khai phá. Sau được Vua Chân Lạp phong cho chức Ốc Nha, cho cai quản Sài Mạt (Hà Tiên). Với tài thao lược sẵn có, Mạc Cửu chẳng bao lâu đã làm chủ một vùng đất rộng lớn gồm có Phú Quốc, Lũng Kỳ, Cần Bột (Kampot), Vũng Thơm, Komponsom, Rạch Giá, Cà Mau. Năm 1708, Mạc Cửu thấy Chân Lạp trên đà suy sụp nên xin phụ thuộc vào Chúa Nguyễn. Năm 1714, Chúa Nguyễn phong cho Mạc Cửu làm Tổng Binh, biến Hà Tiên thành một Trấn của Đàng Trong.

Từ năm 1695 tới năm 1757, nội tình Chân Lạp ngày một rệu rã do tranh chấp quyền lực nội bộ. Cả hai phe đều chạy sang ngoại bang cầu cứu.

possession de tout l'Est du Chenla et en fait deux zones tactiques : Trấn Biên (Biên Hòa) et Phiên Trấn (Gia Định).

Prise de Hà Tiên par le Seigneur Nguyễn
En 1680, Mòjiŭ (Mạc Cửu en vietnamien), un grand mandarin de l'ancienne dynastie des Míng (Minh en vietnamien), n'arrivant pas à s'opposer à la dynastie des Qīng (Thanh en vietnamien), emmène son armée et sa parentèle dans la région de Phnom Penh (Nam Vang en vietnamien), au Chenla, pour la défricher. Plus tard, le roi de Chenla lui confère la fonction de "Ốc Nha" (équivalant à chef de province) pour administrer Sài Mạt (Hà Tiên). Avec son sens stratégique inné, peu de temps après, il se rend maître d'un grand territoire comprenant Phú Quốc, Lũng Kỳ, Cần Bột (Kampot), Vũng Thơm, Kompon Som, Rạch Giá et Cà Mau. En 1708, constatant que le Chenla est sur le déclin, il demande à dépendre du Seigneur Nguyễn. En 1714, le Seigneur Nguyễn le nomme Commandant des Troupes, transformant Hà Tiên en zone administrative du Đàng Trong.

De 1695 à 1757, la situation intérieure du Chenla se dégrade progressivement à cause des disputes pour le pouvoir. Les deux parties demandent de l'aide aux

Những trận đánh liên tiếp xảy ra giữa quân của Chúa Nguyễn và quân Xiêm La trong thời gian này để bảo vệ cho phe của mình.

Năm 1757, Vua Chân Lạp Ang Chan II (Nặc Ông Chân) hiến tặng ba vùng đất gồm Chân Sum, Mật Luật, Lợi Kha Bát cho Chúa Nguyễn. Cuộc nội chiến của đất nước Chân Lạp khiến nước này dần tan rã, đất đai của Chúa Nguyễn vùng Hà Tiên ngày một mở mang.

Kể từ đây, Chúa Nguyễn ở Đàng Trong đã cai trị một giải đất rộng lớn từ Nam Hoành Sơn đến mũi Cà Mau, kết thúc việc mở nước về phương Nam. Kết quả này là nhờ chính sách di dân, khẩn hoang bền bỉ và sáng suốt của các Chúa Nguyễn.

Tân Minh Hầu Nguyễn Cư Trinh đã ghi lại rằng: "*Ngày trước lập ra phủ Gia Định cũng trước hết mở xứ Mỗi Xoài, sau mở xứ Đồng Nai, khiến cho quân và dân nhóm họp đông đúc rồi mới mở xứ Sài Gòn. Đó là cách lấy ít đánh nhiều, cứ dần dần như tầm ăn lá…*"

étrangers. C'est ainsi qu'ont lieu des batailles entre l'armée siamoise et celle du Seigneur Nguyễn pour défendre chacune son camp.

En 1757, le roi de Chenla Ang Chan II (Nặc Ông Chân) offre trois régions comprenant Chân Sum, Mật Luật, Lợi Kha Bát au Seigneur Nguyễn. La guerre intestine du Chenla mène à la dislocation progressive de ce pays et à l'élargissement de jour en jour du territoire du Seigneur Nguyễn dans la région de Hà Tiên.

Dès lors, le pouvoir du Seigneur Nguyễn du Đàng Trong s'exerce sur un large territoire s'étendant du Sud de la chaine montagneuse de Hoành Sơn à la pointe de Cà Mau. achevant l'expansion vers le Sud. Le résultat est obtenu grâce à une politique de migration et d'exploitation des terres persévérante et perspicace menée par les Seigneurs Nguyễn.

Le marquis Tân Minh Hầu Nguyễn Cư Trinh mentionne : "*Jadis il fonde la province de Gia Định en commençant par la région de Mỗi Xoài puis celle de Đồng Nai, permettant à l'armée et à la population de se rassembler en grand nombre, ensuite il développe la région de Sài Gòn. C'est la façon de battre une grande force avec une plus petite, peu à peu comme les vers à soie mangeant les feuilles de mûrier…*"

Vào giữa thế kỷ 18, vùng đất của các Chúa Nguyễn được chia thành 12 dinh gồm: Bố Chính, Quảng Bình, Lưu Đồn, Cựu Dinh, Chính Dinh (Phú Xuân), Quảng Nam, Phú Yên, Bình Khang, Bình Thuận, Trấn Biên, Phiên Trấn, Long Hồ và 1 trấn là Hà Tiên.

Au milieu du 18è siècle, le territoire des Seigneurs Nguyễn comprend 12 zones tactiques : Bố Chính, Quảng Bình, Lưu Đồn, Cựu Dinh, Chính Dinh (Phú Xuân), Quảng Nam, Phú Yên, Bình Khang, Bình Thuận, Trấn Biên, Phiên Trấn, Long Hồ, ainsi qu'une zone administrative qui est Hà Tiên.

ARRIVEE DES OCCIDENTAUX AU VIỆT NAM ET DECLIN DU REGNE DES TRỊNH ET DES NGUYỄN

Người phương Tây đến Việt Nam và sự suy vong của các triều đại Trịnh - Nguyễn

Xã hội Việt Nam giao thoa và tiếp nhận văn hóa phương Tây bắt đầu từ khoảng đầu thế kỷ 16 khi những lái buôn Bồ Đào Nha đến Hội An (thuộc Đàng Trong) buôn bán.

NGƯỜI PHƯƠNG TÂY ĐẾN VIỆT NAM

Năm 1585, một đoàn thuyền gồm năm chiếc của người phương Tây nhưng không xác định được là Bồ Đào Nha (Portuguese) hay Tây Ban Nha (Spanish) đến cướp phá ở Cửa Việt. Chúa Nguyễn Phúc Nguyên, con thứ sáu của Nguyễn Hoàng đem mười chiến thuyền ra chặn đánh buộc nhóm hải tặc này phải rút ra biển.

La société vietnamienne interagit avec la culture occidentale et la reçoit aux environs du début du 16è siècle, quand les commerçants portugais viennent faire des échanges commerciaux à Hội An (situé au Đàng Trong).

ARRIVEE DES OCCIDENTAUX AU VIỆT NAM

En 1585, une flotte de cinq navires occidentaux, qu'on ne peut identifier si elle est portugaise ou espagnole, se livre au pillage à Cửa Việt. Le Seigneur Nguyễn Phúc Nguyên, 6è fils de Nguyễn Hoàng, intercepte ces pirates avec une flotte de dix vaisseaux, les obligeant à se retirer vers la haute mer.

Sang đầu thế kỷ 17, người Hòa Lan lấn át người Bồ Đào Nha và nhận được sự tiếp đón của Chúa Sãi (Nguyễn Phúc Nguyên). Năm 1636 người Hòa Lan lập thương điếm tại Quảng Nam. Năm 1637, tàu Hòa Lan cập bến và làm ăn với Chúa Trịnh ở Đàng Ngoài, được hoan nghênh và tiếp đón tử tế ở Kẻ Chợ (Thăng Long). Cũng trong năm đó, Chúa Trịnh cho người Hòa Lan đặt thương điếm ở Phố Hiến. Sau đó vài năm thì cho họ đặt một thương điếm ở kinh đô Thăng Long. Sự giao thương của người Hoà Lan với cả hai đàng nước Đại Việt cũng góp phần vào cuộc xung đột Trịnh-Nguyễn. Năm 1642, người Hòa Lan liên minh với Chúa Trịnh, đem một hạm đội gồm năm tàu chiến vào Đà Nẵng cướp bóc, thị uy. Tuy nhiên hạm đội này đã bị đánh bại. Người Hòa Lan cho quân đổ bộ lên vùng ven biển, bắt một số thường dân xử chém để trả thù. Chúa Nguyễn lúc bấy giờ là Nguyễn Phúc Lan đã ra lệnh đóng cửa thương điếm của người Hòa Lan, đốt hàng hóa đổ xuống biển và xử chém một số người Hòa Lan có mặt tại đó. Điều này đã khiến người Hòa Lan liên minh chặt chẽ với Chúa Trịnh để chống Chúa

Au début du 17è siècle, les Hollandais prennent l'avantage sur les Portugais et reçoivent l'accueil favorable du Seigneur Sãi (Nguyễn Phúc Nguyên). En 1636, les Hollandais établissent un comptoir commercial à Quảng Nam. En 1637, les navires hollandais accostent au Đàng Ngoài et procèdent aux échanges commerciaux avec les Seigneurs Trịnh, ils sont acclamés et bien accueillis à Kẻ Chợ (Thăng Long). Dans cette même année, le Seigneur Trịnh accorde aux Hollandais l'établissement d'un comptoir à Phố Hiến. Quelques années plus tard, ils sont autorisés à installer un comptoir dans la capitale Thăng Long. Les échanges commerciaux des Hollandais à la fois avec le Đàng Ngoài et le Đàng Trong du Đại Việt interviennent en partie dans le conflit entre les Trịnh et les Nguyễn. En 1642, les Hollandais s'allient au Seigneur Trịnh, ils envoient une flotte de cinq vaisseaux à Đà Nẵng pour piller et intimider. Cependant cette flotte est battue. Les Hollandais débarquent sur le littoral et exécutent un certain nombre de civils pour se venger. Le Seigneur Nguyễn d'alors, Nguyễn Phúc Lan, ordonne la fermeture des comptoirs hollandais, la mise au feu ou le déversement dans la mer de leurs marchandises, et la décapitation

Nguyễn nhưng vẫn thất bại. Tháng bảy năm 1643, Đô Đốc Pieter Baeck chỉ huy một hạm đội gồm ba tàu chiến sang họp với quân nhà Trịnh ở Bắc Bố Chính. Khi hạm đội này đang đi dọc theo hải phận Quảng Nam thì đụng độ với thủy quân của nhà Nguyễn gồm 60 chiến thuyền do Nguyễn Phúc Tần chỉ huy. Soái hạm chỉ huy chở Pieter Baeck bị đánh chìm, hai chiếc còn lại bỏ chạy ra Bắc. Uy tín của người Hòa Lan sụt giảm trong mắt Chúa Trịnh và dần không còn được ưu ái. Đến đầu thế kỷ 18 thuyền buôn Hòa Lan không còn lui tới Việt Nam nữa.

d'un certain nombre de Hollandais présents. Ces faits poussent les Hollandais à resserrer leur alliance avec le Seigneur Trịnh pour lutter contre le Seigneur Nguyễn, sans succès. En juillet 1643, l'Amiral Pieter Baeck dirige une flotte de trois vaisseaux vers Bắc Bố Chính pour rejoindre les troupes des Trịnh. Sur le chemin, dans les eaux territoriales de Quảng Nam, il est aux prises avec les forces navales des Nguyễn fortes de 60 vaisseaux, commandées par Nguyễn Phúc Tần. Le vaisseau amiral de Pieter Baeck est coulé, les deux vaisseaux restants s'enfuient vers le Nord. Le prestige des Hollandais diminue aux yeux du Seigneur Trịnh et l'intérêt à leur égard disparait progressivement. Au début du 18è siècle, les navires marchands hollandais ne fréquentent plus le Việt Nam.

SỰ XUẤT HIỆN CỦA THIÊN CHÚA GIÁO Ở VIỆT NAM

APPARITION DE LA RELIGION CATHOLIQUE AU VIỆT NAM

Năm 1533 đời Vua Trang Tông nhà Lê đã có người Tây đến đất Đại Việt truyền đạo ở huyện Nam Chân (Nam Trực) và huyện Giao Thủy (Nam Định). Tuy nhiên, phải đến đầu thế kỷ 17 thì việc truyền giáo này mới thực sự đạt được kết quả. Năm 1605, phái đoàn đầu tiên của dòng Tên gồm giáo sĩ

En 1533, sous le règne du Roi Trang Tông de la dynastie des Lê, des missionnaires occidentaux sont déjà venus évangéliser dans les districts de Nam Chân (Nam Trực) et Giao Thủy (Nam Định). Cependant, il faut attendre jusqu'au début du 17è siècle pour que la religion catholique se propage de manière effective. En 1605, la

Francesco Buzomi người Ý, Diego Carvalho người Bồ Đào Nha đã đến xây dựng nhà thờ ở Đà Nẵng. Sau đó họ tiếp tục xây dựng thêm một nhà thờ ở Hội An. Trong vòng mười năm từ 1605 đến 1615 đã có 21 nhà thờ truyền giáo của dòng Tên được xây dựng, sự kiện này cũng đã góp phần trong việc tạo ra chữ quốc ngữ về sau. Năm 1621, linh mục Francisco de Pina người Bồ Đào Nha và linh mục Cristoforo Borri người Ý đã viết một cuốn giảng kinh bằng tiếng Việt. Năm 1631, linh mục Cristoforo Borri cho xuất bản tập bút ký về Đại Việt, trình bày cặn kẽ vị trí, khí hậu, chính quyền, tài nguyên và phong tục tập quán của dân Đàng Trong. Đây cũng là cuốn sách đầu tiên về Việt Nam do người phương Tây viết. Cho tới năm 1631, giáo hội xứ Đàng Trong đã có được khoảng mười lăm ngàn tín đồ, xây dựng nhiều nhà thờ ở Đà Nẵng, Hội An và Quảng Nam.

Năm 1626, dòng Tên mở rộng hoạt động ra ngoài Bắc. Linh mục Guiliani Baldinotti được cử ra Đàng Ngoài và được Trịnh Tráng đón tiếp nồng hậu. Thành quả của chuyến đi đó là một tờ trình được gửi về Vatican đánh dấu cho việc

première mission jésuite composée du missionnaire italien Francesco Buzomi et du missionnaire portugais Diego Carvalho construit une église à Đà Nẵng. Ensuite, elle continue en bâtissant une église à Hội An. En dix ans, de 1605 à 1615, 21 églises jésuites sont construites ; ce fait contribuera ultérieurement à la création de "chữ quốc ngữ" (littéralement écriture de la langue nationale, une romanisation de la langue vietnamienne possédant le statut d'orthographe officielle). En 1621, le prêtre portugais Francisco de Pina et le prêtre italien Cristoforo Borri rédigent un sermon en vietnamien. En 1631 le prêtre Cristoforo Borri fait éditer un mémoire au sujet du Đại Việt, décrivant dans les détails la position, le climat, le pouvoir, les ressources, les us et coutumes de la population du Đàng Trong. C'est le premier ouvrage relatif au Việt Nam écrit par un Occidental. En 1631, l'Eglise catholique au Đàng Trong compte aux environs de 15.000 fidèles, et plusieurs églises sont construites à Đà Nẵng, Hội An et Quảng Nam.

En 1626, la congrégation jésuite étend ses activités vers le Nord. Le prêtre Guiliani Baldinotti est envoyé au Đàng Ngoài et est accueilli chaleureusement par Trịnh Tráng. Le résultat de ce voyage est un rapport envoyé au Vatican, marquant la création d'une

thành lập phái đoàn truyền giáo cho Đàng Ngoài, do linh mục Alexandre de Rhodes dẫn đầu. Alexandre de Rhodes bắt đầu truyền giáo ở Đàng Trong từ năm 1624 đến năm 1627 thì ông đã rất rành rẽ tiếng Việt. Ông ở lại truyền giáo ở Đàng Ngoài trong vòng ba năm và khá thành công.

Các Chúa Trịnh và Nguyễn đón tiếp nồng hậu các nhà truyền giáo cũng là có mục đích nhờ vả họ trong cuộc nội chiến giữa hai phe. Chính vì vậy, khi nhận thấy việc mở cửa này không giúp ích gì được cho mưu đồ của mình, thì cả Chúa Nguyễn và Chúa Trịnh đều bắt đầu chính sách cấm đạo. Năm 1630, Chúa Trịnh trục xuất Alexandre de Rhodes, khiến ông phải quay vào hoạt động truyền giáo ở Đàng Trong. Năm 1639, ở Đàng Trong, Chúa Thượng ra lệnh cấm đạo, xử tử một số người theo đạo và trục xuất các giáo sĩ ngoại quốc. Năm 1645, Alexandre de Rhodes bị trục xuất về Pháp. Tuy nhiên, việc cấm đạo không được thực hiện nghiêm ngặt mà còn tùy thuộc vào sự hợp tác của các giáo sĩ, cũng như nhu cầu vũ khí và quân sự của các chúa.

mission au Đàng Ngoài, dirigée par le prêtre Alexandre de Rhodes (A-Lịch-Sơn Đắc-Lộ en vietnamien). Alexandre de Rhodes commence son travail d'évangélisation au Đàng Trong de 1624 à 1627, et ainsi il possède parfaitement le vietnamien. Il reste trois ans au Đàng Ngoài pour accomplir son travail d'évangélisation avec assez de succès.

Les Seigneurs Trịnh et Nguyễn accueillent chaleureusement les missionnaires dans le but de recourir à eux dans le conflit interne entre leurs deux clans. C'est pourquoi, quand ils s'aperçoivent que cette ouverture n'est pas utile à leurs visées, les Seigneurs Nguyễn et Trịnh entament tous deux une politique d'interdiction de la religion catholique. En 1630, le Seigneur Trịnh expulse Alexandre de Rhodes, et celui-ci doit retourner au Đàng Trong pour ses activités d'évangélisation. En 1639, au Đàng Trong, le Seigneur Thượng ordonne l'interdiction de la religion catholique, l'exécution d'un certain nombre de fidèles et l'expulsion des religieux étrangers. En 1645, Alexandre de Rhodes est expulsé vers la France. Cependant, l'interdiction n'est pas rigoureusement appliquée : elle dépend de la collaboration des religieux et des besoins en armes ou de ceux liés aux affaires militaires des seigneurs.

Đến giữa thế kỷ 17, những thay đổi trong việc truyền đạo bắt đầu xảy ra. Thế lực Tây Ban Nha suy yếu, người Hòa Lan theo đạo Tin Lành chiếm ưu thế ở Nam Dương Quần Đảo (Indonesia) và làm bá chủ con đường hàng hải Tàu-Nhật, người Bồ Đào Nha cũng mất độc quyền truyền giáo tại Á châu. Năm 1645, Alexandre de Rhodes về Pháp và vận động thành lập hội truyền giáo ngoại quốc của Pháp. Năm 1664, hội truyền giáo này chính thức được thành lập và dần dần giành được ưu thế dưới sự ủng hộ của giới tư bản và chính quyền Pháp. Năm 1665, Đàng Ngoài được chia làm hai giáo phận: địa phận miền Đông, do giám mục Deydier phụ trách và địa phận miền Tây do giám mục Jacques de Bourges cai quản.

Sang thế kỷ 18, việc cấm đạo vẫn còn, tuy nhiên ít có tác dụng và các cuộc đàn áp không được thi hành thường xuyên mà chỉ theo lệnh của các chúa. Ngoài Bắc, năm 1718, Trịnh Cương bắt những người theo đạo cạo đầu và khắc lên mặt bốn chữ "Học Hòa Lan đạo". Việc cấm đạo tại Đàng Trong lỏng lẻo hơn so với Đàng Ngoài. Mãi đến năm 1750,

Au milieu du 17è siècle, des changements commencent à faire leur apparition dans le domaine de l'évangélisation. L'influence de l'Espagne diminue, les Hollandais, de confession protestante, sont en position dominante sur l'archipel indonésien et exercent une suprématie sur la voie maritime reliant la Chine et le Japon. Les Portugais perdent ainsi le monopole dans le domaine de l'évangélisation en Asie. En 1645, Alexandre de Rhodes retourne en France et mène une campagne pour créer une organisation missionnaire catholique française à l'étranger. En 1664, cette organisation est fondée et impose progressivement une position dominante avec le soutien des capitalistes et du gouvernement français. En 1665, le Đàng Ngoài dispose de deux diocèses : le diocèse de l'Est sous la juridiction pastorale de l'Evêque Deydier et le diocèse de l'Ouest sous celle de l'Evêque Jacques de Bourges.

Au 18è siècle, l'interdiction de la religion catholique est toujours d'actualité, mais peu appliquée, et les répressions ne sont pas menées régulièrement mais uniquement sur l'ordre des seigneurs. Au Nord, en 1718, Trịnh Cương fait raser la tête aux chrétiens et tatouer sur leur figure les quatre lettres "Học Hòa Lan đạo" (littéralement suit la religion de la Hollande). Par rapport au Đàng Ngoài,

Chúa Võ Vương mới trục xuất tất cả giáo sĩ nước ngoài. Các giáo sĩ này chạy lên trú ngụ ở Oudong, Cao Miên (Cambodia) và giữ liên lạc với giáo hội trong nước thông qua việc nhờ cậy những người Việt đánh cá ở Biển Hồ.

l'interdiction de la religion catholique est plus relâchée au Đàng Trong. Le Seigneur Võ Vương n'expulse tous les missionnaires étrangers qu'en 1975. Ces derniers se réfugient à Oudong, Cambodge, et entretiennent des liaisons avec les Eglises du pays par l'intermédiaire des Vietnamiens vivant de la pêche au lac Tonlé Sap (Biển Hồ en vietnamien)

CHỮ QUỐC NGỮ

ECRITURE DE LA LANGUE NATIONALE

Việc tạo ra chữ quốc ngữ là một công trình lâu dài với sự đóng góp của rất nhiều người. Người đầu tiên tìm cách ghi lại tiếng Việt bằng hệ thống chữ cái La Tinh là linh mục Francisco de Pina người Bồ Đào Nha và linh mục Cristoforo Borri người Ý.

La création du "chữ quốc ngữ" (littéralement écriture de la langue nationale, une romanisation de la langue vietnamienne possédant le statut d'orthographe officielle) est une œuvre de longue haleine avec la contribution de plusieurs personnes. Les premières personnes à transcrire phonétiquement le vietnamien en alphabet latin sont le prêtre portugais Francisco de Pina et le prêtre italien Cristoforo Borri.

Năm 1621, hai linh mục này đã làm một cuốn giảng kinh bằng tiếng Việt viết bằng chữ La-Tinh (sau này gọi là chữ Quốc Ngữ). Sau Francisco de Pina và Cristoforo Borri, hai giáo sĩ Bồ Đào Nha là Gaspar do Amaral làm cuốn từ điển Việt Nam-Bồ Đào Nha và Antonio Barbosa làm cuốn từ điển Bồ Đào Nha - Việt Nam.

En 1621, ces deux prêtres écrivent un sermon en vietnamien dans l'écriture latinisée (appelée plus tard "chữ Quốc Ngữ" ou écriture de la langue nationale). Après Francisco de Pina et Cristoforo Borri, deux missionnaires portugais, Gaspar do Amaral et Antonio Barbosa, élaborent respectivement un dictionnaire vietnamien-portugais et un

Alexandre de Rhodes sau này đã dựa vào hai cuốn từ điển trên để biên soạn cuốn từ điển Việt-Bồ-La. Alexandre de Rhodes cũng là người có công áp dụng cũng như hoàn chỉnh chữ quốc ngữ.

Chữ quốc ngữ bấy giờ và suốt hai thế kỷ sau đó cũng chỉ được dùng trong việc ghi chép, chuyển ngữ các bài giảng về kinh sách Thiên Chúa Giáo chứ chưa được dùng để thông tin hay sáng tác. Khi Pháp đặt chế độ bảo hộ lên Việt Nam, vì việc sử dụng Pháp ngữ hay chữ Nho quá khó khăn và không thuận tiện giữa người Pháp và dân Việt, chữ quốc ngữ mới được sử dụng. Với lối viết giản dị, dễ học, nói sao viết vậy, chữ quốc ngữ là phương tiện lý tưởng cho mục đích phổ biến chính sách của nhà nước bảo hộ tới dân chúng và điều hành mọi công việc hành chánh.

Về sau, chữ quốc ngữ chỉ thực sự lan rộng trong dân chúng như một phương tiện thông tin, sáng tác và truyền bá văn học khi chính các nhà báo miền Nam như Trương Vĩnh Ký,

dictionnaire portugais-vietnamien, Plus tard, Alexandre de Rhodes se base sur ces deux ouvrages pour élaborer un dictionnaire vietnamien-portugais-latin, le Dictionarium Annamiticum Lusitanum et Latinum. Alexandre de Rhodes a le mérite d'avoir utilisé et perfectionné le "chữ quốc ngữ".

A ce moment et pendant les deux siècles suivants, le "chữ quốc ngữ" n'est utilisé que pour la prise des notes, la traduction des sermons de la religion catholique, il n'est pas employé dans le domaine de l'information ou de la création d'œuvres littéraires. Lorsque la France impose le protectorat au Việt Nam, elle a recours au "chữ quốc ngữ" parce que l'utilisation du français ou des caractères chinois est trop difficile et pas commode pour la communication entre les Français et le peuple vietnamien. Avec une simplicité d'écriture, le fait d'être facile à apprendre et de représenter la transcription exacte du langage parlé, le "chữ quốc ngữ" est le moyen idéal pour porter à la connaissance de la population la politique du gouvernement protectoral et gérer toutes les affaires administratives.

Plus tard, le "chữ quốc ngữ" n'est réellement répandu dans la population comme un moyen de communication, de création d'œuvres littéraires et de vulgarisation de la littérature que

Huỳnh Tịnh Của và các nhà cách mạng Việt Nam, đặc biệt là nhóm Đông Kinh Nghĩa Thục, đã lợi dụng chính sách dùng chữ quốc ngữ của Pháp để mở rộng sinh hoạt truyền thông và làm phương thức đấu tranh thức tỉnh dân Việt giành độc lập.

lorsque des journalistes du Sud, comme Trương Vĩnh Ký, Huỳnh Tịnh Của, et les révolutionnaires vietnamiens, spécialement le groupe "Đông Kinh Nghĩa Thục" (littéralement Ecole Libre de Tonkin), profitent de l'utilisation du "chữ quốc ngữ" par les Français comme écriture officielle pour élargir les activités d'information et réveiller le peuple vietnamien afin de l'inciter à la lutte pour l'indépendance.

SỰ SUY THOÁI CỦA HỌ NGUYỄN Ở ĐÀNG TRONG

DECLIN DES NGUYỄN AU ĐÀNG TRONG

Sau khi cuộc nội chiến Trịnh-Nguyễn kết thúc, các Chúa Nguyễn bắt đầu quay ra hưởng lạc. Chúa Nguyễn Phúc Chu (1691-1725) là người đầu tiên biểu hiện thái độ đó. Đến thời Chúa Nguyễn Phúc Khoát (xưng là Võ Vương 1738 – 1765) cho xây dựng lại kinh thành Phú Xuân với quy mô một đế đô để chứng tỏ ngang bằng với họ Trịnh. Năm 1765 Nguyễn Phúc Khoát mất, cậu ruột đồng thời là sui gia của Chúa Nguyễn Phúc Khoát là Trương Phúc Loan đã hoán sửa di chiếu, lập người con thứ mười sáu của Nguyễn Phúc Khoát là Nguyễn Phúc Thuần lên làm chúa, khi ấy mới mười một tuổi. Trương Phúc Loan

A la fin du conflit interne entre les Trịnh et les Nguyễn, les Seigneurs Nguyễn commencent à devenir épicuriens. Le Seigneur Nguyễn Phúc Chu (1691-1725) est le premier à se comporter de la sorte. Le Seigneur Nguyễn Phúc Khoát (nommé Võ Vương 1738 – 1765) fait reconstruire la capitale Phú Xuân à l'échelle d'une capitale impériale pour prouver qu'il est l'égal des Trịnh. En 1765, Nguyễn Phúc Khoát décède, Trương Phúc Loan, son oncle maternel et en même temps son allié par le mariage, change frauduleusement son testament pour introniser le Seigneur Nguyễn Phúc Thuần, 16è fils de Nguyễn Phúc Khoát, âgé alors de 11 ans. Trương Phúc Loan accapare le pouvoir, effectue des

thao túng quyền bính, làm nhiều điều tàn ác khiến ai ai cũng oán giận.

Năm 1746, cuộc khởi nghĩa đầu tiên nổ ra do người Chàm ở Thuận Hóa nổi dậy. Nhưng cuối cùng, vì thiếu khí giới, lương thực nên quân Chàm thất bại, các thủ lãnh bị bắt và bị giết chết. Năm 1747, nhóm thương nhân người Hoa do Lý Văn Quang cầm đầu bất ngờ đánh úp dinh Trấn Biên, Gia Định. Không chiếm được dinh, Lý Văn Quang phải rút về bãi Đông Phố ở giữa sông Đồng Nai, sau đó bị quân họ Nguyễn bắt sống. Năm 1770, một cuộc nổi dậy lớn của người Hré, một sắc tộc thiểu số sống tập trung ở vùng núi Quảng Ngãi, Bình Định làm rung động chính quyền.

Năm 1771, cuộc khởi nghĩa Tây Sơn do ba anh em Nguyễn Nhạc, Nguyễn Lữ, Nguyễn Huệ lãnh đạo nổ ra sau khi những cuộc khởi nghĩa khác của dân chúng ở Đàng Trong bắt đầu suy tàn. Thế Nguyễn Nhạc mỗi ngày một mạnh, quân triều đình không đánh dẹp được. Sau khi Nguyễn Nhạc lấy được thành Qui Nhơn, có các thương nhân là Tập Đình và Lý Tài cũng mộ

actes cruels de sorte que tous nourrissent envers lui une haine pleine d'amertume.

En 1746, le peuple Champa se soulève en premier à Thuận Hóa. L'armée Champa finit par échouer suite au manque d'armes et de ravitaillement, ses dirigeants sont capturés et exécutés. En 1747, un groupe de commerçants chinois dirigé par Lý Văn Quang attaque par surprise la garnison de Trấn Biên, à Gia Định. Ne pouvant pas s'emparer de la garnison, Lý Văn Quang doit se retirer à la plage de Đông Phố au milieu du fleuve Đồng Nai. Plus tard il est capturé vivant par les troupes des Nguyễn. En 1770, un important soulèvement de la communauté Hré, une ethnie minoritaire vivant concentrée dans la région montagneuse de Quảng Ngãi, Bình Định fait trembler le pouvoir.

En 1771, le soulèvement des Tây Sơn mené par les trois frères Nguyễn Nhạc, Nguyễn Lữ et Nguyễn Huệ se déclenche quand les autres insurrections de la population au Đàng Trong commencent à s'affaiblir. La puissance de Nguyễn Nhạc croît de jour en jour, l'armée de la Cour n'arrivant pas à le réprimer. Après la prise de Qui Nhơn par Nguyễn Nhạc, les commençants Tập Đình et Lý Tài lèvent aussi une armée

quân nổi lên phò giúp nhà Tây Sơn. Chẳng bao lâu, từ đất Quảng Nghĩa vào đến Bình Thuận đều thuộc về quân Tây Sơn cai quản.

Ở ngoài Bắc, Chúa Trịnh Sâm biết thế suy yếu của nhà Nguyễn, nên đã đem hơn ba vạn quân vào đất Bố Chính đánh họ Nguyễn, ngoài miệng nói là vào đánh Trương Phúc Loan. Cuối năm 1774, quân Chúa Trịnh lấy được lũy Trấn Ninh. Sau khi bắt được Trương Phúc Loan, quân Trịnh lại viện cớ quân Tây Sơn vẫn còn nên kéo quân xuống Phú Xuân để cùng đánh giặc. Chúa Nguyễn biết mưu, đem thủy quân trấn giữ ở sông Bái Đáp Giang (Quảng Điền) nhưng bị đánh úp tan tác. Quân nhà Trịnh tiến chiếm thành Phú Xuân, Chúa Nguyễn và các quan chạy vào Quảng Nam. Trịnh Sâm phong cho Hoàng Ngũ Phúc làm Đại Trấn Thủ đất Thuận Hóa để tính chuyện lấy Quảng Nam, còn mình rút quân về Bắc.

Chúa Nguyễn chạy vào Quảng Nam được mấy tháng thì quân Tây Sơn từ Qui Nhơn tiến đánh, Chúa Nguyễn thua chạy về Trà Sơn. Liệu chừng không

pour aider la maison des Tây Sơn. Peu de temps après, tout le territoire s'étendant de Quảng Nghĩa à Bình Thuận est sous l'administration des Tây Sơn.

Au Nord, le Seigneur Trịnh Sâm est au courant de la faiblesse des Nguyễn. C'est pourquoi, sous prétexte de combattre Trương Phúc Loan, il emmène une armée de 30.000 hommes à Bố Chính attaquer les Nguyễn. A la fin de l'an 1774, l'armée du Seigneur Trịnh prend la fortification de Trấn Ninh. Après avoir capturé Trương Phúc Loan, prétextant que l'armée Tây Sơn est toujours active, les troupes des Trịnh avancent sur Phú Xuân pour prétendument combattre aux côtés des Nguyễn. Pressentant la ruse, le Seigneur Nguyễn envoie ses forces fluviales assurer la défense du fleuve Bái Đáp Giang (Quảng Điền), mais elles sont taillées en pièces. L'armée Trịnh s'empare de Phú Xuân, le Seigneur Nguyễn et sa Cour se retirent à Quảng Nam. Trịnh Sâm confère à Hoàng Ngũ Phúc le titre de Grand Gouverneur de Thuận Hóa avec l'ambition de prendre Quảng Nam, puis se retire lui-même vers le Nord.

Quelque mois après sa retraite à Quảng Nam, le Seigneur Nguyễn est attaqué par l'armée des Tây Sơn venant de Qui Nhơn. Vaincu, il se retire à Trà Sơn. Pressentant qu'il

chống giữ được, Chúa Nguyễn cùng cháu là Nguyễn Phúc Ánh xuống thuyền chạy vào Gia Định.

Vương quyền của các Chúa Nguyễn tại Đàng Trong kể như chấm dứt từ đó, nhường chỗ cho thế lực bành trướng của nhà Tây Sơn.

SỰ SUY THOÁI CỦA HỌ TRỊNH Ở ĐÀNG NGOÀI

Do không thể mở rộng lãnh thổ về phía Nam, mà dân số ngày càng tăng, đồng thời có tình trạng những quan lại và người có thế lực xâm chiếm ruộng công hoặc ruộng tư của dân, lại gặp phải những năm mất mùa do thiên tai, khiến dân tình vô cùng đói khổ, năm 1711, Chúa Trịnh Cương đã phải hạ lệnh cấm các nhà giàu không được lập các trang trại. Nhưng lệnh cấm này không đạt được hiệu quả bao nhiêu. Phần khác Trịnh Cương sau khi mới nắm quyền có một số cải tổ chính trị, chỉnh đốn kỷ cương, nhưng lại rơi ngay vào sa đọa, say mê xây cất cung điện, chùa chiền để tuần du thưởng lãm. Năm 1729, Trịnh Cương chết, Trịnh Giang lên thay. Từ thời Trịnh Giang trở đi, họ Trịnh rơi vào suy thoái nghiêm trọng, nhiều cuộc nổi loạn xảy ra khắp nơi.

ne parviendra pas à faire front, le Seigneur Nguyễn s'enfuit à Gia Định en bateau, avec son neveu Nguyễn Phúc Ánh.

Le pouvoir des Seigneurs Nguyễn au Đàng Trong prend fin dès lors, laissant la place à la puissance grandissante des Tây Sơn.

DECLIN DES TRỊNH AU ĐÀNG NGOÀI

Puisqu'il ne peut pas élargir son territoire vers le Sud, alors que la population ne cesse d'augmenter, qu'en même temps les mandarins et les puissants s'accaparent des terres publiques ou des terres privées du peuple, et que par ailleurs les fléaux naturels provoquent des mauvaise récoltes, ce qui rend le peuple misérable, en 1711 le Seigneur Trịnh Cương ordonne l'interdiction aux riches de créer des fermes. Mais cet ordre ne donne pas beaucoup de résultats. D'autre part, juste après son intronisation, Trinh Cuong, bien qu'ayant décidé un certain nombre de réformes politiques et réorganisé l'ordre social, sombre dans la débauche et manifeste un engouement pour la construction de palais, de pagodes affectés à des voyages d'agrément. En 1729, Trịnh Cương décède, Trịnh Giang le remplace. A partir de l'ère de

Trong triều, Trịnh Giang đã ám hại những triều thần không về phe mình và tin dùng bọn hoạn quan, xây dựng vây cánh. Do đó dẫn đến việc bọn hoạn quan lũng đoạn triều chính. Lợi dụng tình trạng trên, nhà sư Nguyễn Dương Hưng đã tập hợp được hàng ngàn dân lưu vong và bất mãn với họ Trịnh tạo thành cuộc khởi nghĩa đầu tiên. Nguyễn Dương Hưng chiếm núi Tam Đảo làm căn cứ, xưng vương hiệu, đặt quan chức, công khai chống lại họ Trịnh. Cuộc nổi dậy của Nguyễn Dương Hưng bị dẹp tan vào cuối năm 1737. Nhưng ngay sau đó lại nổ ra cuộc khởi nghĩa do Lê Duy Mật cầm đầu vào năm 1738. Lợi dụng lúc chính quyền họ Trịnh gặp khó khăn, Lê Duy Mật cùng với một nhóm tôn thất nhà Lê toan tính đốt phá kinh thành, diệt trừ họ Trịnh. Việc bất thành, đám triều thần tham gia bị giết chết, Duy Mật chạy trốn vào vùng thượng du Thanh Hóa và cầm cự với quân họ Trịnh đến năm 1769 thì bị đánh bại.

Sau hai cuộc khởi nghĩa của Nguyễn Dương Hưng và Lê Duy Mật, phong trào bạo loạn

Trịnh Giang, les Trịnh tombent dans une période de déclin grave et des soulèvements ont lieu de toutes parts. A la Cour, Trịnh Giang agit sournoisement contre les mandarins qui ne tiennent pas avec lui et utilise en toute confiance les services des eunuques en formant des cliques. Par conséquent, les affaires politiques sont accaparées par les eunuques. Profitant de cette situation, le bonze Nguyễn Dương Hưng réunit des milliers de réfugiés mécontents des Trịnh pour fomenter la première sédition. Nguyễn Dương Hưng occupe la montagne Tam Đảo pour en faire sa base, se proclame roi, établit sa Cour et s'oppose ouvertement aux Trịnh. Le soulèvement de Nguyễn Dương Hưng est réprimé à la fin de l'an 1737. Mais dans la foulée survient la rébellion menée par Lê Duy Mật en 1738. Profitant des difficultés rencontrées par le gouvernement des Trịnh, Lê Duy Mật et un groupe de la famille royale des Lê cherchent à incendier la capitale et exterminer les Trịnh. Leur complot échoue, les dignitaires de la Cour y ayant participé sont tués. Duy Mật s'enfuit vers les hautes terres de Thanh Hóa pour résister contre l'armée des Trịnh jusqu'en 1769 puis est vaincu.

Après les deux soulèvements de Nguyễn Dương Hưng et Lê Duy Mật, un mouvement de révolte

của dân chúng bùng lên gần như toàn bộ miền Bắc. Khoảng thời gian từ 1740 đến 1751 là thời điểm cực thịnh của các cuộc khởi nghĩa. Lúc này, Trịnh Giang đã tự giam mình ở cung Thưởng Trì, mọi quyền hành rơi vào tay hoạn quan Hoàng Công Phụ. Đầu năm 1740, Hoàng Công Phụ chỉ huy đại quân đi đàn áp khởi nghĩa ở Hải Dương. Nhân cơ hội đó, Nguyễn Quý Cảnh cùng một số triều thần khởi binh giết chết bè đảng của Hoàng Công Phụ, lập Trịnh Doanh lên làm chúa, tôn Trịnh Giang làm Thái Thượng Vương. Hoàng Công Phụ nghe tin liền bỏ trốn. Trịnh Doanh lên ngôi chúa lập tức tiến hành cải cách, đình bãi các công trình xa xỉ, giảm thuế, triệt bỏ một số tuần ty không hợp lệ, cấm mua bán ức hiếp dân chúng, miễn tô ruộng cho hai xứ Thanh Nghệ. Mặt khác, Trịnh Doanh cấp tốc tăng cường lực lượng quân sự, chiêu mộ tinh binh, rèn đúc vũ khí, chỉnh đốn quân đội các trấn, đặc biệt là thủy binh. Trịnh Doanh tiến hành sắm sửa thêm quân nhu, khí giới, tích trữ lương thực, thu gom các vật liệu chế tạo súng đạn, tịch thu tượng Phật, chuông khánh ở một số nơi để đúc súng. Ngoài ra Trịnh Doanh còn đặc

violente du peuple surgit sur presque tout le territoire du Nord. La période allant de 1740 à 1751 marque l'apogée des soulèvements. A ce moment, Trịnh Giang s'étant déjà cloîtré dans le palais Thưởng Trì, tout le pouvoir tombe entre les mains de l'eunuque Hoàng Công Phụ. Au début de l'an 1740, Hoàng Công Phụ mène la grande armée pour réprimer l'insurrection à Hải Dương. A cette occasion, Nguyễn Quý Cảnh et un certain nombre de dignitaires de la Cour lèvent des troupes, tuent les acolytes de Hoàng Công Phụ, élèvent Trịnh Doanh à la place du seigneur et donnent à Trịnh Giang le titre de Seigneur suprême. Informé des faits, Hoàng Công Phụ s'enfuit. Trịnh Doanh, devenu seigneur, met directement en exécution les réformes, arrête les ouvrages dispendieux, baisse les impôts, supprime un certain nombre de taxes non conformes aux règles, interdit des échanges commerciaux injustes avec la population, exempte les deux régions de Thanh Nghệ des impôts terriens. D'autre part, Trịnh Doanh se dépêche de renforcer les forces armées, recruter des troupes d'élite, fabriquer des armes, réorganiser l'armée dans les zones administratives, en particulier les forces fluviales. Il procède à l'acquisition de fournitures

biệt trọng đãi đám ưu binh nên họ Trịnh đã có được một đạo quân hùng mạnh đủ sức đè bẹp các cuộc nổi loạn lúc bấy giờ.

Dưới triều đại họ Trịnh, cuộc nổi dậy quan trọng nhất là của Hoàng Công Chất, kéo dài suốt 30 năm, phát xuất từ vùng Sơn Nam, "khi tan, khi hợp" đánh phá quân triều đình qua nhiều địa phương, có khi tấn công cả vào Thăng Long. Từ Sơn Nam, Hoàng Công Chất chuyển qua vùng Thanh Hóa rồi ngược lên Hưng Hóa. Sau cùng lực lượng của Hoàng Công Chất tụ lại tại vùng giáp giới với Vân Nam nên quân Trịnh đã phải phối hợp với quân nhà Thanh để cùng tiểu trừ nhưng cũng thất bại. Hoàng Công Chất lập căn cứ tại động Mãnh Thiên (Lai Châu) rồi kéo quân đánh phá khắp nơi. Tới năm 1768, Chúa Trịnh Sâm sai quân tiến đánh căn cứ Mãnh Thiên, lúc này Hoàng Công Chất đã chết, con

militaires supplémentaires et d'armes, au stockage de vivres, au rassemblement de matériaux pour la production des armes à feu et des munitions, ainsi qu'en certains endroits, à la confiscation des statues de Bouddha, des cloches et des gongs pour la fabrication des armes à feu. En outre, Trịnh Doanh traite spécialement les "ưu binh" (soldats privilégiés) avec beaucoup d'égards, ce qui fournit aux Trịnh une armée puissante capable de réprimer les rebellions d'alors.

Sous le règne des Trịnh, le soulèvement le plus important est celui de Hoàng Công Chất, qui, parti de la région de Sơn Nam, s'étire sur 30 ans. Il utilise la tactique "tantôt dispersé, tantôt regroupé" pour attaquer et détruire les troupes de la Cour dans plusieurs localités ; il arrive qu'il attaque Thăng Long même. A partir de Sơn Nam, Hoàng Công Chất se déplace vers la région de Thanh Hóa puis remonte à Hưng Hóa. Enfin, les forces de Hoàng Công Chất se réunissent dans la région limitrophe de Yúnnán (Vân Nam en vietnamien) obligeant l'armée des Trịnh à s'allier à l'armée des Qīng pour l'exterminer, sans y parvenir. Hoàng Công Chất fixe sa base sur la région montagneuse de Mãnh Thiên (Lai Châu) et envoie ses troupes mener

là Hoàng Công Toản thua chạy qua Vân Nam, nhưng 7 trong số 10 châu thuộc phủ Yên Tây do Hoàng Công Chất chiếm được đã không chịu hàng phục mà xin sáp nhập vào với Thanh triều khiến nước ta mất đi phần lãnh thổ đó.

Do chính sách chú trọng vào việc xây dựng và đặc biệt ưu đãi quân đội, Chúa Trịnh đã tạo nên được một đạo quân hùng mạnh nhưng đã gây nên hậu quả là đám ưu binh đó ngày càng kiêu, đi cướp phá các nhà, cả dân lẫn quan, không ai kiềm chế được.

Năm 1767, Trịnh Doanh chết, con trai là Trịnh Sâm lên kế nghiệp. Trịnh Sâm đau yếu luôn, quyền bính về tay Quận Huy Hoàng Đình Bảo. Khi Trịnh Sâm chết, Hoàng Đình Bảo vì tình riêng đã phế bỏ thế tử là Trịnh Khải để lập Trịnh Cán. Trịnh Khải dựa vào đám kiêu binh để giành lại ngôi, nhưng liền sau đó trở thành

des attaques tous azimuts. En 1768, le Seigneur Trịnh Sâm envoie son armée attaquer la base de Mãnh Thiên. A ce moment Hoàng Công Chất est déjà décédé et son fils, Hoàng Công Toản, vaincu, s'enfuit à Yúnnán. Mais 7 des 10 localités (châu) appartenant au district de Yên Tây, occupées auparavant par Hoàng Công Chất, ne se soumettent pas et demandent à être annexées à la Cour des Qīng, ce qui fait perdre à notre pays cette partie de territoire.

La politique du Seigneur Trịnh visant à attacher de l'importance à l'organisation de l'armée et au traitement de faveur réservé à cette dernière donne naissance à une armée puissante mais transforme les "ưu binh" (soldats privilégiés) en soldats de plus en plus vaniteux, pilleurs des biens tant de simples citoyens que de mandarins. Personne ne peut les tempérer.

En 1767, Trịnh Doanh décède, son fils Trịnh Sâm prend la succession. Trịnh Sâm étant de constitution fragile, le pouvoir est entre les mains du duc Quận Huy Hoàng Đình Bảo. Au décès de Trịnh Sâm, Hoàng Đình Bảo, par préférence personnelle, rejette l'héritier Trịnh Khải et intronise Trịnh Cán. Trịnh Khải s'appuie sur les soldats vaniteux pour reprendre sa place,

nạn nhân. Năm 1784, kiêu binh tam phủ vào trấn giữ luôn phủ chúa, kéo nhau đi cướp phá các làng. Tình thế của họ Trịnh lúc bấy giờ là trong chia phe đảng, loạn kiêu binh, ngoài đương đầu với hàng loạt cuộc khởi nghĩa. Đặc biệt lúc đó, quân Tây Sơn do Nguyễn Nhạc làm vua đã thu nạp được Nguyễn Hữu Chỉnh là một viên quan của họ Trịnh. Sau khi Hoàng Đình Bảo bị kiêu binh giết chết, Chỉnh khuyên Tây Sơn nên nhân dịp ra đánh Thuận Hóa. Tháng năm năm 1786 quân Tây Sơn lấy được đất Thuận Hóa ra đến Linh Giang.

Sau khi Tây Sơn lấy được đất Thuận Hóa, Nguyễn Hữu Chỉnh hiến kế cho Nguyễn Huệ đánh thẳng ra Bắc Hà. Quân Tây Sơn tiến tới Thăng Long, đánh tan thủy quân họ Trịnh. Trịnh Khải đối đầu không lại nên bỏ chạy lên Sơn Tây, trên đường đi thì bị bắt nộp cho nhà Tây Sơn nên đã tự sát. Nguyễn Huệ cho lấy vương lễ tống táng Chúa Trịnh rồi vào thành Thăng Long yết kiến Vua Lê, kết thúc nghiệp

mais en devient immédiatement victime. En 1784, les soldats vaniteux "tam phủ" (garde royale) prennent le contrôle du Palais du Seigneur lui-même et pillent les villages en bande. Les Trịnh doivent alors faire face à l'intérieur aux divisions internes, aux troubles créés par les soldats vaniteux et affronter à l'extérieur toute une série de soulèvements. En particulier, à ce moment, l'armée des Tây Sơn dont Nguyễn Nhạc est le roi réussit à intégrer dans ses rangs Nguyễn Hữu Chỉnh, un officier des Trịnh. Après la mort de Hoàng Đình Bảo, tué par les "kiêu binh" (soldats vaniteux), Chính conseille aux Tây Sơn de profiter de l'occasion pour attaquer Thuận Hóa. En mai 1786, l'armée des Tây Sơn s'empare du territoire allant de Thuận Hóa à Linh Giang.

Après la prise de Thuận Hóa par les Tây Sơn, Nguyễn Hữu Chỉnh présente à Nguyễn Huệ un plan d'action pour attaquer Bắc Hà (nom donné au Đàng Ngoài à la fin du 18è siècle). L'armée des Tây Sơn avance sur Thăng Long et met en pièce les forces fluviales des Trịnh. Trịnh Khải n'arrivant pas à tenir tête s'enfuit à Sơn Tây. Sur le chemin, il est capturé et livré aux Tây Sơn puis se suicide. Nguyễn Huệ lui offre des funérailles royales puis entre dans Thăng Long

chúa của họ Trịnh kéo dài 216 năm từ Trịnh Tùng đến Trịnh Khải (1570–1786).

présenter ses hommages au Roi Lê. Le règne des Seigneurs Trịnh s'achève après avoir duré 216 ans, depuis Trịnh Tùng jusqu'à Trịnh Khải (1570-1786).

DYNASTIE DES TÂY SƠN
Triều đại Tây Sơn

Anh em Tây Sơn khởi nghiệp từ năm 1771, nhưng phải đến năm 1778 mới lập nên triều đại Tây Sơn và đến năm 1802 bị Nguyễn Phúc Ánh tiêu diệt. Một triều đại chỉ tồn tại 24 năm do ba anh em thường dân Nguyễn Nhạc, Nguyễn Huệ và Nguyễn Lữ tạo dựng nên với những cuộc cải cách quốc gia quan trọng, nhưng cũng để lại dấu ấn của sự tranh giành quyền lực nội bộ điển hình trong lịch sử Việt Nam. Trong ba anh em, người được sử sách nhắc đến nhiều nhất là Nguyễn Huệ, tức Hoàng Đế Quang Trung. Ông được coi là vị anh hùng dân tộc "bách chiến bách thắng", với những chiến công chống ngoại xâm và cũng là người đề ra nhiều cải cách quan trọng trong việc xây dựng đất nước.

Les frères Tây Sơn commencent leur œuvre en 1771, mais ne fondent leur dynastie qu'en 1778 et sont anéantis en 1802 par Nguyễn Phúc Ánh. La dynastie établie par les trois frères issus du peuple Nguyễn Nhạc, Nguyễn Huệ et Nguyễn Lữ, bien que n'ayant duré que 24 ans, instaure des réformes importantes, mais laisse aussi l'empreinte d'un conflit de pouvoir interne caractéristique de l'histoire du Việt Nam. Des trois frères, le plus cité dans l'Histoire est Nguyễn Huệ, soit l'Empereur Quang Trung. Il est considéré comme l'invincible héros du peuple, célèbre pour ses victoires contre l'invasion étrangère, et pour l'instauration de nombreuses réformes importantes nécessaires à la construction du pays.

TÂY SƠN KHỞI NGHĨA

SOULEVEMENT DES TÂY SƠN

Nguyễn Nhạc dựng cờ khởi nghĩa năm 1771 tại đất Tây

Nguyễn Nhạc lève l'étendard de l'insurrection en 1771 à Tây Sơn.

Sơn, ban đầu lực lượng của ông chủ yếu là dân từ các sắc tộc miền núi và lấy danh nghĩa chống lại Quốc Phó Trương Phúc Loan, ủng hộ hoàng tôn Nguyễn Phúc Dương là cháu đích tôn của Võ Vương Nguyễn Phúc Khoát. Thời đó, quyền lực Đàng Trong hoàn toàn trong tay Trương Phúc Loan, khét tiếng xa hoa tham nhũng. Năm 1772, Chúa Nguyễn đem quân tới trấn áp nhưng quân Tây Sơn đều phản công thắng lợi.

Lực lượng của Nguyễn Nhạc được lòng dân do sự bình đẳng, không tham ô của dân và lấy của người giàu chia cho người nghèo, cho nên ngày càng có được nhiều người ủng hộ.

Sau khi đứng vững ở địa bàn ấp Tây Sơn, năm sau, cuộc khởi nghĩa lan rộng và nghĩa quân Tây Sơn đã đánh thắng nhiều trận, chống trả lại quân Chúa Nguyễn được phái tới trấn áp. Tới năm 1773 quân Tây Sơn, có các thương nhân là Tập Đình và Lý Tài cũng mộ quân nổi lên phò giúp, đã dùng mưu đánh chiếm được thành Qui Nhơn. Sau đó nhanh chóng đánh xuống phía nam, kiểm soát vùng đất từ Quảng Ngãi đến Phú Yên, cắt đôi lãnh

Au début, ses troupes comprennent principalement des personnes issues des communautés montagneuses. Elles ont pour mot d'ordre de s'opposer au Régent Trương Phúc Loan et de soutenir le Prince Nguyễn Phúc Dương, petit-fils du Prince Võ, Seigneur Nguyễn Phúc Khoát. A cette époque, tout le pouvoir du Đàng Trong est entre les mains de Trương Phúc Loan, réputé pour être fastueux et corrompu. En 1772, le Seigneur Nguyễn emmène son armée pour réprimer les Tây Sơn qui résistent avec succès.

Les troupes de Nguyễn Nhạc sont populaires pour leur esprit égalitaire, leur intégrité ; elles prennent aux riches pour donner aux pauvres, aussi leurs partisans sont de plus en plus nombreux.

Après avoir consolidé sa base à Tây Sơn, l'année suivante, le soulèvement s'élargit et les insurgés de Tây Sơn remportent plusieurs victoires face à l'armée du Seigneur Nguyễn envoyée pour les réprimer. En 1773, les forces de Tây Sơn, avec l'aide des commerçants Tập Đình et Lý Tài qui ont recruté des soldats dans ce but, s'emparent par ruse de la citadelle de Qui Nhơn. Plus tard, elles avancent rapidement vers le Sud, contrôlent les territoire allant de Quảng Ngãi à Phú Yên et coupent en deux le

thổ Đàng Trong của Chúa Nguyễn. Nguyễn Nhạc tự xưng là Đệ Nhất Trại Chủ, cai quản hai huyện Phù Ly, Bồng Sơn. Nguyễn Thung xưng là Đệ Nhị Trại Chủ. Huyền Khê xưng Đệ Tam Trại Chủ, coi việc quân lương.

QUÂN TRỊNH THAM CHIẾN

Tháng 11 năm 1774, Chúa Trịnh Sâm sai Quận Việp Hoàng Ngũ Phúc, một viên tướng lão luyện, mang 4 vạn quân tiến vào Nam tấn công Phú Xuân (Huế), cũng lấy danh nghĩa trừng phạt Trương Phúc Loan giúp Chúa Nguyễn. Mặc dù Chúa Nguyễn Phúc Thuần buộc phải trói Trương Phúc Loan nộp cho Hoàng Ngũ Phúc nhưng quân Trịnh vẫn tiến đánh và chiếm thành Phú Xuân, khiến quân Chúa Nguyễn không chống nổi, phải bỏ chạy về Quảng Nam. Tại đây Chúa Nguyễn lại bị quân Tây Sơn uy hiếp, cùng thế buộc phải mang gia quyến trong đó có Nguyễn Phúc Ánh theo đường biển chạy vào Gia Định (Sài Gòn).

Đàng Trong du Seigneur Nguyễn. Nguyễn Nhạc se proclame Đệ Nhất Trại Chủ (Premier Commandant de Camp) et administre les deux districts de Phù Ly et Bồng Sơn. Nguyễn Thung se proclame Đệ Nhị Trại Chủ (Deuxième Commandant de Camp). Huyền Khê, Đệ Tam Trại Chủ (Troisième Commandant de Camp) est en charge du ravitaillement.

ENTREE EN GUERRE DE L'ARMEE DES TRỊNH

En novembre 1774, le Seigneur Trịnh Sâm ordonne à Hoàng Ngũ Phúc, duc Việp, un général expérimenté, d'emmener 40.000 soldats au Sud pour attaquer Phú Xuân (Huế), avec le même mot d'ordre : punir Trương Phúc Loan pour aider le Seigneur Nguyễn. Bien que le Seigneur Nguyễn Phúc Thuần soit obligé de ligoter Trương Phúc Loan et de le livrer à Hoàng Ngũ Phúc, les troupes des Trịnh continuent à avancer et s'emparent de la citadelle de Phú Xuân de façon que l'armée des Nguyễn, n'arrivant pas à résister, doive s'enfuir à Quảng Nam. A cet endroit le Seigneur Nguyễn est de nouveau menacé par l'armée Tây Sơn ; poussé dans ses derniers retranchements, il doit s'enfuir à Gia Định (Sài Gòn) par voie maritime en emmenant sa famille, y compris Nguyễn Phúc Ánh.

Từ miền Nam, tháng 5 năm 1775, tướng của Chúa Nguyễn là Tống Phước Hiệp tiến quân ra Phú Yên đánh Tây Sơn và chiếm được Phú Yên, Nguyễn Nhạc chỉ còn giữ Qui Nhơn và Quảng Ngãi, bị kẹp giữa hai thế lực Trịnh và Nguyễn.

Lúc đó quân Trịnh tiếp tục đi về phía Nam vượt đèo Hải Vân, và đụng độ với quân Tây Sơn ở Quảng Nam. Quân Tây Sơn thua trận. Trước tình thế "lưỡng đầu thọ địch", Nguyễn Nhạc xin giảng hòa với quân Trịnh, trên danh nghĩa đầu hàng nhà Lê và xin làm tiên phong đi đánh Chúa Nguyễn ở Gia Định. Hoàng Ngũ Phúc bằng lòng, mặc dù biết chắc Tây Sơn là mối đe dọa cho mình về sau, nhưng không làm gì hơn được.

Tháng 7 năm 1775, Nguyễn Nhạc sai Nguyễn Huệ đánh Phú Yên, quân Nguyễn bị thua tan rã. Tống Phúc Hiệp phải rút về Hòn Khói (Nha Trang). Từ đó thế lực quân Tây Sơn được củng cố dần, Hoàng Ngũ Phúc đành xin Chúa Trịnh sai Nguyễn Hữu Chỉnh đem ấn kiếm vào phong cho Nguyễn Nhạc là Tây Sơn Hiệu Trưởng Tráng Tiết Tướng Quân, rồi dâng biểu về triều xin về Thuận Hóa, nhưng trên đường

En mai 1775, le Général Tống Phước Hiệp des Nguyễn, avance sur Phú Yên à partir du Sud pour attaquer les Tây Sơn et il s'empare de Phú Yên. Nguyễn Nhạc ne conserve plus que Qui Nhơn et Quảng Ngãi, coincé entre les deux forces des Trịnh et des Nguyễn.

A ce moment, l'armée des Trịnh continue à progresser vers le Sud, franchit le col de Hải Vân et est aux prises avec les troupes Tây Sơn à Quảng Nam. Ces dernières perdent la bataille. Attaqué sur deux fronts, Nguyễn Nhạc propose l'arrêt des hostilités à l'armée Trịnh en arguant qu'il capitule devant la dynastie des Lê, et il se propose d'être l'avant-garde pour combattre le Seigneur Nguyễn à Gia Định. Hoàng Ngũ Phúc accepte, bien qu'il soit persuadé que les Tây Sơn seront plus tard une menace, mais il n'a pas le choix.

En juillet 1775, Nguyễn Nhạc ordonne à Nguyễn Huệ d'attaquer Phú Yên. L'armée des Nguyễn est mise en pièces et Tống Phúc Hiệp doit se retirer à Hòn Khói (Nha Trang). Dès lors, l'armée des Tây Sơn progressivement se consolide et devient plus forte. Hoàng Ngũ Phúc consent malgré lui à demander au Seigneur Trịnh d'ordonner à Nguyễn Hữu Chỉnh d'apporter le sceau et l'épée pour conférer à Nguyễn Nhạc le titre de Tây Sơn Hiệu Trưởng, Tráng Tiết

về Hoàng Ngũ Phúc lâm bệnh chết. Từ đó toàn bộ khu vực đèo Hải Vân trở xuống đều thuộc về nghĩa quân Tây Sơn và Chúa Trịnh Sâm phong cho Nguyễn Nhạc trấn thủ Quảng Nam.

Tướng Quân (Commandant Tây Sơn, Général Tráng Tiết), puis adresse à la Cour un placet pour demander l'autorisation de retourner à Thuận Hóa. Sur le chemin du retour, Hoàng Ngũ Phúc décède de maladie. Depuis lors, tout le territoire au Sud du col Hải Vân appartient aux insurgés Tây Sơn et le Seigneur Trịnh Sâm nomme Nguyễn Nhạc Chef de la zone administrative de Quảng Nam.

TÂY SƠN TIẾN ĐÁNH GIA ĐỊNH

ATTAQUE DE GIA ĐỊNH PAR LES TÂY SƠN

Tháng 4 năm 1777, quân Tây Sơn dưới sự chỉ huy của Nguyễn Huệ, tiến đánh quân Chúa Nguyễn. Nguyễn Phúc Thuần thua bỏ trốn nhưng bị bắt đem giết vào cuối năm 1777. Nguyễn Phúc Ánh, con trai của Nguyễn Phúc Luân (hoàng tôn triều Nguyễn) lúc đó 15 tuổi, chạy thoát ra đảo Thổ Châu.

En avril 1777, l'armée des Tây Sơn, sous le commandement de Nguyễn Huệ, attaque celle du Seigneur Nguyễn. Nguyễn Phúc Thuần, vaincu, s'enfuit, mais il est capturé et exécuté à la fin de l'an 1777. Nguyễn Phúc Ánh, fils de Nguyễn Phúc Luân (descendant des Nguyễn), âgé alors de 15 ans, fuit dans l'île de Thổ Châu.

Nguyễn Lữ và Nguyễn Huệ lấy xong đất Gia Định, để tổng đốc Chu ở lại trấn thủ, rồi đem quân về Qui Nhơn.

Après avoir conquis Gia Định, Nguyễn Lữ et Nguyễn Huệ confient sa défense au Chef de Province Chu, puis retournent à Qui Nhơn avec leur armée.

Nhà Tây Sơn trên cơ bản đã chinh phục được toàn bộ lãnh thổ của họ Nguyễn, tăng cường sức mạnh và uy thế. Năm 1778, Nguyễn Nhạc tự xưng

Concrètement, la dynastie des Tây Sơn a conquis l'entièreté du territoire des Nguyễn, intensifié sa puissance et son influence. En 1778, Nguyễn Nhạc se proclame

làm vua, lập triều đại Tây Sơn, đặt niên hiệu là Thái Đức, đóng đô tại thành Qui Nhơn (thành Đồ Bàn cũ của nước Chiêm Thành), phong cho Nguyễn Lữ làm Tiết Chế, Nguyễn Huệ là Long Nhương Tướng Quân, từ đó nhà Tây Sơn không còn ràng buộc với Chúa Trịnh nữa.	roi, installe sa Cour à Tây Sơn, prend Thái Đức comme nom de règne et établit sa capitale à Qui Nhơn (ancienne citadelle Đồ Bàn du Champa). Il confère à Nguyễn Lữ le titre de Tiết Chế (Commandant en Chef de l'armée) et à Nguyễn Huệ le titre de Long Nhương Tướng Quân (Général Long Nhương). Depuis lors, la dynastie des Tây Sơn n'est plus liée au Seigneur Trịnh.
Sau khi Nguyễn Huệ và Nguyễn Lữ về Qui Nhơn, Nguyễn Phúc Ánh, được tướng Đỗ Thanh Nhơn phò lập làm chúa, đã tụ tập lại lực lượng trung thành, khởi binh từ đất Long Xuyên đánh đuổi quân Tây Sơn tại Gia Định, rồi lấy lại thành Bình Thuận và thành Diên Khánh.	Après le retour de Nguyễn Huệ et Nguyễn Lữ à Qui Nhơn, Nguyễn Phúc Ánh, secondé et intronisé en tant que seigneur par le Général Đỗ Thanh Nhơn, rassemble toutes les forces qui lui sont fidèles, se soulève à Long Xuyên et part expulser l'armée des Tây Sơn de Gia Định, puis reconquiert les citadelles de Bình Thuận et Diên Khánh.
Năm 1780 Nguyễn Phúc Ánh xưng vương, thông thương với Xiêm La, đem quân đi đánh và bảo hộ Chân Lạp. Đồng thời xây dựng củng cố đất Gia Định để phòng bị chiến tranh.	En 1780, Nguyễn Phúc Ánh se proclame roi. Il entretient des relations commerciales avec le Siam, envahit le Chenla (Chân Lạp en vietnamien) et y instaure le protectorat. En même temps il consolide Gia Định pour ne pas être pris au dépourvu en cas de guerre.
Năm 1782 Nguyễn Nhạc và Nguyễn Huệ đem hơn 100 chiến thuyền vào cửa Cần Giờ, đánh nhau với quân Nguyễn Vương. Nguyễn Vương thua	En 1782, Nguyễn Nhạc et Nguyễn Huệ emmènent plus de 100 vaisseaux à l'embouchure de Cần Giờ pour combattre l'armée du Roi Nguyễn. Ce dernier, battu à plate

to, phải bỏ thành Sài Gòn chạy về đất Tam Phụ (Ba Giồng), rồi ra lánh ở đảo Phú Quốc. Sau khi Nguyễn Nhạc và Nguyễn Huệ rút về Qui Nhơn, quân nhà Nguyễn lại nổi dậy chiếm lại được thành Sài Gòn và đón Nguyễn Phúc Ánh về. Năm 1783, quân Tây Sơn lại tiến đánh, Nguyễn Phúc Ánh cùng gia quyến phải bỏ chạy ra Phú Quốc. Tháng 6 năm 1783, Nguyễn Huệ ra đánh Phú Quốc, Nguyễn Phúc Ánh chạy về Côn Lôn. Quân Nguyễn Huệ gặp phải bão, bị đắm nhiều thuyền nên rút lui. Nguyễn Phúc Ánh (thường gọi là Nguyễn Ánh) thoát chết, quay trở về Phú Quốc.

TÂY SƠN ĐÁNH BẠI QUÂN XIÊM

Trong thời gian còn chống trả Tây Sơn tại Nam Phần, Nguyễn Ánh nhiều lần thông qua giám mục Pigneau de Béhaine (Bá Đa Lộc) để cầu viện người Pháp nhưng không thu được nhiều kết quả. Do đó Nguyễn Ánh chuyển sang cầu viện Xiêm La (Thailand).

Năm 1784, Nguyễn Ánh từ Hà Tiên sang Xiêm La hội kiến với Vua Xiêm La là Chất Tri

couture, doit abandonner la citadelle de Sài Gòn pour se retirer à Tam Phụ (Ba Giồng), puis il se réfugie sur l'île de Phú Quốc. Après le retrait de Nguyễn Nhạc et Nguyễn Huệ à Qui Nhơn, l'armée des Nguyễn se soulève de nouveau, reconquiert la citadelle de Sài Gòn où elle accueille Nguyễn Phúc Ánh. En 1783, les troupes des Tây Sơn attaquent de nouveau, Nguyễn Phúc Ánh et sa famille doivent s'enfuir à Phú Quốc. En juin 1783, Nguyễn Huệ attaque Phú Quốc ; Nguyễn Phúc Ánh se replie à Côn Lôn. Les troupes de Nguyễn Huệ sont prises dans une tempête et le naufrage de nombreux vaisseaux l'oblige à se retirer. Ayant échappé à la mort, Nguyễn Phúc Ánh (souvent appelé Nguyễn Ánh) retourne à Phú Quốc.

DEFAITE DE L'ARMEE SIAMOISE PAR TÂY SƠN

Pendant sa lutte contre les Tây Sơn au Sud, Nguyễn Ánh demande à plusieurs reprises l'aide des Français par l'intermédiaire de l'Evêque Pigneau de Béhaine (Bá Đa Lộc en vietnamien) mais n'obtient pas beaucoup de résultats. Dès lors, Nguyễn Ánh se tourne vers le Siam (Thaïlande, Xiêm La en vietnamien).

En 1784, Nguyễn Ánh va de Hà Tiên au Siam pour une entrevue avec le Roi siamois Chakri, Rama I

(Chakri, Rama I) tại Vọng Các (Bangkok). Vua Xiêm sai hai tướng là Chiêu Tăng, Chiêu Sương đem 2 vạn thủy binh cùng 300 chiến thuyền sang hỗ trợ Nguyễn Ánh và đã nhanh chóng lấy được Rạch Giá, Ba Thắc, Trà Ôn, Mân Thít, Sa Đéc. Vua Tây Sơn lập tức sai Long Nhương Tướng Quân Nguyễn Huệ đem quân vào đánh. Sau khi vào Gia Định, Nguyễn Huệ cho bố trí trận địa và nhử quân Xiêm đến gần đoạn sông Tiền (hay Tiền Giang) nằm giữa rạch Gầm và rạch Xoài Mút ở phía trên Mỹ Tho. Trận chiến diễn ra không đầy một ngày, Nguyễn Huệ đã tiêu diệt hầu hết quân Xiêm. Nguyễn Ánh cùng tàn quân Xiêm tháo chạy về Bangkok.

(Chất Tri en vietnamien) à Bangkok (Vọng Các en vietnamien). Ce dernier ordonne aux deux Généraux Krom Luang Thepharirak (Chiêu Tăng en vietnamien) et Phraya Wichinarong (Chiêu Sương en vietnamien) de mener 20.000 hommes des forces fluviales avec 300 vaisseaux en renfort à Nguyễn Ánh qui prend rapidement Rạch Giá, Ba Thắc, Trà Ôn, Mân Thít et Sa Đéc. Le roi des Tây Sơn envoie immédiatement le Général Long Nhương Nguyễn Huệ à leur rencontre. Nguyễn Huệ dispose ses soldats sur le champ de bataille et attire l'armée siamoise sur le tronçon du fleuve Tiền (ou Tiền Giang) situé entre les confluents des arroyos Gầm et Xoài Mút, à l'amont de Mỹ Tho. La bataille ne dure même pas une journée, Nguyễn Huệ décime quasi toute l'armée siamoise. Nguyễn Ánh s'enfuit précipitamment à Bangkok avec ce qui reste de l'armée siamoise.

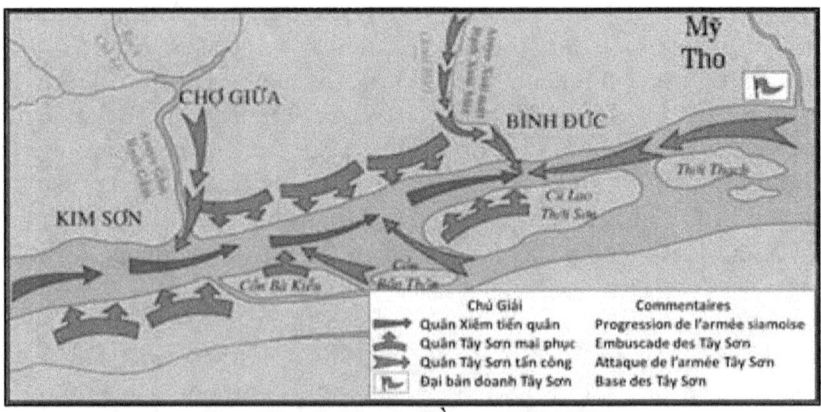

Bataille de Rạch Gầm - Xoài Mút
Trận Rạch Gầm - Xoài Mút

TÂY SƠN LẬT ĐỔ CHÚA TRỊNH, TIẾN CHIẾM BẮC HÀ

Tại phía Bắc lãnh thổ Đàng Trong, quân Trịnh sau khi tiến qua sông Gianh, chiếm được Phú Xuân lại ra sức cướp bóc dân chúng thậm tệ, khiến cho ai nấy đều oán hận. Trong khi ở ngoài Bắc tình trạng loạn to, kiêu binh nổi lên cướp bóc và bức hại dân, đồng thời diệt Trịnh Cán, lập Trịnh Khải và thao túng triều đình. Nguyễn Hữu Chỉnh phải trốn vào Đàng Trong theo phò Nguyễn Nhạc. Chỉnh biết rõ tình hình quân Trịnh nên khuyên Tây Sơn nên nhân cơ hội đánh chiếm lại Phú Xuân.

Giữa năm 1786 Nguyễn Nhạc sai Nguyễn Huệ chỉ huy quân thủy bộ, phụ tá là Nguyễn Hữu Chỉnh và Vũ Văn Nhậm tiến đánh quân Trịnh tại Phú Xuân đạt thắng lợi dễ dàng. Nguyễn Hữu Chỉnh khuyên Nguyễn Huệ nhân đà thắng trận tiến thẳng quân ra Bắc. Nguyễn Huệ nghe theo lời Chỉnh, một mặt cho người vào thông báo cho Nguyễn Nhạc, mặt khác chia đại quân làm hai cánh tiến

RENVERSEMENT DES SEIGNEURS TRỊNH PAR LES TÂY SƠN, PROGRESSION ET PRISE DE BẮC HÀ

Au Nord du territoire du Đàng Trong, les troupes des Trịnh, après avoir traversé le fleuve Gianh pour s'emparer de Phú Xuân, se livrent sans merci au pillage de façon telle que tous leur gardent une grande rancœur. Pendant que le Nord connait d'importants troubles, les "kiêu binh" (soldats vaniteux) se mettent à piller et tuer les civils. Durant la même période, ils déposent Trịnh Cán, intronisent Trịnh Khải et manipulent la Cour sans retenue. Nguyễn Hữu Chỉnh doit s'enfuir au Đàng Trong pour servir Nguyễn Nhạc. Chính, connaissant bien la situation des Trịnh, conseille aux Tây Sơn de profiter de l'occasion pour reconquérir Phú Xuân.

Au milieu de l'an 1786, Nguyễn Nhạc ordonne à Nguyễn Huệ de mener les troupes fluviales et l'infanterie, avec Nguyễn Hữu Chỉnh et Vũ Văn Nhậm comme adjoints, attaquer les Trịnh à Phú Xuân. Ils remportent une victoire facile. Nguyễn Hữu Chỉnh conseille à Nguyễn Huệ de profiter de l'élan pour progresser directement vers le Nord. Sur ces conseils, Nguyễn Huệ, d'une part, envoie des messagers pour en

thắng ra Bắc. Trước sự tấn công vũ bão của Tây Sơn, quân họ Trịnh hoàn toàn tan rã. Nguyễn Huệ tiến vào Thăng Long, tuyên bố trả lại quyền bính cho nhà Lê rồi rút quân về Phú Xuân.

Chẳng bao lâu, Bắc Hà lại loạn trở lại, Vua Lê lúc đó là Lê Chiêu Thống hoàn toàn bất lực trước dư đảng họ Trịnh, cho người vào Nghệ An vời Nguyễn Hữu Chỉnh. Nguyễn Hữu Chỉnh nhân cơ hội đem quân tiến ra Bắc lần nữa, dẹp tan dư đảng họ Trịnh và Vua Lê Chiêu Thống thành bù nhìn trở lại, lần này là trong tay Nguyễn Hữu Chỉnh.

Thấy Nguyễn Hữu Chỉnh có hành động phản nghịch, Nguyễn Huệ sai Vũ Văn Nhậm đem quân ra Bắc trừng trị Chỉnh. Quân của Nguyễn Hữu Chỉnh không địch nổi với Vũ Văn Nhậm, Chỉnh bị bắt đem về Thăng Long hành quyết, Vua Lê Chiêu Thống không nơi nương tựa phải cùng gia đình bỏ trốn rồi quyết định sang Tàu cầu viện. Đất Bắc từ đó hoàn toàn thuộc quyền Tây Sơn.

informer Nguyễn Nhạc et, d'autre part, divise son armée en deux ailes pour avancer directement vers le Nord. Devant l'attaque impétueuse des Tây Sơn, l'armée des Trịnh se désagrège complètement. Nguyễn Huệ entre dans Thăng Long, proclame que le pouvoir est remis à la dynastie des Lê puis se retire à Phú Xuân.

Peu de temps après, Bắc Hà connait de nouveau des troubles. Le Roi Lê Chiêu Thống, totalement impuissant devant le reste du clan Trịnh, envoie des messagers à Nghệ An pour convoquer Nguyễn Hữu Chỉnh. Ce dernier profite de l'occasion pour emmener de nouveau son armée au Nord, anéantit le reste du clan des Trịnh et le Roi Lê Chiêu Thống redevient une marionnette, cette fois dans les mains de Nguyễn Hữu Chỉnh.

Constatant que Nguyễn Hữu Chỉnh commet des actes déloyaux, Nguyễn Huệ ordonne à Vũ Văn Nhậm d'emmener son armée au Nord pour le punir. Les troupes de Nguyễn Hữu Chỉnh ne parviennent pas à faire front à celles de Vũ Văn Nhậm ; Chỉnh est capturé, escorté à Thăng Long et exécuté. Le Roi Lê n'ayant plus de soutien s'enfuit avec sa famille en Chine pour demander de l'aide. Dès lors, le Nord appartient entièrement aux Tây Sơn.

QUANG TRUNG ĐẠI PHÁ QUÂN THANH

Theo lời cầu viện của Lê Chiêu Thống, cuối năm 1788, Vua Thanh đương thời là Càn Long (Qianlong) sai Tôn Sĩ Nghị chỉ huy hơn 20 vạn quân hộ tống Lê Chiêu Thống về Việt Nam với danh nghĩa phù Lê. Quân nhà Thanh theo ba ngả Trấn Nam Quan, Tuyên Quang và Cao Bằng tràn vào lãnh thổ Bắc Việt, tiến chiếm thành Thăng Long, quân Tây Sơn do Ngô Văn Sở và Phan Văn Lân chỉ huy phải rút về cố thủ tại núi Tam Điệp cùng Ngô Thời Nhiệm.

Ngày 22 tháng 12 năm 1788, để có danh nghĩa chính thống, Nguyễn Huệ lên ngôi Hoàng Đế, lấy hiệu là Quang Trung. Với lý do Vua Lê Chiêu Thống đã bỏ nước ra đi nay lại rước giặc về xâm lăng bờ cõi, Vua Quang Trung xuất quân tiến đánh ra Bắc Hà.

Sự bành trướng của triều đại Tây Sơn
Ngày 26 tháng 12 năm 1788, đại quân của Hoàng Đế Quang

MISE EN DEROUTE DE L'ARMEE DES QĪNG PAR QUANG TRUNG

Suite à la demande d'aide de Lê Chiêu Thống, à la fin de l'an 1788, le roi des Qīng (Thanh en vietnamien) d'alors, Qiánlóng (Càn Long en vietnamien), ordonne à Sūn Shìyì (Tôn Sĩ Nghị en vietnamien) de mener 200.000 soldats pour escorter Lê Chiêu Thống au Việt Nam, sous prétexte de soutien aux Lê. En passant par trois routes, Trấn Nam Quan, Tuyên Quang et Cao Bằng, l'armée des Qīng envahit le territoire du Nord Việt Nam et s'empare de Thăng Long. Les troupes des Tây Sơn commandées par Ngô Văn Sở et Phan Văn Lân doivent se retirer pour défendre farouchement la montagne de Tam Điệp avec Ngô Thời Nhiệm.

Le 22 décembre 1788, pour obtenir la légitimité, Nguyễn Huệ monte sur le trône d'empereur avec Quang Trung comme nom de règne. En arguant que le Roi Lê Chiêu Thống a quitté le pays et qu'à présent il invite l'ennemi à l'envahir, l'Empereur Quang Trung envoie des soldats au combat à Bắc Hà (autre nom du Đàng Ngoài).

Expansion de la dynastie des Tây Sơn
Le 26 décembre 1788, la grande armée de l'Empereur Quang Trung

Trung tới Nghệ An, dừng quân tại đó 10 ngày để tuyển quân và củng cố lực lượng, nâng quân số lên 10 vạn, tổ chức thành 5 đạo: tiền, hậu, tả, hữu và trung quân. Ngoài ra còn có một đội tượng binh với hơn 100 voi chiến.

Ngày 15 tháng 1 năm 1789, đại quân của Quang Trung đã ra đến Tam Điệp, Ninh Bình. Sau khi xem xét tình hình, Quang Trung tuyên bố với toàn quân rằng chỉ trong 10 ngày sẽ quét sạch quân Thanh.

Sớm hơn cả dự tính, chỉ trong vòng 6 ngày, kể từ đêm 30 Tết, quân Tây Sơn đã đánh tan 20 vạn quân Thanh ở Ngọc Hồi, Đống Đa. Trưa mồng 5 Tết, năm 1789, quân Tây Sơn tiến vào Thăng Long. Tôn Sĩ Nghị, Lê Chiêu Thống cùng tàn quân bỏ chạy về Tàu.

BA TRIỀU ĐÌNH TÂY SƠN

Nhà Tây Sơn khởi nghiệp vào năm 1771, sau khi cực thịnh vài năm thì bắt đầu chia rẽ nội bộ. Tây Sơn chia làm ba triều đình nhỏ, Nguyễn Nhạc phong cho Nguyễn Huệ làm Bắc Bình

arrive à Nghệ An. Elle s'y arrête pendant 10 jours pour enrôler des troupes en vue de consolider ses forces. L'effectif s'élève à 100.000 hommes et est divisé en 5 ailes : avant, arrière, gauche, droite et centrale. En outre, il y a une unité composée de 100 éléphants de combat.

Le 15 janvier 1789, la grande armée de Quang Trung arrive déjà à Tam Điệp, Ninh Bình. Après avoir examiné la situation, Quang Trung déclare à ses troupes qu'il balaiera l'armée des Qīng en 10 jours.

En débutant l'attaque la veille du "Tết" (Nouvel An lunaire), l'armée Tây Sơn taille en pièces les troupes de 200.000 soldats Qīng à Ngọc Hồi, Đống Đa en seulement 6 jours, soit en moins de temps que prévu. Dans l'après-midi du 5è jour après le "Tết" de l'an 1789, l'armée des Tây Sơn entre dans Thăng Long. Tôn Sĩ Nghị, Lê Chiêu Thống et le reste de leur armée s'enfuient en Chine.

TROIS COURS DES TÂY SƠN

Les Tây Sơn commencent leur œuvre en 1771. Après quelques années d'une prospérité remarquable, ils commencent à connaitre des divisions internes. Les Tây Sơn sont divisés en trois

Vương cai trị từ đèo Hải Vân ra phía Bắc, Nguyễn Lữ làm Đông Định Vương trấn thủ đất Gia Định, còn Nhạc là Trung Ương Hoàng Đế đóng đô tại Qui Nhơn.

petites Cours. Nguyễn Nhạc confère à Nguyễn Huệ le titre de Bắc Bình Vương (littéralement Roi Pacificateur du Nord) pour administrer le territoire allant du col Hải Vân vers le Nord, à Nguyễn Lữ le titre de Đông Định Vương (littéralement Roi Pacificateur de l'Est) pour défendre Gia Định, quant à Nhạc, il est Trung Ương Hoàng Đế (littéralement Empereur Central) établissant sa capitale à Qui Nhơn.

Đông Định Vương Nguyễn Lữ

Trong 3 anh em, Nguyễn Lữ yếu kém hơn cả. Từ năm 1776 tới 1785 quân Tây Sơn đã 6 lần tấn công vào Gia Định, lần nào cũng đánh quân Nguyễn Ánh chạy tan tành. Nhưng mỗi lần quân chủ lực Tây Sơn rút về Qui Nhơn, các trung thần của Nguyễn Ánh lại tụ tập phản công chiếm lại Gia Định. Hai bên cứ duy trì thế giằng co như vậy cho đến tháng 8 năm 1788 Nguyễn Ánh giữ được quyền kiểm soát tuyệt đối Gia Định. Nguyễn Lữ bạc nhược trở về Qui Nhơn rồi lâm bệnh qua đời.

Đông Định Vương Nguyễn Lữ

Des trois frères, Nguyễn Lữ est le moins compétent. De 1776 à 1785, l'armée des Tây Sơn attaque Gia Định 6 fois et chaque fois l'armée de Nguyễn Ánh doit s'enfuir dans la débâcle. Mais quand les forces principales des Tây Sơn se retirent à Qui Nhơn, les sujets fidèles de Nguyễn Ánh se réunissent pour attaquer et reprendre Gia Định. Les deux camps se retrouvent dans une situation où il n'y pas de vainqueur indiscutable jusqu'en août 1788, quand Nguyễn Ánh récupère le contrôle total de Gia Định. Nguyễn Lữ, n'ayant plus la volonté de se battre, retourne à Qui Nhơn et y décède de maladie.

Trung Ương Hoàng Đế Nguyễn Nhạc

Tuy xưng danh Trung Ương Hoàng Đế nhưng Nguyễn Nhạc không thể hiện được vai

Trung Ương Hoàng Đế Nguyễn Nhạc

Bien que se proclamant Trung Ương Hoàng Đế (littéralement Empereur Central), Nguyễn Nhạc

trò đó. Vì thế khi Nguyễn Ánh tấn công Gia Định, Nguyễn Lữ bỏ chạy, Nguyễn Nhạc vẫn an vị không hề cử quân tiếp viện hay phản công. Ông cũng không có chương trình cai trị gì đáng lưu ý trong vùng Qui Nhơn, Bình Thuận do ông kiểm soát. Tới năm 1790 thế Nguyễn Ánh ngày một lớn Nguyễn Nhạc rút quân về cố thủ tại Qui Nhơn, bỏ mất Bình Thuận. Khi bị Nguyễn Ánh tấn công, bao vây Qui Nhơn, Nguyễn Nhạc phải cho người ra Phú Xuân cầu viện. Vào lúc này Vua Quang Trung Nguyễn Huệ đã mất, quyền hành trong tay con trai Quang Toản. Quang Toản gửi quân vào giải vây Qui Nhơn, đuổi được quân Nguyễn Ánh, nhưng chiếm luôn thành tiếm quyền bác ruột khiến Nguyễn Nhạc uất ức lâm bệnh chết.

Bắc Bình Vương Nguyễn Huệ

Trong ba vương triều do Tây Sơn lập nên, vương triều của Nguyễn Huệ là lâu dài và có nhiều đóng góp cho lịch sử nước ta hơn cả. Vào cuối năm 1788, Nguyễn Huệ lên ngôi Hoàng Đế, lấy hiệu là Quang Trung. Sau khi đánh bại quân

ne parvient pas à tenir son rôle. Ainsi, quand Nguyễn Ánh attaque Gia Định, Nguyễn Lữ s'enfuit et Nguyễn Nhạc reste dans l'immobilisme, n'envoyant ni renfort ni contre attaque. Il n'a aucune politique digne d'intérêt dans la région de Qui Nhơn, Bình Thuận, qui est sous son contrôle. En 1790, Nguyễn Ánh devient plus puissant de jour en jour ; Nguyễn Nhạc se retire pour défendre âprement Qui Nhơn, en abandonnant Bình Thuận. Quand il est attaqué par Nguyễn Ánh et encerclé à Qui Nhơn, Nguyễn Nhạc doit envoyer des messagers à Phú Xuân pour demander de l'aide. A ce moment, le Roi Quang Trung est déjà décédé et le pouvoir est entre les mains de son fils Quang Toản. Ce dernier envoie l'armée pour lever le siège de Qui Nhơn et chasser l'armée de Nguyễn Ánh, mais il s'empare de la citadelle et usurpe le pouvoir de son propre oncle, avec pour conséquence que Nguyễn Nhạc, suffoqué d'indignation, tombe malade et décède.

Bắc Bình Vương Nguyễn Huệ

Des trois règnes de la dynastie Tây Sơn, celui de Nguyễn Huệ est le plus long et apporte le plus de contributions à l'histoire de notre pays. A la fin de l'an 1788, Nguyễn Huệ monte sur le trône d'empereur avec Quang Trung comme nom de règne. Après avoir vaincu les Qīng,

Thanh, Vua Quang Trung đã trở thành vị lãnh đạo tối cao của triều Tây Sơn và là Hoàng Đế duy nhất được nhà Thanh công nhận là vị vua chính thống của Đại Việt (thay thế địa vị của nhà Hậu Lê).

NHÀ TÂY SƠN DƯỚI TRIỀU VUA QUANG TRUNG

Về hành chánh và quân sự

Sau khi chiến thắng quân xâm lăng, Vua Quang Trung đã thiết lập một triều đình trung ương theo cơ cấu truyền thống giống như các thời nhà Đinh và Tiền Lê trước đây. Vua cho các con trấn giữ các địa bàn hiểm yếu nhưng không được cấp thái ấp riêng để tránh hiểm họa hùng cứ một phương.

Tại các trấn, xã, vua cho làm lại sổ đinh, dân ai cũng phải biên vào sổ, rồi cấp cho mỗi người một thẻ bài, khắc bốn chữ "Thiên Hạ Đại Tín", chung quanh ghi tên họ quê quán, và phải điểm chỉ làm tin. Người nào cũng phải mang theo trong người thẻ ấy gọi là tín bài.

le Roi Quang Trung devient le dirigeant suprême de la dynastie des Tây Sơn et est l'unique empereur reconnu par la dynastie des Qīng comme roi légitime du Đại Việt (en remplacement de la dynastie des Lê postérieurs)

DYNASTIE DES TÂY SƠN SOUS LE REGNE DU ROI QUANG TRUNG

Affaires administratives et militaires

Après sa victoire sur les envahisseurs, le Roi Quang Trung instaure une Cour centrale selon une structure traditionnelle similaire à celle des dynasties des Đinh et des Lê antérieurs d'autrefois. Le roi confie la défense des endroits stratégiques à ses fils mais ne leur donne pas de fief afin qu'ils ne puissent imposer leur souveraineté au niveau local.

Aux zones administratives, aux villages, le roi ordonne la mise à jour des registres de la population : tous les habitants sont enregistrés, puis chacun reçoit une plaque sur laquelle sont gravés quatre caractères 天下大信 (Thiên Hạ Đại Tín en vietnamien, littéralement Grand Fidèle du Royaume) autour desquels sont marqués le nom, le prénom, le lieu d'origine et les empreintes digitales de l'intéressé. Chacun doit porter sur lui cette plaque appelée "tín bài" (plaque d'identification).

Các đơn vị quân sự được chia thành đạo, rồi tới cơ, đội. Mỗi trấn có một trấn thủ, đứng đầu tại mỗi huyện cũng có chức võ quan cai quản lực lượng địa phương.

Về văn hóa và giáo dục
Vua Quang Trung rất quan tâm trong việc xây dựng đất nước. Vua khuyến khích những bậc hiền tài ra giúp nước, phân phối công điền cho những nông dân nghèo, thúc đẩy thủ công nghiệp đã từng bị cấm trước kia, cho phép được tự do tôn giáo, mở cửa giao dịch buôn bán với các nước tây phương, thay thế việc dùng chữ Hán bằng chữ Nôm, một lối chữ viết giống như Hán tự nhưng phát âm theo tiếng Việt. Chữ Nôm đã trở thành chữ viết chính thức trong các văn bản thời Quang Trung. Chữ Nôm cũng được áp dụng từ việc giảng dạy tại các địa phương cho tới các kỳ thi tuyển dụng nhân tài.

Về ngoại giao và kinh tế
Ngay từ trước khi giao chiến với quân Thanh, Vua Quang Trung đã tính đến việc ngoại giao với nhà Thanh. Theo phương lược vạch sẵn, với tài ngoại giao khéo léo của Ngô Thì Nhậm, Quang Trung đã

Les unités militaires sont divisées en "đạo, cơ, đội". Chaque zone administrative a un Chef de zone et à la tête de chaque district un officier administre les forces armées locales.

Culture et éducation
Le Roi Quang Trung accorde une grande importance à la construction du pays. Il encourage le sages talentueux à servir le pays, distribue les terres publiques aux paysans pauvres, promeut les industries artisanales interdites auparavant, autorise la liberté de croyance, ouvre les portes pour les échanges commerciaux avec les pays occidentaux, remplace les caractères chinois par le "chữ Nôm" (écriture démotique), une écriture semblable à l'écriture chinoise mais prononcée à la vietnamienne. Le "chữ Nôm" est devenu l'écriture officielle dans les documents officiels à l'époque de Quang Trung. Il est utilisé aussi bien dans le domaine de l'éducation dans les localités que dans les concours de sélection d'hommes de talent.

Politique étrangère et économie
Même avant la guerre avec les Qīng, le Roi Quang Trung pense déjà aux relations diplomatiques avec cette dynastie. En suivant la stratégie tracée, avec le talent diplomatique de Ngô Thì Nhậm, Quang Trung normalise rapidement

nhanh chóng thành công bình thường hóa bang giao với nhà Thanh. Vua Thanh đã cho sứ giả vào tận Phú Xuân để phong vương cho Vua Quang Trung.

Vua Quang Trung cũng rất chú trọng đến việc giao thương kinh tế, thương mại với nước ngoài. Ông phái người sang điều đình với nhà Thanh xin mở các cửa ải Bình Nhi, Thủy Khẩu, Mục Mã và Dụ Thôn để dân hai nước có thể giao dịch buôn bán. Những yêu cầu đó đều được vua nhà Thanh chấp nhận.

Tới ngày lễ mừng thọ 80 tuổi của Vua Càn Long nhà Thanh, Quang Trung sai Phạm Công Trị có hình dáng giống mình đi thay và giả mạo làm quốc vương nước Việt cùng với một phái đoàn gồm Ngô Văn Sở, Phan Huy Ích, Vũ Huy Tấn tham dự. Đoàn sứ bộ Quang Trung giả này đã được các quan chức nhà Thanh đón tiếp cực kỳ trọng thể và được tiếp kiến Vua Thanh ở hành cung Nhiệt Hà nơi Càn Long đang nghỉ mát rồi theo về Bắc Kinh. Ngoài ra, Quang Trung giả còn được tặng thơ, ban thưởng áo quần rồi vẽ hình trước khi về nước.

les relations avec la dynastie des Qīng. Le roi des Qīng envoie même des messagers jusqu'à Phú Xuân pour conférer le titre de roi à Quang Trung.

Le Roi Quang Trung accorde aussi une importance à l'économie, aux échanges commerciaux avec les pays étrangers. Il envoie des messagers pour négocier avec la dynastie des Qīng l'ouverture des postes-frontières de Bình Nhi, Thủy Khẩu, Mục Mã et Dụ Thôn pour permettre le commerce entre les deux peuples. Ces demandes sont acceptées par le roi des Qīng.

A l'occasion du 80è anniversaire du Roi Qiánlóng (Càn Long en vietnamien) des Qīng, Quang Trung ordonne à Phạm Công Trị, qui est son sosie, de prendre sa place en tant que roi vietnamien pour participer à l'événement avec une délégation comprenant Ngô Văn Sở, Phan Huy Ích, Vũ Huy Tấn. Cette délégation du faux Quang Trung est accueillie solennellement par les mandarins Qīng et reçue en audience par le roi des Qīng au palais de Rèhé (Nhiệt Hà en vietnamien) où Qiánlóng est en train de prendre ses vacances, puis elle accompagne ce dernier à Pékin (Bắc Kinh en vietnamien). En outre, le faux Quang Trung reçoit des poèmes, des costumes et son portrait est réalisé avant de revenir au pays.

Nhà vua cho thu thập kim loại đồng trong nước, một mặt dùng để làm vũ khí, mặt khác cho đúc tiền "Quang Trung Thông Bảo" thay cho tiền Cảnh Hưng để thuận tiện cho việc trao đổi thương mại.	Le roi fait rassembler du cuivre à l'intérieur du pays, d'une part pour confectionner des armes, d'autre part pour fabriquer des pièces de monnaie "Quang Trung Thông Bảo" (littéralement Promulgation de Quang Trung) en remplacement de la monnaie Cảnh Hưng (monnaie de la dynastie de Lê) pour faciliter les échanges commerciaux.
Đáng tiếc, các chính sách của Quang Trung đưa ra chưa áp dụng được bao lâu thì ngày 29 tháng 7 năm 1792 ông mất khi mới 40 tuổi. Quang Toản là con trai lên nối ngôi không tiếp nối được những công trình của cha. Đã thế, triều chính lại nhanh chóng xảy ra mâu thuẫn nội bộ làm cho thế lực Tây Sơn trở nên suy yếu và chẳng bao lâu sau đã sụp đổ trước sự tấn công của Nguyễn Ánh.	Malheureusement les mesures prises par Quang Trung ne sont appliquées que pendant un court laps de temps jusqu'à son décès le 29 juillet 1792, à l'âge d'à peine de 40 ans. Son fils, Quang Toản, lui succède mais n'arrive pas à poursuivre l'œuvre de son père. En outre, des conflits internes surgissent rapidement à la Cour, affaiblissant la puissance des Tây Sơn qui, peu de temps après, s'effondrent suite à l'attaque de Nguyễn Ánh.

FONDATION DE LA DYNASTIE DES NGUYỄN ET REUNIFICATION DU PAYS PAR NGUYỄN ÁNH

Nguyễn Ánh dựng nên triều Nguyễn, thống nhất đất nước

Nguyễn Ánh (1762–1820) là cháu nội của Chúa Võ (Nguyễn Phúc Khoát), vị chúa cai trị Đàng Trong trước thời Tây Sơn khởi nghĩa. Năm 1777, sau khi quân Tây Sơn chiếm lĩnh toàn bộ lãnh thổ Đàng Trong, Nguyễn Ánh bôn tẩu nhiều nơi rồi vượt biển lánh nạn ở đảo Thổ Châu, nằm về cực Tây-Nam của Việt Nam, cách bờ vịnh Rạch Giá 198 km.

Nguyễn Ánh (1762–1820) est le petit-fils du Seigneur Võ (Nguyễn Phúc Khoát), celui qui gouvernait le Đàng Trong avant le soulèvement des Tây Sơn. En 1777, après l'occupation de tout le territoire du Đàng Trong par l'armée des Tây Sơn, Nguyễn Ánh erre çà et là puis se réfugie sur l'île de Thổ Châu, située à l'extrême Sud-Ouest du Việt Nam, à 198 km du littoral de la baie de Rạch Giá.

CÁC CUỘC KHÁNG CỰ ĐẦU TIÊN CỦA NGUYỄN ÁNH

PREMIERES CAMPAGNES DE RESISTANCE DE NGUYỄN ÁNH

Sau khi đánh bại được Nguyễn Ánh, đại quân Tây Sơn rút về Qui Nhơn. Liền sau đó, vào tháng 10 năm 1777, Nguyễn Ánh về Long Xuyên đánh Sa Đéc, rồi vào cuối năm, chiếm lại được Gia Định.

Après avoir battu Nguyễn Ánh, la grande armée des Tây Sơn se retire à Qui Nhơn. Immédiatement, en octobre 1777, Nguyễn Ánh revient à Long Xuyên, attaque Sa Đéc, puis à la fin de l'année parvient à reprendre Gia Định.

Tháng Giêng năm 1778 Nguyễn Ánh được Đỗ Thành Nhơn tôn làm Đại Nguyên Soái, Tổng Nhiếp Chính Sự. Tháng 5 năm 1778, Nguyễn Ánh cùng Đỗ Thành Nhơn tiến đánh Ngưu Chữ (tức Bến Nghé bây giờ) và thu phục toàn cõi Gia Định.	En janvier 1778, Nguyễn Ánh est institué Đại Nguyên Soái (Généralissime), Tổng Nhiếp Chính Sự (Régent) par Đỗ Thành Nhơn. En mai 1778, Nguyễn Ánh et Đỗ Thành Nhơn attaquent Ngưu Chữ (Bến Nghé actuel) et reconquièrent toute la région de Gia Định.
Năm 1779, Nguyễn Ánh sai Đỗ Thành Nhơn đánh Chân Lạp, rồi đưa Nặc Ân lên làm vua dưới sự bảo hộ của một viên tướng của Nguyễn Ánh.	En 1779, Nguyễn Ánh ordonne à Đỗ Thành Nhơn d'attaquer le Chenla (Chân Lạp en vietnamien), puis, une fois la victoire acquise, il intronise le Roi Ang Eng (Nặc Ân en vietnamien) sous le contrôle d'un général de Nguyễn Ánh.
Tới tháng 4 năm 1781 vì nghi ky, Nguyễn Ánh giết Đỗ Thành Nhơn. Một số tướng sĩ của họ Đỗ nổi loạn.	En avril 1781, Nguyễn Ánh nourrit des suspicions envers Đỗ Thành Nhơn et le tue. Un certain nombre d'officiers de Đỗ se rebellent.
Nghe tin này, tháng 4 năm 1782 Nguyễn Nhạc sai Nguyễn Huệ đem quân vào chiếm lại được Gia Định. Nguyễn Ánh thua to, cùng tàn quân chạy về Hậu Giang, sai người băng qua Chân Lạp cầu cứu Xiêm La. Nhưng người của Nguyễn Ánh bị Chân Lạp giết, rồi quân Chân Lạp tiến đánh khiến Nguyễn Ánh phải bỏ trốn ra đảo Phú Quốc lần nữa.	Informé de ce fait, en avril 1782, Nguyễn Nhạc ordonne à Nguyễn Huệ d'emmener ses troupes reprendre Gia Định. Nguyễn Ánh, lourdement battu, se retire avec le reste de son armée à Hậu Giang et envoie des messagers traverser le Chenla pour demander de l'aide au Siam (Xiêm La en vietnamien). Mais les messagers de Nguyễn Ánh sont tués par le Chenla dont l'armée attaque Nguyễn Ánh, qui doit fuir de nouveau sur l'île de Phú Quốc.
Trong hai năm 1782, 1783 quân Tây Sơn và Nguyễn Ánh	Pendant les deux années 1782 et 1873, l'armée des Tây Sơn et

giao tranh nhiều lần trong thế giằng co. Cứ mỗi lần thua, sau khi đại quân Tây Sơn rút về Qui Nhơn, Nguyễn Ánh lại quay trở lại đánh chiếm đất Gia Định.

Trận chiến giữa Tây Sơn và Nguyễn Ánh vào năm 1785

Vào tháng 3 năm 1784, sau khi bị đánh thua chạy ra đảo Thổ Châu, Nguyễn Ánh qua Xiêm cầu viện, được Vua Xiêm sai hai tướng Chiêu Sương và Chiêu Tăng đem 2 vạn quân và 300 chiến thuyền qua giúp. Lần này quân Xiêm bị Nguyễn Huệ đánh tan tại Rạch Gầm, chiến thuyền bị tan nát hết, tàn quân phải theo đường núi băng qua Chân Lạp chạy về. Nguyễn Ánh bị đánh đuổi ra tới đảo Cổ Cốt, thoát vòng vây qua tá túc bên Xiêm.

NGUYỄN ÁNH CẦU CỨU NƯỚC PHÁP

Năm 1777, Nguyễn Ánh gặp được giám mục Bá Đa Lộc (Pigneau de Behaine) Bá Đa Lộc là vị giám mục người

Nguyễn Ánh se livrent plusieurs batailles avec des issues indécises. Chaque fois qu'il est battu et que la grande armée des Tây Sơn se retire à Qui Nhơn, Nguyễn Ánh revient s'emparer de Gia Định.

Bataille entre les Tây Sơn et Nguyễn Ánh en 1785

En mars 1784, après sa défaite et sa fuite sur l'île de Thổ Châu, Nguyễn Ánh va au Siam demander de l'aide. Il obtient du roi siamois l'envoi des deux Généraux Phraya Wichinarong (Chiêu Sương en vietnamien) et Krom Luang Thepharirak (Chiêu Tăng en vietnamien) ainsi que 20.000 hommes avec 300 vaisseaux en renfort. Cette fois, les troupes siamoises sont mises en pièces par Nguyễn Huệ à l'arroyo Gầm (rạch Gầm), leurs vaisseaux sont totalement détruits, le reste de l'armée doit suivre les chemins montagneux à travers le Chenla pour regagner son pays. Nguyễn Ánh est poursuivi jusqu'à l'île de Cổ Cốt mais il échappe au siège et va se réfugier au Siam.

APPEL AU SECOURS ADRESSE A LA FRANCE PAR NGUYỄN ÁNH

En 1777, Nguyễn Ánh rencontre l'Evêque français Pigneau de Behaine (Bá Đa Lộc en vietnamien) qui a l'autorisation de

Pháp, được Mạc Thiên Tứ cho phép truyền giáo tại Hà Tiên, ông cai quản một chủng viện tại đảo Hòn Đất thuộc vùng này. Năm 1783, Nguyễn Ánh cầu viện Pháp thông qua thư gửi vị giám mục này.

Giám mục Bá Đa Lộc nhận lời, cùng Hoàng Tử Cảnh sang Pháp, yết kiến Vua Louis 16 và bộ trưởng hải quân Pháp de Castries. Năm 1787, Hiệp ước Versailles được ký kết giữa bá tước de Montmorin đại diện cho vua nước Pháp Louis 16 và một bên là giám mục Bá Đa Lộc thay mặt cho Nguyễn Ánh. Nhưng sau đó vì sự bất hòa giữa giám mục Bá Đa Lộc và toàn quyền Conway, người được lệnh Vua Louis thi hành hiệp ước đang ở Ấn Độ, nên ông này không thi hành và tâu về nước hủy bỏ hiệp ước.

Giám mục Bá Đa Lộc phải tự mình vận động mua tàu chiến và súng đạn, cũng như tuyển mộ binh lính Tây Âu đánh thuê cho Nguyễn Ánh. Năm 1789, giám mục Bá Đa Lộc và hoàng tử Cảnh tới Gia Định trên chiến hạm Méduse. Còn các tàu chở súng đạn cũng kéo tới sau.

Mạc Thiên Tứ d'évangéliser à Hà Tiên et dirige un séminaire sur l'île Hòn Đất dans la région. En 1783, Nguyễn Ánh appelle la France à la rescousse par une lettre remise à cet évêque.

L'Evêque Pigneau de Behaine accepte la mission, va en France avec le Prince Cảnh et obtient audience auprès du Roi Louis XVI et du Ministre de la Marine de Castries. En 1787, le Comte de Montmorin représentant le Roi français Louis XVI et l'Evêque Pigneau de Behaine représentant Nguyễn Ánh signent le traité de Versailles. Le Comte Conway, qui est Gouverneur Général en Inde, est chargé par le Roi Louis d'exécuter le traité. Mais suite au désaccord entre l'Evêque Pigneau de Behaine et Conway, ce dernier refuse d'exécuter le traité et demande à son pays de le dénoncer.

L'Evêque Pigneau de Behaine doit lui-même lancer une campagne pour acheter des vaisseaux et de l'armement, ainsi que recruter des mercenaires occidentaux pour Nguyễn Ánh. En 1789, l'Evêque Pigneau de Behaine et le Prince Cảnh arrivent à Gia Định sur le vaisseau Méduse. Les autres vaisseaux transportant l'armement arrivent plus tard.

GIAI ĐOẠN PHẢN CÔNG VÀ THẮNG LỢI

Trong thời gian ẩn náu tại Xiêm, Nguyễn Ánh và tùy tùng được Xua Xiêm cho đóng tại ngoại ô Vọng Các (Bangkok). Tại đây Nguyễn Ánh lo chiêu mộ binh sĩ rồi đem quân giúp Vua Xiêm chống cự lại cuộc xâm lăng của Miến Điện. Quân Nguyễn Ánh đã đạt được chiến công lớn khiến Vua Xiêm nể trọng, tưởng thưởng hậu hĩ và có ý muốn giúp Nguyễn Ánh chiếm lại Gia Định. Nguyễn Ánh đã không nhận sự trợ giúp này theo lời khuyên của tướng Nguyễn Văn Thành:
"*Nay hãy nuôi dưỡng sức của ta, dòm sơ hở của địch, đợi cơ hội mà làm. Nếu cứ trông cậy vào người ngoài cứu viện, dẫn dị địch vào trong đất nước, tôi e rằng để mối lo về sau*".

Đầu năm 1787 Nguyễn Ánh được nhóm Tống Phúc Đạm, Nguyễn Độ tới Vọng Các cho biết anh em Tây Sơn đang đánh lẫn nhau, tướng Đặng Văn Chân kéo hết quân ở Gia Định về Qui Nhơn nên khuyên rằng về đánh Gia Định sẽ thắng.

PERIODE DE CONTRE-OFFENSIVE ET VICTOIRE

Pendant le temps où ils se réfugient au Siam, Nguyễn Ánh et sa suite reçoivent du roi siamois l'autorisation de fixer leur cantonnement dans la banlieue de Bangkok (Vọng Các en vietnamien). Il y recrute des soldats pour aider le roi siamois à lutter contre l'invasion birmane. L'armée de Nguyễn Ánh remporte d'importantes victoires et gagne le respect du roi siamois qui offre de généreuses récompenses et propose de l'aide pour reprendre Gia Định. Nguyễn Ánh refuse cette offre sur les conseils de Nguyễn Văn Thành:
"*Maintenant nous devons entretenir nos forces, guetter les moments d'inattention de l'ennemi et agir en fonction des opportunités. Si nous ne comptons que sur l'aide d'autrui, nous ferions entrer des ennemis potentiels dans le pays, je crains que ce ne soit une menace plus tard*".

Au début de l'an 1787, le groupe emmené par Tống Phúc Đạm et Nguyễn Độ arrive à Bangkok, informe Nguyễn Ánh que les frères Tây Sơn sont en train de se battre entre eux et que le Général Đặng Văn Chân déplace toutes les troupes de Gia Định vers Qui Nhơn. Le groupe conseille à Nguyễn Ánh d'attaquer Gia Định en prédisant la victoire.

Tháng 3 năm 1787, Nguyễn Ánh để lại thư cho Vua Xiêm rồi lặng lẽ kéo hết quân rời Xiêm La về nước. Khi qua đảo Cổ Cốt, được đám hải tặc tự xưng là Thiên Địa Hội xin gia nhập. Tới Long Xuyên lại có tướng Tây Sơn là Nguyễn Văn Trương mang 300 quân và 15 chiến thuyền xin hàng và nhập đội khiến binh lực Nguyễn Ánh lúc này khá mạnh. Trận đầu tiên đánh đồn Trà Ôn giành ngay thắng lợi. Tướng Tây Sơn tại đây là Nguyễn Văn Nghĩa phải xin qui thuận.

Tháng 6 năm 1787, Nguyễn Ánh tiến quân tới cửa Cần Giờ buộc quân Tây Sơn của Nguyễn Lữ phải rút về Biên Hòa, để Thái Phó Phạm Văn Tham ở lại chống cự. Nguyễn Ánh tấn công thành của Phạm Văn Tham mãi không hạ được, nên giả Nguyễn Nhạc viết một bức thư khuyên Nguyễn Lữ cần phải dùng mẹo giết Phạm Văn Tham vì y đang ngầm liên lạc với Nguyễn Ánh làm phản. Bức thư làm bộ vô tình để Phạm Văn Tham bắt được. Tham mắc mưu vội đem quân kéo cờ trắng tới gặp Nguyễn Lữ để phân trần giải oan. Nguyễn Lữ thấy quân của

En mars 1787, Nguyễn Ánh laisse une lettre au roi siamois puis quitte discrètement le Siam pour retourner au pays. Lorsqu'il s'arrête à l'île de Cổ Cốt, un groupe de pirates du nom de "Thiên Địa Hội" (littéralement Société du Ciel et de la Terre) demande à Nguyễn Ánh de pouvoir intégrer son armée. Lorsqu'il arrive à Long Xuyên, un général des Tây Sơn, Nguyễn Văn Trương, vient se rendre avec 300 soldats et 15 vaisseaux et intègre ses rangs, rendant ainsi les troupes de Nguyễn Ánh assez puissantes. La première bataille est l'attaque victorieuse de la garnison de Trà Ôn. Le général des Tây Sơn défendant cette garnison demande à se rendre.

En juin 1787, Nguyễn Ánh progresse vers l'embouchure de Cần Giờ, contraint les troupes de Nguyễn Lữ à se retirer à Biên Hòa, laissant la défense au Grand Dignitaire (Thái Phó) Phạm Văn Tham. Nguyễn Ánh, malgré de nombreuses tentatives, n'arrive pas à prendre la citadelle défendue par Phạm Văn Tham. Il écrit alors une lettre, soi-disant rédigée par Nguyễn Nhạc conseillant à Nguyễn Lữ de trouver un subterfuge pour tuer Phạm Văn Tham parce que celui-ci est en train d'entrer en communication avec Nguyễn Ánh pour le trahir. La lettre, suite à un simulacre, est arrivée comme par hasard dans mains de Phạm Văn

Tham trương cờ trắng, kéo tới nên hoảng hốt, tưởng Tham đã hàng quân Nguyễn nên rút quân về Qui Nhơn, tại đây phát bệnh chết. Nhân cơ hội đó Nguyễn Ánh tổ chức tổng tấn công nhiều mũi vào các đồn quân Tây Sơn và đã thắng lớn. Phạm Văn Tham sau thời gian cố thủ tại Ba Thắc phải dẫn tàn quân chạy về Lô Cảnh cố thủ nhưng sau đó phải xin đầu hàng. Tới tháng 9 năm đó, Nguyễn Ánh lấy cớ Tham liên lạc với Tây Sơn nên xử tử. Từ đó Nguyễn Ánh thâu tóm toàn vùng Gia Định.

Tham. Tham, tombe dans le panneau : il se dépêche de venir avec son armée en brandissant le drapeau blanc pour rencontrer Nguyễn Lữ afin de s'expliquer et de prouver son innocence. Ce dernier, voyant les troupes de Tham avec le drapeau blanc, croit que Tham s'est rendu à l'armée des Nguyễn. Alors, affolé, il se retire à Qui Nhơn où il tombe malade et décède. Profitant de l'occasion, Nguyễn Ánh organise une offensive générale avec plusieurs pointes d'attaque sur les garnisons des Tây Sơn et remporte de grandes victoires. Phạm Văn Tham, après avoir défendu farouchement Ba Thắc pendant un certain temps, doit se retirer à Lô Cảnh avec le reste de ses troupes et tenir fermement sa position, mais à la fin il doit capituler. En septembre de la même année, sous prétexte que Tham entretient des relations avec les Tây Sơn, Nguyễn Ánh le fait exécuter. Dès lors, Nguyễn Ánh contrôle toute la région de Gia Định.

NGUYỄN ÁNH SỬA SANG CHÍNH SÁCH CAI QUẢN GIA ĐỊNH

Sau khi chiếm được toàn vùng Gia Định, Nguyễn Ánh cho cải tổ lại mọi cơ chế. Việc khai khẩn đất đai được chia ra làm 4 doanh là: Phiên Trấn, Trấn Biên, Trấn Vĩnh, và Trấn Định.

REFORMES DE LA POLITIQUE ADMINISTRATIVE DE GIA ĐỊNH PAR NGUYỄN ÁNH

Après avoir pris toute la région de Gia Định, Nguyễn Ánh fait mettre en œuvre des réformes dans tous les domaines. En ce qui concerne l'exploitation des terres, celles-ci sont divisées en 4 régions (doanh) :

Quân dân đều phải canh tác sản xuất. Những người tham gia vào công việc sản xuất này, như phủ binh thì được miễn một năm không phải đi đánh giặc. Dân chúng thì được miễn một năm lao dịch.

Về ngoại thương, Nguyễn Ánh qui định: Những thuyền của các nước khác chở đồ gang, sắt, kẽm cũng như lưu hoàng phải bán cho chính quyền để làm binh khí. Đổi lại, tùy theo số hàng nhiều ít, được chở số thóc gạo tương đương về nước. Bởi vậy, những khách buôn nước ngoài rất thích đem hàng hóa đến bán. Ngoài ra, tại doanh Trấn Biên còn có dịch vụ lấy đường cát để trao đổi cho những người Tây Dương lấy binh khí. Đặc biệt tại Long Xuyên, các thương buôn từ ngoại quốc tới buôn bán, được giảm một nửa số thuế phải đóng.

Về nội thương, Nguyễn Ánh cho thiết lập 62 ty cuộc, qui tụ nhiều ngành nghề sản xuất những dụng cụ cần thiết cho dân chúng. Đồng thời cho phép dân chúng thiết lập những cuộc ngoại lệ đối với các dịch vụ thủ công nghệ, được miễn sưu dịch.

Phiên Trấn, Trấn Biên, Trấn Vĩnh et Trấn Định. Militaires et civils doivent participer à la production agricole. Les participants se voient accorder des avantages, par exemple les soldats ne doivent pas prendre part aux combat pendant un an, les civils sont exemptés d'un an de corvée.

Sur le plan du commerce extérieur, Nguyễn Ánh stipule que les navires étrangers transportant des objets en fonte, en fer, en zinc ainsi que du soufre doivent les vendre au gouvernement pour la fabrication des armes et des munitions. En échange, ils reçoivent et peuvent emporter au pays une quantité de riz de valeur équivalente à la quantité de marchandises fournies. Par conséquent, les marchands étrangers apprécient les échanges de biens. En outre, dans la région de Trấn Biên, les marchands occidentaux peuvent échanger des armes contre du sucre en poudre. En particulier, à Long Xuyên, les marchands étrangers sont exemptés de la moitié des taxes.

Concernant le commerce intérieur, Nguyễn Ánh fait établir 62 unités de production réunissant les métiers produisant des outils nécessaires à la population. En même temps, le peuple peut fonder des unités de production artisanale et bénéficie par voie de conséquence de l'exemption de corvée.

Về quân sự, ngay khi còn lưu vong tại Xiêm La, Nguyễn Ánh đã ngầm cho tổ chức các cơ sở vận động cả về tình báo lẫn binh lực. Do đó, lúc trở về, Nguyễn Ánh đã quy tụ ngay được một lực lượng đáng kể. Tới năm 1790, quân chính qui đã có tới trên ba vạn tướng sĩ.

NGUYỄN ÁNH TIẾN ĐÁNH RA BẮC

Nguyễn Ánh đánh Qui Nhơn lần thứ nhất

Sau hơn một năm chỉnh đốn lại mọi việc, tháng tư năm 1790, Nguyễn Ánh sai Lê Văn Câu đem 5.000 quân thủy và quân bộ ra đánh lấy Bình Thuận, lại sai Võ Tánh, Nguyễn Văn Thành đem quân đi làm tiên phong, lấy được đất Phan Rí và hạ luôn thành Bình Thuận.

Vì Lê Văn Câu và Võ Tánh bất hòa, Nguyễn Ánh để Lê Văn Câu ở lại giữ Phan Rí, triệu Võ Tánh và Nguyễn Văn Thành về lại Gia Định.

Lê Văn Câu đóng quân ở Phan Rang, bị quân Tây Sơn đến vây đánh, phải cầu cứu Võ Tánh và Nguyễn Văn Thành, nhưng chỉ có Nguyễn Văn Thành đưa binh đến đánh giải vây, rồi cùng Lê Văn Câu rút quân về giữ Phan Rí.

Sur le plan militaire, déjà lors de son exil au Siam, Nguyễn Ánh organise secrètement des services travaillant dans le domaine militaire et des renseignements. Ainsi, à son retour, Nguyễn Ánh peut réunir sans délai une force non négligeable. En 1790, l'armée régulière compte plus de 30.000 hommes.

PROGRESSION DE NGUYỄN ÁNH VERS LE NORD

Première attaque de Qui Nhơn par Nguyễn Ánh

Après plus d'un an de réorganisation, en avril 1790, Nguyễn Ánh ordonne à Lê Văn Câu de mener 5.000 hommes des forces fluviales et terrestres attaquer Bình Thuận. En outre, il envoie en avant-garde Võ Tánh et Nguyễn Văn Thành qui prennent le territoire de Phan Rí et, dans la foulée, la citadelle de Bình Thuận.

A cause de la mésentente entre Lê Văn Câu et Võ Tánh, Nguyễn Ánh confie la défense de Phan Rí à Lê Văn Câu et rappelle Võ Tánh et Nguyễn Văn Thành à Gia Định.

Lê Văn Câu tient garnison à Phan Rang où il est encerclé par l'armée des Tây Sơn et doit demander du renfort à Võ Tánh et Nguyễn Văn Thành, mais seul Nguyễn Văn Thành vient avec ses troupes pour lever le siège, puis ensemble ils se retirent pour défendre Phan Rí.

Khi Lê Văn Câu về Gia Định, bị nghị tội cách hết chức tước, nên hổ thẹn uống thuốc độc tự tử.	Quand Lê Văn Câu revient à Gia Định, il est condamné et destitué de tous ses titres, alors, de honte, il absorbe du poison pour se suicider.
Nguyễn Ánh cho rút quân về Gia Định, đợi mùa gió thuận mới đem quân đi đánh, cho nên người đời bấy giờ gọi sự kiện này là Giặc Gió Mùa.	Nguyễn Ánh fait retirer ses troupes à Gia Định et attend la saison où soufflent des vents favorables pour attaquer, aussi la population d'alors parle de "Giặc Gió Mùa" (rebelles de la mousson).
Năm 1792, nhân khi mùa gió nam thổi mạnh. rồi Nguyễn Ánh sai Nguyễn Văn Trương cùng với Nguyễn Văn Thành và Vannier đem chiến thuyền ra đốt phá thủy trại của Tây Sơn tại cửa Thị Nại (Qui Nhơn) lại trở về.	En 1792, à la saison où le vent du Sud souffle fort, Nguyễn Ánh ordonne à Nguyễn Văn Trương, Nguyễn Văn Thành et Vannier d'emmener leurs vaisseaux incendier la base navale des Tây Sơn à l'embouchure de Thị Nại (Qui Nhơn) avant de revenir.
Năm 1793, Nguyễn Ánh sai Tôn Thất Hội cùng Nguyễn Huỳnh Đức và Nguyễn Văn Thành đánh Phan Rí. Nguyễn Ánh cùng với Nguyễn Văn Trương và Võ Tánh đánh mặt biển. Đến tháng 5 chiếm được Diên Khánh, Bình Khang và Phú Yên. Mặt khác, Tôn Thất Hội cũng chiếm được Bình Thuận.	En 1793, Nguyễn Ánh ordonne à Tôn Thất Hội, Nguyễn Huỳnh Đức et Nguyễn Văn Thành d'attaquer Phan Rí. Nguyễn Ánh, Nguyễn Văn Trương et Võ Tánh lancent l'attaque par le littoral. En mai, ils s'emparent de Diên Khánh, Bình Khang et Phú Yên. D'autre part, Tôn Thất Hội prend également Bình Thuận.
Quân Tây Sơn bỏ chạy về Qui Nhơn. Nguyễn Nhạc phải sai người ra cầu cứu Phú Xuân. Nguyễn Ánh thấy viện binh tới quá đông đảo, nên rút quân trở về Gia Định.	L'armée des Tây Sơn s'enfuit à Qui Nhơn. Nguyễn Nhạc doit envoyer des messagers pour demander du renfort à Phú Xuân. Devant l'important effectif du renfort, Nguyễn Ánh se retire à Gia Định.

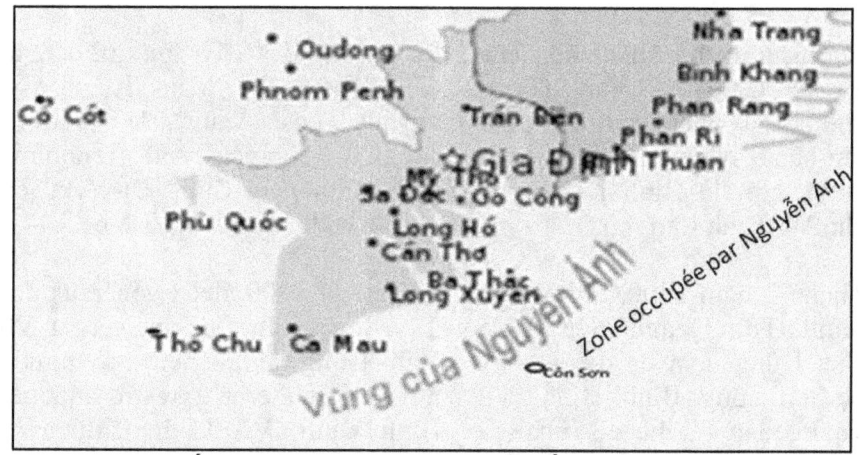

Trận chiến giữa Tây Sơn và Nguyễn Ánh vào năm 1793
Batailles entre les Tây Sơn et Nguyễn Ánh en 1793

Nguyễn Ánh đánh Qui Nhơn lần thứ hai, lần thứ ba và chinh phục Phú Xuân

Năm 1797, Nguyễn Ánh cùng Đông Cung Cảnh ra đánh Qui Nhơn. Lại sai Nguyễn Văn Thành và Võ Tánh ra đánh Phú Yên. Nhưng được vài tháng quân lương không đủ, nên rút quân về Gia Định.

Năm 1799, Nguyễn Ánh đem đại binh ra đánh Qui Nhơn lần thứ ba. Tháng 5, quân của Nguyễn Ánh vây chặt thành Qui Nhơn. Quân Tây Sơn ở Phú Xuân do Trần Quang Diệu và Vũ Văn Dũng đem binh vào mưu định giải vây thành Qui Nhơn, nhưng bị đánh tan tại Quảng Nghĩa.

Deuxième et troisième attaques de Qui Nhơn et conquête de Phú Xuân par Nguyễn Ánh

En 1797, Nguyễn Ánh attaque Qui Nhơn avec le Prince héritier Cảnh. Il ordonne de nouveau à Nguyễn Văn Thành et Võ Tánh d'attaquer Phú Yên. Mais après quelques mois, par manque de ravitaillement, ils se retirent à Gia Định.

En 1799, Nguyễn Ánh mène sa grande armée attaquer Qui Nhơn une troisième fois. En mai, l'armée de Nguyễn Ánh met le siège devant Qui Nhơn. Trần Quang Diệu et Vũ Văn Dũng arrivent avec des troupes de Phú Xuân dans l'intention de briser le siège, mais ils sont battus à Quảng Nghĩa.

Tướng trấn thủ Qui Nhơn của Tây Sơn là Lê Văn Thanh không thấy viện binh đến phải xin hàng. Nguyễn Ánh đổi tên Qui Nhơn là Bình Định giao cho Võ Tánh trấn thủ.

Tháng 2 năm 1800, tướng Tây Sơn là Trần Quang Diệu và Võ Văn Dũng đem đại quân thủy bộ tấn công Bình Định. Võ Tánh quân ít, thế cô, phải tử thủ trong thành. Nguyễn Ánh biết thế lúc đó đang yếu, nên cho người vào thành khuyên Võ Tánh bỏ thành trốn ra. Nhưng Võ Tánh phúc thư lại rằng: "*Tôi liều chết để giữ thành, quân mạnh của Tây Sơn đều ở cả đây, xin Chúa Thượng kíp ra đánh lấy Phú Xuân. Lấy lại được kinh đô tôi có chết cũng vui.*" Đoạn cố giữ thành cho tới khi kiệt quệ mới tự thiêu chết. Phó tướng Ngô Tùng Châu cũng uống thuốc độc tự tử để không rơi vào tay quân Tây Sơn.

Nguyễn Ánh cảm kích bèn dồn đại quân thủy bộ, quyết tiến tới đánh chiếm Phú Xuân. Tháng 6 quân Nguyễn Ánh tới cửa Thuận An. Vua Tây Sơn là Nguyễn Quang Toàn thân chinh chống đỡ, nhưng chỉ tới

Le général des Tây Sơn qui défend Qui Nhơn, Lê Văn Thanh, ne voyant pas venir le renfort, capitule. Nguyễn Ánh renomme Qui Nhơn en Bình Định et en confie la défense à Võ Tánh.

En février 1800, deux généraux des Tây Sơn, Trần Quang Diệu et Võ Văn Dũng, emmènent la grande armée fluviale et terrestre attaquer Bình Định. Võ Tánh, isolé avec peu d'effectif, doit rester à l'intérieur de la citadelle pour la défendre fermement. Nguyễn Ánh, conscient de sa faiblesse d'alors, envoie des messagers pour conseiller à Võ Tánh d'abandonner le citadelle et de s'enfuir. Mais Võ Tánh répond : "*Je risque ma vie pour garder la citadelle, les puissantes troupes des Tây Sơn sont toutes ici, je demande à Sa Majesté d'attaquer Phú Xuân rapidement. Si vous réussissiez à prendre la capitale, je mourrai avec plaisir*". Ensuite il continue à défendre la citadelle jusqu'à épuisement puis s'immole par le feu. Son adjoint, Ngô Tùng Châu, avale du poison pour ne pas tomber entre les mains de l'armée des Tây Sơn.

Nguyễn Ánh, touché, rassemble ses forces fluviales et terrestres et décide d'attaquer Phú Xuân. En juin, l'armée de Nguyễn Ánh arrive à l'embouchure de Thuận An. Le Roi Tây Sơn, Nguyễn Quang Toàn, dirige lui-même la défense, mais

trưa thì vỡ trận. Quân Tây Sơn tan rã. Nguyễn Quang Toản bỏ chạy. Nguyễn Ánh chiếm được Phú Xuân.

NGUYỄN ÁNH ĐÁNH RA BẮC THỐNG NHẤT ĐẠI VIỆT

Tháng 5 năm 1802, Nguyễn Ánh lên ngôi Hoàng Đế, lấy niên hiệu là Gia Long. Khi đó, lãnh thổ của họ Nguyễn trải dài từ sông Gianh đến Mũi Cà Mau. Tháng 6 năm 1802, Vua Gia Long và quân tướng của mình bắt đầu bắc tiến để chiếm thành Thăng Long. Quân nhà Nguyễn đi tới đâu, quân Tây Sơn tan rã tới đó. Chỉ trong vòng một tháng, Vua Gia Long đã tiến tới thành Thăng Long.

Vua Tây Sơn là Nguyễn Quang Toản cùng với các em là Nguyễn Quang Thùy, Nguyễn Quang Thiệu và những tướng lãnh như Đô Đốc Tú băng qua sông Nhị Hà chạy về phía Bắc. Nhưng tới Phượng Nhỡn, bị dân ở đấy bắt hết. Hoàng thân Nguyễn Quang Thùy tự tử, Đô Đốc Tú và vợ tự vận. Các vua tôi nhà Tây Sơn khác đều bị đóng cũi đem về Thăng Long nộp cho Vua Gia Long. Triều đại Tây Sơn tới đây là chấm dứt.

dans l'après-midi sa ligne de défense se désagrège. Nguyễn Quang Toản s'enfuit. Nguyễn Ánh investit Phú Xuân.

PROGRESSION DE NGUYỄN ÁNH VERS LE NORD ET REUNIFICATION DU ĐẠI VIỆT

En mai 1802, Nguyễn Ánh monte sur le trône d'empereur, avec Gia Long comme nom de règne. A cette période, le territoire des Nguyễn s'étend du fleuve Gianh à la pointe de Cà Mau. En juin 1802, l'Empereur Gia Long et son armée commencent à progresser vers le Nord pour prendre Thăng Long. L'armée des Tây Sơn se désagrège au fur et à mesure que celle des Nguyễn avance. En un mois seulement, l'Empereur Gia Long arrive à Thăng Long.

Le Roi Tây Sơn, Nguyễn Quang Toản, ses jeunes frères, Nguyễn Quang Thùy et Nguyễn Quang Thiệu ainsi que ses officiers comme le Commandant en Chef Tú traversent le fleuve Nhị Hà pour s'enfuir vers le Nord. Mais quand ils arrivent à Phượng Nhỡn ils sont tous capturés par la population locale. Le Prince Nguyễn Quang Thùy se suicide, ainsi que le Commandant en Chef Tú et sa femme. Les autres membres de la Cour des Tây Sơn sont mis en cage et escortés à Thăng Long pour être livrés à Gia Long. La dynastie des

Như vậy, vương triều nhà Nguyễn chính thức được lập vào năm 1802 dưới thời Gia Long và kết thúc dưới thời Bảo Đại (Nguyễn Phúc Vĩnh Thụy) năm 1945. Với 143 năm cai trị, triều đại này đã ghi vào lịch sử dân tộc khi thống nhất giang sơn nước Việt từ Bắc Phần đến cực Nam mũi Cà Mau với tên gọi Việt Nam. Đây cũng là triều đại quân chủ cuối cùng của nước Việt với những biến động lớn của xã hội, một triều đại đã xây cất nhiều lăng tẩm và cũng để lại nhiều tranh cãi về công, tội cho những thế hệ sau.

Tây Sơn s'achève.
Ainsi la dynastie des Nguyễn débute officiellement en 1802 sous le règne de Gia Long et se termine sous le règne de Bảo Đại (Nguyễn Phúc Vĩnh Thụy) en 1945. Avec 143 années de règne, cette dynastie entre dans l'Histoire du peuple avec la réunification du pays, qui s'étend du Nord jusqu'à la pointe de Cà Mau, sous le nom Việt Nam. Il s'agit aussi de la dernière monarchie du Việt Nam, marquée par d'importantes agitations sociales, une dynastie qui a construit de nombreux mausolées et qui a amené les générations ultérieures à mener de nombreux débats quant à ses mérites et démérites.

SITUATION SOCIO-ECONOMIQUE DU VIỆT NAM A LA FIN DU 18è SIECLE

Tình trạng văn hóa xã hội của Việt Nam vào cuối thế kỷ 18

BỐI CẢNH LỊCH SỬ

Vào thế kỷ 16 và 17, sự phân hóa của giới lãnh đạo phong kiến dẫn tới những rạn nứt trầm trọng, qua những phế lập liên miên.

Tới thế kỳ thứ 18, đã có nhiều cuộc nổi dậy liên tiếp xảy ra khắp nơi:
- Nguyễn Hữu Cầu (1741-1751)
- Nguyễn Danh Phương (1740-1750)
- Hoàng Công Chất (1736-1769)
- Chiến tranh Tây Sơn với Chúa Nguyễn (1771-1802)

XÃ HỘI VIỆT NAM VÀO CUỐI THẾ KỶ 18

Xã hội Việt Nam vào cuối thế kỷ thứ 18 thực sự đã đi vào một thời đại mới. Một xã hội

CONTEXTE HISTORIQUE

Aux 16è et 17è siècles, la division dans la classe dirigeante féodale conduit à des cassures importantes, suite à une succession interminable de destitutions et d'intronisations.

Au 18è siècle, de nombreux soulèvements se succèdent partout. Il sont dus à :
- Nguyễn Hữu Cầu (1741-1751)
- Nguyễn Danh Phương (1740-1750)
- Hoàng Công Chất (1736-1769)
- Guerre entre les Tây Sơn et les Seigneurs Nguyễn (1771-1802)

SOCIETE VIETNAMIENNE A LA FIN DU 18è SIECLE

La société vietnamienne à la fin du 18è siècle entre réellement dans une ère nouvelle. Elle prend forme

được định hình hầu như kéo dài cho tới ngày nay. Những đặc quyền trong xã hội thời Lý, Trần như thái ấp của các vương hầu đã bị xóa bỏ trong các cuộc kháng chiến chống giặc Minh.

- Trang trại trở thành công hữu của làng xã, hoặc tư hữu của điền chủ.

- Giới quý tộc vẫn được phong tước hưởng lộc và lương nhưng không được lập điền trang, không nuôi quân đội riêng và hầu hết không được tham dự triều chính, trừ một số ít có khả năng.

- Dân trong làng xã được bầu chọn viên chức theo quy định số lượng và điều kiện của nhà vua: biết chữ, trên 30 tuổi và có hạnh kiểm tốt. Xu hướng tự trị tại các làng xã tương đối phát triển, thể hiện qua câu tục ngữ "*Phép vua thua lệ làng*".

- Xã hội thời đó chia làm 4 tầng lớp: sĩ, nông, công, thương.

Kẻ sĩ được coi trọng trên mọi tầng lớp khác nên đã có câu

alors et se prolonge presque jusqu'à nos jours. Les privilèges présents dans la société sous les règnes des Lý et des Trần, tout comme les fiefs de la noblesse, sont abolis durant les campagnes de résistance contre les Míng (Minh en vietnamien).

- Les fiefs deviennent des propriétés publiques des localités, ou des propriétés privées des propriétaires terriens.

- La noblesse continue à percevoir des indemnités et traitements mais ne peut avoir ni de fiefs, ni d'armée privée et presque la plupart des nobles ne participent pas aux affaires de la Cour, exception faite d'une minorité compétente.

- La population des villages a le droit d'élire les officiels dont le nombre et les conditions d'éligibilité sont fixés par le roi : les candidats doivent savoir lire et écrire, avoir plus de 30 ans et une bonne conduite. L'autonomie des localités a tendance à se développer assez bien, ce qui se traduit par l'adage "*Phép vua thua lệ làng*" (littéralement : *les règles du roi ont moins de valeur que les coutumes du village*).

- La société d'alors est divisée en 4 classes : les lettrés, les agriculteurs, les artisans, les commerçants.

Les lettrés sont mieux considérés que toute autre classe sociale, d'où

"*Vạn ngành đều là thấp, chỉ có đọc sách là cao*".

Công nghiệp bị chèn ép không phát triển. Thợ giỏi bị bắt đi phục dịch xây dựng cho các sở cục nhà nước. Ngành khai thác mỏ dần dần chuyển sang tay người Hoa.

Thương nghiệp kém phát triển do nhà nước độc quyền về ngoại thương, người dân không được ra khỏi nước và giới hạn buôn bán với ngoại quốc tại một số nơi quy định. Thương gia được sắp hạng thấp nhất trong bốn loại dân kể trên, nên việc buôn bán đều vào tay phụ nữ.

Sinh hoạt công thương nghiệp dưới triều Lê và các triều đại sau đã lùi một bước so với thời Lý Trần và bên Tàu.

Sự suy vong của Nho giáo
Tuy Nho giáo từng được coi là nền tảng văn hoá của nước Đại Việt, nhưng vào cuối thế kỷ 18, sau nhiều năm chiến tranh liên miên, triều đại thay đổi đã khiến ngày càng suy thoái.

l'expression "*Vạn ngành đều là thấp, chỉ có đọc sách là cao*" (littéralement : *tous les métiers sont de basse condition, seul les lecteurs de livres ont une position élevée*).

L'industrie artisanale voit son développement entravé. Les bons ouvriers sont envoyés à la corvée dans des unités de fabrication de l'Etat. L'exploitation des mines tombe progressivement dans les mains des Chinois.

Le commerce se développe peu parce que l'Etat garde le monopole du commerce extérieur, la population ne peut sortir du pays et ne peut faire du commerce avec des étrangers qu'à certains endroits bien déterminés. Les commerçants sont classés au plus bas de l'échelle sociale, par conséquent le commerce est aux mains des femmes.

Les activités artisanales sous la dynastie des Lê et les dynasties suivantes régressent par rapport à celles des dynasties des Lý, des Trần et de la Chine.

Déclin du Confucianisme
Bien que le Confucianisme ait été longtemps considéré comme la base de la culture du Đại Việt, à la fin du 18è siècle, d'interminables années de guerre et de nombreux changements de règne ont entrainé

Việc học phổ biến hơn nhưng lối học từ chương sáo ngữ, cùng lề thói dùng tiền thay việc thi khảo hạch, biến nơi thi cử thành nơi buôn bán danh vị, khiến những giá trị nền tảng của Nho giáo như tình thầy trò, vua tôi, phẩm hạnh của con người đã suy thoái rất nhiều.

Sự phục hồi của Phật giáo và Lão giáo

Dưới thời Lê, đạo Phật không được coi trọng như trước, tuy vậy sự ủng hộ của nhà Lê với Phật giáo và Lão giáo vẫn được duy trì và được dân chúng tín ngưỡng, cầu xin khi gặp thiên tai, lũ lụt, hoàng trùng... Thời Lê Trung Hưng, Chúa Trịnh trùng tu chùa cũ (Tây Phương, Phúc Long) xây chùa mới (Hồ Thiên, Hương Hải) và cho người sang tận bên Tàu mang nhiều kinh kệ đem về. Các Chúa Nguyễn xây thêm nhiều chùa (Nguyễn Hoàng cho xây chùa Thiên Mụ năm 1601) và Võ Vương Nguyễn Phúc Khoát cũng cho người sang Tàu thỉnh 1000 bộ kinh

le déclin du Confucianisme. L'éducation est mieux développée mais l'apprentissage par cœur des clichés, ainsi que la pratique coutumière de la corruption menant au monnayage des résultats des concours, transforment les lieux aménagés pour les concours des lettrés en endroits de commerce des positions hiérarchiques dans la société. Ces faits entraînent une importante dégradation des valeurs fondamentales du Confucianisme telles les relations entre le maître et l'élève, le roi et ses sujets, et la valeur morale des personnes.

Renaissance du Bouddhisme et du Taoïsme

Sous le règne des Lê, le Bouddhisme n'est plus aussi bien considéré qu'auparavant, bien que le Bouddhisme et le Taoïsme continuent à bénéficier du soutien de la dynastie des Lê et de l'adhésion de la population, comme en témoignent les prières pratiquées en cas de fléau naturel, d'inondation, de destruction des récoltes par les sauterelles... A l'époque de la résurgence des Lê, les Seigneurs Trịnh restaurent les vieilles pagodes (Tây Phương, Phúc Long), en bâtissent de nouvelles (Hồ Thiên, Hương Hải) et envoient des hommes en Chine pour en ramener des livres liturgiques de la religion bouddhique. Les Seigneurs Nguyễn

Đại Tạng về đặt tại chùa Thiên Mụ.

Trong hoàn cảnh Nho giáo suy sụp, giới nho sĩ bất lực, không biết làm sao thi thố giúp đời, đành đi tìm cảnh nhàn tự giữ lấy trong sạch, ẩn náu trong việc mộ Phật tu tiên đã khiến Phật và Lão giáo được phục hồi. Lão giáo thường pha trộn với tiên đạo và tín ngưỡng truyền thống của dân gian, cũng được coi trọng tuy không bằng Phật giáo.

VĂN HỌC VIỆT NAM TRONG THẾ KỶ 18

Trong khi tình hình kinh tế xã hội ngày càng suy thoái, văn học Việt Nam lại phát triển vô cùng rực rỡ, đến nay vẫn còn được trân quý về nội dung tư tưởng cũng như hình thức nghệ thuật. Vì tính đa dạng của nền

bâtissent aussi de nombreuses pagodes (Nguyễn Hoàng fait construire la pagode de Thiên Mû en 1601) et le Prince Võ Vương Nguyễn Phúc Khoa envoie des hommes en Chine chercher 1.000 volumes du Tripikata (ensemble des textes du canon bouddhique) et les stocker dans la pagode de Thiên Mụ.

Dans ce contexte où le Confucianisme est sur le déclin, les lettrés confucéens sont impuissants. Ne sachant pas comment utiliser leurs talents au service de la société, ils se résignent à chercher une vie paisible pour préserver leur pureté morale, à se réfugier dans la foi bouddhique et taoïste, ce qui provoque le renouveau de Bouddhisme et du Taoïsme. Le Taoïsme mélangé au fait de croire aux immortels et aux croyances traditionnelles du peuple est aussi bien considéré, même s'il l'est moins que le Bouddhisme.

LITTERATURE VIETNAMIENNE AU 18è SIÈCLE

Alors que la situation socio-économique se dégrade de jour en jour, au contraire la littérature vietnamienne se développe brillamment. De nombreuses œuvres littéraires sont encore à nos jours appréciées tant pour le fond

văn học này nên rất khó phân loại, có thể tạm chia ra những dòng văn học như sau:

Văn chương bác học, văn học chữ Hán

Bao gồm thơ, truyện ngắn, truyện dài, ký sự, các bộ sử và phê bình sử. Ngoài ra còn có nhiều bộ tuyển tập thu thập thơ văn của đời trước.

- Về thơ, nổi tiếng nhất ngay từ lúc ra đời là Chinh Phụ Ngâm của Đặng Trần Côn nói lên khao khát yêu đương, hạnh phúc gia đình bình thường. Tác phẩm được Phan Huy Ích và Đoàn Thị Điểm dịch sang chữ Nôm (Tuy còn dùng nhiều điển cố và hình ảnh ước lệ lấy từ văn học Tàu).

- Văn xuôi nổi bật nhất có Công Dư Tiệp Ký của Vũ Phương Đề, tiểu truyện về các danh nhân.

- Truyền Kỳ Tân Phả (Tục Truyền Kỳ) của Đoàn Thị Điểm.

en termes de pensée que pour la forme sur le plan artistique. A cause de la diversité des courants littéraires, il est difficile d'en établir une catégorisation rigoureuse. Elles peuvent cependant être classées comme suit :

Littérature des érudits, en caractères chinois

Elle comprend des poèmes, récits, romans, mémoires, ouvrages et critiques historiques. En outre on y trouve aussi des collections d'anciens ouvrages littéraires.

- Au sujet des poèmes, le plus renommé depuis sa création est le "Chinh Phụ Ngâm" (littéralement Complainte de l'épouse d'un guerrier) de Đặng Trần Côn parlant de la soif d'amour excessive, du bonheur d'une famille ordinaire. L'œuvre est retranscrite en "chữ Nôm" (écriture démotique) par Phan Huy Ích et Đoàn Thị Điểm (bien que de nombreuses citations et images conventionnelles reprises de la littérature chinoise soient toujours utilisées).

- L'ouvrage en prose le plus remarqué est le "Công Dư Tiệp Ký" (Compte rendu rapide pendant des moments de loisirs) de Vũ Phương Đề décrivant la biographie de personnages célèbres.

- Le "Truyền Kỳ Tân Phả ou Tục Truyền Kỳ" (Nouveau Registre de Légendes) de Đoàn Thị Điểm.

- Hoàng Lê Nhất Thống Chí của Ngô Thì Chí là lịch sử tiểu thuyết về cuối thời Lê, từ thời Trịnh Sâm cho đến khi họ Trịnh mất nghiệp chúa 1787, gộp chung với bản viết từ khi Lê Chiêu Thống chạy trốn sang Tàu cho đến khi đem về an táng tại Bàn Thạch Thanh Hóa thành bộ Ngô Gia Văn Phái.

- Thượng Kinh Ký Sự, Hải Thượng Y Tông Tâm Lĩnh của Lê Hữu Trác viết về y học.

- Văn chương Đàng Trong có Hà Tiên Thập Vịnh của Mạc Thiên Tích và các bài họa của Nguyễn Cư Trinh cùng các thi sĩ khác người Việt Nam và người Tàu.

- Các tuyển tập sưu tập thơ văn đời trước tiêu biểu nhất là Hoàng Việt Thi Tuyển, Hoàng Việt Văn Tuyển của Bùi Huy Bích (1744-1818).

- Le "Hoàng Lê Nhất Thống Chí" (Unification du Royaume sous les Lê) est un roman historique de Ngô Thì Chí décrivant la fin de la dynastie des Lê, depuis Trịnh Sâm jusqu'à la fin de la seigneurie des Trịnh en 1787. Ce roman est combiné aux écrits portant sur la période allant de la fuite de Lê Chiêu Thống en Chine jusqu'à son enterrement à Bàn Thạch, Thanh Hóa pour former la collection Ngô Gia Văn Phái (Ecole littéraire de la famille Ngô).

- Le "Thượng Kinh Ký Sự" (Mémoire d'un Voyage à la Capitale) et le "Hải Thượng Y Tông Tâm Lĩnh" (La compréhension de Hải Thượng en médecine) de Lê Hữu Trác ont trait à la médecine.

- Les œuvres littéraires du Đàng Trong (le Sud) se composent du "Hà Tiên Thập Vịnh" (Dix poèmes chantant le site de Hà Tiên) de Mạc Thiên Tích et des poèmes sur les mêmes rimes de Nguyễn Cư Trinh ainsi que d'autres poètes vietnamiens et chinois.

- Les ouvrages les plus représentatifs de la collection des poèmes et œuvres en prose des générations antérieures sont le "Hoàng Việt Thi Tuyển" (Recueil de Poèmes Choisis de l'Empire du Việt Nam) et le "Hoàng Việt Văn Tuyển" (Recueil de Textes Choisis de l'Empire du Việt Nam) de Bùi Huy Bích (1744-1818).

Văn học chữ Nôm

Phát triển đến mức hoàn chỉnh: Truyện dài bằng thơ từ như Cung Oán Ngâm Khúc (Nguyễn Gia Thiều), Hoa Tiên Truyện (Nguyễn Huy Tự), Ai Tư Vãn (Lê Ngọc Hân), Văn Tế Trận Vong Chiến Sĩ (Chưởng Tiền Quân Nguyễn Văn Thành).

Chinh Phụ Ngâm, diễn nôm từ tác phẩm Hán văn của Đặng Trần Côn. Tuy nhiên bản dịch tự thể có thể coi như một tác phẩm thơ Nôm của Đoàn Thị Điểm với lời thơ trác tuyệt, âm điệu thắm thiết truyền cảm.

Truyện Kiều của Nguyễn Du cũng là tác phẩm nổi tiếng thời kỳ này. Truyện Kiều có nguồn gốc từ cuốn tiểu thuyết Tàu là Kim Vân Kiều Truyện của Thanh Tâm Tài Nhân. Tuy vậy, phần sáng tạo của Nguyễn Du rất lớn. Ông đã chuyển thể nó sang truyện thơ lục bát bằng chữ Nôm. Nghệ thuật ngôn

Littérature en "chữ Nôm" (écriture démotique)

Elle atteint la perfection à l'image de romans en vers, parmi lesquels il faut citer : le "Cung Oán Ngâm Khúc" (Plaintes d'une femme du harem) de Nguyễn Gia Thiều, le "Hoa Tiên Truyện" (Histoire d'une lettre fleurie) de Nguyễn Huy Tự, le "Ai Tư Vãn" (Elégie d'un deuil) de Lê Ngọc Hân (à la mémoire du regretté Empereur Quang Trung), le "Văn Tế Trận Vong Chiến Sĩ" (Oraison funèbre pour les combattants morts sur le champ d'honneur) du Commandant de l'avant-garde Nguyễn Văn Thành.

Le "Chinh Phụ Ngâm" (littéralement Complainte de l'épouse d'un guerrier) est l'œuvre de Đặng Trần Côn transcrite en "chữ Nôm" (écriture démotique). Cependant, la transcription elle-même peut être considérée comme un chef d'œuvre de Đoàn Thị Điểm, avec des mots exceptionnels, une intonation affectueuse et hautement expressive.

Le "Truyện Kiều" (Histoire de Kiều) de Nguyễn Du est aussi un chef d'œuvre renommé de cette époque. Le "Truyện Kiều" tire son inspiration du roman chinois "Kim Vân Kiều Truyện" (Histoire de Kim Vân Kiều) de Qīng Xīn Cái Rén (Thanh Tâm Tài Nhân en vietnamien). Cependant, la part de créativité de Nguyễn Du est

ngữ, xây dựng hình tượng nhân vật, tả cảnh, tả tình của Nguyễn Du đều đạt tới trình độ điêu luyện.

importante. Il l'a adapté en utilisant la versification dite "Lục Bát" (littéralement Six - Huit, une forme poétique traditionnelle vietnamienne qui consiste en une versification alternée entre des vers de 6 pieds et des vers de 8 pieds ou syllabes) en "chữ Nôm". Le talent de Nguyễn Du dans l'utilisation du langage, l'illustration des personnages, la description des paysages et l'expression des sentiments est à son paroxysme.

Le grand poète Nguyễn Du
Đại văn hào Nguyễn Du

Văn chương nghiên cứu
Lê Quí Đôn là người thông kim bác cổ lại hiếu học, thành ra những trứ tác của ông bao gồm hầu hết các khía cạnh văn học và sử học, có thể phân làm

Littérature documentaire
Lê Quí Đôn est une personne studieuse qui possède une connaissance approfondie des temps anciens et modernes, par conséquent ses ouvrages

5 loại viết chủ yếu bằng chữ Hán, chỉ có một số thơ văn là bằng chữ Nôm.

- Sách giảng về kinh truyện

- Sách khảo cứu về cổ thư

- Sách sưu tập thơ văn
- Sách nghiên cứu về lịch sử địa lý
- Sáng tác thơ văn (chữ Hán và chữ Nôm)

Phạm Đình Hổ: Với Vũ Trung Tùy Bút, Tang Thương Ngẫu Lục (viết chung với Nguyễn Án) cung cấp những sử liệu quan trọng tình hình chính trị xã hội Việt Nam cuối thế kỷ 18.

Văn chương dân gian
Các tác phẩm phong phú, văn từ được gọt dũa do có sự tham gia của giới trí thức, phản ánh tình trạng đời sống xã hội và nhắm vào lên án lối sống trụy lạc của triều đình, trào phúng đả kích bọn cai trị từ xóm làng đến vua chúa (Trạng Quỳnh, Trạng Lợn). Bên cạnh đó còn các truyện thơ về tình yêu tự do bất chấp lễ giáo xưa cũ (Phạm Công Cúc Hoa, Phan

comprennent presque toutes les facettes de la littérature et de l'historiographie. Ils sont en général écrits en caractères chinois, sauf certaines exceptions en "chữ Nôm", et peuvent être divisés en 5 catégories.

- Explications des livres canoniques et classiques
- Recherches relatives aux poésies antiques
- Collection d'œuvres littéraires
- Recherches relatives à l'histoire et à la géographie
- Composition d'œuvres littéraires (en caractères chinois et "chữ Nôm")

Phạm Đình Hổ, avec le "Vũ Trung Tùy Bút" (Essai sous la pluie) et le "Tang Thương Ngẫu Lục" (Enregistrement aléatoire de grands changements), coécrits avec Nguyễn Án, retrace les faits historiques importants sur la situation politico-sociale du Việt Nam à la fin du 18è siècle.

Littérature du peuple
Elle comprend les œuvres étoffées, fignolées par la classe des intellectuels, reflétant la situation sociale et visant à condamner la vie dissolue menée par la Cour. Ce sont des œuvres satiriques critiquant la classe dirigeante, depuis les chefs de village jusqu'aux souverains comme le "Trạng Quỳnh" (Le premier lauréat au concours suprême Quỳnh) et le "Trạng Lợn" (Le premier lauréat au

Trần, Nhị Độ Mai, Quan Âm Thị Kính).

concours suprême Cochon). Par ailleurs, il faut citer des romans en vers racontant des amours défiant toute éthique ancienne comme Phạm Công Cúc Hoa (Histoire de Phạm Công et Cúc Hoa), Phan Trần (Histoire de Phan et Trần), Nhị Độ Mai (L'abricotier qui fleurit deus fois) et le Quan Âm Thị Kính (La bodhisattva de la compassion Thị Kính ou La déesse de la compassion Thị Kính)

Gạch nối giữa hai dòng văn chương bác học và văn chương dân gian

Hồ Xuân Hương là gạch nối giữa dòng văn bác học và dân gian, Bà chỉ trích mọi cái đạo đức giả dối, dù ở quan lại hay kẻ tu hành, bằng ngôn ngữ độc đáo tự nhiên, nâng nghệ thuật thơ Nôm lên tuyệt đỉnh. Hồ Xuân Hương hay được nhắc tới qua những bài thơ chứa đựng những hình ảnh gợi cảm, ỡm ờ, trữ tình, nhưng bà cũng có những bài phản ánh khí phách một bậc nữ lưu như bài vịnh đền thờ Sầm Nghi Đống (Đền thờ do nhóm Hoa kiều dựng lên, Sầm Nghi Đống là viên tướng chỉ huy quân xâm lăng nhà Thanh đã treo cổ chết trong chiến thắng Khương Thượng của Vua Quang Trung vào năm 1789).

Trait d'union entre la littérature des érudits et celle du peuple

Hồ Xuân Hương représente le trait d'union entre la littérature des érudits et celle du peuple. Elle critique tout acte hypocrite, qu'il soit posé par des mandarins ou des religieux, dans un langage simple mais original, élevant la poésie en "chữ Nôm" à son plus haut niveau. Hồ Xuân Hương est souvent citée à travers des poèmes contenant des images suggestives, grivoises, lyriques, mais elle a aussi écrit des poèmes traduisant la force morale d'une femme à l'instar de l'ode dédicacée au temple de Cén Yídòng (Sầm Nghi Đống en vietnamien - Ce temple a été construit par les émigrés chinois. Cén Yídòng est un des généraux dirigeant l'armée d'invasion de la dynastie des Qīng, il s'est pendu lors de la victoire de Khương Thượng remportée par l'Empereur Quang Trung en 1789).

Ghé mắt trông ngang thấy bảng treo, Kìa đền Thái Thú đứng cheo leo; Ví đây đổi phận làm trai được Thì sự anh hùng há bấy nhiêu?	En jetant un coup d'œil furtif sur le côté, je vois un panneau suspendu, Voilà le temple de Gouverneur Provincial sur le versant escarpé d'une montagne ; Si je peux me changer en homme Alors est-il possible que l'acte héroïque ne se limite qu'à cela ?

FIN PROVISOIRE
Tạm kết

Tập I Việt Sử Đại Cương gồm 24 bài viết theo dòng thời gian của lịch sử. Trong mỗi bài chúng tôi thường nhắc lại những sự kiện quan trọng trước đó dẫn đến sự xuất hiện nhân tố mới, mục đích của cách viết này là để giúp độc giả có thể nắm vững bối cảnh lịch sử khi đọc từng bài riêng rẽ.

Lịch sử Việt Nam là những gì đã thật sự xảy ra trong quá khứ, không chỉ gồm những trang hùng sử chói lọi, mà còn có cả những đêm dài đen tối, do ngoại bang thống trị hay những tranh chấp giữa các vương triều, hoặc ngay chính trong nội bộ một triều đình hay dòng họ cầm quyền.

Chép lại lịch sử, chúng tôi không làm công việc phán xét công tội của các triều đại hay các nhân vật trong quá khứ. Nhưng lịch sử dân tộc cho chúng ta rút ra một điều rằng: Trong mọi thời đại, bất cứ khi

Le tome I de l'Aperçu de l'Histoire du Việt Nam se compose de 24 chapitres décrivant l'histoire du pays dans l'ordre chronologique. Dans chacun des chapitres, nous rappelons régulièrement les événements importants qui ont précédé l'émergence de nouveaux éléments, dans le but d'aider les lecteurs à comprendre le contexte historique lors de la lecture des chapitres pris individuellement.

L'histoire du Việt Nam est une vérité qui s'est réellement déroulée dans le passé. Elle est constituée non seulement de pages héroïques et glorieuses, mais aussi de longues nuits sombres troublées par la domination étrangère ou par les querelles intestines entre dynasties, voire même à l'intérieur d'une Cour ou d'une famille au pouvoir.

En retraçant l'histoire, nous ne faisons pas le travail de juger les mérites ou les erreurs des dynasties ou des personnages du passé. Mais l'histoire du peuple nous permet de tirer une leçon : quelle que soit l'époque, tant que les dirigeants de

nào giới lãnh đạo quốc gia biết chăm lo, yêu thương người dân thì xã hội yên bình, thịnh trị; bất cứ khi cá nhân hay dòng họ nào trông cậy vào ngoại bang, để bảo vệ ngôi vị cai trị thì sớm muộn đều dẫn tới thất bại, tiêu vong.

Sau cùng, lịch sử cũng cho thấy mọi thành tựu trong quá khứ đều phải do nỗ lực kiên trì mới đạt được, không lúc nào kết quả tốt đẹp tới được do may mắn ngẫu nhiên hay bằng sự thụ động chờ đợi.

Hoàng Cơ Định
Tháng 4/2018

l'Etat prennent soin du peuple et l'aiment, la société est paisible et prospère ; chaque fois qu'ils comptent sur les puissances étrangères pour préserver leur position de gouvernants, ils sont menés tôt ou tard à la défaite, à leur propre destruction.

Finalement, l'histoire montre aussi que toutes les réussites dans le passé sont obtenues grâce à des efforts persévérants : à aucun moment de bons résultats ne sont acquis par hasard ou après une attente passive.

Hoàng Cơ Định
Avril 2018

REPERES IMPORTANTS DANS L'HISTOIRE DU VIỆT NAM

Các thời điểm quan trọng trong Việt sử

Evénements importants dans le monde, proches de ces repères sur les plans historique, culturel, scientifique et technologique

Các biến cố quan trọng trên thế giới gần với thời điểm này về lịch sử, văn hóa, khoa học, kỹ thuật

Le Roi Hùng fonde le pays Văn Lang *Hùng Vương thành lập nước Văn Lang*	700 av. JC 700 TCN	Premiers Jeux Olympiques organisés en Grèce (776 av. J.-C.) *Thế vận hội đầu tiên được tổ chức tại Hy Lạp. (776 TCN)*
Hùng Vương refuse d'être le vassal du Roi Việt Câu Tiễn *Hùng Vương từ chối làm chư hầu cho Việt vương Câu Tiễn*	496 av. JC 496 TCN	Le mathématicien Pythagore (570 av. J.-C.-495 av. J.-C.) *Nhà toán học Pythagore (570 TCN-495 TCN)*
An Dương Vương Thục Phán change le nom du pays Văn Lang en Âu Lạc *Nước Văn Lang đổi tên thành Âu Lạc bởi An Dương Vương Thục Phán*	218 av. JC 218 TCN	- Qín Shǐhuáng fait relier entr'elles les murailles au Nord de la Chine pour aboutir à la Grande Muraille (220 av. J.-C.-206 av. J.-C.) *Tần Thủy Hoàng nối các thành lũy tại Bắc nước Tàu và xây dựng thêm thành Vạn Lý Trường Thành. (220TCN-206TCN)* - Le génie Archimède (287 av. J.-C.-212 av. J.-C.) *Thiên tài Archimedes (287TCN-212TCN)*

Début de la première domination chinoise sur le Việt Nam *Việt Nam bị Tàu đô hộ, bắt đầu thời kỳ Bắc thuộc lần thứ nhất*	111 av. JC 111 TCN	Le anciens Grecs inventent la roue dentée et mettent au point le premier calculateur analogique antique permettant le calcul des positions astronomiques (mécanisme d'Anticythère) *Người Hy Lạp cổ đại phát minh bánh răng-điều khiển (gear-driven) đầu tiên trong máy dự đoán thiên văn (máy Antikythera).*
Insurrection des deux Dames Trưng pour la conquête de l'indépendance du pays, mettant fin à la première domination chinoise *Cuộc khởi nghĩa giành độc lập của Hai Bà Trưng, chấm dứt thời kỳ Bắc thuộc lần thứ nhất*	40	L'architecte romain Vitruvius construit la roue à aubes verticale contemporaine *Kiến trúc sư La Mã Vitruvius hoàn thành bánh xe nước thẳng đứng (vertical water wheel) hiện đại*
Les deux Dames Trưng se donnent la mort par noyade à Hát Giang, début de la deuxième domination chinoise *Hai Bà Trưng tự trầm tại Hát Giang, bắt đầu thời kỳ Bắc thuộc lần thứ hai*	43	Héron d'Alexandrie, un scientifique grec, est à l'origine de l'éolipyle (boule d'Éole), ouvrant la voie vers la machine à vapeur *Hero tại Alexandria, một nhà khoa học Hy Lạp, đi đầu mở đường cho năng lượng hơi nước (steam power)*
Insurrection de la Dame Triệu au district de Cửu Chân *Bà Triệu khởi nghĩa tại quận Cửu Chân*	247	1000è anniversaire de la fondation de la ville de Rome (Italie) *Kỷ niệm 1000 năm của thành phố Roma (Italy)*

Soulèvement de Lý Trường Nhân et Lý Thúc Hiển, apportant 17 années d'autonomie au pays *Cuộc khởi nghĩa của Lý Trường Nhân và Lý Thúc Hiển, đạt được 17 năm tự trị*	458	
Insurrection de Lý Bí, Tinh Thiều et Triệu Túc, mettant fin à la deuxième domination chinoise. Fondation de la dynastie des Lý antérieurs *Cuộc khởi nghĩa của Lý Bí, Tinh Thiều và Triệu Túc, chấm dứt thời kỳ Bắc thuộc lần thứ hai, thành lập nhà Tiền Lý*	542	Les Perses utilisent des roues à aubes actionnées par l'énergie éolienne pour l'irrigation en agriculture *Người Ba Tư sử dụng bánh xe nước chuyển động bằng sức gió (wind-driven water pump) để bơm nước cho việc canh nông*
Invasion de la dynastie des Liáng, défaite de la dynastie des Lý antérieurs, début de la troisième domination chinoise *Nhà Lương bên Tàu xâm lăng, đánh bại nhà Tiền Lý, bắt đầu thời kỳ Bắc thuộc lần thứ ba*	603	
Insurrection de Mai Thúc Loan à Hoan Châu *Mai Thúc Loan khởi nghĩa tại Hoan Châu*	713	Liáng Língcàn invente la première horloge mécanique (724) *Lang Ling Can phát minh đồng hồ cơ khí đầu tiên (724)*
Insurrection de Phùng Hưng à Đường Lâm *Phùng Hưng khởi nghĩa tại Đường Lâm*	791	Les Chinois inventent la poudre à canon et le feu d'artifice *Người Tàu phát minh ra thuốc súng và pháo bông*

Khúc Thừa Dụ fait campagne et réussit à instaurer l'autonomie pour le Việt Nam *Khúc Thừa Dụ vận động thành công đặt nền tự chủ tại Việt Nam*	906	
Ngô Quyền défait les envahisseurs Hán méridionaux sur le fleuve Bạch Đằng, mettant officiellement fin à la troisième domination chinoise *Ngô Quyền đại phá quân xâm lăng Nam Hán trên sông Bạch Đằng, chính thức chấm dứt thời kỳ Bắc thuộc lần thứ ba*	938	Le médecin perse Rhazes (860–932) fournit une des premières descriptions connues de la la variole *Bác sĩ Ba Tư Rhazes (860-932) nhận ra bệnh đậu mùa*
Đinh Bộ Lĩnh réprime la rébellion des 12 seigneurs, et réunifie ainsi le pays *Đinh Bộ Lĩnh dẹp loạn 12 Sứ quân, thống nhất đất nước*	968	Les Européens commencent à utiliser les chiffres arabes (1,2,3, etc) *Người châu Âu bắt đầu sử dụng chữ số Ả Rập (1, 2, 3, vân vân)*
Lê Đại Hành défait les envahisseurs Sòng *Lê Đại Hành phá tan quân xâm lăng nhà Tống*	981	
Lý Công Uẩn choisit officiellement la citadelle Đại La comme capitale, en change le nom en Thăng Long, Hà Nội actuellement *Lý Công Uẩn chính thức chọn thành Đại La làm thủ đô, đổi tên là Thăng Long. Nay là Hà Nội*	1010	Les Chinois sont les premiers à émettre le papier-monnaie *Người Tàu phát hành tiền giấy đầu tiên*

Lý Thường Kiệt attaque le Sud de la Chine pour contrecarrer le projet d'envahissement par la dynastie des Sòng *Lý Thường Kiệt tấn công miền Nam nước Tàu để bẻ gãy âm mưu xâm lăng của nhà Tống*	1075	
Lý Thường Kiệt arrête les troupes envahisseuses de la dynastie de Sòng sur le fleuve Như Nguyệt, les obligeant à se retirer en Chine *Lý Thường Kiệt đánh chặn đoàn quân xâm lăng của nhà Tống tại sông Như Nguyệt, buộc quân Tống phải rút về Tàu*	1077	
Victoire remportée par la dynastie des Trần face aux Yuán-Mongols lors de leur première invasion *Nhà Trần chiến thắng cuộc xâm lăng lần thứ nhất của Nguyên-Mông*	1258	Les marins européens commencent à utiliser la boussole pour la navigation maritime *Thủy thủ châu Âu bắt đầu sử dụng la bàn để đi biển*
Victoire remportée par la dynastie des Trần face aux Yuán-Mongols lors de leur deuxième invasion *Nhà Trần chiến thắng cuộc xâm lăng thứ nhì của Nguyên-Mông*	1285	En Italie, Alessandro della Spina invente des lunettes de correction pour la myopie *Alessandro della Spina tại Ý chế tạo kính đeo mắt cho người cận thị*

Victoire remportée par la dynastie des Trần face aux Yuán-Mongols sur le fleuve Bạch Đằng, lors de leur troisième invasion *Nhà Trần chiến thắng cuộc xâm lăng thứ ba của Nguyên-Mông trên sông Bạch Đằng*	1288	La poudre à canon est utilisée dans les guerres en Angleterre *Thuốc súng được sử dụng cho chiến tranh ở Anh*
La dynastie des Míng envahit le Đại Việt, imposant la quatrième domination chinoise *Nhà Minh xâm lăng Đại Việt, đặt nền Bắc thuộc lần thứ tư*	1407	La typographie avec des caractères en métal est réalisée la première fois en Corée *Kỹ thuật in bằng cách ghép chữ bằng kim loại được thực hiện đầu tiên tại Hàn Quốc*
Victoire du Roi Lê Lợi sur l'armée Míng au défilé de Chi Lăng, mettant fin à la quatrième domination chinoise *Vua Lê Lợi chiến thắng quân Minh tại ải Chi Lăng, chấm dứt lần đô hộ thứ tư của Bắc phương*	1427	- L'Amiral Zhèng Hé de la dynastie des Míng conduit une expédition à l'Est de l'Afrique avec une armada de 200 vaisseaux et 30.000 matelots *Đô Đốc Trịnh Hòa (Zheng He) dưới Minh Triều dưới Minh Triều dẫn đoàn trên 200 hải thuyền với 30.000 thủy thủ tới tuần tra miền đông Phi Châu* - Les Coréens inventent l'écriture nationale simplifiée, pour remplacer les caractères chinois (1443) *Người Hàn quốc phát minh chữ quốc ngữ đơn giản, thay thế cho việc dùng Hán tự (1443)*

Le Roi Lê Thánh Tông promulgue le Code Hồng Đức pour le Đại Việt *Vua Lê Thánh Tông ấn hành bộ Luật Hồng Đức cho Đại Việt*	1483	- Léonard de Vinci (1452 – 1519) invente les roulements à billes ainsi que des machines volantes et la première calculatrice mécanique *Leonardo Da Vinci (1452 – 1519) phát minh bạc đạn (ball bearing) cùng với các thiết bị bay (flying machines), và máy tính cơ học (mechanical calculator) đầu tiên* - En 1532, 168 soldats espagnols armés de fusils et montés sur des chevaux de bataille exterminent 8.000 soldats incas équipés d'armes rudimentaires, capturent vivant leur roi et mettent le Pérou, en Amérique du Sud, sous la domination espagnole *168 lính Tây Ban Nha với súng trường và ngựa chiến, đã tiêu diệt 8.000 quân của lực lượng Inca trang bị vũ khí thô sơ, bắt sống nhà vua và đặt ách thống trị lên toàn xứ Peru, Nam Mỹ. (1532)*
Le Việt Nam est divisé en deux parties, avec les Seigneurs Trịnh régnant au Nord et les Seigneurs Nguyễn au Sud du fleuve Gianh *Nước Việt Nam bị chia đôi với Chúa Trịnh ngự trị tại miền Bắc và Chúa Nguyễn tại miền Nam sông Gianh*	1600	- Galilée (en italien : Galileo Galilei) (1564-1642) invente la pendule et le thermomètre *Galileo Galilei (1564-1642) phát minh quả lắc (Pendulum), và nhiệt biểu (Thermometer)* - Hans Lippershey (1570-1619) invente le téléscope *Hans Lippershey (1570-1619) phát minh kính viễn vọng (Telescope)*

La religion catholique commence à se répandre au Nord et au Sud du Việt Nam *Đạo Thiên Chúa bắt đầu được truyền bá tại hai miền Nam và Bắc*	1605	Galilée (en italien : Galileo Galilei) (1564-1642) invente le microscope *Galileo Galilei (1564-1642) phát minh kính hiển vi (Microscope)*
Le "Chữ Quốc Ngữ" (littéralement écriture de la langue nationale, une romanisation de la langue vietnamienne possédant le statut d'orthographe officielle) est créé et commence à être utilisé pour l'évangélisation *Chữ Quốc Ngữ được hình thành và bắt đầu được sử dụng trong việc truyền giáo*	1621	Blaise Pascal invente la calculatrice mécanique *Blaise Pascal phát minh máy tính cơ khí (mechanical calculator)*
Les Occidentaux (Hollandais) font des échanges commerciaux officiels avec le Nord et le Sud *Người phương Tây (Hòa Lan) chính thức tới giao thương tại hai miền Nam và Bắc*	1636	Christiaan Huygens construit la première horloge à pendule *Christiaan Huygens phát minh đồng hồ quả lắc (Pendulum clock)*

Les Tây Sơn se soulèvent, défont les Trịnh au Đàng Ngoài et les Nguyễn au Đàng Trong *Nhà Tây Sơn khởi nghiệp, đánh thắng họ Trịnh ở Đàng Ngoài và họ Nguyễn tại Đàng Trong*	1771	- Premier génie militaire mondial Napoléon Bonaparte (1769-1821) *Đệ nhất thiên tài quân sự thế giới Napoleon Bonaparte (1769-1821)* - Lavoisier, maître de la chime moderne (1743-1794) *Lavoisier, vị thầy của ngành Hóa Học hiện đại (1743-1794)* - Benjamin Franklin (1705-1790) invente le paratonnerre *Benjamin Franklin (1705-1790) phát minh cột thu lôi hay cột chống sét (Lightning rod)*
Nguyễn Huệ défait l'armée siamoise à l'arroyo Gầm, Sud du Việt Nam *Nguyễn Huệ đánh thắng 20.000 quân Xiêm tại Rạch Gầm, Nam Việt*	1784	- Joseph-Michel Montgolfier (1740-1810) et Jacques-Étienne Montgolfier (1745-1799) inventent la mongolfière *Joseph-Michel Montgolfier (1740-1810) và Jacques-Étienne Montgolfier (1745-1799) phát minh khinh khí cầu (Hot air balloon)* - James Watt (1736-1819) perfectionne la machine à vapeur *James Watt (1736-1819) hoàn thiện động cơ hơi nước động cơ hơi nước (Steam engine)* - Alessandro Volta (1745-1827) a le mérite d'avoir inventé la pile électrique *Alessandro Volta (1745-1827) là người có công phát minh ra pin điện (electric battery)*

APERÇU DE L'HISTOIRE DU VIỆT NAM

Grande victoire du Roi Quang Trung à Thăng Long sur l'armée Qīng forte de 200.000 hommes *Vua Quang Trung Nguyễn Huệ đại thắng 200.000 quân Thanh tại Thăng Long*	1789	- Prise de la prison de la Bastille par le peuple français et renversement de la monarchie (1789) *Dân Pháp phá ngục Bastille, lật đổ chế độ quân chủ (1789)* - John Fitch (1743-1789) construit le premier bateau à vapeur aux Etats-Unis *John Fitch (1743-1789) thực hiện đầu tiên tàu chạy bằng hơi nước tại Hoa Kỳ*
Nguyễn Ánh progresse vers le Nord à partir de Gia Định, défait l'armée des Tây Sơn, réunifie le Việt Nam *Nguyễn Ánh từ Gia Định, tiến ra Bắc, đánh thắng quân Tây Sơn, thống nhất Việt Nam*	1802	- Joseph Marie Jacquard (1752-1834) invente le métier à tisser mécanique programmable *Joseph Marie Jacquard (1752-1834) phát minh máy dệt tự động* - Edward Jenner (1749-1823) invente le vaccin contre la variole *Edward Jenner (1749-1823) phát minh Vắc-xin đậu mùa (smallpox vaccine)* - Richard Trevithick (1771-1833) invente le premier train tracté par une locomotive *Richard Trevithick (1771-1833) phát minh đầu máy xe lửa (Locomotive)* - Michael Faraday (1791-1867) invente le moteur électrique *Michael Faraday (1791-1867) phát minh động cơ điện (Electric motor)*

| | 1802 | - Charles Babbage (1791-1871) développe la machine à calculer, l'ancêtre mécanique des ordinateurs d'aujourd'hui

Charles Babbage (1791-1871) phát minh ra máy tính cơ học (mechanical computer) đầu tiên, cha đẻ của công nghệ máy tính. |
|---|---|---|

LIVRES ET DOCUMENTS DE REFERENCE

Sách và tài liệu tham khảo

SÁCH - LIVRES

Chinese colonisation of Northern Vietnam
Jennifer Holmgren

Chinese colonisation of Northern Vietnam: administrative geography and political development in the Tongking Delta, first to sixth centuries A.D
Oriental monograph series; no. 27

Đại Cương Lịch Sử Việt Nam Toàn Tập
Trương Hữu Quýnh- Phan Đại Doãn- Nguyễn Cảnh Minh

Đại Việt Sử Ký Toàn Thư
Lê Văn Hưu, Phan Phù Tiên, Ngô Sĩ Liên

Đại Việt Sử Lược
Trần Phổ

Khâm Định Việt Sử Thông Giám Cương Mục
Quốc Sử Quán Triều Nguyễn 1856-1881

Lịch Sử Việt Nam
Trần Gia Phụng

Nhìn lại Sử Việt
Lê Mạnh Hùng
The Birth of Vietnam
Keith Weller Taylor

Việt Nam Sử Lược
Trần Trọng Kim

Việt Sử Toàn Thư
Phạm Văn Sơn

TÀI LIỆU - DOCUMENTS

Ba lần đại thắng quân Mông-Nguyên: Chiến tranh Đại Việt và Mông-Nguyên
http://www.vnco.org/ENGLISH/?p=1538

Bản đồ Việt Nam qua các thời kỳ
https://www.facebook.com/media/set/?set=oa.941924945955641&type=3

Chiến tranh Nguyên Mông - Đại Việt
https://vi.wikipedia.org/w/index.php

Chữ quốc ngữ ra đời từ khi nào?
https://chuayeucon.wordpress.com/2017/12/02/chu-quoc-ngu-ra-doi-tu-khi-nao/

Lãnh thổ Việt Nam qua từng thời kỳ
https://vi.wikipedia.org/wiki/L%C3%A3nh_th%E1%BB%95_Vi%E1%BB%87t_Nam_qua_t%E1%BB%ABng_th%E1%BB%9Di_k%E1%BB%B3

Lịch Sử Việt Nam
https://vi.wikipedia.org/wiki/L%E1%BB%8Bch_s%E1%BB%AD_Vi%E1%BB%87t_Nam

Nguồn Gốc Chữ Quốc ngữ
http://chimviet.free.fr/vanhoc/phuctrun/phul050.htm

Nguyễn An (1381-1453), còn gọi là A Lưu, kiến trúc sư thời xưa, người Việt.
https://vi.wikipedia.org/wiki/Nguy%E1%BB%85n_An
Nhà Tây Sơn
https://vi.wikipedia.org/wiki/Nh%C3%A0_T%C3%A2y_S%C6%A1n

Nhà Trần
https://vi.wikipedia.org/wiki/Nh%C3%A0_Tr%E1%BA%A7n

Qua Hải Ngoại Ký Sự của Thích Đại Sán
http://cungdiendanduong.net/c50/t50-2/qua-hai-ngoai-ky-su-cua-thich-dai-san-phu-duong-xuan-toa-lac-gan-chua-thien-lam.html

Quá trình Hình thành và Phát triển chữ Quốc ngữ
https://sites.google.com/site/jesusmarysaves0uls/toc-viet/tu-dhien-tieng-viet-dhoi-dhoi/qua-trinh-hinh-thanh-va-phat-trien-chu-quoc-ngu

Thi Sách
https://vi.wikipedia.org/wiki/Thi_S%C3%A1ch

Vấn đề nguồn gốc của Thục Phán và sự thành lập nước Âu Lạc
https://nghiencuulichsu.com/2017/09/29/van-de-nguon-goc-cua-thuc-phan-va-su-thanh-lap-nuoc-au-lac/

www.ingramcontent.com/pod-product-compliance
Lightning Source LLC
Chambersburg PA
CBHW070529010526
44118CB00012B/1078